అనంత ప్రయాణం

journey towards infinity

PART-1

సదృశ్య

Made with ♥ on the Notion Press Platform
www.notionpress.com

Anantha Prayaanam

Journey Towards Infinity

Sadhrusya O'Connor

Dear Readers, I would love to hear from you, you can
write to me at: sadhrusya@aol.com

మా గురువుగారు శ్రీ స్వామి జ్యోతిర్మయానంద సరస్వతి గారితో

సదృశ్య సమాలోచనం

పాఠకులకు, సాధకులకు నమస్కారం.

'యోగం' అనే పదానికి అర్థం కలుపుట లేక జోడించుట. అంటే ఆత్మను పరమాత్మతో జోడించే ప్రక్రియను యోగమంటారు. కర్మ భక్తి జ్ఞాన రాజయోగాలే కాక అనేకానేక యోగాలున్నాయి. ముఖ్యమైనవి 27. చిత్తవృత్తిని నిరోధించేది కూడా 'యోగ'మని పతంజలి మహర్షి ప్రవచించారు.

మరోవిధంగా చెబితే 'మనసుని మన అధీనంలో వుంచుకోవడమే' యోగం. దీనికి అనేకానేక పద్ధతులున్నాయి. గమ్యం మాత్రం ఒక్కటే. పురాతన యోగపద్ధతులేగాక క్రియాయోగం (పరమహంస యోగానంద) సుదర్శన యోగ ప్రక్రియ (రవిశంకర్) మొదలైనవి ఆధునిక యుగంలో పునఃప్రతిష్ఠ చేయబడినవి. శ్రీ సుభాష్‌పత్రి వంటి వారు 'పిరమిడ్' యోగ ('శ్వాస మీద ధ్యాస') అనే నూతన ప్రక్రియలను ప్రవేశపెట్టారు. అన్నిటికీ ముఖ్యమైనది 'సాధనే'.

పరమపద జిల్లేళ్ళమూడి అమ్మవారు అద్భుతమైన సందేశమిచ్చారు. "సాధ్యమైనదే సాధన" అని. ప్రతి యోగమార్గమూ సాధనవల్ల సాధించుకొనగలం. బుద్ధుడు బోధించిన అష్టాంగ యోగమార్గము సాధనవల్ల లభించేదే.

'అసలు ఎందుకు సాధన చెయ్యాలీ?' అని ప్రశ్నించుకుంటే మానవ జీవితంలోని సర్వ అవస్థలకూ కారణం మనసే. ఆ మనస్సుని స్వాధీనం చేసుకోగలిగే ఏకైక మార్గం 'సాధన'. సాధనతో అసాధ్యమైనది సృష్టిలోనే లేదు.

చి॥సౌ॥ సదృశ్య విషయానికి వస్తే, ఆమె నడచిన మార్గం చాలా ప్రత్యేకమైనది. Cell phone తో మొదలుపెట్టిన 'ధ్యానం', ఆ పరిధిని దాటి స్వంతంగా తనకు తానే గురువై, తానే శిష్యురాలై, తనును తానే గమనించుకుంటూ, తనని తానే సరిదిద్దుకుంటూ ముందుకు సాగుతున్న యోగం ఆమెది. యోగం అంటే ఇందాక చెప్పినట్లు కలిపేదీ, లేక జోడించేదీ మాత్రమే కాదు. "ప్రాప్తమైనదాన్ని సక్రమమైన పద్ధతిలో పొందేది కూడా". ఈ ప్రాప్తమనేదాన్ని ఇంక పూర్వజన్మలకు ముడిపెట్టక తప్పదు. ప్రారబ్ధ కర్మను కాదనడం ఎలా?

ఓ శకుంతలాదేవి, ఓ విద్యాసాగర్, ఓ ఇళయరాజా, ఓ కీరవాణి వీరందరూ గతజన్మల ఫలాన్ని పొంది యీ లోకానికి వచ్చినవారే.

అంతెందుకూ, శంకరభగవత్పాదులదీ. చి॥సౌ॥ సద్రృశ్యకీ, యీ పుణ్యఫలం గతజన్మనించే లభించి వుండాలి. లేకపోతే ఏ గురువూ లేకుండా ఆసనసిద్ధి, కార్యసిద్ధి ఎలా లభిస్తాయి? వారు చెప్పినట్లుగానే, సద్రృశ్యగారికి మార్గదర్శకత్వం వహిస్తున్నది సాక్షాత్తు జగన్మాత.

ఇక యీ పుస్తకంలో వివరించిన సద్రృశ్యగారి అనుభవాలు మనకి ఆనందానుభూతిని కలిగిస్తాయి. వారు అనుసరించిన, అనుసరిస్తున్న యోగ విధానం నిజంగా అమ్మవారి కృపవల్ల లభించినదే అని నిస్సందేహంగా చెప్పొచ్చు.

లోకంలో అన్నిటినీ నిర్వచించలేము. సరే, నిర్వచించలేకపోయినా 'అనుభవించగలం, అనుభూతించగలం' అనడానికి ప్రత్యక్షసాక్షి సద్రృశ్యగారు.

సముద్రాన్ని పైపైన చూస్తూ పైపైన యీదితే, స్నానఫలం తప్ప పొందేది ఏదీ వుండదు.

అయితే, సముద్రపు లోలోతులకు వెళ్ళినవారికి మాత్రమే అమూల్యమైన ముత్యాలూ రత్నాలూ పగడాలూ దొరుకుతాయి. అలానే యీ పుస్తకాన్ని పైపైన చదివితే ఫలితం వుండదు. ఒకటికి రెండుసార్లు చదివి, అర్థం చేసుకుంటే, ధ్యానమార్గంలోకి ప్రవేశించే ద్వారం తప్పకుండా కనబడుతుంది.

ఇక ఇందాక చెప్పుకున్నట్లు, 'యోగం' అనేది నిర్వచనానికి ఇమిడే మాట కాదు. ఓ వ్యక్తికి 'యోగం' లేకపోతే ఏదీ సిద్ధించదు. సిద్ధించాలంటే సాధన కావాలి. ఏది సమకూరినా సమకూరేది సాధనతోనే. కేవలం చదవడంవల్ల, లేక తెలుసుకోవడంవల్ల ఏ లాభమూ (లాభం లౌకికమైనా అలౌకికమైనా) కలగదు. లబ్ధి పొందాలంటే సాధన చెయ్యాలి.

పాఠకులారా! వందనం. సాధకులారా! కామ్యఫలసిద్ధిరస్తు.

ఎవరివో కాక తన 'స్వంత' అనుభవాలను యీ పుస్తకంలో పొందుపరిచి మనకి అందిస్తున్న చి॥సౌ॥ సద్రృశ్య గారికి శుభాకాంక్షలతో ఆశీస్సులతో.

5-9-2019
మద్రాసు

నా మాట

ఏ పనీ లేని నాకు ధ్యానం చేస్తే పూర్వజన్మలు తెలుస్తాయి అని విన్నాక, అది ఎంతవరకూ నిజం? నేనూ చేస్తే కదా తెలిసేది అని, కుతూహలంతో ధ్యానం మొదలుపెట్టాను. ఇది మొదలుపెట్టిన రోజున నాకు అసలు ధ్యానం అంటే ఏమిటి అన్నది ఏ మాత్రం తెలీదు.

మొదటి రోజున కొన్ని వింత అనుభవాలు జరగడంతో, ఈ రోజున ఇది అర్థం కాకపోయినా ఏదో ఒక రోజున అర్థం అవుతుంది అని డైరీలో రాయడం ప్రారంభించాను. నేను 4వ తరగతిలో ఉన్నప్పటి నుండీ నా జీవితంలో ఏమన్నా వింతలు జరిగినపుడు, వింత కలలు వచ్చినపుడు, routine కు భిన్నంగా ఏమన్నా జరిగినపుడు డైరీలో రాసుకోవడం అలవాటు. ఆ అలవాటుతోటే మరలా ఇలా రాయడం మొదలెట్టా.

నేను ధ్యానం మొదలుపెట్టాక అందరూ ధ్యానం వలన ప్రశాంతత వస్తుంది అనడం విన్నాను. కానీ నేను మాత్రం నాలో ఏ ఆలోచనా లేని ప్రశాంత స్థితిని సంపూర్తిగా పొందిన తరువాతే ఈ ధ్యానంలో కూర్చున్నాను. నేను ఈ స్థితికి సుళువుగా చేరుకోవడానికి తోడ్పడింది నా చుట్టూ ఉన్న వ్యక్తులే. ముఖ్యంగా నా కుటుంబసభ్యులు. ధ్యానం ఎంత ముఖ్యమో, ఈ ధ్యానానికి అనువయిన "ఆలోచనలు లేని స్థితికి" ముందుగా చేరుకోగలగటం ఇంకా ఎంతో ముఖ్యం అని నా అభిప్రాయం.

నా జీవితాన్ని కుదించి చెప్పాలి అంటే జీవితంలో పూర్తిగా ఓడిపోయి, ఓటమిని మనఃపూర్తిగా అంగీకరించి, నా కోసం ఏ ఒక్కరూ లేరు అని తెలుసుకొని, ఏ కోరికలూ లేక, ఎవరికీ ఉపయోగపడని నేను ఇంకా ఎందుకు బ్రతికివున్నానో తెలీక, కేవలం చావు కోసం ఎదురుచూసే స్థితికి చేరుకున్నాను.

అందరిలా నాకూ ఒకప్పుడు ఒకే క్షణంలో ఎన్నో ఆలోచనలు వస్తూ ఉండేవి. అలాటిది ఇపుడు, ఏ ఆలోచనలు లేని నాకు నా శరీర మార్పులు గమనించుకోవడం ఎంతో సుళువవ్వడమే కాకుండా, ఏ ఒక్క చిన్న ఆలోచన

వచ్చినా దానికి ఏదో ఒక కారణం తప్పక ఉంటుంది అని, ప్రతీ ఆలోచననూ కూడా రాయడం మొదలుపెట్టాను. ధ్యానం ప్రారంభించిన మొదట్లో చాలా విషయాలు ధ్యానంలో చూసినా ఇవి అన్నీ ఎందుకు కనిపిస్తున్నాయి, వీళ్ళందరూ ఇపుడు నాకెందుకు కనిపిస్తున్నారు అని అనిపించి, ఆ యా విషయాలు ఏమీ కూడా నా డైరీలో రాసుకోలేదు. ఇప్పుడు అవి అన్నీ గుర్తుకు ఉన్నా, అవి కేవలం నా పూర్వజన్మలే అని తెలుసుకొని వాటిని ఎక్కడా రాయలేదు (కొన్నింటి గురించే రాశాను). గతం గతః అన్నట్లు వాటివల్ల ఉపయోగం కూడా లేకపోవడంతో వదిలేశాను.

నాలా ధ్యానం అంటే ఏమిటో ఏమీ తెలియనివారికి నేను కొంత అయినా సాయపడగలనేమో అని ఇలా మీ ముందుకు వచ్చాను.

అపారమైన ప్రేమ, ఆప్యాయతలతో నాకీ జ్ఞానాన్ని పంచిన శక్తిఅమ్మకు ఈ పుస్తకం అంకితం.

ప్రేమతో,
సద్రుశ్య లక్ష్మీదేవి

జీవితంలో కొత్త మలుపు

అందరిలా నాదీ చాలా సాధారణ జీవితమే. కష్టాలు, కన్నీళ్ళు, అంతులేని ఆలోచనలు నా ఆభరణాలు అయితే, వీటన్నిటినీ మించి నిర్భయంగా నిజాన్ని చెబుతున్నందుకుగాను 'ఒంటరితనం' నేను నా జీవితంలో కష్టపడి సంపాదించి గెలుచుకున్న బహుమతి.

2006 ఏప్రిల్‌లో పెద్దన్నయ్య కాల్ చేసాడు. నా రెండవ అక్కకు సీరియస్, ఇండియా అర్జెంటుగా రావాలంటూ. రెండు నెలల క్రితం ఇదే కారణంతో ఇండియా వెళ్ళి రావడంతో నాకు లీవ్ లేదు నేను రాలేను అని చెప్పినా, అన్నయ్య వెంటనే ఖచ్చితంగా రావాలి అని చెప్పడంతో లీవ్ విత్‌అవుట్ పే తో ఇండియా వెళ్ళా. మేము వెళ్ళేసరికి హైదరాబాదులో ఎవరూ లేరు. అక్కను గుంటూరు తీసుకుపోయారనీ అందరూ అక్కడే ఉన్నారనీ, మమ్ములను కూడా అక్కడికే తీసుకురమ్మన్నారనీ చెబితే, అమెరికా నుండి వచ్చిన నేనూ, పెద్దక్కా గుంటూరు వెళ్ళాము. మేము గుంటూరు చేరుకునేసరికి తెల్లవారింది. ఇంటిముందు కొత్త మనుషులు కనిపిస్తున్నారు. రెండవ బావ ఇంటిబయటే కుర్చీలో కూర్చొని ఉన్నారు. ఏంటి బావా ఒక్కళ్ళే కూర్చొని వున్నారు, అక్కేది అని అడిగా కారు దిగడంతోటే. లోపల వుంది అన్నాడు. లోపలకు వెళ్ళి చూస్తే తను ఒక బాక్స్‌లో పడుకొని ఉంది. అప్పుడూ అర్ధం కాలేదు నాకు. ఎందుకు ఇందులో పడుకోబెట్టారు అని అడిగా. చిన్నక్క చెప్పింది తను చనిపోయింది అని. తనను చూస్తే బాబు(నాన్న) గుర్తొచ్చాడు. తనవీ, నావీ కూడా బాబు పోలికలు. అదే మొదటిసారి ఒక మనిషిని అలా బాక్స్‌లో పడుకోబెట్టి ఉండగా చూడడం.

కార్యక్రమాలు అన్నీ పూర్తి చేసుకొని హైదరాబాదుకు వచ్చాము. పెద్దకర్మ వాళ్ళు ఉంటున్న అపార్ట్‌మెంట్‌లోనే చేయాలన్నారు బావ. అందరితో కలిసిరావడంతో నేను వాళ్ళ ఇంటిలోనే ఉండిపోయాను. రేపు కర్మ అనగా రాత్రి కల వచ్చింది. గుంటూరు ఇంటి వంటగదిలో రెండు గాజు గ్లాసులు, వాటిలో నీళ్ళు ఉన్నాయి. ఒక గ్లాసులో చిన్న పాము, రెండవ గ్లాసులో పెద్ద పాము ఉన్నాయి. నేను చిన్న పాము ఉన్న గ్లాసు తీసుకొని పాముని చేతితో ఎత్తి నోట్లో వేసుకొని మింగేశాను. ఇపుడు పెద్దపాము ఉన్న గ్లాసు వైపు చూసి గ్లాసు ఎత్తి చేతితో పట్టుకున్న. టక్కున మెలకువ వచ్చింది. మెలకువ వచ్చినా నిజంగా

చిన్న పాముని మింగినట్లే అనిపించింది నాకు. రూములో అందరూ రిథమిక్‌గా గురకలు పెడుతూ నిద్రపోతున్నారు. లేచి మంచినీళ్ళు తాగి పడుకొన్నా కానీ నిద్ర పట్టలేదు.

చైనాలో పాములను కూడా తింటారని తెలిసి, నాకూ తినాలని ఎప్పటినుండో కోరిక ఉంది. కానీ ఇలా మింగటం కాదు. ఈ మధ్య కొన్ని సంవత్సరాలనుండీ పాములు కలలోకి వస్తున్నాయి. నిజానికి నాకు పాములంటే చాలా ఇష్టం. పెంచుకోవాలని కూడా ఉంది, ఒకసారి పెట్‌స్టోర్‌కు కూడా వెళ్ళాను. కాకపోతే వాటికి ఎలుకలను భోజనంగా పెట్టాలని తెలిసి, అదంతా నా వల్ల అయ్యేపనికాదని వదిలేశాను. కెవిన్ (ఫ్రెండ్)కు పెంపుడు పాము ఉంది. వాళ్ళ ఇంటికి వెళ్ళినపుడల్లా దానితో ఆడుకొంటాను.

నిజమే... నాకు వింత వింత ఆలోచనలు, కోరికలు కలుగుతూ ఉంటాయి. చాలా విషయాలు ఇంతకుముందు జరిగింది కదా మళ్ళా ఇప్పుడు అలాగే జరుగుతుంది ఏంటి అనిపిస్తుంది. అవే మాటలు...అవే సంఘటనలు...అదే స్థలం...మళ్ళా మళ్ళా జరగడం మామూలయిపోయింది నా జీవితంలో. Restaurant కు వెళ్ళినపుడు మెనూలో కొత్త మీట్ ఉంటే చాలు దేనినీ వదలను, అన్నింటినీ రుచి చూస్తాను.

బాబు 1994 లోనే చనిపోయారు. ఇప్పుడు అక్క కూడా పోవడంతో అమ్మను నా దగ్గరకు రమ్మంటే ఒక్క సంవత్సరందాకా ఎక్కడకూ రాలేను అంది. తను ఈ మధ్య అన్ని జ్యోతిర్లింగాలు, శక్తిపీఠాలు చూడాలని మొదలెట్టింది. పోనీ అవి అన్నా వెళ్ళి చూసి కంప్లీట్ చెయ్యి అంటే, ఒక్క సంవత్సరందాకా ఏ గుడికీ వెళ్ళకూడదు అన్నది. నా గోల ఏమిటంటే, తాను కొన్ని కారణాలవల్ల హ్యాపీగా లేదు, వాటినుండి తప్పించాలన్నది నా తపన.

మూడు నెలలు అయ్యింది. ఇప్పుడు చేస్తున్న ఉద్యోగం బాగానే ఉన్నా, ఎక్కువ జీతంతో మరో మంచి ఉద్యోగం వచ్చింది. ఈ వార్త అమ్మకు చెప్పాలి అని కాల్ చేశా. ఆ సమయంలో అమ్మ నెల్లూరులో ఉంది, తన చెల్ల దగ్గర. బాబాయ్ పోయారనీ అందుకే నెల్లూరు వచ్చాననీ చెప్పింది. ఆ సమయంలో ఏమీ చెప్పలేక ఫోన్ పెట్టేశాను. (ఇప్పుడు వచ్చిన జాబ్‌తో ఏ ఇబ్బందీ లేకుండా అమ్మకు సరిగా వినపడని చెవి చూపించవచ్చు. తను ఒక కాలు కూడా కుంటుతుంది ఈమధ్య, అదే చూపించాలి. తనకంటూ నేను ఏమీ చేయలేదు, ఇండియా వెళ్ళినపుడల్లా నాలుగు కాషాయం రంగు చీరలు కొని ఇవ్వడం తప్ప.

Last year నా మొదటి wedding anniversary అని నేనూ, Kevin ఇండియా వెళ్ళినపుడు ఇంటి repairs చేయించాలి కానీ డబ్బు లేదు అన్నది. అప్పుడు నా దగ్గర కేవలం 40K రూపాయలే మిగిలి ఉన్నాయి. అది సరిపోతుంది అంటే ఇచ్చి వచ్చాను.)

మరలా 10 రోజులాగి కాల్ చేశా. రెండవ అక్క కూతురు అమెరికా వస్తుందనీ, తనకు కావలసిన పొడులు, పచ్చళ్ళు చేసి ఇవ్వడానికి వచ్చాననీ, బాబాయి పెద్దకర్మ కూడా అయ్యాక తీరికగా కాల్ చేస్తా అనీ, హడావిడిగా మాట్లాడి ఫోన్ పెట్టేసింది.

ఆ అర్ధరాత్రి పెద్దమ్మ కూతురినుండి కాల్ వచ్చింది, అమ్మ చనిపోయింది వెంటనే ఇండియా రా అంటూ. మేము పెద్దమ్మని, అమ్మనీ, పెద్దనాన్నని, నాన్ననీ, మా తల్లిదండ్రులను అమ్మా, బాబు అనే పిలుస్తాము. కారణం ఇద్దరు అక్కాచెల్లెళ్ళు, ఇద్దరు అన్నాతమ్ముళ్ళను పెళ్ళిచేసుకోవడమే. చిన్నప్పుడు ఉమ్మడిగా పెరగడం మూలాన ఆ అలవాటుతో ఏ అమ్మ అని అడిగా. ఏ అమ్మో చెప్పందే రావా అన్నది కోపంగా. సరే వస్తున్నా అని ఫోన్ పెట్టేశా. అమెరికాలోనే ఉన్న పెద్దక్కకు కాల్ చేశా. మన అమ్మే చనిపోయింది ట్రైన్ ఆక్సిడెంట్ అయ్యిందంట అని చెప్పింది.

రెండవబావ అమ్మను నెల్లూరు వెళ్ళే ట్రెయిన్ ఎక్కించి వెళ్ళవలసింది, ఏదో ఫోన్ కాల్ వస్తే అర్జెంటుగా వెళ్ళాలని, అమ్మను స్టేషన్ బయటే వదిలేసి వెళ్ళిపోయారంట. అమ్మకు తెలిక వేరే రైలు ఎక్కింది. రైలు కదులుతుండగా రైలులో ఉన్న మనుషులను చూసి, ఆ రైలు నార్త్ ఇండియా వెళుతుందని తెలుసుకుని, చైన్ లాగినా ఆగకపోవడంతో స్లోగా కదిలే ట్రైన్ నుండి దిగడానికి ప్రయత్నించి. కాలుజారి రైలుకీ, ప్లాట్ఫార్మ్కూ మధ్యలో పడి ఇరుక్కుపోయిందంట. రైలు కదులుతూ ఉండడంతో రైలుకు వున్న మెట్లు అమ్మ ఎముకల్ని విరిచేశాయి. ప్లాట్ఫార్మ్ పైన ఉన్న వ్యక్తులు అమ్మను రైలు క్రింద నుండి అవతలి ప్లాటుఫార్మ్ వైపుకు తేగలిగారు.

అమ్మ సెల్ నుండి రీసెంట్ కాల్స్లో ఉన్న అన్నయ్య నంబరుకు కాల్ చేసి విషయం చెప్పారంట అక్కడి వాళ్ళు. అన్నయ్య వెంటనే హాస్పిటల్కు కాల్ చేసి అంబులెన్స్ పంపమని చెప్పి, అంబులెన్స్తోపాటే పెద్దమ్మ కూతురు, చిన్నక్క అన్నయ్య కూడా స్టేషన్కు ఒకేసారి చేరుకొన్నారు. పెద్దమ్మ కూతురు, చిన్నక్కా కూడా అమ్మతో పాటే అంబులెన్స్ ఎక్కారంట. అమ్మ అప్పటిదాకా మాట్లాడుతూనే

వుందట. ఇంక లాభం లేదు నా ఎముకలన్నీ విరిగిపోయాయి, అవి విరిగిపోవడం నాకు వినిపించాయి, చాలా నొప్పిగా ఉంది అన్నదంట. చిన్నక్కకు ప్రతిదానికి క్రిష్ణయ్య, క్రిష్ణయ్య అనుకోవడం అలవాటు. ఆ అలవాటుతో క్రిష్ణయ్య అంటూ అమ్మ తలమీద నిమురుతున్నదంట. అమ్మ లేనిటపిక తెచ్చుకొని రెండుచేతులూ కలపడానికి ప్రయత్నిస్తూ నారాయణ అంటూ కళ్ళుమూసిందంట.

ఇదంతా విన్నాక నాకు వెంటనే...ఎంతో కోపం వచ్చింది అమ్మ మీద. కెవిన్ ఏమయింది అని అడిగితే చెప్పాను. అమ్మను తిడుతున్నాను, అంత తెలివితక్కువగా ఎందుకు అలా చేసింది అమ్మ? అమ్మను చంపేయాలి అంటూ అరుస్తున్నాను, తిడుతున్నాను. కెవిన్‌కు ఏమీ అర్థం కాలేదు. అదేంటి మీ మదర్ చనిపోయిందనేకదా నీకు కాల్ వచ్చింది అన్నాడు. నాకేమీ అర్థం కాలేదు. కొన్ని క్షణాలు ఆలోచించాను. అపుడర్థమయ్యుంది, చనిపోయిన అమ్మను నేను మళ్ళా చంపడమేమిటి అని. కన్నీళ్ళు కారిపోతున్నాయి, అలానే ఇండియా చేరాను. అమ్మ వంటిమీద ఒక్క రక్తపు చుక్క కూడా లేదు. చివరిసారిగా అమ్మ నుదుటిమీద ముద్దుపెట్టుకున్నాను.

పెద్దక్కను పెద్దమ్మ కూతురు పిలిచి ఏదో మాట్లాడుతుంది. పెద్దక్క సరే అంటుంది. ఏమయింది అని అడిగా. వాళ్ళ అమ్మ, బాబు బ్రతికిఉండగా అన్నయ్య మన అమ్మకు తల కొరివి పెట్టకూడదంట అన్నది. అమ్మ చిన్నపుడు అన్నయ్యలకు కూడా పాలిచ్చింది, పెద్దమ్మకు ఎక్కువ పాలు రాకపోతే. పాలు తాగడానికి మన అమ్మ పనికివచ్చింది కానీ తలకొరివి పెట్టడానికి పనికిరాలేదంటనా అన్నా. పెద్దక్క ఉష్ ఉష్... ఊరుకో ఊరుకో అంటూ నన్ను పక్కకు తీసుకుపోయింది. అమ్మ అబ్బాయి కోసం మా నలుగురు ఆడపిల్లల్నీ ఎందుకు కన్నదో అర్థమయ్యుంది. ఆ క్షణంలో అబ్బాయిగా పుట్టనందుకు నామీద నాకే కోపం వచ్చింది. ఆ క్షణంలో అమ్మ పోయినదానికంటే అమ్మ తలకొరివి ఎవరు పెడతారు అన్న డిబేట్ జరగడం ఎంతో బాధనిపించింది. నేను వెళ్ళి ఒకసారి పెద్దన్నయ్యతో మాట్లాడి వస్తా అంటే పెద్దక్క వద్దు, నీకేమీ తెలీదు ఊరుకో అని నన్ను ఆపేసింది. పెద్ద పెదనాన్న కొడుకు ముందుకు వచ్చి నేను చేస్తాను అనడంతో ఆ కార్యక్రమాలన్నీ పూర్తయ్యాయి.

అమ్మ విష్ణుభక్తురాలు. చిన్నజీయరుస్వామి దగ్గర శంఖు, చక్రాలు తీసుకొని, సన్యాసం స్వీకరించింది. అమ్మ అంటే చాలామందికి గౌరవం. అమ్మది చాలా మంచి మనసు. కానీ నాకు అమ్మకంటే మా నాన్న అంటేనే ఎక్కువ ఇష్టం.

నాన్నకి కోపం ఎక్కువయినా న్యాయానికి, ధర్మానికి కట్టుబడి ట్రతికిన మనిషి. బాబు ట్రిన్సిపల్స్ నాకు బాగా నచ్చుతాయి.

తరువాతి రోజు చిన్నక్క చెబుతోంది, వాళ్ళ ఇంటి దగ్గరి బాబా గుడిలోని పూజారి అమ్మ చనిపోయిన టైము అడిగితీసుకొని చూసి, మీ అమ్మ మళ్ళా మీ ఇంటిలోనే పుడుతుంది అని చెప్పారంట. అమ్మ చిన్నజీయరుగారి దగ్గర సన్యాసం స్వీకరించి ఉండడంతో అమ్మకు చిన్నకర్మ వాళ్ళే చేయించవలసి ఉంది అని చిన్న జీయరు గారి శిష్యులు వచ్చారు. కార్యక్రమాలు జరుగుతూ ఉండగా ఆ శిష్యులలో ఒకతను అడిగారు నన్ను, నువ్వు లక్ష్మీనారాయణగిరి గారి చిన్న కూతురువా అని. అవునండీ అన్నా. మీరు గర్భవతా అన్నారు, నాకు ఇంకా తెలీదు అన్నా. నాకు ఆశ్చర్యం వేసింది వీళ్ళకు ఆ అనుమానం ఎందుకు వచ్చింది అని.

పెద్దన్నయ్య తల కోరివి పెట్టలేదనేగానీ అన్ని కార్యక్రమాలూ దగ్గర ఉండి చూసుకున్నాడు. అమ్మ పెద్దకర్మ లోపే అస్థికలు కలిపేద్దాం అని ముందు క్రిష్ణానదికి వెళ్ళి అమ్మ అస్థికలను పట్టుకొంటే, ఆ ఎముకలు తగిలి అమ్మ పడ్డ బాధ గుర్తొచ్చి గుండె పిండేసినట్లయింది. చివరిగా కాశీ వెళ్ళాము. కాశీకి వెళితే ఏదో ఒకటి బాగా ఇష్టమయినది వదలాలి అని అమ్మ చెప్పేది. కాశీకి అదే నేను మొదటిసారి వెళ్ళడం. అమ్మను మించిన ఇష్టం ఏముంటుందని! అమ్మ అస్థికలను పట్టుకొని, నాకు ఇష్టమయిన అమ్మను మీకోసం వదిలేస్తున్నాను అనుకొని అమ్మ అస్థికలు గంగలో కలిపాను.

ఆ సాయంత్రమే తిరుగు ట్రయాణం రైలులో. రైలు చూసినప్పుడల్లా అమ్మ పడ్డ బాధే గుర్తుకువస్తుంది. పుస్తకం చదువుకొంటూ కూర్చున్నా ఒక మూల. పెద్దమ్మ కూతురు తనదైన శైలిలో, కోపంగా ఇక్కడ నువ్వొక్కదానివే ఉన్నావనుకొన్నావా? పుస్తకం మూసి అందరితో కబుర్లు చెప్పు అంటోంది. పెద్ద పెద్దమ్మ కూతురు కూడా ఏదో మాట్లాడించాలని ట్రై చేస్తుంది నాతో. అసలే కడుపులో కొంచెం నొప్పిగా ఉంది. దానికితోడు ఈ టార్చర్ ఏమిటో అర్థంకాక పై బెర్త్ ఎక్కి పడుకొన్నా. ఎంత నిద్రకోసం ట్రయత్నిస్తున్నా రావడంలేదు. కడుపులో నొప్పి, రైలు కుదుపులకో ఏమో ఎక్కువవుతున్నట్లుగా అనిపించింది. ఎపుడెపుడు గుంటూరు చేరుకొంటామా అనుకొంటూ జరిగింది ట్రయాణం.

మూడు రోజులయ్యాక పెద్దక్కతో అన్నా, నాకు కడుపేమో అనిపిస్తుంది, పొట్ట నొప్పిగా వుంది అని. కడుపయితే పొట్ట నొప్పి ఉండదు అన్నది. తెలుసు, కానీ ఇంతకుముందు కడుపు వచ్చినపుడు కూడా ఇలాటి ఫీలింగ్సే కలిగాయి

అన్నా. ఏదయినా ముందు పెద్దకర్మ అవ్వనీ, తరువాత చూద్దాం, అప్పటిదాకా ఎవ్వరితో అనకు అన్నది. పెద్దకర్మ అయిన తరువాతి రోజే టెస్టు చేయించుకొంటే confirm అయ్యింది నాకు కడుపే అని. ఒక్కసారిగా అందరి మొఖాల్లో వెలుగు, అందరూ చెబుతున్నట్లు అమ్మ మళ్ళా మన ఇంటికే వస్తుంది అని. మరుసటిరోజు చిన్నక్క ఫ్రెండ్స్ ఎంతో ప్రేమగా పాలతాలికలు చేసుకొని వచ్చారు.

ఇక ఐదు రోజుల్లో అమెరికా వెళ్ళాలి అనగా, అమ్మ ఇంటిలోని వస్తువులు ఏమన్నా కావాలంటే తీసుకోండి అన్నది చిన్నక్క. అమ్మ నేపాల్ వెళ్ళినపుడు తెచ్చుకొన్న రుద్రాక్ష ఉంది, నాకది కావాలని తీసుకొన్నా. పెద్దక్క నాన్న వెండి పళ్ళెం కరిగించిపెట్టిన వెండిబిళ్ళ కావాలని తీసుకున్నది. మిగిలిన సామానంతా ఎవరికి కావాలంటే వారికి ఇచ్చెయ్య అని, అప్పటికి అందరమూ కారులో హైదరాబాదు బయలుదేరాము. బయలుదేరే ముందు స్పాటింగ్ కనిపించింది. మొదటిసారిగా కళ్ళు తిరగడమంటే ఏమిటో అనుభవించాను. బెడ్‌మీద పడుకాని కళ్ళుతెరిచి చూస్తే సీలింగ్ రౌండ్‌గా స్పీడ్‌గా స్పిన్ అవుతోంది. కళ్ళు తిరగడమంటే ఫిసికల్‌గా కళ్ళు కదులుతాయేమో అనుకొన్నా. ఆ డౌట్ క్లియర్ చేసుకోవడం కోసం ఓపిక లేకపోయినా వెళ్ళి నా కళ్ళను అద్దంలో చూసుకొన్నా.

దారిలో సమయం గడిచేకొద్దీ నొప్పి ఎక్కువ అవుతానే ఉంది. హైదరాబాదు చేరుకొన్న వెంటనే రెండు హాస్పిటల్స్ చుట్టూ తిరిగి తెలుసుకొన్న విషయం, ట్యూబలు ప్రెగ్నెన్సీ అని, అర్జెంటుగా ఎమర్జెన్సీ ఆపరేషన్ చేయాలని అన్నారు. ట్యూబ్‌లోని బేబీని తీసి సాక్‌లో పెట్టగలరా అని అడిగా. సైన్స్ అంత డెవలప్ అవ్వలేదు అన్నారు. ఆపరేషన్ అయ్యి ఇంటికి వచ్చిన వెంటనే కెవిన్ కాల్‌చేసి తన అమ్మ కూడా చనిపోయిందని చెప్పాడు. దేనికోసం కన్నీళ్ళు కారుతున్నాయో, ఏ విషయం నన్ను ఎక్కువ బాధపెడుతుందో కూడా అర్థంకావడంలేదు నాకు.

బాధ, నొప్పులతోనే అమెరికా చేరుకొన్నా. ఇక వెంటనే జర్నీ చేసే ఓపిక లేక న్యూయార్క్ (Kevin అమ్మ దహనక్రియలకు) కూడా వెళ్ళలేకపోయాను. ఆ రాత్రి మంచినిద్రలో ఉండగా, ఎవరో నా గుండెలమీద కూర్చొని నా గొంతు నలుపుతుండగా మెలకువ వచ్చింది. నేను వెల్లకిలా T షేప్‌లో పడుకాని ఉన్నాను, నా చేతులు పక్కలకు చాపి వున్నాయి. ఒక్కొక్క చేతిమీద రెండో, మూడో చిన్న నల్లని ఆకారాలు కూర్చొని నన్ను కదలనీయకుండా గట్టిగా పట్టుకొని వున్నాయి. ప్రాణం పోతున్నట్లుగా ఉంది. ఒక్క ఇంచి కూడా కదలలేకపోతున్నా. కెవిన్ కూడా పక్కన లేదు, నాకు సహాయం చేయడానికి. అమ్మ గుర్తొచ్చింది. అమ్మా! వీళ్ళెవరో నన్ను చంపేస్తున్నారు, నన్ను కాపాడు అని మనసుతో

అడుగుతున్నాను. ఊపిరాడడంలేదు, కళ్ళు కూడా ఉబ్బి బయటకు వస్తున్నట్లున్నాయి. ఎవరో వచ్చి తరిమినట్లుగా ఆ ఆకారాలన్నీ ఒక్కసారిగా పైకెగిరి మాయమయ్యాయి. లేచి కూర్చొని దగ్గుతున్నా. ఏమి జరిగిందో చాలా క్లియర్‌గా అర్థమవుతుంది. కానీ ఆ ఆకారాలు నన్ను ఎందుకు చంపడానికి ప్రయత్నిస్తున్నాయి? అది కాక నేను అసలు అంత నేరుగా ఎలా పడుకున్నాను? నేను ఎపుడూ పక్కకే పడుకొంటాను, వెల్లకిలా పడుకోవడం నాకు అలవాటులేదు. ఏదేమయినా అమ్మ నన్ను కాపాడుతుంది అని ధైర్యం వచ్చింది.

వాళ్ళ అమ్మ కార్యక్రమాలు పూర్తిచేసుకొని వారానికి గాని రాలేదు కెవిన్. అప్పటికే కొత్త జాబ్‌లో జాయిన్ అయ్యాను. కొత్త జాబ్, కొత్త మనుషులు, కొత్త లైఫ్. ఇంటిలో నేను, కెవిన్ మాట్లాడుకోవడానికి కూడా మాటలేమీ లేవు. రోజూ ఇంటికి వచ్చి కన్నీళ్ళు కార్చుకొంటూ కూర్చుంటున్నా. నాలుగు రోజులు నన్నలా చూసి కెవిన్ అడిగాడు, ఎందుకు ఏడుస్తున్నావ్ అని. ఇద్దరమ్మలూ పోయారు, కనీసం బేబీఅన్నా దక్కుంటే బాగుండేదేమో కదా అన్నా. నువ్వు బిడ్డ విషయంలో అయితే అసలు బాధపడవలసిన అవసరమే లేదు, ఈసారి కాకపోతే ఇంకోసారి కనవచ్చు, నువ్వు బాధపడవలసింది ఇంకెప్పుడూ తిరిగిరాని మీ అమ్మ గురించి అన్నాడు. నిజమేకదా అనిపించింది.

ఆలోచనలు అమ్మవైపుకి మళ్ళాయి. తనకు చేయాలనుకొన్నదేదీ నేను చేయలేకపోయాను. నిజానికి తను బాధలను తెంచుకొని వెళ్ళిపోయినందుకు ఒక పక్క శాంతిగా ఉన్నా, నా అని చెప్పుకోవడానికి ఇంకెవరూ లేరు నాకు అనేదే జీర్ణించుకోలేకపోతున్నా. అక్కలందరకూ పిల్లలు ఉండడంతో వాళ్ళకంటూ ఫ్యామిలీలు ఉండి బిజీ అయిపోయారు. నా విషయం అలా కాదు. ఏమి చేస్తున్నా అమ్మే గుర్తుకువచ్చి కళ్ళవెంట నీళ్ళు కారిపోతున్నాయి. ఇన్నాళ్ళూ ఒంటరి జీవితం అయినా, నా అంటూ ఏదో ఒక బంధం అమ్మతో. ఇప్పుడు ఆ బంధం కూడా తెగిపోవడంతో అసలయిన ఒంటరితన్నాన్ని చవిచూస్తున్నాను.

ఆ రోజు ఆదివారం పొద్దునే లేచి TV చూస్తున్నా. అపుడే gym నుండి వచ్చిన Kevin, kitchen లోకి వచ్చి, ఏంటి అంత సెంటు కొట్టుకున్నావ్, ఎక్కడకు వెళుతున్నావు పొద్దునే అన్నాడు. నేను కెవిన్ పరిచయం అయినదగ్గర నుండీ, తనకు ఇష్టంలేదని మేకప్ వేసుకోవడం, సెంటు కొట్టుకోవడం మానేశాను. అదేంటి నేనింకా పళ్ళే తోముకోలేదు, సెంటు కొట్టుకోవడం ఏమిటి అన్నా. మరి ఆ వాసనేంటి అన్నాడు. నేను వెళ్ళి తనదగ్గర నిల్చొని చూశా. నిజమే! స్ట్రాంగ్

శాండల్‌వుడ్ వాసన. ఇలానే ఇంతకుముందు కొన్నిసార్లు జరిగిందికదా అని అనిపించింది. అలా కనీసం కొద్ది నిమిషాలదాకా ఉంది ఆ వాసన. మా అమ్మ వచ్చి ఉంటుంది మనలను చూడడానికి అన్నా. కెవిన్ నవ్వి తల అడ్డంగా ఊపాడు.

పెద్దక్క రోజూ కాల్ చేస్తుంది నేను వర్క్ నుండి ఇంటికి రావడంతోటే. ఇద్దరం కాసేపు అమ్మ విషయాలే మాట్లాడుకొని ఏడ్చుకొని, తను నాకు కొంత ధైర్యం చెప్పడం అలవాటుగా మారింది. అమ్మది సంవత్సరీకం వచ్చింది. అక్క నేను మళ్ళా ఇండియా వెళ్ళాము. అమ్మ ఉండగా నాతో ఎప్పుడూ చెబుతూ ఉండేది, ఇండియా వచ్చినపుడన్నా ఆ బట్టలు వేయడం మానెయ్యి, పద్ధతిగా చీరలు కట్టుకో, బొట్టుపెట్టుకో అని. ఇపుడు అదే చేస్తున్నా. తను బ్రతికుండగా ఎపుడూ తనకు నచ్చినట్లు ఉండలేదు. ఇకనుండి అమ్మకు నచ్చినట్లు బ్రతకాలి అనిపించింది. గుంటూరులో కార్యక్రమాలు అన్నీ పూర్తి చేసుకొని హైదరాబాదు పెద్దమ్మ కూతురి ఇంటికి చేరుకున్నాము అక్కాచెల్లెళ్ళం అందరం.

ఆ రోజు రాత్రి నాకూ, చిన్నక్కకూ మధ్య డిబేట్ జరిగింది దేవుడు ఉన్నాడని తను, లేడని నేను. చిన్నక్క కూడా అమ్మలాగే, దేవుడూ, భక్తి అంటూ రోజూ పూజలు చేసుకుంటూ గుళ్ళకు వెళుతూ ఉంటుంది. ఈ మధ్య కొత్తగా షిరిడీ సాయిబాబాను ఇష్టపడుతోంది. కళ్ళ ముందు కనిపించేదానిని కూడా నమ్మకూడదు అలాటిది కనిపించని దేవుడిని ఎలా నమ్మాలి అనేది నా వాదన. లేదు ఈ రాత్రి గట్టిగా మనసులో అనుకో నీకే కనిపిస్తాడు అన్నది. ఏమని అనుకోవాలి అదీ నువ్వే చెప్పు అన్నా. కనిపించాలని అన్నది. సరే అనుకొంటాలే అన్నా.

నిజంగా దేవుడు ఉంటే కనిపించాలి అనుకొని పడుకున్నా. ఆ రోజు రాత్రి ఒక కల వచ్చింది. ఇంటిలోపలి మెట్ల స్థానంలో అంతా నీటితో నిండిపోయి ఉంది. నేను రూంలో నుండి బయటకు వచ్చి ఎదురుగా ఉన్న నీళ్ళను చూస్తున్నాను. నీళ్ళు కాంతితో వెలిగిపోతున్నాయి, విష్ణువు సగం నడుముదాకా...ఇంకో సగం చేప, విష్ణువు సగం నడుముదాకా.....ఇంకో సగం తాబేలు, కొమ్ములున్న పంది (Wild Boar) సగం నడుము దాకా.....ఇంకో సగం కాళ్ళు. వాళ్ళు ప్రశాంతంగా నావైపు చూస్తూ చిరుమందహాసం చేస్తున్నారు. నేనూ స్మైల్ చేసి మరలా రూంలోకి వెళ్ళిపోయా. పొద్దన లేచాక చిన్నక్కకి నా కల చెప్పా. నావైపు ఒకసారి చూసి, స్మైల్ చేసి ఊరుకొంది. బయటకు వెళ్ళే పని ఉండడంతో ready అవ్వాలని మా టాపిక్ పొడిగించలేదు నేను కూడా.

అక్క వాళ్ళ ఇంటికి వాస్తు చూడడానికని VSP Tenneti గారు వచ్చారు. అక్క అతనికి నా గురించి చెప్పి, నన్ను పరిచయం చేసింది. అతను నన్ను చూసి, నాతో ఒంటరిగా మాట్లాడాలని, తన ఇంటికి వచ్చి కలవమని చెప్పారు. వెళ్ళాను. ఆయనను కలిసిన వెంటనే, గడియారం వైపు చూసి టైం నోట్ చేసుకొన్నారు. నేను పుట్టిన వివరాలు తీసుకొని, కాసేపు ఏవేవో రాసుకున్నారు. తరువాత నా చేతులనుకూడా చూసి చెప్పడం మొదలెట్టారు. నిన్ను ఇక్కడికి ఎందుకు ఒంటరిగా రమ్మన్నానో తెలుసా అని అడిగారు, తెలీదండీ అన్నా. నీ కుటుంబమే నీకు శత్రువులు అన్నారు. నా ఒపీనియన్ కూడా అదే. ఆ ఒక్క మాట చాలు నేను ఆయనను నమ్మడానికి, అతను చెప్పే విషయాలపై మనసుపెట్టడానికి. వారి ఎవ్వరిలో లేనిది, నీలో ఉన్నది నాకు కనిపించింది మీ అక్క ఇంటిలో. అది వాళ్ళముందు చెప్పడం ఇష్టంలేక, నిన్ను ఇక్కడకు రమన్నా అన్నారు.

ఆయన చెబుతున్న విషయాలు అన్నీ నోరు తెరచి వినడం నా వంతయ్యింది. నా గురించి, నా జీవితం గురించి, జరిగిన విషయాలు, జరగబోయే విషయాలు ఒక తెరిచిన పుస్తకంలా చెప్పారు. జరగబోయేవి నాకు తెలీదుగానీ జరిగినవి మాత్రం అక్షరసత్యాలు. నా పుట్టుకతోనే శనిని వెంటపెట్టుకొచ్చాను అనీ, నాగదోషం కూడా ఉందనీ, అందుకే కష్టాలు అనీ చెప్పారు. కెవిన్కు కూడా నాగదోషం ఉండడం వలన మాకు పిల్లలు పుట్టడం కష్టం అన్నారు. కాకపోతే నాగ ప్రతిష్ట చేయించు కొక్కిలో, అష్టాదశ రుద్రహోమం చేయించుకో శ్రీశైలంలో, ఏడు వారాలు సుబ్రహ్మణ్య అభిషేకం చేయించుకో స్కందగిరిలో, గోమేధికం ఉంగరం పెట్టుకో అంటూ చెప్పారు. దేవుళ్ళను నమ్మను, అలాటప్పుడు ఇవన్నీ చేసి లాభంఏంటి అని అడిగా. ఏమో! ఇవన్నీ చేస్తే పిల్లలు పుడతారేమో! ఇవన్నీ చేస్తే కష్టాల తీవ్రతను తగ్గించవచ్చు. ఉదాహరణకు పెద్ద ఆక్సిడెంట్ రాసిపెట్టి ఉంటే, చిన్న గాటుతో పోతుంది అన్నారు. నాకు జాబ్ కంటే బిజినెస్ మంచిదనీ, ఇపుడు ఇంతలా దేవుడిని ద్వేషిస్తున్నా భవిష్యత్తు లో దేవుడిని నమ్ముతాను అన్నారు. నేను నవ్వాను... ఇంపాసిబుల్ అని. ఆయనా నవ్వారు, ఇది నేను చెప్పడంలేదు నీ జాతకమే చెబుతుంది అన్నారు.

చిన్నప్పటినుండీ నాకు తోడుగా ఎవ్వరూ లేరు అని భావించే దాని. ఎవరైనా ప్రేమగా మాట్లాడి దగ్గరకు వచ్చారూ అంటే, వారికి నా వల్ల ఏదో అవసరం ఉండే. నన్ను విడవకుండా వున్నది ఒక్క కష్టాలే. ఆ కష్టాలు శని వలన వస్తున్నాయని తెలిసింది. ఈ కష్టాలు ఎలాగూ అలవాటయిపోయాయి,

కనీసం ఆ విధంగా అయినా నన్ను వదిలిపెట్టకుండా నాకు శని తోడున్నాడు. ఒక్కరికయినా నేను నచ్చినందుకు సంతోషం అనిపించింది.

సరే ఇష్టంలేకున్నా ప్రయత్నించడంలో తప్పులేదు అనిపించింది. తెన్నేటిగారు చెప్పినవన్నీ చేశాను. బాబు(నాన్న) పోయాక అమ్మ వెళ్ళిన ప్రతీ గుడి దగ్గరా బాబు పేరుమీద అన్నదానానికి పే చేయడం చూశాను. మరి ఇపుడు అమ్మ పోయింది. అమ్మ పేరుమీద నేనూ అలా కడితే బాగుండు అనిపించింది. తనపేరు మీద అన్నదానాలు ప్రతి సంవత్సరం జరిగేవిధంగా కట్టడంతోపాటే, రేపు నేను పోయినతరువాత నాకెవరు కడతారు అని, నా పుట్టినరోజుకు కూడా ప్రతి సంవత్సరం అన్నదానాలు చేసేవిధంగా ఏర్పాట్లు చేసుకొంటున్నా. ఇప్పటివరకూ నేను చేస్తున్న పనుల్లో ఇది రెండవ మంచిపని అనిపించింది. మొదటిది ప్రతి ఆరు నెలలకు ఒకసారి చేస్తున్న రక్తదానం.

అమెరికా వచ్చేశాము. షరా మామూలే. అమ్మ జ్ఞాపకాలూ నన్ను వదలడం లేదు. నాలోమాత్రం చాలా మార్పులు వస్తున్నాయి. ఎవరన్నా ఏమన్నా అంటే, వెంటనే స్పందించడంలేదు ఎప్పటిలా. కొంత శాంతం అలవడింది. ఆలోచిస్తున్నాను. నన్ను వాళ్ళు ఆ మాటెందుకు అంటున్నారు? అది నిజమే అయితే, నేను అలా అనిపించుకోకుండా ఉండాలంటే ఎలా మారాలి నేను అని మారడానికి ప్రయత్నిస్తున్నాను, నా తప్పు ఉంటే. నా తప్పు ఏమీ లేకుండా అంటుంటే కూడా ఎదిరించడం మానేశాను, ఇపుడు కోపం కూడా రావడంలేదు నాకు. ఎకనామిక్ రెసిషన్ మూలాన నా జాబ్ పోయింది, కంపెనీనే క్లోజ్ చేశారు. ఆరు నెలలు చాలా గట్టిగా జాబ్ ట్రై చేసినా లాభం లేకపోయింది. చాలా IT కంపెనీలు మూతపడ్డాయి.

సరే పిల్లలు పుట్టడంలేదుకదా ఆ పని పడదాం అని, అన్ని టెస్టులూ చేయించుకున్నా, ఏ లోపం లేదు ఇద్దరిలో. కెవిన్ ఈ వయసులో పిల్లలేంటి, వద్దు అన్నాడు. "కంటే ఇపుడే కనగలం, ఇంకా లేట్ అయితే అదీ ఉండదు. ఇక్కడ IVF చేయించుకోవడం చాలా expensive. నాకు ఎలాగూ ఉద్యోగం లేదు, ఇండియా వెళ్ళి IVF ట్రై చేస్తా. నువ్వు అవసరం అయినపుడు ఇండియా రా చాలు" అని బయలుదేరా కెవిన్‌కు ఏ మాత్రం ఇష్టం లేకున్నా. ఏ ప్రయత్నం చేయకుండా మరల future లో, అయ్యో అపుడు ఎందుకు try చేయలేదు నేను అని అనిపించకూడదు నాకు అన్నది నా భావన.

పెద్దమ్మకూతురి దగ్గర ఉండి ఒక్కసారి నా మీద, ఇంకో రెండుసార్లు వేరే

వేరే సరోగేట్ మదర్స్ మీద ట్రై చేశా. నాకో అలవాటు ఏ పని మూడు సార్లకు మించి ప్రయత్నించను & ఏ పని చేయాలన్నా మూడు కారణాలు వెతుక్కుంటా, ఎందుకు చేయాలో లేదా ఎందుకు చేయకూడదో. సరే ఆ ప్రయత్నమూ అయిపోయింది.

రోజులు గడుస్తూ వున్నాయి, ఉద్యోగాలకోసం వెతుకుతున్నా. కనీసం ఇంటర్వ్యూ కూడా రావడంలేదు. జాబ్ మార్కెట్ అస్సలు బాగోలేదు. లక్కీగా నాకు జాబ్ పోయే ముందే కెవిన్కు మరోక మంచి జాబ్ వచ్చింది. కొన్ని సంవత్సరాలక్రితం యోగా నేర్చుకొని ఉండడం మూలాన, ఖాళీగా కూర్చోకుండా అదయినా చేద్దాం అని రోజూ యోగా చేస్తున్నా, సీడీలో గాయత్రీమంత్రం వింటూ. గాయత్రీమంత్రం అంటే ఏమిటో కూడా తెలియకపోయినా. శ్రీశైలం వెళ్ళినపుడు ఒక షాప్లోనుండి ఈ సాంగ్ వినిపిస్తూ ఉంది. గుడి నుండి బయటకు వచ్చాక ఆ పాట ఉన్న సీడీ కావాలి అని కొన్నా. ఎందుకో ఆ రాగం నన్ను attract చేసింది.

చేసేపని ఏమీ లేకపోవడంతో రోజూ యోగా అయ్యాక ఇంటి వెనక వున్న lake వైపు చూస్తూ సమయం గడిపేదానిని. ఆ లేక్ మూలాన రకరకాల పక్షులే కాదు, రకరకాల పాములు కూడా తరచూ వచ్చి పోతుండేవి. ఇంటిలో ఉన్న స్విమ్మింగ్ పూల్లో మాకంటే, పాములే ఎక్కువ స్విమ్ చేశాయని చెప్పొచ్చు. ఆ లేక్ని ఆధారంగా చేసుకొని నివసించే బాతులను చూస్తూ సమయం ఇట్టే గడిచిపోయేది. కెవిన్ ఇంటికి వచ్చాక వాటి కబుర్లు చెప్పేదానిని. నీకిష్టమయితే bird-watch కి టూర్స్ కూడా ఉంటాయి, మంచి కెమెరా, బైనాక్యులర్స్ కొనుక్కో అని ప్రోత్సహించాడు కూడా. పక్షలకూ, మనుషులకూ రూపంలో తప్ప ప్రవర్తనలో ఏ మాత్రం తేడాలేదు అనిపించేది ఆ బాతులను చూస్తుంటే. ఎవరు ఫోన్ చేసినా ఆ బాతుల(Ducks) స్టోరీలే చెప్పేదానిని.

రోజులు గడుస్తున్నా, అమ్మ జ్ఞాపకాలు మాత్రం నన్ను వదిలిపోవడం లేదు. తను బ్రతికి ఉండగా తనకోసం ఏమీ చేయలేకపోయాను అన్న బాధ నన్ను బాగా వెంటాడుతుంది. అమ్మ ఉండగా మారవలసినది, తాను పోయాక మారాను. ఇలా రకరకాల జ్ఞాపకాలతో తనను తలుచుకోకుండా, తన కోసం పరితపించని రోజంటూ లేదు. అమ్మ పోయాక తను పూర్తి చేయకుండా వెళ్ళిపోయిన పని ఒకటి గుర్తొచ్చింది. జ్యోతిర్లింగాలు, శక్తిపీఠాలు దర్శించడం. నాకెందుకో తన కోసం ఆ పని నేను పూర్తి చేయాలనిపించింది. చిన్నక్కకు కూడా ఇష్టంఉండడంతో మా యాత్రలు ప్రారంభించాము.

నాకు ట్రావెలింగ్ అంటే చాలా ఇష్టం, ఆ కోరికతో చాలా దేశాలు కూడా తిరుగుతున్నా. వాటిలో భాగంగా మానససరోవరం కూడా చూడాలనిపించి, వెళ్ళాను. అక్కడికి వెళ్ళే దారిలోని పర్వతాలు, waterfalls, సెలయేర్లు ఎంత నచ్చాయో! కైలాష్ పర్వతానికి దగ్గరవుతున్నకొద్దీ నాకు ఊపిరి సరిగా అందేదికాదు. కెవిన్ తోటి రోజూ ఫోన్లో మాట్లాడుతూ ఉండడంతో తను నా శ్వాసలోని తేడా గమనించి పరిక్రమ చేయవద్దని మాటతీసుకున్నాడు నా దగ్గర. నాతో వచ్చిన వాళ్ళు అందరూ పరిక్రమకి వెళ్ళినా, నేను, ఇంకో ముగ్గురు ఆగిపోయాము వేరే వేరే కారణాల వలన. కైలాసపర్వతాన్ని దాని అందాలను చూసస్తా ఉండేదానిని రోజూ. చాలా అందంగా ఉండేది. ఉదయంవేళ ముత్యంలా, మధ్యాహ్నంవేళ వెండిలా, సాయంత్రం వేళ బంగారంలా మెరిసిపోతూ ఉండేది. చుట్టుపక్కల పర్వతాలు వున్నా, వాటిమీద మంచు లేకపోవడం, ఒక్క కైలాసపర్వతం మీదే మంచు ఉండడం కావచ్చు ఈ మెరుపులకు కారణం.

అక్కడ వుండే రాళ్ళపై ఉన్న పాచికి ఎంత అందమయిన పువ్వులుండేవో! రకరకాల పాచికి రకరకాల పువ్వులు. అలా పాచికి అంత అందమయిన పువ్వులు పూయడం నేను ఎపుడూ చూడలేదు, దూరం నుండి రాయిమీద పూచిన పూలే కనిపిస్తాయి, దగ్గరకు వెళితే తప్ప సన్నని పొరలాటి పాచి కనిపించదు. అన్ని రకాల పువ్వులనూ ఫొటోలు తీసుకొనేదానిని. మూడవరోజు పరిక్రమకి వెళ్ళిన వాళ్ళు తిరిగి వస్తున్నారని, వాళ్ళను రిసీవ్ చేసుకోడానికి పర్వతం దగ్గరకు వెళ్ళాము. నాకు అక్కడ భలే నచ్చింది. చాలా ప్రశాంతంగా వుంది అక్కడ. పర్వతం నుండి కరిగినమంచు ఒక కాలువలా పారుతూ ఉంది ఒక పక్క ఆ ప్రశాంత వాతావరణంలో ఆ నీళ్ళ శబ్దం ఎంతో ఆహ్లాదాన్నిస్తోంది. నాతో వచ్చిన మా batch వాళ్ళందరూ ఒక ప్రక్కగా కూర్చుని ఏదో హోమాలు, పూజలు చేస్తున్నారు. నాకు వాటిమీద నమ్మకం లేకపోవడంతో, పక్కనే వున్న కొండపైకి ఎక్కి కాసేపు ప్రశాంతంగా కూర్చేవాలనిపించి, కళ్ళు మూసుకు కూర్చున్నా కొంతసేపు, తపస్సు చేస్తున్నట్లుగా.

నాకు ప్రయాణాలతో పాటు, అడ్వెంచర్స్ చేయడం కూడా ఎంతో ఇష్టం. 40 సంవత్సరాలు వస్తున్నాయి, ఎపుడూ చేయనిది ఏమన్నా special గా చేయాలనిపించింది. ఆలోచిస్తున్నా ఇంటివెనక ఉండే సరస్సుకు వచ్చే పక్షులను చూస్తూ. వాటిలా నేనూ ఎగిరితే ఎంత బాగుంటుందో కదా అనిపించింది. స్కైడైవింగు చేశాను, నా 40 వ పుట్టినరోజున. ఎంత థ్రిల్లింగ్గా వుందో!

నెమ్మది, నెమ్మదిగా నాలో చాలా మార్పులు వస్తున్నాయి. ఒకప్పుడు ఒకేసారి 5,6 ఆలోచనలు గింగిర్లు కొడుతూ ఉండేవి బుర్రలో, అలాటిది ఇపుడు ఏ ఆలోచనా ఉండడంలేదు. ఈ మార్పు ఎలా వచ్చిందో, ఎపుడు వచ్చిందో కూడా నాకు తెలీదు. అనుకోకుండా గమనించా ఒకరోజు. అపుడపుడు నేను ఇంకా బ్రతికే ఉన్నానా, అసలు ఉన్నానా అన్న అనుమానం కూడా వచ్చి, నా చేతులను చూసుకొనేదానిని. నాకు నేను కనిపిస్తున్నాను, మరి కెవిన్కు కూడా కనిపిస్తున్నానా? అని "కెవిన్! నీకు నేను కనిపిస్తున్నానా" అని అడిగేదానిని. రోజు రోజుకూ ఈ అనుమానం ఎక్కువ అవుతుందే గానీ తగ్గడం లేదు. ఎక్కువగా Lake ని చూస్తూ టైం గడిపేస్తున్నా. నేను బ్రతికే ఉన్నానా అన్న భావన వచ్చినపుడు, నాకేమన్నా పిచ్చెక్కిందా అన్న అనుమానం కూడా వచ్చేది. పెద్దక్క కాల్ చేస్తే మాత్రం, ఆ రోజు జరిగిన బాతుల కథలే చెప్పేదానిని.

ఒకరోజు కెవిన్ ఆఫీసుకు వెలుతుంటే హైడ్రోప్లేన్(Hydroplaning) అయ్య కారు తుక్కు తుక్కు అయిపోయింది. లక్కీగా తనకు కంటిదగ్గర చిన్నకట్ తప్ప ఏమీ అవ్వలేదు. తను రోజుకు 100 మైళ్ళు డ్రైవ్ చేస్తాడు ఆఫీసుకు వెళ్ళిరావడానికి. ఆ దెబ్బతో తన వర్క్కు దగ్గరలో ఇల్లు కొనుక్కుని మారడానికి ఒప్పించాను. ఇళ్ళు చూస్తున్నాము. నాకు ఒక పట్టాన ఏదీ నచ్చదు. నేను చాలా picky. అలా ఒక ఇంటిలో అడుగుపెట్టాను... గుమ్మం దగ్గరే నిల్చుండిపోయి WoW.... (I can happily live here) ఇక్కడ నేను హ్యాపీగా బ్రతకగలను అన్నా. ఆ ఇంటిలోకి వచ్చే వెలుతురు, ఎత్తయిన గోడలు, విశాలమయిన హాలూ, విశాలమయిన గదులేకాకుండా, బాత్రూములు కూడా విశాలమే. నా కెంతో నచ్చింది ఆ ఇల్లు. కాకపోతే అది చాలా పెద్ద ఇల్లు. పై అంతస్తులో ఉన్న ఒక బెడ్రూమ్కు వెళ్ళినపుడు అక్కడ ఎవరో ఉన్నారు అన్న భావన కలిగింది, గుప్పున సిగార్ వాసనకూడా వచ్చింది నాకు. కెవిన్కు గానీ, మాకు ఇల్లు చూపించే ఏజెంటుకుగానీ ఆ వాసన రాలేదు.

రెండు రోజుల తరువాత ఏజెంట్కు కాల్ చేశాను ఆ ఇల్లు కొంటాను అని. అప్పటికే ఇంకెవరో కొంటామనిచెప్పారు, అడ్వాన్స్ కూడా పే చేశారు అన్నాడు కనుక్కొని. నాకు ఆ ఇల్లే గుర్తుకు వస్తోంది, వదులుకోవాలనిపించలేదు. వాళ్ళడిగినంత డబ్బా ఇస్తాను, ఏమీ తగ్గించనవసరం లేదు, కావాలంటే వాళ్ళడిగినదానికంటే ఎక్కువ ఇస్తాను, ఏమి చేస్తావో తెలీదు, నాకు ఆ ఇల్లు కావాలి అని చెప్పా. కెవిన్ వద్దు వదిలేయ్ అన్నాడు. నాకు ఏ ప్రయత్నమూ చేయకుండా వదలాలని లేదు. ఆ ఇల్లు నన్ను ఎంతో ఆకర్షించింది.

xix

ఈ మధ్య మూడు సంవత్సరాలనుండీ ఏదన్నా కోరిక మనసులో మెదలడం ఆలస్యం ఇట్టే జరిగిపోతున్నాయి. నాకే ఆశ్చర్యంగా ఉంది. 2011 డిసెంబరులో ఇల్లు కొన్నాము. ఇంటిలో పూల్ గానీ, ఇంటి వెనకాల లేక్ గానీ లేవు, నీళ్ళను చూస్తూ గడపడానికి. ఏదన్నా కొత్తది నేర్చుకోవాలీ అనిపించింది. చదువుకానే రోజుల్లో ఎపుడెపుడు పెద్దదాన్ని అవుతానా, అపుడు చదువుకానే పని ఉండదు అని ఎదురుచూసేదానిని. అలాటిది ఇపుడు మెడిసిన్‌లో కూడా జాయిన్ అయ్యి అర్జెంటుగా చదవాలి అనే కోరిక పుడుతుంది. పెద్దక్క ఆస్ట్రాలజీని స్టడీ చెయ్య అన్నది. 1 నెల దానిమీద పడ్డా. సబ్జెక్టు ఇంటరెస్టింగ్‌గా అనిపించినా, పెద్దక్కలిద్దరూ వాళ్ళు, వీళ్ళ జాతకాలు చెప్పు అని అంటూందేసరికి నాకు నచ్చలేదు. వదిలేశా.

అదీకాక ఈమధ్య 10 రోజులనుండీ భయంకరమయిన కలలు వస్తున్నాయి. ఎవరో నన్ను వెంటాడుతున్నారు, నన్ను ఆక్రమించుకోవడానికి, చంపేయడానికి ప్రయత్నిస్తున్నారు. కెవిన్‌కు అప్పగింతలు కూడా చెప్పా ఒక రోజున, నేను ఎక్కువ కాలం బ్రతకను, నన్ను చంపడానికి ఎవరో ప్రయత్నిస్తున్నారు, నేను పోతే ఏమి చెయ్యాలి, ఎక్కడెక్కడకు వెళ్ళాలి, తను చేయవలసిన ceremony లకు తనకు ఇండియాలో ఎవరు సహాయం చేస్తారు' ఇలాటివన్నీ. ఆ ఇంటికి వచ్చినదగ్గరనుండీ చాలా హ్యాపీగా ఉన్నాను కానీ వింత వింత భయం కలిగించే కలలు వస్తున్నాయి. ఎలాటి కలలంటే, మేము లేడీస్ అందరమూ విహారానికి వెళ్ళినపుడు, అందరూ ఇంకో ప్రక్కకు వెళుతున్నా, నేను నడుస్తూ దగ్గరలో ఉన్న ఒక పురాతన గుడిలాంటి కట్టడాన్ని చూసి కుతూహలంతో లోపలికి ప్రవేశించినట్లు, అక్కడ పెద్ద మనిషి పాములాటిది నన్ను కదలనీయకుండా గట్టిగా బంధించడం. నేను దానినుండి తప్పించుకోవాలని ప్రయత్నిస్తున్నకొద్దీ అది మరింత బలంగా నన్ను బంధిస్తున్నట్లు, కనీసం ఎవరినన్నా కాపాడమని అడగడానికయినా నా నోరు పెగలకపోవడం, నాతోపాటు వచ్చిన నా అక్కలు, cousins అందరూ నన్ను గమనించుకోకుండా దూరంగా నడుచుకుంటూ వెళ్ళిపోతూండటం. ఇలాటివే రకరకాల కలలు. గుంపులు గుంపుల పాములు నా పొట్ట మీదంతా పాకడం, నన్ను ఉక్కిరి బిక్కిరి చేయడం లాటివి. నాకు ఇలాటి వింత వింత కలలు చిన్నపుడు కూడా బాగా వచ్చేవి. నాకు వచ్చిన ప్రతీ కల నాకు ఇంకా బాగా గుర్తే. ఇప్పుడు కొద్ది రోజుల నుండీ ఏనుగులు, గుర్రాలూ కూడా కనిపిస్తున్నాయి కలలో.

ఒకరోజు దానికదే ఫ్యాన్ ఆన్ అయ్యింది. ఎలక్ట్రిక్ ప్రాబ్లెమ్ ఏమో అనుకొన్నా. ఇంకోరోజు నేను షవర్‌లో ఉండగా ఒక కాంతివచ్చి దానినుండి తెల్లని పొగలా

వచ్చి, వినాయకుడు కనిపించాడు. ఆ రోజు వినాయకచవితి కూడా. ఏమి జరుగుతుందో క్లారిటీ లేదు కానీ ఏదో జరుగుతుంది అని స్పష్టంగా తెలిసిపోతుంది. కానీ నేను చాలా మొండిదాన్ని. నా మొండితనమే నాకు ధైర్యాన్ని ఇస్తుంది కూడా.

పెద్దక్కతో ఫోన్లో ఉండగా బావకూడా హాయ్ చెప్పడం జరుగుతుంది అపుడపుడూ. అలా విశేషాలు ఏంటి బావా అని అడిగితే వాళ్ళ ఊరికి పద్మ అని ఒకావిడ వచ్చిందనీ, వాళ్ళ ఫ్రెండ్ కాశి ఇంటిలో ఉండి, ఇంటరెస్ట్ ఉన్న వాళ్ళకు మెడిటేషన్ నేర్పిస్తుందనీ, ఆవిదదగ్గరకు వెళ్ళడానికి రెడీ అవుతున్నామనీ చెప్పారు.

నేను: మెడిటేషన్ అంటే ఏమిటి?

బావ: కూర్చుని శ్వాసమీద ధ్యాస పెట్టడమే మెడిటేషన్ అంట.

నేను: ఏమొస్తుంది అలా కూర్చుంటే?

బావ: గత జన్మలు తెలుస్తాయంట.

నేను: ఎంతసేపు కూర్చోవాలి అలా?

బావ: తెలీదు.

నేను: ఆమె ఎప్పటినుండి చేస్తుంది ఇలా?

బావ: తెలీదు.

ఆమెను ఈ ప్రశ్నలు అడగండి నాకూ తెలుసుకోవాలని ఉంది నా గతజన్మల గురించి అన్నాను. అక్క ఫోన్ తీసుకొని 'ఇలాటి చెత్త ప్రశ్నలు మేము అడగము, అక్కడికి వెళ్ళాక కాల్ చేసి మీతో మాట్లాడాలంటుంది మా చెల్ల అని ఫోన్ ఇస్తా నువ్వే కనుక్కో' అన్నది. సరే అన్నా. ఆ రోజంతా ఎదురుచూశా కాల్ కోసం. ఫోన్ కాల్ రాలేదు.

తరువాతి రోజు బావ కాల్ చేసి, ఆవిద 16 సంవత్సరాలనుండీ మెడిటేషన్ చేస్తున్నట్లు చెప్పి, నీకొక వీడియో పంపుతున్నా, ముందది చూడు, నీకు మెడిటేషన్ అంటే ఏమిటో అర్థం అవుతుంది. ఈ రోజు సాయంత్రం ఆమె దగ్గరకు వెళుతున్నాము, నీకు ఇంకా ఇంటరెస్ట్ ఉంటే నాకు సాయంత్రం 4 గంటలకు కాల్ చెయ్యి, అక్కడే ఉంటాము, నువ్వు ఆమెతో మాట్లాడుదువుగాని అన్నారు. సరే అని వీడియో చూశా. క్యూరియస్గా అనిపించింది. బావచెప్పిన time కు

call చేశాను, వాళ్ళు పద్మగారికి నా ఫోన్ ఇచ్చారు. పరిచయాలయ్యాక, ఎవరన్నా చెయ్యొచ్చా ఈ మెడిటేషన్ అని అడిగా. ఎవ్వరన్నా చేయవచ్చమ్మా, నీకు ఇంటరెస్ట్ ఉంటే ఇపుడే ఫోన్లో ఒక అరగంట నీ చేత మెడిటేషన్ చేయిస్తా అన్నారు. నిజానికి పొద్దుటినుండీ నేను స్నానం చేయనందువల్ల కొంచెం చిరాకుగా ఉంది. ఉమ్మో... ఇపుడా అని ఆలోచిస్తున్నా. ఎందుకు ఆలోచిస్తున్నావు అన్నారు. ఇంకా స్నానం చేయలేదండీ అన్నా. ధ్యానానికి స్నానంతో పనిలేదు అన్నారు. ఇపుడు కాదు ఇంకోసారి చేస్తాలేండి అన్నా. సరే అయితే 6 గంటలకు మేమందరమూ ప్రపంచశాంతి కోసం మెడిటేషన్ చేస్తున్నాము, మరి నువ్వా చేస్తావా మాతో అని అడిగారు. World peace అనేసరికి కాదనలేకపోయాను. అదీకాక ఇంకా గంటపైన టైం ఉంది. ఈలోపు స్నానం చేసి కూర్చోవచ్చు ఫ్రెష్గా అనుకొని, సరే అన్నా. ఆవిడతో మాట్లాడుతుంటే లల్లక్క(చిన్నక్క) నా పక్కనే కూర్చొని మాట్లాడినట్లుగా అనిపించింది.

ముందే వీడియో చూడడం మూలాన ఎలా కూర్చోవాలో అర్థమయ్యింది. కానీ నేను కింద అస్సలు కూర్చోలేను. అందుకని ఎత్తుగా ఉండడం కోసం కొన్ని బ్లాంకెట్స్ మడిచిపెట్టుకొని దానిపైన పిల్లో పెట్టుకొని రెడీ చేసుకొన్నా. కెవిన్కు ముందే చెప్పా, 'వాళ్ళతో ఫోన్లో కాసేపు ఉంటాను, నువ్వు TV పెట్టకుండా, సౌండ్స్ చేయకుండా, నిశ్శబ్దంగా ఉండు' అని. నువ్వు మేడపైకి వెళ్ళి ఏమికావాలంటే అది చేసుకో అన్నాడు. నిజానికి మేడపైకి నెలకోసారే వెళ్ళి క్లీన్ చేస్తాను. మాస్టర్ బెడ్రూమ్ కిందే ఉండడం మూలాన, పైకి వెళ్ళే అవసరం ఉండేది కాదు, క్లీనింగ్కు తప్పించి.

పైన ఒక హాల్, 4 బెడ్రూములు, 2 bathrooms ఉన్నాయి. పైన ఉన్న ఒక గదిలోకి ఎప్పుడు వెళ్ళినా, ఎవరో నన్ను చూస్తున్నట్లుగా అనిపిస్తోంది. ఇంటర్నెట్లో, సిటీకి & కౌంటీకి కూడా వెళ్ళి విచారించా, ఆ ఇంటిలో ఎవరన్నా చనిపోయారా అని. అలాటిదేమీ జరగలేదు అన్నారు. కెవిన్కు ఇలాటిది ఏమీ అనిపించడంలేదు, మరి నాకు ఎందుకు అలా అనిపిస్తుందో తెలీదంలేదు.

ఇపుడు సాయంత్రం, చీకటికూడా పడుతుంది, అందుకే పైకి వెళ్ళాలనిపించలేదు. ఆల్రెడీ నేను అన్నీ ఇక్కడే సెట్ చేసుకొన్నా ఇక్కడే కూర్చుంటా అన్నా. ఎక్కువ time కూడా లేకపోవడంతో.

ఆరంభం

20/10/12

కాశి కాల్ చేసి, మొదటిసారి ధ్యానం చేయబోతున్నారు Good luck అండి అని చెప్పాడు. థాంక్స్ అండి అని ఫోన్ పెట్టేశా, ఈ లోపు పెద్దబావ కాల్ చేస్తుండడంతో. మెడిటేషన్ స్టార్ట్ అవుతుంది ఆమెకు ఫోన్ ఇస్తున్నాను, స్పీకర్‌లో పెడుతున్నాను అని చెప్పి పద్మగారికి ఫోన్ ఇచ్చారు. ఆమె "అందరూ కళ్ళు మూసుకొని, మీ శ్వాసను గమనిస్తూ కూర్చోండి, నేను చెప్పేంతవరకూ కళ్ళు తెరవవద్దు" అని చెప్పారు. సరేనండి అన్నా. నా ఫోన్ ని కూడా స్పీకర్ లో పెట్టి నేలపైన ముందుగా prepare చేసి ఉంచుకున్న దానిపై (నేను గట్టినేలమీద కూర్చోలేను. Soft గా ఉన్న blankets తో నేలమీద ఆసనంగా ముందుగా ఏర్పరిచి పెట్టుకున్నా కొంచెం ఎత్తుగా) కూర్చుని ఎదురుగా ఉన్న సెంటర్ టేబుల్ పైన ఫోన్ పెట్టి కూర్చున్నా.

ఎపుడూ పీల్చే గాలే అయినా, దానిమీద ధ్యాస పెట్టడంతో, ఎక్కువగా పీలుస్తూ, ఎక్కువగా వదులుతూ ఉన్నా. పద్మగారు ఏవో దేవుడి పాటలు పాడుతున్నారు. నా కూర్చున్న బాడీ నిటారుగా సాగుతున్నట్లు అనిపించింది. ఇంకా నిటారుగా సాగి, సాగి... ఇంక పొడవు పెరగడానికి వీలు కాదు అనుకున్నపుడు, తల పైకి లేచింది. అంటే నా ముఖం ఆకాశం వైపు చూస్తుంది ఇపుడు. Like lifting up of the head, as if looking upwards with great force. ఆ తరువాత ఒక ఓపెన్ స్పేస్‌లో వున్నా, గుండ్రంగా ఒక బంతిలాంటిది గాలిలో ఉన్న నా చుట్టూ ఉంది, ఎడమవైపుకు తిరుగుతూ ఉంది. నేను కూర్చునే కుడివైపుకు గుండ్రంగా తిరుగుతూ ఉన్నా. ఈ లోపు పద్మగారు నాకు తెలిసిన శివుని పాట ఏదో పాడుతున్నారు, ఇహలోకంలోకి వచ్చినట్లు అనిపించింది. నా మెడ కూడా కొంచెం నొప్పిగా అనిపించి తల సరిగా తెచ్చుకొని, సర్దుకొని కూర్చున్నా. ఆ

పాట అయ్యేంత వరకూ పాట వింటూ కూర్చున్నా. మరలా పొడవు పెరుగుతూ తల నా ప్రమేయం లేకుండా పైకి లేస్తూనే ఉంది. కాసేపయ్యాక ఆమె అందరూ కళ్ళు తెరవండి అని, ముందుగా ఫోన్‌లో ఉన్న నన్ను 'ఎలా వుంది మీ అనుభవం అని' అడిగారు, ఏమి జరిగిందో నాకు అర్థం కాకపోయినా.. జరిగింది చెప్పాను. ఆమె నన్ను అభినందించి, నా ఎక్స్‌పీరియన్స్‌కు ఏదో ఎక్స్‌ప్లనేషన్ ఇచ్చి అందరినీ చప్పట్లు కొట్టమన్నారు. చాలా బాగా చేశావు, రోజూ చేస్తుండు అని ఎంకరేజ్ చేశారు. తప్పకుండా చేస్తాను అని చెప్పి ఫోన్ పెట్టేశాను.

నాకు చాలా వింతగా అనిపించింది. పద్మగారు నేను భూమిలా తిరుగుతున్నా అనీ, నా చుట్టూ చెంద్రుడు తిరుగుతున్నాడనీ.... ఇంకా ఏదేదో చెప్పారు. ఆవిడ చెప్పినది నా చెవికెక్కలేదు. కారణం...ఆ అనుభవం చాలా గమ్మత్తుగా ఉంది. నేను కూర్చున్న చోటే ఉన్నాను కళ్ళు తెరిచినప్పుడు. కానీ నేను గాలిలో లేచాను, గాలిలో తేలియాడుతూ ఉన్నాను, తేలాడుతూ నా చుట్టూ నేను తిరుగుతూ ఉన్నాను. ఇదెలా సాధ్యం? అది కల కాదు. నేను మెలకువగా ఉండగానే జరిగిన అనుభవం ఇది. ఇపుడు నా శరీరమంతా చాలా బరువుగా ఉండి భూమిలో పాతుకు పోయినట్లు అనిపిస్తుంది.

బావ ఇంటికి వచ్చాక కాల్ చేశారు. మాటల్లో, 'పావుగంట కూర్చొని వుంటామాబావ మనం' అని అడిగా. "లేదు ఒక గంటా 20 నిమిషాలు కూర్చున్నాం మెడిటేషన్‌లో" అన్నారు. నాకు చాలా ఆశ్చర్యం వేసింది. 5 నిమిషాలు కూడా సరిగా కూర్చోలేను నేను నేలమీద, అలాటిది ఒక గంట పైన కదలకుండా క్రింద ఎలా కూర్చున్నానా అని. అదీ కాక నాకు సమయం ఏ మాత్రం తెలియలేదు.

21/10/12

అక్క పొద్దునే కాల్ చేసి, నేను బావ మెడిటేషన్ చేద్దాం అనుకొంటున్నాము, నువ్వూ మాతో చేస్తావా, అంటే సరే అని మేడపై మెట్ల పక్కనే ఉన్న north-east కార్నర్ గదిలోకి వెళ్ళి, కిటికీ పక్కన సీటింగ్ సెట్ చేసుకొని ప్రారంభించాము.

ముందుగా కళ్ళముందు అంతా నలుపు, దానిలో నుండి నెమ్మదిగా ఇంకుబ్లూ పెయింటు స్ట్రోకులతో కనిపించింది. ఇపుడు ఆ బ్లూ, బ్లాక్‌లు ఫ్యాన్ రెక్కల్లా

సద్రుశ్య

తిరుగుతున్నాయి. ఒక రెక్క బ్లూ అయితే, ఇంకో రెక్క బ్లాక్. ఒక రెక్కకీ, రెండో రెక్కకీ మధ్యలో నెమ్మదిగా కాంతి...మరి కొంచెం కాంతి. ఆ కాంతిలోనుండి యెల్లో, గ్రీన్ పుట్టుకొచ్చాయి. ఈ కాంతితో కూడిన చిలకపచ్చ పసుపులను, బ్లూ బ్లాక్ లు చుట్టేయడం. అలా చీకటి, వెలుగుల మధ్య పోరాటం జరిగి వెలుగే గెలిచింది. కాంతి అలా కనిపిస్తూ ఉంటే ఎంతో ఆహ్లాదంగా అనిపించింది. అలా కాంతి పైకి వెలుతుంటే నేనూ ఆ కాంతితో పాటే పైకి వెళ్ళాను. అక్కడ ఇంకా ప్రకాశవంతమయిన కాంతులు. నాకు తెలీకుండా ఆ కాంతులను చూస్తూ ఎంజాయ్ చేస్తున్నాను.

నాకు తెలీకుండానే నాలో.. నా మొఖం మీద ఒక ప్రశాంతవంతమైన చిరునవ్వు. చాలా తృప్తిగా వుంది అక్కడ.

ఈ లోపు Flute మ్యూజిక్ ఎంతో రిథమిక్‌గా వినిపించడంతో అది ఆలకిస్తూ మైమరచిపోయా. కొంతసేపటికి నా మెడ నొప్పిపుట్టి తల సర్దుకోవలసివచ్చింది. మరలా రంగులమధ్య పోరాటం జరిగి నా పాపిటి దగ్గర tingling (కరెంటు పాకినట్లనిపించింది), ఎడమ భుజం వెనక భాగంలో టింగ్లింగ్‌గా అనిపించింది. నా నుదుటినుండి ఒక టన్నెల్ ఓపెన్ అయ్యింది. అది నుదుటినుండి నేరుగా వెళ్ళి, కొంతదూరం వెళ్ళాక వంపుతిరిగి పైకి వెలుతుంది ఒక యాంగిల్‌లో. అందులోనుండి ఒక అస్థిపంజరం కనిపించి అది నా వైపే వస్తోంది. గాలిలో ఎగురుతూ నా మొఖం దగ్గరదాకా వచ్చి నా తల మీదగుండా ఎగిరిపోయింది. ఆ తరువాత టన్నెల్ అంతా ఖాళీనే. నేను వెలుతున్న దగ్గర వెలుగు ఉంది, దూరంగా కనిపించనిదంతా చీకటిగానే ఉంది. అక్క మా మెడిటేషన్ అయిపోయింది అనడంతో ఇహలోకంలోకి వచ్చాను.

ఈ రోజు జరిగినదానికి నాకు భయంవేసింది. ఏమి జరుగుతుందో అర్థం కావడం లేదు. కానీ అది నిజంగా జరుగుతుంది. కళ్ళు మూసుకానే ఉన్నా, కానీ అన్నీ కనిపిస్తున్నాయి. నేను కూర్చున్న దగ్గరినుండి inch కూడా కదలడం లేదు కానీ ప్రయాణం చేస్తున్నాను. ఇదెలా సాధ్యం? ఒక పక్క ఈ ఆలోచనలు వున్నా, మనసులో ఏదో ప్రశాంతత. ఈ అనుభవం చాలా గమ్మత్తుగా ఉంది. ఎంతో తృప్తిగా ఉన్నట్లు అనిపిస్తుంది.

చిన్న అన్నయ్య నా దగ్గరకు వస్తున్నట్లు కాల్ చేశాడు. తను నా దగ్గర 3 రోజులు ఉంటున్నట్లు చెప్పాడు. తనకు ఏమేమి కూరలు వండిపెట్టాలో లిస్టుకూడా ఇచ్చాడు. అన్నయ్య ఫుడ్ ప్రియుడు, అది కాక తనకు కరివేపాకు, కొత్తిమీర కూడా ఉండాలి కూరల్లో. కరివేపాకు ఇండియన్ స్టోర్లో తప్ప దొరకదు. అక్కడకు వెళ్ళా. కరివేపాకు తీసి బుట్టలో వేసుకొన్నా. పక్కనే ఉన్న ఒక వ్యక్తి అదెందుకు అని అడిగాడు. కూరల్లో వేసుకోవడానికి అన్నా. ఏమిటీ... అవి కొంటారా అన్నాడు. అవును.. అన్నా ఆశ్చర్యంగా. దగ్గరలో ఉన్న వాళ్లావిదనుకూడా పిలిచి చెప్పాడు, నేను కరివేపాకు కొంటున్నట్లు. నాకు ఏమి జరుగుతుందో అర్థం కావడం లేదు. నేను ఇండియన్ స్టోర్కు ఎక్కువ వెళ్ళను, వెళ్ళినా కరివేపాకు ఎపుడూ కొనను. కరివేపాకు పొరపాటున తింటే, అది నాకు గొంతులో అతుక్కుంటుంది. అలాటి ఈ కరివేపాకుకు ఇంత conversation ఏమిటో నాకు అర్థంకావడం లేదు.

వాళ్ళు ఇండియన్స్లా కూడా లేరు, అందుకే వాళ్ళకు అదేంటో తెలీదేమో అనుకున్నా. ఇంతకూ మీరెవరు అని అడిగా. తన పేరు శ్రీకృష్ణా అనీ, తన భార్య పేరు తారామతీ అని చెప్పాడు. మీ పేర్లు ఇండియన్ వే, కానీ మీరు అలా లేరు అన్నా. వాళ్ళ ముత్తాతలు ఎపుడో ఇక్కడి ఐలాండ్స్కు వచ్చి సెటిల్ అయ్యారని చెప్పాడు. నాకెందుకు తేడాగా కనిపించారో అర్థమయ్యింది. అయితే కరివేపాకు (curry leaves) మీకు తెలీకపోవడమేంటి అన్నా. అది మా ఇంటిలో కలుపు మొక్కలా పెరుగుతుంది. మేము ప్రతీవారం ఇక్కడకు వస్తాము. వచ్చేవారం నీకు కొన్ని మొక్కలు తెచ్చిపెడతాము అన్నారు. నేను ఇక్కడికి ఎపుడూ రాను, నా సెల్ నెంబర్ ఇస్తాను, మీరు ఇక్కడికి వచ్చేముందు కాల్ చేస్తే నేనూ అదే టైం కి వస్తా అని చెప్పి, నా ఫోన్ నెంబర్ ఇచ్చి ఇంటికి వచ్చేశా.

అన్నయ్య వచ్చి బిజీగా ఉండీ + స్కెలిటన్ నా తలమీదినుండి ఎగిరివెళ్ళాక ధ్యానం అంటే భయమేసి చేయడం మానేశాను ఈ మూడు రోజులు, ఇంకేమి కనిపిస్తాయో అని. పద్మగారి ఫోన్ నెంబర్ కనుక్కొని కాల్ చేసి విషయం చెప్పి

సలహా అడిగాను. అది అంతా నార్మల్ ఎక్స్పీరియన్స్ లే, భయపడనవసరం లేదు. చనిపోయిన మీ అమ్మ, నాన్న కూడా కనిపిస్తారు ఏమీ భయపడవద్దు అని ధైర్యం చెప్పారు.

కొంత ధైర్యం వచ్చి మరలా ధ్యానంలో కూర్చున్నా. కాసేపు చీకటిగానే వున్నా... గుండ్రంగా ఉన్న రూములో నేను మధ్యలో కూర్చోని వున్నా. అది గ్లోబ్లా గుండ్రంగా ఉంది. అంతా ఇంకుబ్లూ రంగుతో ఉంది, చిన్న చిన్న చెమ్కీలతో మెరిసిపోతోంది, like tiny little shimmers తో మెరిసిపోతోంది. అలా చూస్తూ ఉండగానే నా శరీరం అంతా కూడా ఆ షిమ్మర్స్తో నిండిపోయింది. ఇపుడు నా శరీరమంతాకూడా ఆ రంగుతోనే, ఆ మెరుపులతోనే నిండిపోయింది.

నా వొళ్ళు ఒక్కసారిగా జిమ్ జిమ్ అనిపించింది. ఆ అనుభవం ఎలా ఉన్నదంటే, మనమూ ఒక బుల్లి నక్షత్రం అయి మెరిస్తే ఎలా ఉంటుందో అలా. ఈ ఎక్స్పీరియన్స్ భలే థ్రిల్లింగ్‌గా అనిపించింది. చాలా హ్యాపీగా ఫీల్ అయ్యాను. క్రింద gas రిలీజ్ చెయ్యాలి అన్నంత pressure అనిపించడంతో ఈ రోజుకిక మెడిటేషన్ చాలు అని లేచాను.

27/10/12

మేము ఉంటున్న ఇల్లు మా ఇద్దరికీ చాలా పెద్దది అయిపోయిందని Kevin ఒక చిన్న ఇల్లు కొన్నాడు. ఆ ఇంటికి కొన్ని upgrades చేయడానికని రోజూ వర్క్ నుండి ఆ ఇంటికే వెళ్ళి పనులు చేసుకొని వస్తున్నాడు. వీకెండ్స్ కూడా ఎక్కువ అక్కడే ఉండి పనులు చేయిస్తున్నాడు. అలా తాను బిజీగా ఉన్నపుడు నన్ను lunch కొనుక్కొని తీసుకురమ్మనడం అపుడపుడూ జరుగుతూ ఉంటుంది. ఈ ఇల్లు చిన్నదే అయినా నచ్చడానికి కారణం ఇంటివెనక చాలా ఖాళీ స్థలం, దాని వెనక కెనాల్, ఆ నీళ్ళపైన కూర్చోవడానికి ఒక చిన్న డాక్ కూడా ఉంది.

పనులు ఎలా జరుగుతున్నాయో చూద్దాం అని నేనూ ఆ ఇంటికి వెళ్ళి dock మీద కూర్చోని కాసేపు మెడిటేషన్ చేశాను. ఈ రోజు కేవలం రంగులే కనిపించాయి. ముందు బ్లూ, బ్లాక్... దానిలోనుండి వెలుగు...యెల్లో, లైట్ గ్రీన్. కాసేపయ్యాక ఫస్ట్ టైమ్ లైట్ పింక్ రంగు కూడా కనిపించింది. రంగులు చాలా ఆహ్లాదంగా అందంగా ఉన్నాయి.

పై గదికి వెళ్లి ధ్యానంలో కూర్చున్నా. ఎప్పటిలా కలర్స్ కనిపించి, దానిలో నుండి వెలుగు వచ్చి, ఆ వెలుగు నన్ను పైకి తీసుకువెళ్లింది. అక్కడ చాలా ప్రశాంతంగా వుంది. నా మనసు ఎంత ఆనందంగా, ప్రశాంతంగా వుందో నా ముఖంలో అనుకోకుండా వచ్చిన స్మైల్ ని చూసి చెప్పొచ్చు. అలా ఎంత సేపు ఉన్నానో నాకే తెలిదు. ఈ లోపు మెడ బాగా నొప్పి తెలియడంతో ohhh... నా తల పైకి వెళ్ళింది అనుకాని, తలను సరిచేసుకొని కూర్చోవలసివచ్చింది. అక్కడక్కడా tingling sensations. బాగా వెలుగు కనిపించి ఆ వెలుగుతో ఓపెన్ స్పేస్ లోకి వెళ్ళాను. ఉన్నట్లుండి నా బాడీ ఒక జర్క్ ఇచ్చింది. Like twitches లాగ (ఒక సంవత్సరం నుండీ నిద్దట్లో ఇలా జర్క్ ఇస్తున్నానని కెవిన్ ఈ మధ్య నన్ను పట్టుకు పడుకోవడం మానేశాడు, ఇపుడు అది మెలుకువగా ఉన్నపుడే వచ్చింది)

ఏమి జరిగిందో అర్థంకాక సర్దుకొని కూర్చున్నా.

ఈసారి dark empty space లోకి ఎంటర్ అయ్యా. అక్కడ నీరంతా ప్రశాంతంగా వుంది. దగ్గరగా వెళ్లిచూస్తే అది బురద. ఆ బురదలో ఒకచోట boil అవుతున్నట్లు బుడగలు బయటకు వచ్చి టప్పున పేలుతున్నాయి.

ఆ బురదలోపల ఉన్న ఒక బుల్లి బుడగ. నా ఆలోచన ఎలా ఉన్నదంటే, 'ఈ బుడగలన్నీ పైకి వెళ్ళిపోతున్నాయి... అవి ఏమి చేస్తున్నాయో పైకి వెళ్లి, అక్కడ ఏమి జరుగుతుందో చూద్దాం అని' బుడగల మధ్యలో నుండి దూరుకుంటూ దూరుకుంటూ.. పైకి వచ్చి టప్పున పేలి దానితో వున్న బురద క్రిందపడి, గాలి పైకి వెళ్ళిపోయింది. ఇదంతా నేను క్యూరియస్‌గా చూస్తూ ఉండడం తప్ప ఏమీ చేయలేకపోయా! అయ్యో బుల్లి బుడగ అనిపించింది.

ఈ ఆలోచనలతో ఉండగా నా మైండ్ లో క్వశ్చన్(ఆలోచన) వచ్చింది. వచ్చింది అనేకంటే వినిపించింది అనడం కరెక్ట్ అనుకుంట. అదేంటంటే "అద్దం లేకుండా నిన్ను నువ్వు చూసుకోగలిగినపుడే నీలో నిజమయిన మార్పు వచ్చినట్లు" అని.

నా బుర్రలో ఇదే quote రిపీట్ అవుతూ, రిపీట్ అవుతూ ఉంది. ఇక మెడిటేషన్ చెయ్యలేక బయటకు వచ్చాను. ఈ మధ్య పెద్దక్కతో తరచూ అంటూ ఉండేదానిని. 'నేను చాలా మారాను... చాలా మారాను' అని.

"అద్దం లేకుండా నన్ను నేను చూసుకోగలిగినపుడే నిజమయిన మార్పు"

అంటే... నాలో ఇంకా నిజమయిన మార్పు రాలేదు అని అర్థమయ్యింది. ఈ రోజు ధ్యానంలో ఉండగా రెండు మబ్బులు అలా ఓపెన్ అయ్యి ఒక మెరుపులా వెలుగువచ్చి మళ్ళా మబ్బులు క్లోజ్ అయ్యాయి. ఇదే మొదటిసారి నాకు ఇలా మెరుపులాంటి వెలుగు కనిపించడం.

30/10/12

పెద్దక్క కూడా నాతోటే ధ్యానం చేస్తాను అనడంతో రోజూ తను కూడా ఫోన్‌లో స్పీకర్‌లో పెట్టి ఒకే రూమ్‌లో ఒకే మూల ఒకే మ్యూజిక్ పెట్టుకొని ధ్యానం చేస్తున్నాము. అక్కకు ముందే చెప్పాను తాను ధ్యానం చేయడం అయిపోయినా శబ్దం చేయకుండా ఉండమని. నా దగ్గర నిశ్శబ్దంగా వున్నా, తన దగ్గరి నుండి రకరకాల సౌండ్స్ వస్తూ ఉంటాయి. అయినా అవి నన్ను disturb చేయటంలేదు.

శరీరం అంతా అక్కడక్కడా tingling sensation వచ్చింది. చాలా ఫాస్ట్‌గా yellow దీపంలాంటి వెలుగువచ్చి అది అంతా తెల్లగా మారిపోయింది. దాని నుండి కాంతి ఒక ధారగా ఏర్పడి ఆ కాంతి ధార నా మీద పొర్లిస్తున్నట్లు నా చుట్టూ ఒక కాంతి వలయం ఏర్పడి మంచి వెలుగునిచ్చే కిరణాలతో నిండి ఉంది. ఆ ధారా ప్రవాహం చాలా ఉధృతంగా నాలోకి ప్రవహిస్తూ ఉంటే, శరీరం అంతా...అది ప్రతీ నరనరంలో తెలుస్తుంది ప్రవహిస్తున్నట్లు. నా శరీరం అంతా జివ్వ జివ్వ మన్న భావన. ఈ ఎక్స్‌పీరియన్స్ నాకు ఎలాటి ఇబ్బందీ ఇవ్వడం లేదు, పైపెచ్చు చాలా బాగుంది. అలా ఎంతసేపు ఉన్నానో నాకే తెలీదు. శరీరంలో ఏ నొప్పీ లేదు. చాలా......చాలా చాలా చాలా బాగుంది. ఎప్పుడూ అలానే ఉండిపోతే బాగుండు అనిపించింది.

ఉన్నట్లుండి నా శరీరం ప్రయాణం చేయడం మొదలెట్టింది. ఎక్కడికో చాలా చాలా దూరం అలా వెళ్ళిపోతూ ఉన్నా. ఇలా ఎంత దూరం వెళతాను?...వెనక్కి

తిరిగి వెళ్ళాలి అనుకుంటూఉండగానే నా బాడీ వెనక్కి వంగి చాలా fast గా
తిరిగి వచ్చేస్తున్నా. ముందు అంతా చీకటి. నేను నా శరీరానికి దగ్గరయ్యే కొద్దీ
నా ముందంతా చీకటి. నేను వెనక్కి వచ్చేటప్పుడు వీపు వైపు (వెల్లకిలా) ప్రయాణం
చేస్తున్నా.

ఈ లోపు మెడ నొప్పి వచ్చి సర్దుకున్నా. ఏదో బాగా జర్నీ చేసివచ్చినట్లు కడుపులో
పేగుల అరుపులు, కొంచెం అలసిపోయినట్లు అనిపించింది. ఇక ముగించాను.

7.45pm

సాయంత్రం అక్క కాల్ చేసి బావకూడా మనతో మెడిటేషన్ చేస్తారంట, నువ్వా
చేస్తావా అంటే సరే అని అదే రూములో,అదే మూల,అదే మ్యూజిక్ పెట్టి కూర్చున్నా.

రెండు కనుబొమ్మలమధ్యనా టింగ్లింగ్స్, చక్కిలిగింతలు పెట్టినట్లు, చెట్టు ప్రేళ్ళు
నా నుదుటిమీద (స్ప్రెడ్ అవుతున్నట్లు...అలా ఎంతసేపువున్నానో? మెడనొప్పిపుట్టి
సరిచేసుకొని కూర్చోవలసి వచ్చింది. Pouring పవర్ (ప్రవాహం లాంటి శక్తి
నాలో (ప్రవేశిస్తూనే ఉంది) వస్తూనే వుంది ఒక ప్రవాహంలా. కనురెప్పలు టపటపా
టపటపా కొట్టుకొంటున్నాయి. ఇంత ఫాస్ట్‌గా restless గా ఎపుడూ కొట్టుకోలేదు.

కాసేపటికి నా body అడ్డంగా అటూ ఇటూ ఊగినట్లు అనిపించింది. తల
బాగా నొప్పిగా బాగా పట్టేసినట్లు అనిపించింది. ఈ లోపు ఒక బకెట్ నీళ్ళల్లో
ఒక పుల్ల పెట్టి తిప్పితే సుడిగుండంలా ఏర్పడుతుంది కదా! అలాటి నీటిలో నేను
తేలుతూ నీటిమీద కూర్చుని తిరుగుతున్నాను. కాసేపటికి లేచి నీళ్ళమీద
పరిగెట్టాను, కడుపులో బాగా తిప్పినట్లు అనిపించింది.

మళ్ళా సర్దుకుని కూర్చున్నా. శరీరంలో అక్కడక్కడా టింగ్లింగ్స్. అంతా చీకటి,
శూన్యం. మ్యూజిక్‌తోపాటే చీకటి శబ్దం (గబ్బుగీయం) కూడా వినిపిస్తుంది. ఆ
చీకటిలో ఎడమచెవికి కొంచెం దూరంగా ఏదో శబ్దం. కొంచెం భయం వేసింది.
భయపడకూడదు అనుకొని, ఏమయిందా అని ఇంకా జాగ్రత్తగా వినడానికి
ప్రయత్నించా. చీకటి శబ్దం తప్ప ఏమీ లేదు. నాముందు ఏవో నీడలు ఎడమనుండి
కుడికి వెళుతున్నట్లు కనిపించింది. ఈ లోపు ఎడమ చెవిదగ్గర అదే దూరంలో
ఏదో శబ్దం.

సద్రుశ్య

క్రింద pressure ఎక్కువగా ఉన్నట్లు బాత్రూముకు వెళ్ళవలసివచ్చినట్లు, gas రిలీజ్ చేయాలి అనిపించి ఇక లేచాను. (అది ఒక్క ఫీలింగ్ మాత్రమే. Gas & toilet ఏమీ రాలేదు)

రాత్రి:

దూరంగా చీకట్లో నుండి రెండు కళ్ళలా, కారు headlights లా కనిపిస్తున్నాయి. అవి ఏమిటో స్పష్టంగా తెలీడం లేదు.

కుటుంబంలో జరిగిపోయిన, జరుగుతున్న, జరగబోయే విషయాలు కళ్ళకు కట్టినట్లు కనిపిస్తున్నాయి. జరిగిపోయిన విషయాలకు మూలం ఎవరో స్పష్టంగా తెలుస్తుంది. జరుగుతున్న విషయాలు ... వాటికి భవిష్యత్తులో జరగబోయే పరిణామాలు తెలిసిపోతున్నాయి. అలా అని నేను ఎవరినీ హెచ్చరించ దలుచుకోలేదు. కాకపోతే నాకు కనిపించేవి నిజమో కాదో తెలుసుకోదలిచాను. మొదటిగా పెద్దన్నయ్యకు కాల్ చేశాను, నేను చూసింది ఖచ్చితంగా జరగబోతుంది అని అర్థమయింది. అలా ఇంకొక కాల్ పెద్దమ్మకు కూడా చేసి, నాకు కనిపించినదంతా నిజంగానే జరగబోతుంది అని తెలుసుకున్నాను. ఇవి నా జీవితానికి ఏ మాత్రం సంబంధం లేని విషయాలు కాబట్టి, ఆ విషయాలు, వాటికి సంబంధించిన వ్యక్తుల పేర్లు ఇక్కడ ప్రస్తావించడం లేదు.

అయితే వీటితో పాటు నాకు సంభందించిన విషయాలు కూడా కనిపించాయి. నా కుటుంబసభ్యులు నన్ను ఎవరెవరు ఎలా ఏ విధంగా మోసం చేశారో, ఎవరి పుకార్ల వలన నాకు కష్టాలు ప్రారంభం అయ్యాయో, చెప్పుడు మాటలు విని కథలు అల్లి అబద్ధపు ప్రచారాలు ఎవరు చేశారో. ఇవన్నీ జరిగిపోయిన విషయాలే అయినా, ఎందుకిలా జరిగింది అని వేదనపడేదాన్ని ఇన్నాళ్ళు. కానీ వాటికి కారణాలు ఏమిటో తెలిసి ఒక క్లారిటీ వచ్చింది. ఇపుడు ఏ బాధా లేదు.

31/10/12

రాత్రంతా సరిగా నిద్రలేదు. ధ్యానంలోకి వెళ్ళాలి... వెళ్ళాలి అన్న తపన. బలవంతంగా ఆపుకొంటున్నా. శరీరంలో జర్క్. నిదరపోలేకపోతున్న. మళ్ళా శరీరం ఒక జర్క్ ఇచ్చింది. గుండెల్లో ఎదో నొప్పి. మనసుని ధ్యానంలోకి

వెళ్ళకుండా ఆపుతున్నా. కనురెప్పలు టపటపలాడుతున్నాయి. తల బాగా నొప్పిగా ఉంది. సరిఅయిన నిదరలేదు రాత్రి. పొద్దున్నే లేచా, అసలు ఆకలి లేదు. ధ్యానం తప్ప ఏమీ చేయాలనిలేదు. శరీరంలో అంతా పవర్ జర్నీ చేస్తున్నట్లు ఏదో వింత అనుభూతి. తల అంతా బరువుగా వుంది. శరీరం అంతా ప్రతి నరనరంలోనూ హై voltage తో ఎనర్జీ ప్రవహిస్తుంది.

ఎప్పటిలా రంగులు, వెలుగు. ఈ వెలుగు lighthouse లో లైట్ తిరుగుతున్నట్లుగా ఉంది. దిబ్బళ్ళు పట్టిన చెవులు ఒక్కసారిగా రిలీజ్ అయినట్లు టప్పున ఓపెన్ అయ్యాయి నా చెవులు. ఈ వెలుగు నా తల వెనుకభాగం నుండి నా చెవులమీదుగా వచ్చి నా కళ్ళల్లో, నా ముఖంలో కలిసిపోతుంది. సముద్రపు వడ్డుకు అల వచ్చి ఇసుకలో ఐక్యం అవుతున్నట్లు, ఈ వెలుగు నాలో ఐక్యం అవుతూవుంది. నా శరీరం కుడి ఎడమలకు ఊగడం మొదలెట్టింది. నెమ్మదిగా పైకిలేచిన తల వెలుగుని ఆస్వాదిస్తుంది.

ఇపుడు నా శరీరం ముందుకూ, వెనక్కు ఊగడం మొదలెట్టింది. మదిలో చిన్న ఆలోచన ఏమిటి ఇలా ఊగుతున్నాను, కళ్ళు తెరిచి చూసుకుందామా! కేమెరా పెట్టి నా movements ని రికార్డు చేస్తే! అని. అయినా నా ఊపు తగ్గలేదు. పక్కలకూ, ముందుకూ, వెనుకకూ.... ఒక పెండ్యులంలా రవుండు సర్కిల్ లా, కుడినుండి ఎడమకు సర్కిల్స్.....

Gas రిలీజ్ చేయాలి అని అనిపిస్తుంది. ఈమధ్య ఇలాగే అనిపిస్తుంది ఎందుకో. అలా అని ఏ గ్యాస్ రిలీజ్ అవ్వడం లేదు. అందుకని ఈ రోజు లేవకుండా అలానే కూర్చున్న మొండిగా.

ఉన్నట్లుండి నా రూట్(యోని) రంధ్రాల దగ్గర ఏదో పట్టి వదిలేసినట్లు అలా కండరాలు బిగించి వదిలేస్తావున్నాయి. నా శరీరం సర్కిల్స్ తిరుగుతూనే ఉంది. నా రూట్ దగ్గరి కండరాలు బిగించి వదిలేస్తనే వున్నాయి, నా ప్రమేయం ఏమీ లేకుండా. అది ఎలా ఉన్నదంటే, రెండు గట్టిగా మూసుకొన్న పిడికిళ్ళు ఒకదానితరువాత ఒకటిగా వెంటవెంటనే, తెరిచి మూస్తున్నట్లు. ఆ భాగంలో వేడికూడా పుట్టింది. కాసేపు అలా జరిగి క్రిందినుండి నా బొడ్డుకి. ఇఝ్... అని lightning లాగా ఒక వెలుగు(కరెంటు) పైకి... బొడ్డదగ్గరకు పాకింది. నా

ముఖం ఆకాశంలోఉన్న వెలుగులను, దానిలోనుండి ప్రవహిస్తున్న కాంతుల ధారలను ఆస్వాదిస్తూ ఉంది. పొట్టలో ఏదో కదలిక, చాలా బరువుగా, నిండుగా కదులుతూ, గుండ్రంగా తిరుగుతూ, వెలుగు నింపుకొంటూ, శక్తివంతంగా నిండుగా కదులుతూ అలా ఎంతసేపు ఉందో...ఇపుడు నాపై కురుస్తున్న శక్తి ప్రవాహం నాలోకి ఉరకడం మొదలెట్టింది. చాలా ఉద్యతంగా ప్రవహిస్తుంది. ఆ ప్రవాహాన్ని ఆస్వాదిస్తూ ఉండిపోయాను.

పొట్టలోపల సుడిగాలి తిరుగుతున్నట్టుగా ఉంది. చాలా బరువుగా, నిండుగా, రౌండ్ గా తిరుగుతూ... వెలుగు నింపుకొంటూ శక్తివంతంగా కదులుతూ అలా ఎంతసేపు ఉందో తెలీదు. పొట్ట లోపలి fat తో పాటే పేగులన్నీ కూడా స్పష్టంగా కనిపిస్తున్నాయి. మొఖం పైకెత్తుకుని కాంతుల ప్రవాహాన్ని ఆస్వాదిస్తూనే ఉన్నా అలా ఆ సుడిగాలి చిన్నగా పైకి లేచి గుండె దగ్గరకు వచ్చింది. చేతి పిడికిళ్లు బిగిసుకొంటున్నాయి, గుండె దగ్గర సుడిగాలి తిరుగుతుంటే, గుండెలోని రక్తం, fat, గుండె కొట్టుకోవడం స్పష్టంగా కనిపిస్తుంది. సుడిగాలి తీవ్రత పెరిగేకొద్దీ నొప్పి తీవ్రత కూడా పెరుగుతుంది. భరించలేకపోతున్నా. గుండె వెనుకభాగంలో వెన్నెముక దగ్గర విపరీతమయిన నొప్పి. చాలా గట్టిగా ఊపిరి పీల్చుకోవలసి వస్తుంది. గుండెల్లో చాలా నొప్పిగా ఉంది. చేతి పిడికిళ్లు ఇంకా గట్టిగా బిగుసుకుపోతున్నాయి. అమ్మా... చాలా నొప్పిగా ఉంది.... అనుకొంటున్న మనసులో..., ప్రాణం పోతున్నంత నొప్పి.... చేతులు చల్లబడుతున్నాయి, తొడలు నొప్పులు, వెన్నెముక చాలా నొప్పి, గుండె పిండేస్తున్నట్టుగా ఉంది. కాళ్ళ పాదాలు బాగా చల్లబడి తిమ్మెర్లు ఎక్కాయి. ఊపిరి గట్టిగా పీలుస్తున్నా. అమ్మా..... అమ్మా.... నొప్పి, భరించలేకపోతున్నా.... అబ్బా... వీపు భాగం అంతా నొప్పి... ఊపిరి చాలా గట్టిగా పీలుస్తున్నా. అమ్మా.... అమ్మా... అమ్మా.... !! ఒక ఆమె వచ్చి నా పక్కన కూర్చొని నా వీపుపైన చెయ్యివేసి నిమురుతుంది. ఇంకొంతసేపు ఓర్చుకో తగ్గిపోతుంది,...... ఇంకొంతసేపే.... అంటోంది. ఆ స్పర్శ చాలా హాయిగా ఉన్నా, నొప్పి కూడా తెలుస్తూనే ఉంది. ప్రాణం పోతున్నట్టుగా ఉంది ఆ నొప్పి. ఆమె అమ్మలా నా వీపుని నిమురుతూనే ఉంది.

ప్రవాహం నాలో మళ్ళా ఉద్యతంగా ప్రవేశించడం మొదలెట్టింది. ఆమె అలా వీపుని నిమురుతుంటే అంత బాధలోనూ ఏదో హాయి. సుడిగాలి నెమ్మదిగా నా గొంతుకు చేరుకొంది. ప్రవాహం నాలో ప్రవేశించడం ఉద్యతం అయ్యింది.

నెమ్మదిగా నాలో బాధ మాయమయింది. మళ్ళా నాలోకి శక్తి వస్తోంది. నా శ్వాస నా ముక్కులోకి ఎంతో సునాయాసంగా, నా ప్రమేయం లేకుండా వెళుతోంది. పెద్దగొట్టంలో గాలి సునాయాసంగా ప్రవేశిస్తున్నట్లు చాలా ప్రశాంతంగా ఉంది. ఉన్నట్లుండి కొంచెం గొంతు సవరించుకోవడం చిన్న తేపులా వచ్చి నోటిద్వారా గాలి బయటకు వెళ్ళడం బాగా తెలుస్తుంది. కొంచెం భుజాలదగ్గర వెనుకభాగంలో వెన్నెముకదగ్గర నొప్పి. ఆ నొప్పి భరించగలుగుతున్నా. మరలా ప్రవాహం నాలో ప్రవేశించడం మొదలయ్యింది. ఒక్కసారిగా నుదుటిదగ్గర ఏదో టింగ్లింగ్ (లైట్నింగ్ లాంటి (వేళ్ళు పాకుతున్నట్లు) ఈ కంటి నుండి ఆ కంటిలోకి ఏదో వెలుగు. నెమ్మదిగా నుదుటిదగ్గర ఏదో వెలుగు. అలా వెలుగులతో కూడిన కాంతి నా నుదుటిదగ్గర ఐక్యమవుతూ వుంది.

ఎంతో అలసటగా అనిపించింది. పక్కనే కూర్చొనివున్న అమ్మ తన వడిలో పడుకోబెట్టుకొంది. అలా ఎంతసేపు సేదతీరానో తెలీదు. ఎంతో హాయిగా ఉంది. అమ్మ చెయ్యి నన్ను సుతారంగా తాకుతూ, నిమురుతూ ఉంది.

స్ట్రీట్ లైట్స్ వెలుతురులో సన్నని వానతుప్పరలు పడుతూ, సన్నని గాలి వీస్తుంటే.... ఆ చిరుజల్లు ఎలా నాట్యం ఆడుతుందో... అలా నాలో కూడా ఒక కాంతి వయ్యారాలుపోతూ ప్రవేశించడం మొదలెట్టింది. అది నెమ్మది నెమ్మదిగా ఒక ప్రవాహంలా దేవతలు అమృతం కురిపిస్తున్నట్లు.. ఆ ప్రవాహం నాలో ఐక్యం అవుతూ ఉంది. నా శరీరం అంతా ఊగుతూనే ఉంది. చేతివేళ్ళు గట్టిగా పెనవేసుకొని బిగుసుకుపోతున్నాయి. నాలో ఎడమకంటే కుడి కొంచెం బరువనిపించింది. ఏదో బాలన్స్ తప్పింది అనిపించింది. గుర్తొచ్చింది, నాకు 2 వేళ్ళు పోయినట్లు. ఎడమచేతిని కుడిచేతితో బాలన్స్ చేస్తూ పట్టుకొన్నా. శరీరం నిటారుగా అయ్యి, తల పైకెత్తి ప్రవాహాన్ని ఆస్వాదిస్తూ ఉన్నా, ఉన్నట్లుండి ఎడమ దవడ దగ్గర ఏదో మెరుపు నాలోకి ప్రవహిస్తుంది.

వెన్నెముకలో ఏదో కదలిక. చెవులదగ్గర వినికిడి ఎక్కువయ్యింది. ఒకలాంటి గోష. సముద్రపుగోష లా.... రాత్రి చీకటి గోష లా.....

ఈ రోజు జరిగిన experience అంతా fast forward లో జరుగుతుంది. ఒక్కొక్క భాగంలో నెమ్మదిగా ఒక దాని తరువాత మరియొకదానిని దాటుకొంటూ

 సదృశ్య

శక్తి పైకి వస్తోంది. అది నెమ్మదిగా నుదుటిదగ్గరి కాంతితో కలిసి ఆ కాంతినికూడా తీసుకొని తలపైభాగంలో తెల్లటి వలయాలు గుండ్రంగా తిరగడం... నెమ్మది నెమ్మదిగా మేఘాలలా ప్రశాంతంగా అంతా తెల్లగా ఉంది. ఇప్పుడు తలనొప్పిలేదు, వెన్నులో నొప్పి లేదు. చాలా తృప్తిగా ఉంది. మనసు ప్రశాంతంగా ఉంది.

ఈ రోజు ఎందుకో చాలా నీరసంగా ఉంది. ఎవ్వరితోనూ మాట్లాడకుండా, ముఖ్యంగా పెద్దక్కతో మాట్లాడకుండా ప్రశాంతంగా ఉండాలి అని అనిపిస్తుంది. నుదుటిమీది నుండి టింగ్లింగ్స్ మాడు మీదకు పాకుతున్నాయి.

1/11/12

పొద్దుట లేవగానే తలనొప్పిగా, తల బాగా పట్టేసినట్లుగా వుంది. రాత్రి అంతా నిద్ర లేదు. శరీరం అంతా ఫుల్ ఎనర్జీ, high voltage కరెంటు శరీరంలో పాకుతున్నట్లుగా వుంది. కళ్ళు అలసటగా ఉంటే పడుకొన్నా, కానీ కళ్ళు మూసుకొంటే మెడిటేషన్ మోడ్ లోకి వెళ్ళిపోతున్నాను. ఏవేవో ఆలోచనలు.... చీకటి, స్మశానం.. నాలో త్వరగా వైరాగ్యం రావటానికీ, మార్పు రావటానికి...చెడ్డ మనుషుల మధ్య పుడితే త్వరగా వైరాగ్యం వస్తుందని, నా అక్కల మధ్యన చెల్లిగా ఎంచుకొని పుట్టినట్లు... ఏవేవో ఆలోచనలు. ఎప్పటికో నిద్ర పట్టింది. కానీ ఒక గంటకే మెలకువ వచ్చింది. కారణం.. నిద్దట్లో నా పై పెదవి మధ్య అంచులో ఎందుకో గీరుకున్నా. చాలా సెన్సిటివ్ గా అనిపించింది. నొప్పిగా ఉండి మెలకువ వచ్చింది. ఏమైంది అని మరొకసారి గీరా, మళ్ళీ మంట. ఎందుకు అలా అంత సెన్సిటివ్‌గా ఉంది అని,తొడ మీద గీరా, బాగా మండింది. ఇక experiments ఆపి మళ్ళీ పడుకోవడానికి ట్రై చేశా. నిద్ర పట్టడంలేదు, అయినా అలసట లేదు. పేగులు అరుస్తుండడంతో, పొద్దుటినుండీ ఏమీ తినలేదని అప్పుడు గుర్తొచ్చింది. అందుకే నిద్ర పట్టడంలేదని నూడిల్స్ చేసుకొని తిన్నా రాత్రి 3:30am కు. మళ్ళా 5amకు కొంచెం కళ్ళు మూసుకుని నిదురపోవడానికి ప్రయత్నించిందాం అని పడుకున్నా.

పెద్దక్క కాల్ చేస్తే చెప్పా, ఇక 2,3 రోజులు నాకు కాల్ చెయ్యవద్దు, అవసరం అయితే నేనే కాల్ చేస్తా అని. ఎందుకు అని అడిగింది. అలా అనిపిస్తుంది అన్నా. సరే అంది. ఫోన్ పెట్టేశాను. గుండెల్లో ఏదో బాధ. రెండు కళ్ళుల్లో

కన్నీటి ధారలు. తనతో అలా చెప్పినందుకా, నా మనసులో భారం తీరినందుకా? గుండె పిండేసినట్లు అయ్యింది. నా మార్గం వేరు, నీ మార్గం వేరు. నన్ను క్షమించు, నాది ఒంటరి ప్రయాణం. ఎక్కడికి వెళతానో, ఏమి చేస్తానో నాకే తెలీదు. మనసు కొంచెం కుదుట పడింది, ఈ ఆలోచనతో.

యధావిధిగా ధ్యానంలో రంగులు..తరువాత అంతా తెల్లగా, దానిలో నుండి ప్రశాంతంగా, సోయగాలిలా, వయ్యారంగా, పొగలా, తెల్లగా వచ్చి నాలో ఐక్యం అవుతుంది శక్తి. నా పిరుదుల దగ్గర, వెన్నెముక క్రింద కొద్దిగా నొప్పి. బాత్రూముకు వెళ్ళవలసి వచ్చినట్లు,   ఆ తరువాత సెక్స్ ఆర్గన్ దగ్గర కందరాలు బిగించి వదిలినట్లు....చిన్నగా పొట్టలో కదలిక... పైనుండి వయ్యారంగా ప్రవాహం(flow) వస్తూనే ఉంది. క్రింది నుండి నాలోపలి మార్పులు దానికదే జరుగుతూనే ఉంది. దేనిపని అది చేసుకుపోతోంది. ఏదీ ఆగడంలేదు. నామీద దారగా వయ్యారాలు పోతూ, ప్రశాంతంగా కురుస్తున్న శక్తిని ఆస్వాదిస్తూ, నాలో మార్పులను గమనిస్తున్నా.

సుడిగాలి పొట్టనుండి గుండెలదగ్గరకు వచ్చేసరికి నాకు తెలీకుండానే నా వెన్నెముక నిటారుగా అయ్యింది. గుండెల్లో నొప్పి, వెన్నెముక దగ్గర బాగా నొప్పి. శ్వాస కష్టంగా పీలుస్తున్నాను. చేతులు బిగుసుకుంటున్నాయి, చల్లబడుతున్నాయి. కాళ్లల్లో నొప్పులు, పాదాలు చల్లబడుతున్నాయి, మొద్దుబారుతున్నాయి. చిన్నగా ఇదంతా మాయం అయ్యి బుజాలదగ్గర వెనుకభాగంలో వెన్నెముక దగ్గర నొప్పి. ఆ తరువాత శ్వాస తేలికగా పీల్చుకోవడం, కనుబొమ్మల దగ్గర కాంతిధార నాలో ఐక్యం అవడం, టింగ్లింగ్స్. నుదుటిమీద పెన్సిల్ తో, వెంట్రుక అంత సన్నగా ఏవో సన్నటి గీతలు అలా పాకుతూ ఎలక్ట్రిక్ సర్క్యూట్స్ లా, సన్నటి మెరుపుల్లా వస్తూనే ఉన్నాయి. చిన్నగా అవి నా తలభాగం...మాడుకు పాకుతున్నాయి. శక్తిధార యధావిధిగా నాలో ప్రవహిస్తూనే ఉంది. మాడుమీద కూడా ఎలక్ట్రిక్ సర్క్యూట్స్లా, సన్నటి మెరుపుల్లా క్రిందకు జారుతున్నట్లు పాకుతున్నాయి.

శక్తి ప్రవాహం మాత్రం ఆగడం లేదు, దానిపని అది చేస్తూనే ఉంది. నిన్నటిలా ఉద్ధృతంగా లేదు. ప్రశాంతంగా వస్తుంది. పైనుండి శక్తి క్రిందకు ప్రవహిస్తుంది... మరలా క్రింది నుండి ప్రకంపనలు పైకి. ఈసారి శక్తి పైకి వస్తున్నపుడు ఇంతకు ముందు వున్న నొప్పి అంతలేదు. నొప్పి తీవ్రత కొంత తగ్గింది. అలా తల దాకా

same experience. మరలా అదే అనుభవం ఇంకోసారి. ఈ సారి నొప్పి ఇంకా తక్కువతో క్రిందినుండీ పైదాకా మరలా అదే ఎక్స్పీరియన్స్. శరీరం కొంచెం అలసటగా వున్నా, తృప్తిగా అనిపించింది. ఇది అంతా జరుగుతూ ఉన్నా, దూరంగా చీకటిలో నుండి రెండు కళ్ళు నన్నుతదేకంగా చూడటం గమనించా. ఇక ఈ రోజుకు ఇది చాలు అని లేచా. ఆకలి వేసినట్లు ఉంది. ఇప్పుడు టైం 3:30pm. పొద్దుటినుండీ కొంచెం మంచినీళ్ళు తప్ప ఏమీ తినలేదు. ఎందుకో నిమ్మకాయ పులిహోర తినాలనిపించింది, 2½ కప్పు rice వేసి పులిహోర చేసి taste చేద్దాం అని ఒక ముద్ద నోటిలో పెట్టుకొన్న నేను, తమాషాగా చేసినదంతా చిటికెలో తినేశాను చాలా వింతగా. అంత అన్నం ఎలా తిన్నానో తెలీదు. ఇంకా ఆకలేసినట్లు, ఇంకా తినాలి అన్నట్లు అనిపించింది. ఒకవేళ ఇంకా ఎక్కువ వండుకొని ఉండి ఉంటే, అది కూడా తినేసివుండేదానిని.

నా శరీరంలో ఏమి జరుగుతుందో తెలుస్తుంది కానీ అదేంటో, ఎందుకు అలా జరుగుతుందో తెలీదం లేదు. (పద్మ గారికి కాల్ చేసినా ఉపయోగం లేకపోయింది) అందుకే జరుగుతున్నదంతా ఏదో ఒక రోజు అర్థం అవుతుంది అని ఇలా రాయడం మొదలు పెట్టా. నా మదిలో ఎవరయినా ఒక మంచి గురువు దొరికితే (సాధన లేక శోధన దొరకవచ్చు) బాగుండు అనిపించింది. ఈ నా ఆలోచనకు కారణం లేకపోలేదు. భారతి అని నా స్నేహితురాలుకు చాలా భక్తి. తనకేమన్నా తెలుస్తుందేమో అని, తనకు కాల్ చేసి నా అనుభవం చెప్పా. నీకొచ్చే శక్తిని పక్కకి పాస్ చేసుకోవాలి, నీకు కావలసిన మార్గంలోకి మళ్ళించుకోవాలి అని చెప్పింది. దీనిని కుండలిని అంటారనీ, అది క్రింది నుండి పైకి రాదు అనీ, పై నుండి క్రిందకు వచ్చి, భూమిలో పాతుకు పోతుందనీ చెప్పింది. నాకు ఓపెన్ స్పేస్ నుండి శక్తి ప్రవాహం.... ఒక జలపాతంలా ... నా తల(మాడు) ద్వారా నాలోకి ప్రవేశిస్తుందనీ, కళ్ళు మూసుకొని కూర్చున్నా, అది స్పష్టంగా కనిపిస్తుందనీ ... అలా వచ్చిన శక్తి శరీరం అంతా ప్రవహించి క్రింది దాకా వెళుతుందనీ, అలా క్రిందకు చేరుకొన్న శక్తి వలన pressure(ఒత్తిడి) build up అయినట్లు అవుతుందనీ, గ్యాస్ కూడా వస్తున్నట్లు వుంది కానీ రావడం లేదనీ, అది సుడిగాలిలా తిరుగుతూ, తిరుగుతూ పైకి వస్తుందనీ, ఇదంతా నా ప్రమేయం ఏ మాత్రం లేకుండా జరుగుతుందనీ చెప్పాను. అలా జరుగుతున్నప్పుడు ఒక అమ్మ కూడా నా దగ్గరకు వచ్చిందనీ, ఆమె వచ్చినపుడు విపరీతమయిన శక్తి వచ్చిందనీ

చెప్పా. ఆమె ఎలా ఉంది? నగలు పెట్టుకుందా? ఎలాటి చీర కట్టింది? లాటి questions అడిగి .... నీకు జరిగింది కరెక్ట్ కాదు అని భారతి అనడంతో వచ్చిన సమస్య ఇది.

రెండవ ప్రయత్నంగా శివరాం మామయ్యను (అమ్మ తమ్ముడు, నా మేనమామ) అడిగితే సహాయమో సలహానో ఇవ్వగలరు అనిపించింది. తనకు కాల్ చేసి ఏమి జరుగుతుందో కొంచెం టూకీగా వివరించా. శివరాం మామయ్య జ్యోతిర్మయానందగారి గురించి చెప్పారు. అతను శివానంద గారి శిష్యులని, నాకు దగ్గరలోనే మయామీలో అతని ఆశ్రమం ఉన్నదని, ఒక్కసారి అతనిని వెళ్ళి కలవమనీ చెప్పారు. వాళ్ళకు కాల్ చేస్తే వారానికి కానీ appointment ఇవ్వలేదు.

మొన్నంతా TV చూసినా, సినిమా చూసినా, బుక్కు చూసినా...ఏనుగు కనిపించింది. ఈ రోజు ఎక్కడ చూస్తున్నా గుర్రం కనిపిస్తుంది. ఈ మధ్య ఇండియన్ గ్రోసరీ షాప్‌లో పరిచయం అయిన శ్రీకృష్ణ, తారామతి వాళ్ళు కాల్ చేసి, షాప్ దగ్గరకు పిలిచి కరివేపాకు చెట్లు ఇచ్చారు. నాకు ఇలా ఎవ్వరూ పిలిచి ఇప్పటిదాకా ఏమీ ఇవ్వలేదు అని ఆమెను రెండుసార్లు హత్తుకున్నాను. పచ్చని మొక్కలు ఇంటికి వచ్చాయి అని హ్యాపీగా ఫీల్ అయ్యాను. 2 బుల్ల కరివేపాకు మొక్కలతో పాటే 2 పెద్ద (huge) బాగ్స్ నిండా వేప రెమ్మలు(కొమ్మలు) ఇచ్చారు. ఇంటికి వచ్చి మొక్కలను బయటపెట్టి, వేప కొమ్మలను డైనింగ్ టేబుల్ పైన పరిచాను. ఆ వేపాకు ఎంతో పచ్చగా, ఫ్రెష్‌గా, వేప వాసన ఘుమఘుమలాడుతున్నట్లుగా అనిపించింది. అన్ని కొమ్మలు ఎందుకు ఇచ్చారో అనుకొన్నాను.

మూడవ ప్రయత్నంగా నాకు జాతకం చెప్పిన, నాకు పూర్తి నమ్మకమయిన VSP Tenneti గారికి కాల్ చేశాను.

నేను: నాకు ఒక నమ్మకమయిన, జెన్యూన్ అయిన, హిమాలయాల్లో ధ్యానం చేసివున్న గురువు కావాలి, నన్ను గైడ్ చెయ్యగలరా?

అతను: నాకు ఒక స్కూల్ ఉంది. నా దగ్గర చాలా CDలు, బుక్స్ ఉన్నాయి.

నేను: నాకు కమర్షియల్‌గా కాకుండా జెన్యూన్ గా ఉండే వాళ్ళు కావాలి. నాకు చక్రాస్ ఓపెన్ అయ్యాయి.

 సద్గురువు

అతను: నేను నమ్మను, అది అంతా అబద్ధం. నీకెలా తెలుసు చక్రాస్ ఓపెన్ అయ్యాయని? నేనే షుమారు 40 సంవత్సరాలనుండీ చేస్తున్నా, నాకు ఇప్పటికీ అవ్వనిది నీకు 10రోజుల్లో ఎలా అవుతుంది?

నేను: నేను అబద్ధం చెప్పనని మీకు తెలుసుకదా! నన్ను నమ్ముతారుకదా! ?

అతను: అవును

నేను: మరి నేను చెప్పిన మాట నమ్మండి అని నా అనుభవాలు చెప్పా.

అతను: (నా మాటలు రుచించక కోపంగా) మీరు గాలిలో ఎగిరారా మీకు కుండలినీ వస్తే?

నేను: ఎగిరాను. Physical గా కాదు, మనసుతో.

అతను: (కోపం కొంత నెమ్మదించింది) కొన్ని క్షణాలు ఆగి... హిమాలయాల్లో అలైకానంద అని ఉన్నారు. కాకపోతే అతనికి సెల్ఫోన్ లేదు. అసలు ఎక్కడ వుంటారో కూడా తెలీదు. అతను ఒక్కడే నిజమయిన మెడిటేషన్ తెలిసిన మనిషి. మిగిలినవాళ్లు అంతా కమర్షియలే

నేను: మీ మాటలు నాకు నచ్చాయి నిజం చెప్పినందుకు

అతను: అయితే గురువుగారి కోసం నువ్వెందుకు వెతుకుతున్నావు?

నేను: నా ప్రమేయం లేకుండా నాలోకి ఒక శక్తి వచ్చి నాకు జరిగే experience ఒకటి అయితే నా ఫ్రెండ్ అలా కాదు ఇలా జరగాలి అన్న భారతి మాటలు చెప్పా.

అతను: నీకు నేచురల్‌గానే జరుగుతుంది. మరి దానికి ఎన్నో జన్మలు చేస్తే తప్ప అలా జరగదు.

నేను: పద్మగారు కూడా ఇలాగే అన్నారు.

అతను: పద్మ ఎవరు? ఈ మెడిటేషన్ ఎవరిదగ్గర నేర్చుకున్నారు?

నేను: పద్మగారి దగ్గర ఫోన్ ద్వారా ఒకసారి చేశా, చాలా ఇంటరెస్టింగ్‌గా అనిపించింది. అప్పటినుండీ నా సొంతంగానే చేస్తున్నా.

అతను: పద్మగారు ఏమి చెప్పారు?

నేను: శ్వాసే ధ్యాస, శ్వాస మీదే ధ్యాస అని మొదలెట్టారు. ఆ తరువాత ఏవేవో పాటలు, పద్యాలు చెప్పారు. అవి ఏపీ నాకు అర్థం కాలేదు. ఆమె మాటలు ఏపీ నా బుర్రలోకి వెళ్ళలేదు. ఆమె ఆ పాటలతో, పద్యాలతో నన్ను disturb చేస్తున్నట్లు అనిపించింది. ఆమె పాటలు వినడం మానేశాను. అలా 2 నిమిషాల్లోనే మెడిటేషన్ లోకి వెళ్ళగలిగాను.

అతను: మరి ఆమె మాటలు మీరు ఎందుకు నమ్ముతున్నారు?

నేను: ఒక మంచి అంటూ start చేసింది ఆమె దగ్గరే కాబట్టి ఆమె నా గురువే. గురువంటే గౌరవం. అందుకే నమ్మాను అన్నా.

అతను: ఆమె చెప్పింది నిజమని మీకు ఎలా అనిపించింది?

నేను: ఆమె నాకు ఏమీ చెప్పలేదు. నాకు అయిన ఎక్స్‌పీరియన్స్ లే నేను ఆమెకు చెప్పాను. మనం స్కూల్ లో టీచర్ చెప్పే పాఠాలు నిజమనే నమ్మి నేర్చుకొంటున్నాం కదా! అలా

అతను: మరి ఆమె మీకు ఏమీ చెప్పలేదు కదా?

నేను: అవును, చెప్పలేదు. కానీ నాలో జరిగే మార్పులను నేను నమ్ముతున్నాను.

అతను: మరి మీకు జరిగేది కుండలిని అని ఎలా తెలిసింది?

నేను: నా ఫ్రెండ్ చెప్పింది. నాకు జరిగిన ఎక్స్‌పీరియన్స్‌ని బట్టి ఇంటర్నెట్‌లో కూడా సెర్చి చేశా. పద్మ గారినీ అడిగా. తన గురువుగారితో మాట్లాడిస్తా అన్నారు. అప్పుడే అర్థం అయ్యింది, ఆమెకు ఈ అనుభవాలు ఏమీ జరగలేదని. ఆమె గురువుగారి వీడియోలు YouTube లో కొన్ని చూశా. నాకు అతనిమీద సదభిప్రాయం కలగలేదు. వద్దు అని చెప్పా.

సద్రుశ్య

అతను: అలా చెప్పవద్దు. మీకు వాళ్ళు నచ్చకపోతే వదిలేయండి.

నేను: నేను చెప్పింది నిజమే కదా! నాకు ఉన్న doubts కొన్ని క్లియర్ చేసుకోవాలి. నా questions కు ఆన్సర్స్ దొరకాలి. అందుకే ఒక మంచి గురువుకోసం నా అన్వేషణ.

అతను: నీకు గురువు కావాలంటే, గురువే వచ్చి నీ తలుపు తడతారు. అప్పటికి నీకు దొరుకుతాయి ఆన్సర్స్. నువ్వు గురువుని వెతుకుంటూ వెళ్ళనవసరం లేదు. అంతా కమర్షియలే.

నేను: ఇపుడు మీరు చెప్పిన మాటల్లో నిజం, నిజాయితీ ఉన్నదని నేను నమ్ముతున్నాను.

అతను: అలాగే మంచిది.

ఫోన్ పెట్టేసి ఇంటర్నెట్లో నాకు జరిగిన అనుభవాలతో కొంచెం సెర్చి చేశా. కొన్ని ఆన్సర్స్ దొరికాయి. పట్టుదలగా ఇంకొంచెం సెర్చి చేశా. అన్ని ఆన్సర్స్ దొరికాయి. ఈ ఎక్స్పీరియెన్సులు అయిన వాళ్ళు నాకు తెలిస్తే బాగుండును అనిపించింది. ఎందుకంటే దాదాపు నా ఎక్స్పీరియన్స్లే అక్కడా ఉన్నాయి. నా మనసు ఇపుడు ప్రశాంతంగా ఉంది. సరే ఆన్సర్స్ దొరికాయి కదా! ఇక పడుకుందాం అని, పడుకున్నా.

ఎవరితోనూ ఎక్కువ మాట్లాడకుండా, ఒంటరిగా ధ్యానం చేయమని అమ్మ చెబుతోంది, ముఖ్యంగా పెద్దక్కతో. నాకూ strong గా అదే అనిపిస్తుంది. నా ప్రయాణం ఒంటరిగానే. ఒంటరిగా పుట్టా, అందరూ నా చుట్టా ఉన్నా ఒంటరిగానే బ్రతికా, ఏదో తోడు కోసం నన్ను వెతుక్కుంటూ వచ్చే ప్రేమకోసం ఎన్నో ఎదురుచూపులు. ఈ దారిలో ఎంతవరకు ప్రయాణించాలో కూడా తెలీదు. ఏమి తెలుసుకోవాలో తెలీదు. నా వలన ఏమి ఉపయోగమో తెలీదు. నా ఈ అన్వేషణ ఎందుకో తెలీదు. చెడ్డ మనుషులకూ, చెడ్డవాళ్ళకూ దూరంగా వెళ్ళాలి, మంచి మనుషుల మధ్యన నేను మెలగాలి అన్న నా చిన్నప్పటి నుండీ ఉన్న ఒక కోరిక గుర్తుకు వచ్చింది.

ట!!! మంచి మనుషులు ఎవ్వరూ లేరు. నేను ఉంటా నీ తోడు అని ఆ శక్తే నన్ను వెతుక్కుంటూ వచ్చిందన్నమాట. తల్లీ ఎందుకు ఇన్నాళ్లా ఈ అజ్ఞానంలో బ్రతికాను? నాకు ఎవ్వరూ తోడులేరు అని అనుకున్నా! నువ్వు ఉన్నావు.

నేను ఉంటాను నీ తోడు అని పరుగులు, ఉరకల మీద వస్తున్న నిన్ను గుర్తించలేకపోయాను. నన్ను క్షమించు తల్లీ. అమ్మను గుర్తించనందుకు గుండె పిండేసినట్లయింది. కన్నీళ్ళు ధారాపాతంగా కారుతున్నాయి. కానీ ముక్కులు block అవ్వడంలేదు. శ్వాస గట్టిగా బాగా పీలిస్తున్నా. ముక్కు చివర్ల మెరుపు తీగలు నాట్యం చేస్తున్నాయి. ముక్కు మొద్దుబారి పోయింది. నా కళ్ళల్లో కన్నీరు ఉద్ధృతం అయ్యింది. శక్తిని క్షమించమని కోరుకుంటున్నా. నా అజ్ఞానాన్ని మన్నించమంటున్నా, నేను చేసిన తప్పుకు క్షమాపణ చెప్పుకొంటున్నా! కళ్ళు మూసుకుపోయి గుర్తించలేకపోయినందుకు బాధపడుతున్నా. మాడు మీద మెరుపు తీగలు ఇంకా ప్రసరిస్తూనే ఉన్నాయి. తల్లీ ఈ నా జీవితం నీదే! నన్ను చెయ్యి పట్టి నడిపించు. నాకు మార్గం తెలీడం లేదు. నాకు ఎప్పటికీ తోడుగా ఉండు అని వేడుకొంటున్నా. నా కన్నీరు ఇంకా కారుతానే ఉంది. కానీ ముక్కు బ్లాక్ అవ్వడం లేదు, నేను చీదడం లేదు. అమ్మ శక్తి ఏమిటో అర్థం అయ్యింది. నా మనసు pure (స్వచ్ఛం) గా అయినట్లు తెలుస్తుంది. అమ్మ వస్తుంది. నాలో అక్కడక్కడ ప్రకంపనలు, శరీరం కదులుతుంది. అక్కడక్కడ టింగ్లింగ్స్.

నా కళ్ళు తుడుచుకోవాలి అన్న ధ్యాస కూడా లేదు. నాలో మళ్ళా ఉద్ధృతంగా శక్తి ప్రవేశిస్తుంది. అది నా body అంతా ప్రవహిస్తుంది. అమ్మ మళ్ళా నా దగ్గరకు వచ్చింది. కన్నీళ్ళు కారుతానే ఉన్నాయి, మనసులో తృప్తి, ముఖంలో ఆనందం.

నాలో కుండలిని ఈసారి సునాయాసంగా ఏ నొప్పీ లేకుండా జరిగింది. ఏదో నా నెత్తిన నాట్యం చేస్తున్నట్లు, నా మనసు ఆనందంతో కేరింతలు. నేను ఆనందంతో ఆ శక్తిని ఆస్వాదిస్తూ మైమరచిపోతున్నా!

కన్నీళ్ళు నాకు తెలీకుండానే ఆగిపోయాయి, ఆరిపోయాయి. ముక్కుతో పెద్దగా గాలి పీలుస్తున్నా. నా గుండె దగ్గర చక్రం తెలుస్తుంది. కానీ నొప్పిలేదు. ఇప్పటిదాకా కన్నీరువచ్చినా ముక్కులో ఏ అడ్డూలేదు. నా నెత్తిన ఏదో కదలిక. పువ్వుల

రెక్కలు నా మీద వాలుతున్నాయి. నా నెత్తిన కుండపోతగా పువ్వుల వర్షం. నేను ఎక్కడికో, ఎక్కడికెక్కడికో వెళ్ళాను. అక్కడ గ్రహాలు (planets) కనిపిస్తున్నాయి. చాలా బాగుంది చూడటానికి. మళ్ళా తిరిగి వచ్చాను.

నా మీద వర్షం ఉద్ధృతంగా కురుస్తుంది. ఆకాశం అంతా నీలంగా ఉండి, వర్షం మాత్రం ఎర్ర చినుకులు, తెల్ల చినుకులతో కుండపోతగా కురుస్తుంది. ఆస్వాదించిన కొద్దీ ఇంకా ఆస్వాదించాలని అనిపిస్తుంది. చాలా తృప్తిగా, మనసు ప్రశాంతంగా ఉంది. అమ్మ నన్ను క్షమించి నాకు దారి చూపించటానికి మళ్ళా నన్ను వెతుక్కుంటూ నా దగ్గరకు వచ్చినందుకు. నా భారం అంతా అమ్మమీదే వేశాను. నాకు తెలీదు ఏమి చేయాలో ఇక ఏది చేయాలో నా ద్వారా చేయించమని, ఈ జీవితం నీదే అని ఆమెకు నన్ను సమర్పించుకున్నాను.

నా పైన ఏదో yellow, black గళ్ళు గళ్ళుగా చెక్స్ లాగా ఏవేవో designs. ప్రశాంతంగా ఉంది. వెనకంతా blue ముందు yellow తనలో తాను తిరుగుతూ... గుండ్రంగా తిరుగుతూ ఉన్నాయి. లైట్ బ్లూ రంగులో ఉన్న పువ్వురెబ్బలు నా మీద పడుతున్నాయి. అలా ఎంత సేపు పడ్డాయో!!

రంగులు....అంతా రంగులు....blue, dark blue, purple, yellow, green, white & red రంగులో వర్షం ఇంకా పడుతూనే ఉంది. Orange రంగు తీగలా వచ్చి మాయం అయ్యింది. ఆనందంగా ఉంది, మనసంతా ప్రశాంతంగా వుంది. కానీ నిదర రావడం లేదు. అంతా మెడిటేషన్ యే! ఇపుడు మనసుకీ, శరీరానికీ ఏ అలసటా లేదు. నాలో ఇంకా శక్తి ప్రవేశిస్తూనే ఉంది. అక్కడక్కడ మెరుపుతీగలు, బుగ్గన మెరుపుతీగలు, అరికాల్లో మెరుపుతీగలు. కుడి మోకాలుని ఎవరో చేతులతో సుతారంగా రాస్తున్నట్లు ఎంత హాయిగా ఉందో. చెవిలో మెరుపు తీగలు...చెవి లోపలకు పాకుతున్నట్లు ఉన్నాయి. తల లోపల పాకుతున్నాయి.

ఉన్నట్లుండి ఇజ్... అన్న శబ్దంతో fast గా వచ్చి నా కుడి చెవిలో ఏదో దూరింది. ఎడమ చెవిలో కూడా మెరుపుతీగలు, అక్కడక్కడా శరీరంపై మెరుపుతీగలు. నెమ్మదిగా ఎడమ చెవినుండి ఏదో గాలి బయటకు పోయింది.

నాకు 3,4 రోజుల నుండీ చీకట్లో అపుడపుడూ రెండు కళ్ళు నన్ను చూస్తూ, నన్ను గమనిస్తూ ఉండటం చూశా. అది ఎవరో, ఏమిటో అర్థం కాలేదు. తన

పెద్ద కళ్ళు, మొఖం మీద దట్టంగా జుట్టులా బొచ్చు. ఏవో చిన్న రెండు కొమ్ములు తప్ప ఏమీ అర్థం కావటం లేదు. నన్ను ఏమీ భయపెట్టడం లేదు. Just పెద్ద పెద్ద పసుపు కళ్ళతో నన్ను గమనిస్తూ ఉంది. అంతే! అది నా ముఖాన్ని ఆనుకొన్నంత దగ్గరగా వస్తుంది ఇపుడు.

అది ఏమిటో నాకు ఇపుడు అర్థం అయ్యింది. అది ఒక గుడ్లగూబ, చాలా క్లియర్‌గా కనిపిస్తుంది. దాని బొచ్చు brown, yellow రంగుల్లో వుంది. కళ్ళు yellow గా గుండ్రంగా పెద్ద పెద్దగా ఉన్నాయి. అవి రెండూ చెవులే అయినా, రెండు కొమ్ములల్లా ఉన్నాయి. దాని కళ్ళల్లో ఇన్నాళ్ళు ఎదురుచూపుల అలసట తీరినట్లుగా, నన్ను కలుసుకున్నందుకు ఎంతో ప్రేమ, సంబరం కనిపించింది. చాలా ప్రేమగా నా దగ్గరగా వచ్చి నాలో ఐక్యం (కలిసి) అయ్యింది. ఎంతో ప్రశాంతంగా ఉంది. ఈ మెరుపుతీగలు (tinglings) నుదుటిమీద, చెవిలో, ముక్కుమీద, తలలో, బుగ్గలమీద, కళ్ళల్లో, శరీరంలో.... పాకుతూ ఉన్నాయి.

ఈ ఎక్స్‌పీరియన్స్ అంతా అద్భుతంగా ఉంది. రంగుల వలయాలు తిరుగుతూ ఉన్నాయి. అలా దానిని ఆస్వాదిస్తూ ఎప్పటికో నిద్రపోయా.

2/11/12

పొద్దున్నే పక్కమీదనుండి లేవాలీ అనిపించడం లేదు. అలా ceiling వైపు చూస్తూ ఉన్నా. తెల్లగా.. దానిమీద yellow బాగా పులుముకుంటుంది. దానివెనకే గ్రీన్.....గోడలు, ceiling అంతా రంగులు నింపుకొంటున్నాయి. ధ్యానంకు కళ్ళు మూయనవసరంలేదు అనిపించింది. కళ్ళు రెప్పవేయడం కూడా మర్చిపోయి ceiling వైపు అలా చూస్తూనే ఉన్నా...చూస్తూనే ఉన్నా. ఏవేవో ఆలోచనలు. మంచి తల్లితండ్రులను ఎంచుకొని పుట్టినందుకు ఆనందం వేసింది. వారిద్దరూ తప్ప, నా చుట్టుపక్కల పెరిగిన వాళ్ళు అందరూ చెడ్డ మనుషులు.

నాకు టక్కున వేపాకుతో టీ చేసుకుతాగాలనిపించింది. నన్ను నేను cleansing (పవిత్రం/శుభ్రం) చేసుకోవాలనిపించింది. అవును, నిన్న శ్రీకృష్ణ, తారామతి కరివేపాకు మొక్కలు ఇస్తామని పిలిచి, వేపాకు కొమ్ములు చాలా ఇచ్చారు. నిన్న ఎందుకు ఇచ్చారా ఇవి అని అర్థం కాలేదు. లేచి స్నానం చేసి, టీ kettle లో

ఎంత ఆకు దుప్పి వేసానో నాకే తెలీదు. (ఒక నెల క్రితం నా పుట్టినరోజుకు కెవిన్ కొన్న glass (see through) kettle అది, మొదటిసారి వాడుతున్నా). వేపాకు టీ ఘుమఘుమలతో ఎంతో బాగుంది.

వేపాకు టీ తాగుతూ నిన్న జరిగిందంతా రాస్తూ ఉంటే left ear దగ్గర గుయ్.....న sound. Time చూస్తే 2pm అయ్యింది. మెడిటేషన్ కు టైమ్ అయ్యిందని లేచాను.

ధ్యానంలో కూర్చున్నా. మ్యూజిక్ పెట్టుకోవాలని లేదు. నిశ్శబ్దంగా, ప్రశాంతంగా చేసుకోవాలి అనిపించింది. అబ్బా!! తల అంతా నొప్పి, పట్టేసినట్లు ఉంది. మాడు అంతా నొప్పి. చాలా భారంగా, బరువుగా ఉంది. తల(మాడు) నుండి క్రిందకి అన్ని వైపుల నుండీ ఏదో జారుతున్నట్లు అనిపించింది. కొంచెం రిలీఫ్. అంతా ప్రశాంతంగా ఉంది ఇపుడు.

రంగులు కనిపించడంలేదేంటి ఈ రోజు అని ఒక ప్రశ్న. ఇదిగో ఇక్కడే ఉన్నాము అంటూ అన్ని రంగులూ వరుసపెట్టి లైన్లో నిల్చొని ఒకటిలా "|" కనిపించాయి, నిటారుగా. నా face లో చిరునవ్వు, నాలో ఊపు మొదలయ్యింది. కుండలిని దానికది activate అవుతూ పైకి వస్తుంది. పొట్టలో చిన్న కదలిక, గుండెలదగ్గరకు వచ్చేసరికి body నిటారుగా అయ్యి గాలి గట్టిగా పీల్చడం... అలా అది పైకి రావడం. నా శరీరం అంతా ఊగుతూనే ఉంది. సునాయాసంగా కుండలీని జరుగుతూనే ఉంది. ఇపుడు ఏమీ తెలీయటం లేదు.

పై నుండి క్రిందిదాకా పెద్ద గాలిగొట్టంలా గాలి వెళుతూ ఉంది నా లోకి. ఉన్నట్లుండి బయటకు అది తన్నుకువస్తుంది. దీనితో సంబంధంలేదు అన్నట్లుగా నా శరీరం ముందుకూ, వెనక్కూ ఊగుతూనే ఉంది. రంగులు అన్నీ కలిసి దూరమునుండి నావైపు సుడులు తిరుక్కుంటూ twister లా వచ్చి నాలో కలుస్తున్నాయి (ఐక్యం అవుతున్నాయి). ఈ అనుభూతి ఇంతకుముందు ఎపుడూ జరగలేదు. ప్రశాంతంగా అనుభవిస్తూ ఉన్నా.

ఈ రోజు ప్రొద్దున స్నానం చేసి red pant, white top (దాని మీద green ఏనుగులు 12) వేసుకొన్న. ఈ red & white తప్ప మిగిలిన రంగులు అన్నీ

నాలో సుడులు తిరుగుతూ వచ్చి ఐక్యం అవుతున్నాయి. శరీరం మాత్రం ఊగుతూనే ఉంది.

ఉన్నట్లుండి నా ముందు ప్రశాంతత. శరీరం ఊగడం లేదు. నిద్రావస్థ ఇది అనిపించింది. నెమ్మదిగా, కూర్చున్న body నిటారుగా అయ్యింది. ఊపిరి గట్టిగా...పీల్చి, తప్పున వదిలేస్తున్నా. ఊపిరి పీలుస్తున్నపుడు అది పై నుండి క్రింది దాకా సునాయాసంగా ప్రయాణిస్తుంది. అది ఊపిరితిత్తుల దగ్గర ఆగటం లేదు. ఏదో నాలో పై నుండి క్రింది దాకా ఒక గొట్టం ఉన్నట్లు అంతా పీల్చి నింపుకొంటున్నా. అంత గాలి ఒక్కసారిగా టప్ మని వదిలేస్తున్నా. మళ్ళి అంతగాలీ గట్టిగా పీలుస్తున్నా, ఒక్కసారిగా body jerk తో దాన్ని టప్ మని వదిలేస్తున్నా. శరీరం అంతా ఒక్కసారిగా జర్క్ ఇచ్చి force గా ఆ గాలిని వదిలేస్తుంది. అంత గాలీ ఆ చిన్న jerk తో ఎలా వదలగలుగుతున్నానో కూడా తెలియడం లేదు.

గట్టిగా గాలి పీల్చి క్రిందినుండీ పై దాకా గొట్టంలో గాలి నింపి ఒక గట్టికుదుపుతో గాలిని ఊ.... అని వదులుతున్నా. అలా నిఠారుగా కూర్చుని ఎంతసేపు అలా చేశానో .... నెమ్మదిగా ఉద్ధృతం తగ్గింది. మళ్ళా అంతా ప్రశాంతత. శరీరం అంతా బాగా అలసిపోయింది. చాలా భారంగా, బరువుగా ఉంది. శరీరం వంగిపోయింది సత్తువలేనట్లుగా. చాలా అలసటగా ఉంది. ఇక చాలు అన్నట్లు లేచాను. మేడమీద నుండి క్రిందకు దిగడానికి కూడా ఓపిక లేనంతగా శరీరం అలసిపోయింది.

ఇదంతా రాస్తూ ఉండగా పొద్దున మెడిటేషన్‌లోని సంఘటనలు గుర్తొచ్చాయి. దూరం నుండి రెక్కల్లా ఏవో ఎగురుతూ ఇటే వస్తున్నాయి. ఒకదానికి రెండు రెక్కలు, ఇంకోకటి.. దానికీ రెండు రెక్కలు. అలా చాలా జతల రెక్కలు ..... పక్షులు... ప్రాణభయంతో ఇటే ఎగిరి వస్తున్నాయి. ఏమయిందా అని దూరంగా చూస్తున్నా. మంటలు, భగభగమంటూ మొత్తం కాలిపోతుంది. ఏమి కాలుతుందో తెలీటం లేదు. దాని ముందు blue రంగు మాత్రం నా వైపు పరిగెడుతూ వస్తుంది. రాత్రి నిద్రావస్థలో చేసిన మెడిటేషన్‌లో సముద్రపు అలలు, ఎగసి ఎగసి పైకి పైకి పెరిగే పెరిగే చాలా ఎత్తుగా అలలకోటలా ఉంది అది.

సద్రుశ్య

చిన్నపుడు పెద్దమ్మ కూతురు నన్ను చీకటి గదిలో వేసి బంధించేది. ఎంత ఏడ్చినా, తలుపులు బాదినా తీసేది కాదు. నా జీవితం చీకటిమయం అయిందని చాలా ఏడిచేదానిని. నాలో ఒంటరితనం, భయం లేకపోవడం అప్పటినుండే అలవాటయ్యాయి. నన్ను ఇంతవరకూ ఎవ్వరూ ప్రేమగా చూసింది లేదు. మరి ఈ కొత్త అమ్మకు నేను ఎలా నచ్చానో, నన్ను వెతుకుంటూ వచ్చి నేను ఉన్నాను అంటూ నా చేత అక్షరాభ్యాసం చేయిస్తుంది ప్రకృతి ఒడిలో. నేను చనిపోయేముందు ఒక్కరికన్నా నేను నచ్చాను అని ఆనందంగా ఏడుస్తున్నాను. పొట్ట ఎగసి పడుతోంది. కళ్ళూ, ముక్కూ కూడా కారుతోంది. ఇన్నాళ్ళూ గుండెలో ఏదో బాధ. ఈ తృప్తి చాలు.

ఈ రోజు నా చెవులు చాలా sensitive గా ఉన్నాయి. నెమ్మదిగా, ప్రశాంతంగా ఉండాలని ఉంది. కెవిన్ పాటలు పాడుతుంటే ఎపుడూ ఎంజాయ్ చేసేదానిని. ఇపుడు తల పెలిపోతోంది. ఎప్పటినుండో చిన్నతనం నుండీ కోరిన కోరిక దేవుడు నాకు భర్తగా రావాలని. దేవుని లాంటి భర్త నాకు దొరకాలని. మరి కెవిన్ ఎవరు? ఏది ఏమయినా కెవిన్ కూడా నేను మారడానికి చాలా ఉపయోగపడ్డాడు. ఏ విషయంలోనూ నన్ను ఇబ్బంది గానీ, అభ్యంతరం గానీ పెట్టలేదు. నా health గురించి ఎక్కువ జాగ్రత్త తీసుకునేవాడు. కెవిన్ ఒక మంచి స్నేహితుడు. ఈ రోజు తను చూస్తే చాలా అందంగా కనిపించాడు. కెవిన్ నా భర్త అయినందుకు హ్యాపీగా అనిపించింది. ముందు ముందు నా జీవితం ఇతనితో ఎలా ముడిపడి ఉందో!

Kevin ను కూడా మెడిటేషన్ చెయ్యమని ఎంకరేజ్ చేస్తున్నా. నేనూ నీలా అవుతానేమో అని భయంగా ఉంది అన్నాడు. నేనెలా ఉన్నా అన్నా. ఏదోలా ఉన్నావు quite గా అన్నాడు. Next 2,3 days లో ఇంకా ఏమన్నా మార్పులు వస్తే భయపడవద్దనీ, నన్ను disturb చెయ్యవద్దనీ చెప్పాను. నేను ఏమి చేసినా నన్ను ఆపవద్దు అని చెప్పా.

నాకు చిన్నప్పటి నుండీ మరొక కోరిక. నాకు బిడ్డ అంటూ పుడితే వాడు మంచి పేరు తెచ్చుకొని అందరికీ మంచి చేస్తూ అందరిలో గుర్తింపు పొందే వాడిగా ఉండాలని. కాలపురుషుడు పుట్టాలని. ప్రపంచాన్ని save చేయగలిగే వాడే నా కడుపున పుట్టాలని. ఇంత వింత కోరిక ఉన్నది కాబట్టే ఇప్పటిదాకా పిల్లలు లేరు నాకు. దేవుడు భర్తగా రావడం ఏమిటో? కాలపురుషుడు కొడుకుగా పుట్టడం

ఏమిటో? అసలు చిన్నప్పటి నా ఈ కోరికలు ఇపుడు ఎందుకు గుర్తుకు వస్తున్నాయో?

03/11/12

నిన్న రాత్రి కూడా నిటారుగా పడుకున్న పొట్టమీద చేతులు వేసుకొని. మామూలుగా నాకు పక్కకు పడుకోవడం అలవాటు, కానీ నేరుగా పడుకోవాలని అనిపించింది.

నా చెవులు చాలా సెన్సిటివ్ గా ఉన్నాయి. బయట(garden) భూమిలో ఉన్న పైపుల్లో వాటరు ప్రవహిస్తుంది. కొద్దిసేపటికి sprinklers ఆన్ అయ్యాయి. దూరంగా (ఇంటి వెనక ఇళ్ళులు లేవు. ఇరువైపు ఉన్న ఇళ్ళు అమ్మకానికి పెట్టి ఉన్నాయి. ఖాళీ) ఎవరో భార్యాభర్తలనుకొంటా పోట్లాడుకుంటున్నారు. దూరంగా ఉన్న Highway లో వెళుతున్న ప్రతీకారు సౌండ్ నాకు వినిపిస్తుంది. రోడ్డు నాముందరే ఉన్నట్లు ఉంది. ప్లేన్ నా తలమీద నుండి పెద్ద శబ్దం చేస్తూ ఎగురుతూ పోతుంది.

నాకు ఇపుడు indigo(magenta) రంగు కనిపిస్తుంది. రంగు చాలా అందంగా ఉంది. ఉన్నట్లుండి నా ఎడమ చెవిదగ్గర ఏదో sound ఇస్..... స్... అది నా చెవిలో దూరింది. ఎడమ అరికాలులో మెరుపుతీగలు. తొడ, యోని భాగం దగ్గర చక్కిలిగింతలు పెడుతున్నాయి ఈ మెరుపుతీగలు. పొట్ట, చెయ్యి, చెస్ట్, చెవి, మెడ, ఎడమకన్ను, నుదురు అంతా మెరుపుతీగలు. నుదుటి దగ్గర కూడా చక్కిలిగింతలు పెడుతున్నాయి. చెవినుండి బయటకు వస్తున్నాయి మెరుపుతీగలు పాక్కుంటూ, పాక్కుంటూ. ఇదే ఎక్స్పీరియన్స్ నాకు నిన్నంతా కుడివైపున జరిగింది. నా పిరుదులదగ్గర, వెన్నెముక క్రింది భాగంలో కొంచెం నొప్పి. పొట్టలో ఎదో కదలిక. అది గుండెకు చేరింది. భుజాలు, గొంతు, నుదురు, తల...తలమీద తీగలు నాట్యం చేస్తున్నాయి. నిదురలోకి వెళుతున్నా...అపుడపుడు మళ్ళా రంగులు కనిపిస్తే మేలుకొంటున్నా.

తల సరిచేసుకున్నా, భుజాలు సరిచేసుకొన్నా, కాళ్ళు, చేతులు సరిచేసుకొని కొంచెం సర్దుకొని పడుకున్నా. కాసేపటికి నా చెవులనుండి (flight దిగివస్తే చెవుల దిబ్బళ్ళు వదిలినట్లు) గాలిపోయ్యి టప్పున open అయ్యాయి.

<hr>

　　　　　　　　　　　　　　　　　　　　సద్రుశ్య

రాత్రి కూడా పడుకోనేముందు వేపాకుతో టీ చేసుకొని తాగా. శరీరం అంతా cleansing అయినట్లు అనిపిస్తుంది. ఈ రోజు బాగా నిద్ర పట్టింది. పొద్దుటేలేచి స్నానం చేసి రెడీ అయ్యి ఫ్రెష్‌గా వేపాకుతో టీ పెట్టుకుని తాగుతున్నా. ఏమీ తినాలని లేదు.

అమెరికాలో వేపాకు దొరకడం ఏమిటో. శ్రీకృష్ణా, తారామతి వాళ్ళు నన్ను పిలిచిమరీ వేపాకు ఇవ్వటం ఏమిటో? వేపాకు వాసన తగలగానే నాలో ప్రాణం లేచివచ్చినట్లయ్యింది. వేపాకు చూడగానే టీ పెట్టుకు తాగితే బాగుండు అనిపించింది. తారామతి కూడా నాతో అదే చెప్పింది. నా మనసులో మాట మీకెలా తెలిసింది అని ఆమెను హృదయానికి హత్తుకున్నాను. మా అమ్మ నా చిన్నతనంలో వేపాకు చిగురును గోళీలుగా చేసి నాకు తినిపించింది అని చెప్పాను.

టీ తాగుతుంటే చాలా చేదుగా ఉంది రుచి. కానీ అదే తాగాలని అనిపిస్తుంది. నా body clean అవుతున్నట్లు అనిపిస్తుంది. అది తాగుతుంటే గమ్మత్తుగా ఉన్నాయి నా face లో expressions.

నా ఎడమకాలు, చెయ్యి, పొట్ట, భుజం, చెవి, మెడ, దవడ, బుగ్గ, కనుబొమ్మ అంతా మెరుపుతీగలు. నుదిటి దగ్గర మాత్రం బాగా చక్కిలిగింతలు పుట్టిస్తున్నాయి. మెడ, తల(మాడు) దగ్గర వాటిపని అవి చేసుకుపోతూ ఉన్నాయి. Body లో ఏదో శక్తి travel చేస్తూ ఉంది.

పొట్టలో ఏదో కదలిక. ఇపుడు నా పేగులన్నీ క్లియర్ అయ్యి clean గా కనిపిస్తున్నాయి. అంతా clear blue గా, clear water లా ఉంది. పేగులు క్లియర్‌గా గ్లాసు గొట్టాల్లా కనిపిస్తున్నాయి. అక్కడ అంతా ఏ అడ్డూ లేకుండా ప్రశాంతంగా light blue రంగుల్లో మెరుస్తూ ఉంది. నా తలలో అంతా కూడా క్లియర్‌గా ఉంది. ఏవో డిజైన్స్ కనిపిస్తున్నాయి. సన్నని, చాలా సన్నని గీతలతో. అవి చాలా complex గా ఉన్నాయి. ఏమిటో తెలీడం లేదు, కానీ డిజైన్ చాలా పొందిగ్గా క్లియర్ గా ఉంది. ఆ డిజైన్ సన్నని, చాలా సన్నని తీగలతో అందంగా ముగ్గువేసినట్లు ఉంది. మనసుతో పాటు body కూడా cleansing అయ్యింది.

4 రోజుల క్రితం మెడిటేషన్‌లో నేను 2 కిలోలు తగ్గితే ఈ మెడిటేషన్‌ని నమ్ముతా అనుకున్నా. అందుకే కాబోలు ఈ cleansing. నా మీద నాకే జాలిపడాలో,

బాధపడాలో...? శక్తి నన్ను వెతుక్కుంటూ వస్తే, ఆమెనే నేను పరీక్షిస్తున్నా. అన్నీ తెలిసిన ఆమె నాదగ్గరకు వస్తే, ఇంకొక ఏమీ తెలియని గురువుని వెతకటానికి ప్రయత్నించా. ఎంత అజ్ఞానంగా ప్రవర్తించానో కదా! నాకు అక్షరాభ్యాసం చేయిస్తున్న గురువుని గుర్తించలేకపోయాను.

ఇన్నాళ్ళూ నాకు తెలివి లేదనుకున్నాను. కానీ అమ్మ నాకు దగ్గర ఉండి తన వళ్ళో నన్ను కూర్చోపెట్టుకుని అన్నీ నేర్పిస్తుంది. ఇంకా చాలా నేర్చుకోవాలి. అమ్మ చెప్పినవన్నీ నెమరువేస్తున్నట్లు ఉంది ఇలా రాస్తుంటే.

పాపం భారతి మెడిటేషన్ నేర్చుకోవడానికి ఒక మాస్టారును ఎంచుకొని, వేలుకి ఫ్లగ్గులు అతికించుకొని మైండ్ రీడింగ్స్ తీసుకుంటూ, అతని బూటకపు మాటలు వింటూ, అదే నిజమనుకొని శక్తి వస్తుందని, దానిని తప్పుదోవ పట్టిస్తూ. ఈ మనుషులు ఎప్పటికి మారుతారో కదా! ఈ దొంగ స్వాములూ, దొంగ గురువులూ ఎప్పటికి మారుతారో? ఈ ప్రపంచాన్ని మార్చాలి. అందరిలో మార్పుతేవాలి. మంచి మనుషులకే స్థానం ఇవ్వాలి. చెడుని నాశనం చెయ్యాలి. ఆనందంగా, ప్రశాంతంగా, కేరింతలతో బ్రతకటం నేర్పించాలి. వస్తుంది, మార్పు తప్పకుండా వస్తుంది. ఈ చెడ్డ మనుషుల తిక్క కుదురుతుంది.

రాస్తూనే ఉన్నా...నా body ఊగుతూ ఉంది. అపుడపుడు ఎక్కడో చూస్తున్నా. ఏమి చూస్తున్నానో తెలీటం లేదు. దేనినీ ప్రత్యేకించి చూడటం లేదు. కళ్ళు ఆర్పకుండా అలా చూస్తూనే ఉన్నా. బాడీ ఊగుతూనే ఉంది. శక్తి నాలో ప్రవహిస్తూ ఉంది. శరీరం అంతా జిమ్ జిమ్.... తల కొంచెం నొప్పి. ఊపిరి తీసుకోవడం కూడా మర్చిపోతున్నాను. అయినా బ్రతికే ఉన్నా. ఏ బాధ లేదు. గాలి గుర్తుకు వచ్చినపుడు పీల్చుకుని నాలో స్తంభిస్తున్నాను.

కెవిన్ తోటి ఈ మధ్య అంటూ ఉండేదాన్ని. "ఈ జన్మకి ఏమి సాధించాలో తెలీటం లేదు. ఎవ్వరికోసం బ్రతకాలో తెలీదు. నామీద ఎవ్వరూ depend అయ్యిలేరు, నేను వారికోసం బ్రతకటానికి. ఇక ఈ జీవితం మీద interest లేదు. నేను ఈ క్షణం చనిపోయినా నాకు బాధ లేదు. నాకు త్వరగా చనిపోవాలని అనిపిస్తుంది అని, నాకు తినాలనిపించినవన్నీ తింటూ ఉంటే, అలా తింటే త్వరగా పోతావు అనేవాడు. దానికే కదా ఈ ప్రయత్నమంతా అనేదాన్ని."

చిన్నప్పటి నుండీ మనసులో ఆలోచన. నాకూ, పిరమిడ్‌కూ ఏదో సంబంధం ఉన్నదని. పెద్దక్కతో, ఫ్రెండ్స్‌తో కూడా అనేదాన్ని, నేను పూర్వజన్మలో ఈజిప్ట్‌లో పుట్టానేమో అని. నేను ఈజిప్ట్‌కు వెలితే ఆ తరువాత చనిపోతాను అని. అయితే చూడవలసినవన్నీ చూసి, కోరికలన్నీ తీర్చుకుని last లో Egypt కు వెళ్ళు అనేవాళ్ళు ఫ్రెండ్స్. నాకూ, పిరమిడ్‌కూ ఉన్న సంబంధం ఇప్పుడు అర్ధం అయ్యింది. నేను ఈ జన్మ ముగించి కొత్త జన్మ ఎత్తుతున్నాను. శక్తిఅమ్మ నాకు కొత్త ప్రాణం పోస్తుంది. ఈ జీవితం ఆమెదే. ఆమే నన్ను నడిపిస్తుంది. ఇక ఏమి జరిగినా ఆమె నడిపించిన నడకే.

నాకు నోట్లో అన్నం పెట్టి పెంచిన మనిషి పెద్దక్క తనను నాకు call చెయ్యవద్దు అన్నా. అలా అన్నందుకు చాలా బాధగా ఉంది. గుండె పిండేసినట్లు అనిపిస్తుంది. గుర్తొచ్చి కళ్ళవెంట ధారాపాతంగా నీళ్ళు కారుతున్నాయి. అయినా ఫోన్ చేసి మాట్లాడాలి అని అనిపించడం లేదు. పాపం నా గురించి తను ఏమనుకుంటుందో. నన్ను క్షమించు విజయక్కా! కన్నీళ్ళు కారిపోతూ ఉన్నాయి. బాధగా ఉంది.

రేపేంటో నాకు ముందే తెలుస్తుంది. ఏమి జరగబోతోందో తెలుస్తుంది. నా చెవులకు వినిపిస్తున్నాయి. నా కంటికి కనిపిస్తున్నాయి. ఒకప్పుడు బ్రహ్మంగారికి కాలజ్ఞానం ఎలా తెలిసింది? నాకూ తెలిస్తే బాగుండు అనుకునేదాన్ని చిన్నతనంలో. అది ఏమిటో ఇపుడు నాకు తెలుస్తుంది. కెవిన్‌కు నిన్న చెప్పా, నువ్వు బ్రతకాలి అనుకుంటే ఈ ఊరు వదిలిపెట్టి వెళ్ళిపో అని.ఫ్లోరిడా మునిగిపోబోతోంది త్వరలో.

న్యాయాన్ని మంటలు తరుముకుంటూ వస్తున్నాయి. మంటలను ఆర్పాలి, న్యాయాన్ని కాపాడాలి. నాకు తోడుగా ఎవరు మిగులుతారో చూడాలి. మంచి మనుషులను జల్లెడవేసి పైకి లేపాలి. కాపాడాలి. నేను ఇంకా ఊగుతూనే ఉన్నాను. కుండలినీశక్తి నాకు తెలికుండా దానిపని అది చేస్తూనే ఉంది. గుండె దగ్గరకు వచ్చినపుడు మాత్రం కొంచెం ఊపిరి తీసుకుంటున్నా.

ధ్యానం మొదలెట్టాను, ప్రశాంతంగా నిద్రావస్థలా ఉంది. కొద్దిసేపటికి నా ఊపిరి నాకు వినిపిస్తుంది. గట్టిగా, ఇంకొంచెం గట్టిగా పీలుస్తున్నాను. శ్వాస చాలా గట్టిగా పీలుస్తున్నాను. ఇంకా గట్టిగా పీలుస్తున్నాను, వదులుతున్నాను.

నా చేతులు, హస్తాలు sensitive గా అవుతున్నాయి. పాదాలు తిమ్మిర్లుగా sensitive గా అవుతున్నాయి. గాలి, శ్వాస గట్టిగా పీలుస్తున్నాను, ఒక్కసారిగా

టప్ఫన వదిలేస్తున్నా. నిన్నటిలాగే అంతగాలీ ఒక్కసారిగా బైటకు ఎలా వెళుతుందో అర్థం కావటం లేదు. శ్వాస చాలా ఉద్ధతంగా ఉంది. ఒక్కసారిగా ఊహు... అని వదిలేస్తున్నా. అలా కొంతసేపు అయ్యాక ఆవేశం తగ్గింది. ఇపుడు శ్వాస మామూలుగా, ప్రశాంతంగా ఉంది. మళ్ళా నిద్రావస్థ. తల పైకి వెళుతుంది. రంగులు కనిపిస్తున్నాయి. నాలో ఏదో శక్తి ప్రవహిస్తుంది. ఒళ్ళంతా కుండలిని దానిపని అది చేసుకొంటోంది. అది గుండె దగ్గరకు వచ్చినపుడు మాత్రమే తెలుస్తుంది. అక్కడక్కడ మెరుపుతీగలు.

పొట్టలో ఏదో కదలిక. ఒళ్ళంతా గాలి నింపుకుంది. కాళ్ళు తిమ్మిర్లు ఎక్కినట్లు ఉంది. ఉన్నట్లుండి నా ఎడమ కన్ను క్రింద, రెప్ప కొనకుళ్ళో ఏదో జిల. గీరుకోవా లని ఉంది. కానీ వద్దు ఏమి జరుగుతుందో చూద్దాం, గమనిద్దాం అనిపించింది.

నొప్పి, జిల కొంచెం తగ్గి రంగులు కనిపించాయి. మళ్ళా కాసేపటికి మళ్ళీ జిల మొదలైంది. మంట పుడుతుంది. బాగా నొప్పిగా, జిలగా ఉంది. అక్కడ ఎర్రగా మండుతుంది. బాగా మండిపోతోంది. నొప్పి, బాధ.....భరించకుండా ఉంది. అమ్మా... తండ్రీ.... నొప్పి.... చాలా మంటగా ఉంది. అమ్మా.... పిలుస్తున్నాను, మనసుతో. మళ్ళా రంగులు మేము ఉన్నామంటూ, నా వైపుకే వస్తున్నాయి. ప్రశాంతంగా వచ్చి నా కంట్లో ఐక్యం అవుతున్నాయి. అవి నా కంట్లో కలుస్తున్న కొద్దీ మంటలు తగ్గుతున్నాయి. నెమ్మదిగా మంట, బాధ, నొప్పి, జిల అంతా మాయమయింది.

మళ్ళా కాసేపు నిద్రావస్థ లో ఉన్నా. మళ్ళా సన్నగా జిల నా ఎడమకన్ను క్రిందిరెప్ప కనుకొనకలల్లో. నా కుడికాలి బొటనవేలు దగ్గర చిన్న వెచ్చని ప్రకంపన. నా ఎడమకంటికి, కుడికాలికి ఏదో connection ఉన్నట్లు.

మళ్ళా ప్రశాంతత, నిద్రావస్థ. ఏదో సాలిగూడులా design కనిపిస్తుంది. అది రెండుగా విభజింపబడింది. అలా రెండూ సెపరేట్ అయి దూరంగా జరిగిపోయాయి. తల అంతా పైకి వెళ్ళింది. రంగులు కనిపిస్తున్నాయి. కొద్దిగా ఊగుతున్నాను.

నాకాళ్ళు తిమ్మిర్లు ఎక్కినట్లు అనిపిస్తే గొంతుసవరించుకుని, సర్దుకుని కూర్చొని, ఒక గుటకవేసి కాళ్ళు మడిచి, చేతులతో కాళ్ళని బంధించి పట్టుకున్నాను. ఊపు

కుడికి ఎడమకు అంటే North కూ South కూ ఊగటం మొదలైంది. ఇంకా speed గా ఊగుతున్నాయి. అది ఎలా ఉన్నదంటే ఉయ్యాల ఊగుతున్నట్లు.

ఒక బకెట్‌లో నీళ్ళు పోసి దానిని పక్కలకు ఊపినట్లుగా ఉంది. నాలో ఉన్న నీరంతా పాదరసంలా అన్ని అవయవాలకూ balance చేస్తూ, అన్ని body parts కూ సమానంగా పంచుతూ ప్రవహిస్తూ ఉంది. అలా స్పీడ్‌గా ఊగుతూనే ఉన్నాను. నాలో నీరు ఉద్యుతంగా ఉంది. ఉరకలు వేసుకుంటా ఉన్నా, ప్రశాంతంగా అన్ని భాగాలకూ సమానంగా పంచుతూ ప్రవహిస్తూ ఉంది. అన్ని భాగాలూ balance అయ్యాక నా ఊపుడు కొంచెం తగ్గింది.

మనసు నిద్రావస్థలోకి వెళ్ళింది. కాళ్ళు మళ్ళా సరిచేసుకుని మామూలుగా కూర్చున్నాను.

తల పైకి వెళ్ళింది. ఉన్నట్లుండి నాలో శక్తి మళ్ళా ప్రవహిస్తూఉంది. శక్తి అన్ని భాగాలనూ తాకుతూ జిమ్ జిమ్ అంటుంది. శరీరం అంతా తేలిక అవుతుంది. సన్నగా ఊగడం మొదలెట్టా. ఈ సారి East కూ, West కూ అంటే ముందుకూ వెనుకకూ, అది ఉయ్యాలలా ఉంది. నా body లో ఉన్న నీరంతా పాదరసంలా ఊగుతూ ఉంది slow గా. ఊపు పెద్దదయింది. నీరంతా speed గా ఊగటం మొదలెట్టింది. అన్ని అవయవాలు అంటే అన్ని శరీర భాగాలను తాకుతూ, అన్నిటికీ సమానం చేస్తూ ప్రవహిస్తూ ఉంది. బాగా ఉద్యుతంగా ఉంది. అన్ని భాగాలనూ నింపాక ఉద్యుతం తగ్గింది. మళ్ళా ప్రశాంతంగా ఉంది.

మళ్ళా నిద్రావస్థ. నాలో శక్తి ప్రశాంతంగా ఉంది. ఇపుడు ఏ బాధా లేదు. అంతా ప్రశాంతంగా ఉంది. ఇక చాలు అనిపించింది.

4/11/12

రాత్రి కాసేపు Kevin తో కలిసి Xbox మ్యూజిక్‌తో dance చేసి ఫ్రెష్‌గా స్నానం చేసి పడుకున్నాము. చాలా మత్తుగా అలసిపోయినట్లుగా ఉంది. ధ్యానం లోకి వెళతానేమో అని నేరుగా పడుకున్నాను, కానీ నిదరే dominate చేస్తుంది. పక్కకు తిరిగి పడుకుని నిదరపోయాను.

అర్ధరాత్రి మధ్యలో మెలకువ వచ్చింది. టైం కూడా చూడాలని లేదు. కళ్ళు మూసుకుని మెడిటేషన్ మోడ్ లో ఉన్నా. తెలీకుండానే వెల్లకిలా పడుకున్నా. పొట్టమీద నా రెండు హస్తాలూ పెట్టుకుని ఒక శవంలా ఉన్నా.

రంగులు... ఒక పేజీ అంతా ఒక రంగు, దానిని నెట్టుకుంటూ మరొక రంగుతో ఆ పేజీ నిండిపోవడం. దానిని తోస్తూ మరొక రంగు దానిని నింపేయడం. ఏదో గుయ్...న పొట్టలో అనుకుంటా దూరినట్లు అనిపించింది.

నా కళ్ళముందు బంగారం మిల మిలా మెరిసిపోతూఉంది. తళతళ లాడుతుంది. ఏమిటా అని క్లియర్‌గా చూశా. ఉదయపు కాంతుల్లో ఉన్న నీరు. భలే గమ్మత్తుగా మెరుస్తుంది. అక్కడ ప్రశాంతంగా ఉంది. సెలయేరులా, వయ్యారంగా, ప్రశాంతంగా పరవళ్ళుతొక్కుతూ పారుతూ ఉంది. ఎత్తయిన కొండల మీదనుండి క్రిందికి ప్రవహిస్తుంది.

నా తల వెనక భాగం నుండి తెరలు తెరలుగా గాలి, నా చెవుల మీద నించి ముఖం ముందునించి వచ్చి blue రంగులో ఉన్న మొగ్గకు పువ్వురేఖలుగా తెరలు తెరలుగా, అలలు అలలుగా అల్లుకుంటూ ఉంది. గత రెండు మూడు రోజుల నుండీ ఇలాగే బ్లూ మొగ్గ నా ముందు ఉన్నట్లు, నా తల వెనుకభాగం నుండి చెవులు, ముఖం మీదగుండా గాలి ప్రశాంతంగా వీస్తూ మొగ్గకు రేఖలుగా అమరుతూ ఉన్నాయి.

నా పొట్టలో ఏదో కదిలింది. బాగా టాయిలెట్‌కు వస్తున్నట్లు అనిపించింది. మళ్ళా కాసేపు రంగులు. మళ్ళా toilet వస్తున్నట్లు. మళ్ళా గాలి రెక్కలతో నింపుకుంటున్న blue మొగ్గ. టాయిలెట్ వస్తున్న ఫీలింగ్, మరలా సెలయేరు ప్రశాంతంగా.. మళ్ళా టాయిలెట్ వస్తున్న ఫీలింగ్.

ఉన్నట్లుండి నా పొట్టలో సౌండ్, flash light వేసి వెతుకుతున్నట్లు...ఎక్కడ, ఎక్కడ, ఎక్కడ అని. ఏమి వెతుకుతుందో, దేనికోసం వెతుకుతుందో అర్థం కాలేదు. అలా శవం లాగానే పొట్టమీద చేతులు వేసి పడుకునే ఉన్నాను. పొత్తికడుపు

దగ్గర ఏదో కదలిక. ఇంకా ఎక్కడ ఎక్కడ అంటూ ఏదో వెతుకుతుంది. నా కళ్ళ ముందు ఏదో complex designs కనిపిస్తున్నాయి. అవి ఏమిటో అర్థం కావటం లేదు. తల్లి నాకున్న చిన్ని బుర్రకు అవి ఏమిటో అర్థం కావటం లేదు, నాకు కొంచెం తెలివిని ప్రసాదించు అనుకుంటున్నాను. అది తెలుసుకోవటానికి ఇంకా time ఉంది ముందు ముందు తెలుసుకుంటాను అనిపిస్తుంది. ఎడమ చెవికీ, forehead కూ పై భాగంలో విపరీతమయిన నొప్పి. అక్కడ ఏదో జరుగుతుంది.

కాసేపు రంగులు. క్రింద యోని కొంచెం వేడిగా అవుతుంది. పొత్తికడుపు వేడెక్కింది. ఇంకా ఏదో వెతుకులాట. కొంత గ్యాస్ దబదబ మని బయటకు వచ్చింది ఆ వేడికి అనుకుంటా. ఏదో సిగ్నల్ ఇస్తున్నట్లు. ఎందుకో తెలీదు, జిల కూడా లేదు కానీ ఉన్నట్లుండి నా చేతుల వేళ్ళ గోళ్ళతో నా యోని పెదవుల మీద బరబరా గీరాను, మరలా ఏదో సిగ్నల్ ఇస్తున్నట్లుగా. ఆ....ఏదో దొరికింది. నా పొత్తికడుపు అంతా వేడి. మరలా కొంత గ్యాస్ రిలీజ్ అయ్యింది. బాగా మత్తుగా ఉండి ప్రక్కకు తిరిగి పడుకుని నిద్రపోయాను.

పొద్దుట లేవంగానే వేపాకు గుర్తొచ్చింది. వేపాకుతో టీ చేసుకుని తాగాలని లేచి రెడీ అయ్యి వేపాకు దూసి టీ పెట్టుకున్నా.

రాత్రి ఇంకోటి కూడా కనిపించింది. అంతా round గా నీళ్ళు. ఆ నీళ్ళ చుట్టూతా చేపలు బ్లూ రంగులో తిరుగుతూ ఉన్నాయి. రౌండ్‌గా సర్కిల్‌లా తిరుగుతూ ఉన్నాయి. ఉన్నట్లుండి కళ్ళు, కళ్ళు... అన్నీ కళ్ళే. అంతా కళ్ళతోటే నిండిపోయింది. మనిషి కళ్ళు కాదు, చేప కళ్ళు అనుకుంటా. రౌండ్‌గా ఉన్నాయి మొత్తం కళ్ళు.

ధ్యానంలో కూర్చున్నా. గుండె కొంచెం పట్టేసినట్లు ఉంది. శ్వాస బాగా పీల్చి వదులుతున్నాను. కాసేపటికి శ్వాస బాగా పీల్చి ఊ... అని వదులుతున్నాను. నిన్న ఉన్నంత ఉద్రుతంగా ఈరోజు పీల్చడం లేదు. ఒళ్ళంతా ఏదో జిమ్ జిమ్ అంటుంది. ఒళ్ళంతా ఏదో ట్రావెల్ చేస్తూ ఉంది. ఎడమకన్ను క్రింది రెప్ప కనుకొనకుల్లో చిన్న మంట. కుడికాలు పాదం మీద ఎలక్ట్రిక్ షాక్ లా... కాళ్ళు, body అంతా మొద్దుబారినట్లుగా అయ్యింది. కాళ్ళు పైకి ముడుచుకుని కూర్చున్నా. ఇపుడు రంగులు కనిపిస్తున్నాయి.

కాసేపలా ఉండి సర్దుకుని కూర్చున్నా. గొంతుసవరించి ఒక గుటకవేసి కూర్చున్నా. ఈ సారి గాలి బాగా పీల్చి బాగా వదులుతున్నా. గమ్మత్తు ఏమిటంటే ఆ గాలిని నా ముక్కు ద్వారా పీల్చటం లేదు. ఎక్కడినుండో కూడా తెలియటం లేదు. నా గొంతు అనుకుంటా గాలి పీల్చుకుంటుంది. body లో అంతా గాలిని నింపి అది నా గడ్డం చివరి భాగం అంటే నా chin నుండి గాలిని వదిలేస్తుంది. ఈ అనుభవం చాలా గమ్మత్తుగా, విచిత్రంగా ఉంది.

గొంతునుండి గాలి పీల్చటం నా chin నుండి గాలి వదిలేయటం. గొంతు సవరించుకుని ఒక గుటక వేశా. మళ్ళా కాసేపు గాలి గట్టిగా పీల్చి వదులుతున్నాను, మామూలుగా.

నా శరీరం ముందుకూ, వెనకకూ ఊగుతుంది. కడుపు నిండినట్లు త్రేపు వచ్చింది. ముందుకూ, వెనక్కూ ఊగుతున్నా.

నా తల మీదా, ముఖం మీదా, బుగ్గల మీదా, మెడ మీదా, body లో అక్కడక్కడా, నా పిరుదుల క్రింద భాగంలో అంతా మెరుపుతీగలు. నా పిరుదులనిండా మెరుపుతీగలు. బుగ్గలలో, మెడమీద మెరుపుతీగలు. మళ్ళా ఒక గుటక వేసి సర్దుకుని కూర్చున్నా, గొంతు సవరించుకొని. అన్ని రంగులూ కలిసి strainer లో పోసినట్లు అవి అన్నీ కలిసి వచ్చి నా ఎడమకన్ను కొనకుల నుండి నాలో కలిసిపోయాయి. రంగులన్నీ నాలో ఐక్యం అయ్యాయి.

నా body మళ్ళా ఊగటం మొదలెట్టింది. ఈ సారి round గా సుడిగుండంలా, tornado లా ఊగుతున్నాను. నాలో ఉన్న గాలంతా నా body parts కు సర్దుతున్నాను. అన్ని parts ను గాలితో నింపుతున్నాను. చాలా ఉద్యతంగా తిరుగుతున్నాను. నా జడకూడా నా వీపున కదులుతూ తెలుస్తుంది. నా జడ కదలికలను బట్టి తెలుస్తుంది, నేను ఎంత fast గా సుడిగాలిలా తిరుగుతున్నానో. నాలో ఉన్న గాలిని అన్ని భాగాలకూ పంపుతూ, నింపుతూ, అంతా గాలితో సమానం చేస్తున్నాను. అన్ని భాగాలూ నిండిన తరువాత నా body కొంచెం శాంతించింది.

ఇపుడు చాలా ప్రశాంతంగా ఉంది. చాలా నిర్మలంగా, నా ఊపిరి కూడా నాకు వినిపించటం లేదు. చాలా ప్రశాంతంగా ఉంది. ఇక ఈ రోజుకు ఇది చాలు

అనిపించింది. నా బుర్రకు తృప్తి అనిపించక ఇంకా ఏమి జరుగుతుందో అని మొండికేసి అలానే కూర్చున్నా.

సన్నగా ముందుకూ, వెనక్కూ ఊగుతున్నా. అది చాలా ప్రశాంతంగా ఉంది. అమ్మ తన ఒడిలో నన్ను నిద్రపుచ్చడానికి ఊపినట్లుగా ఉంది. భలే ఉంది. అమ్మ నన్ను తన ఒడిలో పెట్టుకుని నిద్రపుచ్చడానికి try చేస్తుంది. మనసంతా ప్రేమగా ఉంది. అలా కూర్చునే నిద్రపోయా.

ఎంత మంచి నిద్రో. చాలా ప్రశాంతంగా ఉంది. ఒడిలో వెచ్చగా, చల్లగా, ఆనందంగా, ప్రశాంతంగా నిద్రపోతున్నా. ఆ నిద్రలో కల కూడా... నేను గాలిలో లేచి కళ్ళు తెరిచే సరికి మంచం మీద ఉన్నట్లు. కూర్చుని నిద్ర, నిద్రలో కూడా కల... ఏమిటిలా అనిపించింది. మెలకువ వచ్చింది. మళ్ళా ఈ లోకంలోకి వచ్చి చూస్తే ఎక్కడ కూర్చుని ఉన్నానో అక్కడే ఉన్నాను. ఇక చాలు అని లేచాను.

5/11/12

పడుకునే ముందు నా నడుము క్రింది భాగంలో buttocks లోపల బాగా నొప్పిగా ఉంది. ఎవరో గొడ్డలితో వెన్నెముక మీద కొట్టినంత నొప్పి.

యధావిధిగా మధ్య రాత్రిలో మెలకువ వచ్చింది. నా body నాకు తెలీకుండానే నేరుగా పడుకుని ఉంది, పొట్టమీద చేతులువేసుకుని. Left ముక్కు క్రింది భాగంలో చాలా జిలగా ఉంది. గీరుకోవాలీ అన్నా చేతులు పైకి లేవటం లేదు. అలాగే శవంలా పడివున్నా. కదలటం లేదు. తలపైన తీగలు. పొత్తికడుపులో వెచ్చదనం. నా మూతిపై, పెదవి చివర చాలా sensitive feeling. ముక్కుదగ్గర బాగా జిలగా ఉంది. ఎడమకన్ను కొనకుళ్ళో మొన్న fire, నిన్న రంగులు ఆ భాగం కొంచెం సున్నితంగా ఉంది. పొత్తికడుపులో కొంచెం వెచ్చగా ఉంది.

నిన్న అది కనిపెట్టిన స్థలం దగ్గర ఏదో వెచ్చగా, ఎక్కడ ఉందో కనుక్కున్నాలే అన్న సంబరంతో ఉరకలు వేస్తూ నా శరీరం క్రింది నుండి నా తల పైకి పరిగెట్టింది. నా body అంతా జిమ్... జిమ్... జిమ్... అంది. నా body కూడా దాని ఆనందానికి rhythmic గా ఉయ్యాలలా, గాలి తెరలా, ఒక అలలా,

ఒక పాటలా అలా ఊగింది. Feeling భలే గమ్మత్తుగా ఉంది. ఇది ఒక కొత్త అనుభూతి.

Body లో అంతా ఏదో ప్రవహిస్తుంది. Body అంతా జిమ్ జిమ్ జిమ్ లాడుతుంది. ఏదో చాలా ప్రవహిస్తుంది. ఆ తరువాత నా కాళ్ళు ఫీలింగ్ తెలియటం లేదు, చేతులు తెలియటం లేదు, పొట్ట తెలియటం లేదు. అంతా ఒక్కటే. ఏ body part feeling నాకు తెలియడం లేదు. Ex: ఒక ball లా, ఒక ముద్దలా ఉన్నా. ఒక balloon లా ఉన్నా. అంతా తేలికగా ఉంది. నాలో జిమ్ జిమ్ అని ఒక గమ్మత్తయిన ఫీలింగ్ మాత్రం ప్రవహిస్తూనే ఉంది. కానీ నా చేతులు కానీ, నా కాళ్ళు కానీ, నా బాడీ కానీ ఏమీలేవు నాకు. అంతా ఒక్కటిగా కలిసిపోయి ఉన్నా. నేను చాలా తేలికగా ఉన్నా. చాలా ప్రశాంతంగా ఉంది. ఒక ball మీద తల అతికించినట్లుగా ఉంది.

ప్రశాంతంగా ఆ అనుభూతిని అనుభవించి కుడిముక్కు చివరన జిల రావటంతో గీరుకుని ప్రక్కకి తిరిగి పడుకుని నిద్రపోయా.

పొద్దున లేచాక కూడా కుడిముక్కు క్రింది భాగంలో జిలగా ఉంది. రోజంతా అపుడపుడు వేపాకు టీ యే తాగుతున్నాను. సాయంత్రంగా కొన్ని మరమరాలు తింటున్నాను. మరమరాలు కొత్త ఇంటివెనక ఉన్న canal లోని చేపల కోసం కొన్నాను. అవి తినటం లేదు. నేనే తింటున్నాను. నేను రోజూ చాలా ఎక్కువగా మంచినీళ్ళు తాగుతా. ఇపుడు దాహం లేదు. ఆకలి లేదు. నీరసమూ లేదు. కేవలం వేపాకు టీ, ఒక గుప్పెడు మరమరాలు మాత్రమే నా భోజనం గత కొద్ది రోజుల నుండి.

ఈ Thursday పెద్దక్క కూతురు, తన ఫ్రెండ్స్ వస్తున్నారు ఫ్లోరిడా visiting కు. వాళ్ళ కోసం ఇల్లు క్లీన్ చేస్తున్నా. Vacuum మొదలు పెట్టాను. నా ఎడమకాలి పాదం బాగా నొప్పిగా ఉంది. నలిపేసినట్లుగా అనిపిస్తుంది. పొత్తికడుపులో నొప్పి. పిరియడ్స్ వస్తున్నట్లుంది. నొప్పి ఎక్కువగా ఉంది. ఆ నొప్పితోనే vacuum అంతా complete చేశా. Fresh గా స్నానం చేసి వేపాకు టీ పెట్టుకుని కూర్చున్నా. పొత్తికడుపులో ఇంకా నొప్పి ఎక్కువయ్యింది. వళ్ళంతా తిమ్మిరి ఎక్కుతున్నట్లు ఉంది. కళ్ళు తిరుగుతున్నట్లు అనిపిస్తుంది. నా body లో

blood అంతా flow అవుతూ ఉంది, జిమ్ జిమ్ అంటూ. దానితో పాటు కరెంటు(శక్తి) కూడా ప్రవహిస్తూ ఉంది శరీరం అంతా. పొత్తికడుపు మాత్రం విపరీతమయిన నొప్పి, right side. ఈ రోజో, రేపో పిరియడ్స్ వస్తాయేమో! వొళ్ళంతా చల్లబడుతున్నట్లు అవుతుంది. ఈ రోజు మెడిటేషన్ చెయ్యగలనా అని అనిపిస్తుంది. జ్వరం వచ్చినట్లు ఫీలింగ్. అయినా చెయ్యాలి, మెడిటేషన్ మాత్రం మానకూడదు. కుడికన్ను కొనకుల్లో అప్పుడప్పుడు వెచ్చగా అనిపిస్తుంది.

Sex organ పైన, ఎడమ మెడ, ఎడమ బుగ్గ, forehead పైన ఎడమ భాగంలో పాపిటి దగ్గర అంతా మెరుపుతీగలు. ఇపుడు period plans లాటివి కొంచెం తగ్గాయి.

ఈ రోజు meditation ప్రశాంతంగా start అయ్యింది. చిన్నగా ఊపిరి పీలుస్తూ టక్ న వదిలేస్తున్నా. చాలా ప్రశాంతంగా చేస్తున్నా. నిన్నటిలా ఉద్రుతంగా లేదు. కాసేపయ్యాక కొంచెం deep breath తీసుకుని వదులుతున్నా. ఆ తరువాత చాలా ప్రశాంతంగా ఉంది. నేను ఊపిరి తీస్తున్నానో, లేదో కూడా తెలీడం లేదు. చాలా నిశ్శబ్దంగా quite గా ఉంది. చాలా slow గా ఊగుతున్నా. నా తల పైకి వెళుతుంది. Slow motion లో రంగులు కనిపిస్తున్నాయి, ఎక్కువగా green, violet, white, magenta & yellow.

మొత్తం గ్రీన్, దానిలో నుండి మొత్తం violet, దానిలో నుండి magenta. Violet స్లోగా magenta రంగుకి మారుతుంది. మరలా వైట్.

Slowగా అవి గింగర్లు చుట్టుకుంటూ నా right eye లోకి ప్రవేశిస్తున్నాయి. ఈ లోపు కాళ్ళు తిమ్మిర్లుగా అనిపిస్తే ఎత్తి పట్టుకుని కూర్చున్నా. Left chest లో ఏదో సూది గుచ్చుకున్నట్లు నొప్పి.

ఉన్నట్లుండి నిద్రావస్థకు వెళ్ళాను. చాలా ప్రశాంతంగా నిద్రపోతున్నా కూర్చునే. కాసేపటి తరువాత ఒక గుటకమింగి పెదాలు తడుపుకుని సరిగా కూర్చున్నా. గుండెల దగ్గర కొద్దిగా నొప్పిగా అనిపించింది, ముఖ్యంగా పక్కటెముకలు దగ్గర. ఊపిరి కొంచెం గట్టిగా పీలుస్తున్నాను. మరలా నిద్రావస్థ లోకి వెళ్ళాను. చాలా ప్రశాంతంగా కాసేపు నిద్రపోయాను.

ఒక్కసారిగా గుండెలదగ్గర నుండి కాలితో తన్ని గొంతుకు చేరినట్లు అనిపించింది. ఇపుడు నా collar bone దగ్గర, గొంతు దగ్గర నొప్పి. అక్కడక్కడ మెరుపుతీగలు, నా ఎడమ బుగ్గమీద, బొడ్డు దగ్గర, ఎడమ మెడ మీదా మెరుపుతీగలు.

కుండలినీ దానిపని అది slow గా చేస్తున్నట్లు అనిపిస్తుంది. ఇప్పుడు నాకు ఏ బాధా లేకుండానే దాని పని అది జరుపుకుపోతోంది. మళ్ళా నిద్రావస్థ. ప్రశాంతంగా నిద్రపోతున్నాను. చాలా తృప్తిగా నిద్రపోతున్నాను.

నెమ్మదిగా ఊగుతున్నాను. తల నెమ్మదిగా పైకి వెళ్ళింది. Purple, డిసెంబరా రంగు (Purple లో 1000 watts కాంతి వచ్చి చేరితే ఎలా ఉంటుందో ఆ రంగుకు నేను పిలుచుకుంటున్న పేరు) మజంటా, గ్రీన్, వైట్, యెల్లో కనిపిస్తూ ఉన్నాయి. కాళ్ళు తిమ్మిరెక్కినట్లు అయి గుటకమింగి పెదాలు తడుపుకుని సర్దుకొని కూర్చున్నా, కాళ్ళు పైకెత్తి మడిచి పట్టుకుని.

రంగులను enjoy చేస్తూఉన్నా. కాసేపలా ఉండి మామూలుగా కూర్చున్నా. తలలో పైన మెరుపుతీగలు. తల పైన కొంచెం వెనక భాగంలో ఎడమ భాగాలలో కొంచెం నొప్పి. కాసేపటికి అంతా సర్దుకుంది. మళ్ళా నిద్రావస్థ.

కొంచెం గుండ్రంగా ఊగుతూ ఉన్నా. Body లో ఉన్న water నూ, గాలినీ కలిపి సమానంగా మొత్తం శరీర భాగాలకు పంచుతున్నట్లు అనిపించింది. ప్రతిసారీ నిద్రావస్థలోకి వెళ్ళినపుడు నా body లో ఏదో ప్రవహించి నా శరీరం కోల్పోయినట్లు, నాకు శరీరం లేనట్లు అనిపిస్తుంది.

నేను ఉన్నాను కానీ నాకు శరీరం లేదు. నేను ఉన్నాను కానీ ఎక్కడ ఉన్నానో తెలీదు. తేలిగ్గా, light గా ఉన్నాను. ఈ అనుభవం చాలా బాగుంది. తల ఒక్కటి కొంచెం తెలుస్తుంది, అంతా గమనిస్తునందుకేమో! ఈ experience లు అన్ని చాలా interesting గా ఉన్నాయి.

తలలో మెరుపుతీగలు పాకుతూనే ఉన్నాయి. ఎప్పటిలా రోజంతా మెరుపుతీగలు అక్కడక్కడ పాకుతూనే ఉన్నాయి. రాత్రి కాశితో మాట్లాడి ఫోన్ పెట్టేసి పడుకున్నాను. పడుకున్నా నిదర రావటం లేదు. అయినా యోగనిద్రలోకి వెళ్ళతాను అని పడుకున్నాను. ఎడమ అరికాలు అంతా మెరుపుతీగలు, ఎడమబుగ్గ, body

లో అక్కడక్కడ. అప్పుడప్పుడు body అంతా ఒక్కసారిగా తిమిరెక్కినట్లు ఒక గమ్మత్తయిన ఫీలింగ్. అలా అని ఏ తిమ్మిరీ ఎక్కడా లేదు. అలా 4,5 సార్లు అయ్యింది. శరీరం అంతా షిమ్మర్స్ తో నిండిపోయి మిల మిలా మెరిసినట్లు.

ముక్కు చివర అంచున టప్ మని sound వచ్చింది. అది నాలో నుండి బైటకు వెళ్ళిందో, బయటనుండి నాలోకి enter అయ్యిందో అర్ధం కావటం లేదు. ఆ sound కు Kevin కూడా నిద్రలో కదిలి పక్కకు తిరిగి పడుకున్నాడు. ఈ రోజు పెద్దక్కతోటి, కాశితోటి చాలాసేపు మాట్లాడాను మెడిటేషన్ గురించి. ఇప్పుడు నా గొంతు కూడా మారిపోయింది. నా స్వరం నాకే కొత్తగా ఉంది.

నిన్న నిద్రలో blue రంగులో ఎలకలు అనుకుంటా కనిపించాయి. కొన్ని ఉన్నాయి. అన్నీ light blue colour లో ఉన్నాయి. ఇది కలో యోగనిద్రలో కనిపించిందో అర్ధం కావటం లేదు. ఇలా ఎవరితోనన్నా మాట్లాడుతుంటేనే మరి ఎందుకో మతిమరుపు వస్తుంది.

రాత్రి చాలా నిశ్శబ్దంగా ఉంది. నా చెవులకు మాత్రం సముద్రపు ఘోష. నాకు సముద్రం కూడా కనిపిస్తున్నట్లుగా ఉంది.

కుడి చెవి, నుదురు భాగాలలో బాగా మెరుపులు వస్తుండడంతో చెవిలో వ్రేలుపెట్టి గీరుకున్నాను. 4,5 సార్లు ఒళ్ళంతా వెచ్చనో, చల్లనో తెలీని వింత ఆవిర్లతో గగుర్పొడిచినట్లుగా అయ్యింది. Body అంతా ఒకేసారి...క్రింద నుండి పైకి అంతే నా వీపు మీదనుండి ముందుకు. పడుకుని ఉన్నా కదా! నాకు గగుర్పొడిచిన feeling వచ్చినపుడల్లా నా body ఒక entity లాగా అనిపించింది. చాలా తేలిగ్గా ఉంది.

అక్కడక్కడ మెరుపుతీగలు. తల మీద, నుదుటిమీద అయితే విపరీతంగా తీగలు. అవి మెరుపుతీగలలా కూడా లేవు. మెరుపువ్రేళ్ళలా ఉన్నాయి. తీగలకంటే పెద్దవి. బలంగా ఉన్నాయి. Strong గా, లావుగా ఉన్నాయి. అవి నా పాపిటదగ్గర బాగా active గా కదులుతున్నాయి. నుదుటంతా నిండుకునిపోయి నాలో అల్లుకుంటున్నాయి. కాలిమీద, చేతులమీద, మెడ, చెవి అన్నీ మెరుపువ్రేళ్ళు అల్లుకుంటున్నాయి. ఒక rhythmic గా పాకుతూ నన్ను నింపేస్తున్నాయి.

నాలో అంతా (వేళ్ళు అల్లుకుని భూమిలోకి చొచ్చుకుని పోతున్నట్లు అనిపిస్తుంది. చాలా సేపు అలానే జరుగుతూ ఉంది. ఈ feeling చాలా గమ్మత్తుగా ఉంది. నా కడుపు అపుడపుడు అరుస్తూ ఉంది. అది ఆకలి అరుపు కాదు. (వేళ్ళు వస్తూ, అల్లుకుంటూ ఉంటే...దానికి adjust అవుతున్నట్లు ఉంది. (తేపు వచ్చింది. గ్యాస్ రిలీజ్ అయ్యింది. (వేళ్ళ పని అవి చేసుకుంటున్నాయి. Busy...busy గా అల్లుకుపోతున్నాయి.

రాత్రి అంతా నిద్రలేదు. యోగనిద్రలోనే ఉన్నా. అయినా అలసట లేదు. ఆకలి లేదు. మధ్యలో నా body అంతా light గా అయినపుడు ఎందుకో కళ్ళు తెరిచి time చూశా. అపుడు 1.11am.

ఇప్పుడు ఇది రాస్తున్నా, తలలో మెరుపుతీగలు. శరీరంలో అక్కడక్కడా మెరుపుతీగలు. ఇప్పుడు నా శరీరం నేను మెడిటేషన్‌లో కూర్చోకపోయినా కూడా తన పని అది చేసుకుంటుంది. కుడికన్ను కొనకుల్లో, కుడిచెవిలో మెరుపుతీగలు.

వెన్నెముక (కింది భాగంలో కొంచెం నొప్పిగా ఉన్నట్లు అనిపిస్తే ఒక చిన్న nap తీసుకున్నాను. లేచాక periods వచ్చాయని తెలిసింది.

6/11/12

ధ్యానంలో కూర్చున్నా. కొంతసేపు నిద్రావస్థ. Slow గా రంగులు. నా కుడి కంటిలోకి ఏదో పొగలాగా, మంచులాగా (అలా అని చల్లగా ఏమీ లేదు) రింగులు తిరుగుతూ (ప్రవేశిస్తుంది. కాసేపు అలాగే ఎడమ కంటిలోకి పొగలాగా రింగులు తిరుగుతూ (ప్రవేశిస్తుంది. Slow గా ఊగుతున్నాను. చాలా స్లో గా. ఎడమకన్ను లోపల ఏదో మెరుపుతీగల్లా కదులుతున్నాయి. ఏమిటో సరిగా తెలియటం లేదు. కంటిలోపల మాత్రం ఏమిటో కదులుతుంది.

కుడి అరికాలిలో, పాదం పైన, కాలిమీద మెరుపుతీగలు. చెవులల్లో, బుగ్గలమీద నుండి ముక్కు పైకి, నా (కింది రంధ్రము చుట్టూతా మెరుపుతీగలు. ఈ సారి మెరుపుతీగలు (కింది నుండి పైకి వస్తున్నట్లుగా ఉన్నాయి. కడుపులో ఏదో తిరుగుతుంది. వాంతి వస్తున్నట్లుగా ఉంది. సర్దుకొని కూర్చున్నా.

                                                              సద్రుశ్య

మళ్ళా రంగులు నా కళ్ళల్లో, అంటే అవి రంగులతో కలిసిన ఏదో ఒక పొగలా, నీటిలో ఒక చిన్న చుక్క జార్చితే అలల అలలలా ఎలా ఉంటుందో అలా నాలో ఆ పొగలాంటిది ప్రవేశిస్తుంది. ముందు కుడి కన్నులో తరువాత ఎడమ కన్నులో మళ్ళా కాసేపు నిద్రావస్థ. కాలు తిమ్మిరి ఎక్కినట్లుగా అనిపించి సరి చేసుకుని కూర్చున్నా.

కడుపులో ఏదో speed గా తిరుగుతుంది. కాసేపటికి నేను కూడా దానికి rhythmic గా తిరుగుతున్నాను. ముందు ఎడమనుండి కుడికి, కాసేపు ముందూ వెనుకకూ, మరలా కుడి నుండి ఎడమకూ, మరలా ముందూ వెనకకూ చాలా fast గా తిరుగుతున్నాను. అంటే నా శరీరం అంతా ఊగుతోంది అలా.

నా శరీరాన్ని అంతా ఆ పొగ నింపేస్తోంది అలా ఊగుతూండడంతో . మళ్ళా కాసేపు నిద్రావస్థ. ప్రశాంతంగా ఉంది.

ఉన్నట్లుండి కుడికీ, ఎడమకూ నెమ్మదిగా ఊగుతున్నా. నా శరీరంలో ఏమాత్రం gap ఉన్నా ఆ పొగ నిండిపోవటానికి ట్రై చేస్తుంది. అంటే మనం సీసాలో పప్పో, పంచదారో పోసేటప్పుడు ఆ సీసాను అటూ ఇటూ ఊపుతాము కదా! ఎక్కడన్నా ఖాళీ.. ఉంటే ఆ పంచదార ఆ ఖాళీని నింపి మనకు పైన కొంత ఖాళీ స్థలం వస్తుందని. మరికొంచెం పంచదారతో నింపడానికి. అలా అనమాట.

అలా నా శరీరం కూడా నిండు కుండలా కదులుతుంది. అటూ ఇటూ ఊపుతుంటే. అంతా నిండిపోతోంది. మళ్ళా ఏమన్నా ఖాళీ ఉంటుందేమో అని మళ్ళి చిన్న ఊపు మళ్ళా పొగతో filling. తల అంతా కూడా బాగా నొప్పి. Pressure బాగా ఎక్కువగా ఉంది. తల పట్టేసినట్లుగా ఉంది. మాడుమీద చిన్నగా మెరుపు తీగలు....భయపడకు, బాధపడకు మేము ఉన్నాము అన్నట్లు, ధైర్యంచెబుతున్నాయి.

మాడులో బాగా ప్రెషర్ పేలిపోయేటట్లుగా ఉంది. మళ్ళా కాసేపు నిద్రావస్థ. లేచి వెళ్ళిపోదామా ఈ రోజుకి అనిపించింది. అమ్మ ఏమో ఇంకా నీ పని అవ్వలేదు, కూర్చో అని చెబుతుంది. నేను ఉన్నాగా అని కూర్చోపెడుతుంది.

ఉన్నట్లుండి నెమ్మదిగా గాలి పీల్చుకోవటం మొదలెట్టాను. అప్పటిదాకా నా శరీరం బరువు కుండలా ఉండి, ఆ బరువుకి నా వెన్నెముక క్రింది భాగం కూడా

pressure తట్టుకోలేక నొప్పి మొదలైంది. చాలా బరువుగా ఉంది శరీరం అంతా. నా వెన్నెముక కూడా తట్టుకోలేక మోస్తుంది. అలా నెమ్మదిగా గాలి పీలుస్తున్న కొద్దీ కొంచెం పైకి, ఇంకొంచెం పైకి అలా నా వెన్నెముక నిటారుగా అయ్యి నేనూ కొంచెం కొంచెంగా పైపైకి లేస్తున్నాను. Cycle tube లో గాలి కొట్టినట్లు అవుతుంది నా పరిస్థితి. నిటారుగా, ఇంకా నిటారుగా అవుతున్నాను.

Balloon లా ఉబ్బుతుంది నా శరీరం. నా వెన్నెముక ఇంత పొడవుగా ఉందా అని అనిపించేంతగా నా శరీరం పైకి పైపైకి లేస్తోంది. Balloon లో ఇక ఖాళీ లేనట్లుగా ఉబ్బుతుంది ఒక ప్రక్కన.

ఊపిరి కూడా సరిగా అందటం లేదు. అంతా గాలితో నిండిపోయింది. అమ్మతో చెబుతున్నాను, నాకు ఊపిరి అందటం లేదు. ఇక్కడ నా ప్రాణాలు పోయినా నేను నీతో వచ్చేస్తాను. నా జీవితం నీ చేతిలో ఉంది. నీకు ఇష్టమైనట్లు చెయ్య అని.

గుండె అంతా పట్టేసినట్లుగా ఉంది. శరీరం అంతా తేలికగా ఉంది. ఎందుకంటే గాలి కొట్టిన balloon లా ఉన్నాకదా! మరి. అమ్మ ఏమనుకుందో ఏమో ఈ రోజుకి ఇది చాలులే అయితే అని చిన్నగా, నెమ్మదిగా గాలి పోతున్నట్లు అనిపించింది. నా ఎడమకాలు కొంచెం తిమ్మిరి ఎక్కింది. గాలి balloon లో పోతున్నకొద్దీ ఎలా మెత్తబడుతుందో నా శరీరం కూడా అచ్చు అలాగే ముడుచుకుపోయి, వంగిపోయి, నిస్సత్తువగా అయిపోయింది. గాలి తీసిన దానిలా అలా తలవాల్చుకుని, వెన్నెముక ముందుకు వంగిపోయి, ముసలివాళ్ళలా ఎక్కడ లేని నీరసం ఒక్కసారిగా వచ్చేసింది. ఇక చాలు అని లేచాను.

పొగ నాలో ప్రవేశిస్తున్నప్పుడు నా శరీరం అంతా చిమ చిమ లాడుతున్నట్లు, జిమ్ జిమ్ అంటూ ఉంది. తిమ్మిరెక్కినపుడు ఉంటుంది కదా! అలాటి feeling. Explain చెయ్యుటం కష్టం, అది అనుభవించి తెలుసుకోవటమే! నిన్న మెడిటేషన్లో నా వెనక ఏదో ఒక sound వినిపించింది. అది ఏమిటో అర్థం కాలేదు.

రాత్రి నాకు మంచి purple colour కనిపించింది. అది చాలా కాంతులతో మెరుస్తుంది. ఆ purple వెనక సూర్యుడు ఉదయిస్తున్నట్లుగా, మబ్బులను చీల్చుకుని సూర్యకిరణాలు ప్రకాశిస్తున్నట్లుగా ఉంది. చాలా బాగుంది. ఉన్నట్లుండి

సద్రృశ్య

మొత్తం ఎర్రగా అయిపోయింది.

నేను నిద్రల్లో ఉన్నానో, ఇది నాకు కలో, ధ్యానమో అర్థం కావటం లేదు. కానీ నేను ఒక సముద్రతీరంలో ఎత్తయిన ప్రదేశం దగ్గర ఒక రాతిమీద కూర్చుని తపస్సు చేస్తున్నాను. నాలోనుండి ఒక్కొక్క layer బయటకు వచ్చి మనిషి ఆకారంలో ఏర్పడింది. అంటే ఒక మొగ్గలోనుండి రెక్కలు విచ్చుకుని బయటకు వచ్చి పువ్వుగా వికసించినట్లు. ఉల్లిపాయకు ఒక్కొక్కపొరా విభజింపబడినట్లు. ఆ layers అన్నీ కలిసి నా ఆకారం, అంటే ఒక మనిషి ఆకారం. దానికి నా ముఖం లేదు, ఒక శరీరం లేదు. అది గాజు కాదు, పొగా కాదు. Light blue రంగులో అలా నిల్చుని ఉన్నా, ఎవరి కోసమో wait చేస్తున్నట్లుగా, ఇంకా రాలేదేంటి అని ఎదురు చూస్తున్నా. నా ఆకారంలో ఉన్నదే ఒక red colour లో ఇంకొక ఆకారం

ఆకాశం నుండి నా దగ్గరకు వచ్చింది. ముఖ(మనసు) పరిచయం అయ్యాక (మాట్లాడుకొనే అవసరమే లేదు. మా భావాలు ఒకరిది ఇంకొకరికి ఇట్టే అర్థం అయిపోతున్నాయి), తనతో పాటు అలా పైకి వెళ్ళిపోయాను.

అన్ని గ్రహాలూ అక్కడ కనిపిస్తున్నాయి. చాలా అందంగా ఉంది. వాటిని చూస్తున్నకొద్దీ చూడాలని అనిపిస్తుంది. ఎంతో ప్రశాంతంగా ఉంది అక్కడ. నేను ఆ జన్మలో చేసిన మంచికి అందరూ మెచ్చుకుని నన్ను ఒక నక్షత్రాన్ని చేశారు. ఆ నక్షత్ర రూపంలో ఎంతో ప్రశాంతతను అనుభవించాను కొన్ని వందల సంవస్సరాల పాటు. ఇదంతా పొద్దుట లేచేసరికి మర్చిపోతానేమోనని నాలో నేను నెమరువేసుకుంటున్నాను ఆ జ్ఞాపకాలను. ఉన్నట్లుండి మెలకువ వచ్చింది. నేను నేరుగా పడుకుని ఉన్నాను.

రెండు రోజులనుండీ నా కళ్ళు చాలా sensitive గా ఉన్నాయి. ఈ రోజు నా కుడి కన్నులో ఏదో కదులుతుంది. కుడి ముక్కులో మెరుపుతీగలు. తల మీద, తల వెనక, శరీరంలో అక్కడక్కడ మెరుపుతీగలు. ఇప్పుడు ఉన్నట్లుండి నా ఎడమ చెవిలో గుయ్... మంటున్న sound ఒక్కసారిగా ఆగిపోయింది. బైటవీస్తున్నగాలి ప్రశాంతంగా వినిపిస్తుంది. గాలి sound వింటే చాలా ఆహ్లాదంగా ఉంది.

నా ఎడమ చెవి ఖాళీగా అనిపిస్తుంది. అది ఒక సొరంగంలా ఉంది.

7/11/12

ఆకలి లేదు, దాహం లేదు కానీ ధ్యాన దాహం మాత్రం తీరటం లేదు. ఇంకా తెలుసుకోవాలి..ఇంకా తెలుసుకోవాలీ అనే కుతూహలం రోజురోజుకీ ఎక్కువ అవుతుంది. పొద్దుటే లేవంగానే స్నానం చేసి, టీ చేసుకు తాగుతూ, నిన్న జరిగిన meditation experiences రాసుకొని, 2pm కు ధ్యానం మొదలు పెడతాను. వేపాకు టీ తప్ప ఏమీ తినడం లేదు, మరేదీ తాగటం లేదు. 2pm ఎప్పుడెప్పుడు అవుతుందా అని ఎదురుచూస్తూ ఉంటా.

ధ్యానంలో కూర్చున్నా. కాసేపు ప్రశాంతంగా ఉంది. యోగనిద్రలో ఉన్నా, ఏమిటి రంగులు కనిపించటం లేదు ఇంత ప్రశాంతంగా, నిర్మలంగా ఉన్నదేంటి? అనుకుంటూ ఉన్నా. కానీ యోగనిద్రలోనే ఉన్నా.

కాసేపటికి ఇదిగో మేము ఇక్కడే ఉన్నాం అంటూ blue, purple, light blue, magenta, yellow, green అన్నీ కనిపించాయి. నా శరీరం కూడా చిన్నగా ఊగుతుంది. రంగులు అన్నీ fan లా తిరుగుతూ నా ఎడమ కంటిలోకి వెళుతున్నట్లు అనిపించింది.

కుడినుండి ఎడమకు రంగుల fan రెక్కలు తిరుగుతున్నాయి. నా కుడి పాదం అంతా మెరుపుతీగలు పాకుతున్నాయి. బుగ్గలమీద, నా నుదిటిమీద మెరుపుతీగల రాతలు.

పొగమంచు మళ్ళా వచ్చింది. నాలో ప్రవేశిస్తుంది. అది పొట్టలో కదులుతుంది. చిన్న (తేన్పు. అన్ని ఖాళీలను భర్తీ చేస్తూ ప్రవేశిస్తుంది. నిన్నటిలా గుండ్రంగా ఊగుతున్నా. శరీరం పైపైకి లేస్తుంది వెన్నెముక దగ్గర. శ్వాస పూర్తిగా పీల్చుకుని వదులుతున్నా. నిన్న ఉన్నంత ఉద్రతంగా లేదు ఈ రోజు. ఈ రోజు బాగానే ఊపిరి పీల్చుకోగలుగుతున్నాను. అంత కష్టంగా లేదు. కాసేపల్లా ఉండి ఊపు తగ్గి ఈ లోకంలోకి వచ్చి ఒక గుటక వేసి సర్దుకు కూర్చున్నా.

మరలా పొగ నెమ్మదిగా నాలో ప్రవేశిస్తూ ఉంది. తల బాగా నొప్పిగా ఉంది. నా నుదిటినుండి మాడు వరకు పట్టేసినట్లు ఉంది. పొగమంచు నన్ను నింపుతూ

ఉంది. అది చల్లగా లేదు, వెచ్చగా లేదు. ఒక పొగలా, మంచులా ప్రశాంతంగా ఉంది. నన్ను అంతా నింపేస్తుంది. నా మాడు మీద మాత్రం బాగా నొప్పిగా ఉంది. ఒక ట్రెన్ను వచ్చి తల ఒక్కసారిగా relief గా అనిపించింది. ఇప్పుడు ఏ మాత్రం తలనొప్పి లేదు.

అంత పొగా నాలో ప్రవేశిస్తున్న ఈసారి నేను గట్టిగా ఊపిరి పీల్చుటం లేదు. సునాయాసంగానే ఉంది.

నిన్న తట్టుకోలేకపోయానని అమ్మ నా చేత పదే పదే ఆ పనే చేయిస్తుంది అని అర్థం అయ్యింది. ఒక యుద్దానికి వెళ్ళే సైనికుడికి training ఇచ్చినట్లు అమ్మ నాకూ దేనికోసమో నన్ను train చేస్తుంది. నిన్న గోడ ఎక్కలేకపోయాను. ఈ రోజు గోడ ఎక్కేదాకా వదలటం లేదు. అలా పట్టుదలగా అమ్మదగ్గర అన్నీ నేర్చుకుంటున్నాను.

పొగ ఎడమకన్ను ద్వారా రింగులు చుట్టుకుంటూ లోపలకు ప్రవేశిస్తుంది. ఏ బాధా లేదు. నా ఊపిరికూడా నాకు వినిపించటం లేదు. చాలా ప్రశాంతంగా ఉంది. శరీరానికి ఏ బాధా లేదు.

మరలా పొగ నా నుదిటి ద్వారా నాలో ప్రవేశిస్తుంది. పరవళ్ళుతొక్కుతూ ప్రవేశిస్తుంది. నా ఊపిరికూడా నాకు తెలీటం లేదు. అసలు ఊపిరి తీసుకుంటున్నానా అన్నంత ప్రశాంతంగా ఉంది. నా ఎడమ ముక్కులోపల మెరుపుతీగలు విపరీతంగా తిరుగుతున్నాయి. గీరుకోవాలీ అని బాగా అనిపిస్తుంది.

నా శరీరం అంతా పొగమంచుతో నిండుకొంటోంది. నా ఎడమముక్కులో మాత్రం మెరుపుతీగలు తెగ జిలత్తో గీరుకోవాలీ అనిపిస్తుంది. ఉన్నట్లుండి నా శరీరం ఉనికిని నెమ్మదిగా నేను కోల్పోతున్నాను. నా ఎడమ ముక్కులో ఉన్న మెరుపుతీగల జిల నెమ్మదిగా తగ్గుతుంది. నెమ్మది నెమ్మదిగా నా శరీరం ఉనికిని కోల్పోయాను. ఆ experience చాలా గమ్మత్తుగా ఉంది. నా mind ఆలోచిస్తుంది, కానీ నా శరీరం నాకు లేదు.

మెరుపుతీగలు, జిల క్రమంగా తగ్గిపోయాయి. అలా మైమరచి నా శరీర ఉనికి కూడా లేకుండా నిద్రావస్థలో ఉన్నా. అబ్బ ఎంత హాయిగా, ప్రశాంతంగా

ఉందో. ఉన్నట్లుండి ఫోన్ (మోగింది. దాని మూలాన ఏ disturbance లేదు. నా experience ని నేను తనివితీరా enjoy చేస్తున్నాను.

అలా యోగనిద్రలో నా శరీర ఉనికిని కూడా మర్చిపోయి ఎంతసేపు ఉన్నానో నాకే తెలీదు. నా ముందు 2 రెక్కలు ఎగురుతున్నాయి. అవి నాకే ఉన్నట్లుగా తేలికగా ఉంది అంతా. నెమ్మదిగా నా కుడికాలు తిమ్మిరి ఎక్కడంతో సర్దుకుని కూర్చున్నా, ఈ లోకం లోకి వచ్చా.

ఇక లేద్దామా అనిపించింది. అమ్మ లేదు కూర్చో అని కుర్చోపెట్టింది. అదే రంగుల fan ఎడమనుండి కుడికి తిరిగింది.

జరిగిపోయిన కొన్ని సంఘటనలు గుర్తుకు వచ్చాయి. నేను ఏ తప్పు చేయకుండా ఒక అక్క నన్ను నానామాటలూ అని బాధపెట్టింది. ఏమిటి? నేను ఇలా ఆలోచిస్తున్నాను. అయిపోయిన వాటిగురించి ఎందుకు యోగలో కూర్చుని ఆలోచిస్తున్నాను. నాకు ఇప్పుడు ఇవి ఎందుకు గుర్తుకు వస్తున్నాయి? వదిలేసుకోవాలి. అన్నీ మర్చిపోవాలి. ఎవరు చేసిన ఖర్మకు వాళ్ళు బాధ్యులు. వాళ్ళే అనుభవిస్తారు. నాకూ వాటికీ ఇక సంబంధం లేదు అనిపించింది.

(ప్రశాంతంగా కళ్ళు తెరిచి లేచాను.

అక్కడక్కడ మెరుపుతీగలు రోజంతా వస్తూనే ఉన్నాయి. రాత్రి రంగులు నాకోసమే ఎదురుచూస్తున్నట్లు ఇక ఆగలేక నన్ను తట్టి నిద్రలేపినట్లు అనిపించింది. నేరుగా తిరిగి పడుకున్నాను. చాలా హడావిడిగా ఒక్కొక్క రంగూ వచ్చి చాలా వేగంగా నాలో కలిసిపోయాయి.

అక్కడక్కడ మెరుపుతీగలతో మొదలయ్యి అవి ఎక్కువ అవుతున్నాయి. (కింది పాదాలనుండి విపరీతమయిన మెరుపుతీగలు. అవి పైకి పాకుతున్నాయి.

శరీరంలో pressure buildup అవుతుంది. మెడ అంతా, బుగ్గలు అంతా, పెదవులపైన, ముక్కు చుట్టూతా, కళ్ళల్లో మెరుపుతీగలు. చెవులు అయితే చిన్న size (ప్రవాహాలలా ఉన్నాయి. ఒళ్ళు అంతా వింత అయిన feeling, జిమ్ జిమ్ అంటూ. నుదురు, తల, మాడు అంతా మెరుపుతీగలు. నా పాదంనుండి తలపైదాకా బాగా pressure buildup అవుతుంది.

                                                                సద్ద్రుశ్య

నాలో ఒక్కసారిగా బీజమంత్రం చెప్పడంలేదేంటి అనిపించింది. అనిపించింది అనేకంటే అమ్మ మాటలు వినిపించాయి అనడం correct. బీజమంత్రం చెప్పు, బీజమంత్రం చెప్పు అంటోంది. బీజమంత్రం అంటే ఏమిటో నాకు తెలీదు. నా మనసు ఒక్కసారిగా "ఓం" అనటం మొదలెట్టింది. బీజమంత్రం అంటే ఏమిటో తెలీదు, "ఓం" అని ఎందుకు అనుకోవాలనిపిస్తోందో తెలీదు. నేను "ఓం" అంటూ శ్వాస కూడా పీల్చి వదులుతున్నా. అలా ఎందుకు చేయాలని అనిపించిందో కూడా నాకు తెలీదు. అలా కొంతసేపు జరిగాక మనసు కొంచెం కుదుటపడింది. మళ్ళా కాసేపు నిద్ర పోయాను.

మరలా మెలకువ వచ్చింది. నాలో మెరుపుతీగలు తిరుగుతూ ఉండటం బాగా తెలుస్తుంది. నా శరీరంలో అంతా ఏదో ప్రవహిస్తున్నట్లు, తిరుగుతున్నట్లు pressure build అవుతుంది. అది క్రిందినుండి పైకి తంతున్నట్లు, ఒళ్ళు కొంచెం వేడెక్కినట్లు కూడా అనిపిస్తుంది. ఒళ్ళంతా జిమ్ జిమ్ అన్న feeling. ఎడమముక్కులో, కుడిచెవిలో మెరుపుతీగలు. తల, నుదురు, ముఖం అంతా మెరుపుతీగలు. మెరుపుతీగలు వాటిపని అవి చేసుకుపోతున్నాయి. నన్ను ఎందుకో prepare చేస్తున్నాయి. మరలా కాసేపు నిద్ర పోయాను.

మరలా లేచాను. రాత్రంతా ఇలాగే, అసలు సరిఅయిన నిద్ర లేదు. పొద్దుట లేచాక అలసటగా కూడా లేదు. కుడిచెవిలో బాగా మెరుపుతీగలు. నా శరీరం లోపల, బయట అంతా జిమ్ జిమ్ అంటుంది.

ప్రస్తుతం ఇంటిలోపల temperature 70^0F ఉంది. ఈ చలికి నా శరీరంలో ఉన్న వేడికి బాగుంది. చలివేయడం లేదు. నాలో మాత్రం ఒత్తిడి పెరుగుతున్నట్లే అనిపిస్తుంది. చాలా రోజుల తరువాత నిన్న సాయంత్రమే కొంచెం తినాలి అని కొంచెం ఆకలిగా అనిపించి ఉడకబెట్టిన వేరుశనక్కాయలు తిన్నాను.

ఉదయం bathroom లో ఒక్క క్షణం కళ్ళు మూశాను అంతే indigo రంగు నాలో ప్రవేశించడానికి హడావుడిగా వస్తున్నాయి. నాలో చాలా త్వరగా, త్వరత్వరగా ఐక్యం అవుతున్నాయి. ఇది టైమ్ కాదు అని కళ్ళు తెరిచాను. ఇంకా నా మాడుమీద మెరుపుతీగలు తిరుగుతూనే ఉన్నాయి. నా forehead కొంచెం పట్టేసినట్లుగా ఉంది. నా కళ్ళు చాలా delicate గా ఉన్నాయి. They went through a lot. నాలో శక్తి ప్రవహిస్తూ, ప్రయాణిస్తూ ఉంది.

నాలో వస్తున్న ఈ మార్పులను ఏమంటారా అని 2 రోజులనుండీ search చేస్తున్నాను. దానికి answer ఈ రోజు దొరికింది. దీనిని Hatha Yoga అంటారంట. It says, the Union between ఇడ, పింగళ & సుషుమ్న in Hatha Yoga. ఇది ఇంటర్నెట్లో ఉన్నదీ అంటే ఇలాటి ఎక్స్పీరియన్స్ అయ్యింది నేను ఒక్కదానినే కాదు అని నాకు అర్థం అయ్యింది. ఇప్పటివరకూ నా ప్రశ్నలకు జవాబులు ఒక్క వెబ్సైట్లోనే దొరికాయి. ఇప్పటికి నాకు ఒక్కరు నిజమైన ఎక్స్పీరియెన్సులు అయినవాళ్ళు కనిపించారు ఇంటర్నెట్లో. నాకు చాలా..చాలా.. చాలా చాలా చాలా సంతోషంగా ఉంది. నా language ఒక్కళ్ళకు అయినా అర్థం అవుతుంది అని.

నా మీద నమ్మకం ఒక్కరికి కలిగినా చాలు. అమ్మ నాకు నేర్పించిన ఈ జ్ఞానం వృధా కాదు! అమ్మ ఇచ్చిన తీయని అమృతాన్ని నాతో పాటు అందరికీ పంచాలి.

వేపాకుతో టీ పెట్టుకుని తాగాను, తృప్తిగా ఉంది.

8/11/12

ధ్యానంలో కూర్చున్నా. కాసేపు యోగనిద్ర. దాని నుండి బైటపడ్డాక ప్రశాంతంగా ఉంది. నుదుటిమీద మెరుపుతీగలు, అవి నా రాతను మారుస్తున్నాయా అన్నట్లు ఉంది. బాగా కదులుతున్నాయి.

కాసేపటికి నుదుటికి సరిగ్గా వెనకభాగం దగ్గర బాగా పట్టేసినట్లు నొప్పి. ఆ నొప్పి చిన్నగా మెడ మీదకు వచ్చింది. అక్కడినుండి చిన్నగా గుండెలదగ్గరకు, అక్కడినుండి క్రిందకి. నా వెన్నెముకలో ఏదో ప్రయాణం చేస్తుంది. తలనుండి క్రింది వరకూ నెమ్మదిగా, చాలా నెమ్మదిగా కదులుతుంది. శరీరం సన్నగా, చాలా సన్నగా, నాకు కూడా తెలీనంత సన్నగా ఊగుతుంది.

కళ్ళు తిరిగినట్లు అవుతుంది. వాంతి వచ్చినట్లు అవుతుంది. జ్వరం వచ్చినట్లు feeling. ఒళ్ళు చల్లబడుతున్నట్లు feeling. జిమ్ జిమ్ అంటుంది శరీరం అంతా. అందుకేనేమో నిన్నటి నుండి భోజనం చెయ్యి అని మనసు చెబుతున్నా మొండికేసి ఏమీ తినలేదు. ఒక్క వేరుశనక్కాయలు తప్ప.

అలా నా వెన్నెముక ద్వారా తలనుండి క్రిందికి ప్రయాణించి, కాసేపాగి క్రింది నుండి మరలా పైకి ప్రయాణిస్తుంది. నా బుజాలదగ్గరకు వచ్చినపుడు, నా గుండెలదగ్గరకు వచ్చినపుడు, తలలోకి వచ్చినపుడు మాత్రం నొప్పిగా ఉంది. అది అలా పైకీ క్రిందికీ, పైకీ క్రిందకూ ప్రయాణిస్తూ ఉంది.

నాకు ఏ నొప్పీ లేకుండా పూర్తిగా తగ్గేంత వరకూ అలా వెన్నెముక ద్వారా పైకి, క్రిందకూ ప్రయాణిస్తుంది. అలా ప్రయాణించినంతసేపు చాలా ప్రశాంతంగా ఉంది. కళ్ళ ముందు చిన్నగా రంగులు కనిపిస్తున్నాయి. అవి నా నుదుటిదగ్గరకు వచ్చి చేరుతున్నాయి. Lighthouse లో light తిరిగినట్లు అటూ, ఇటూ తిరుగుతున్నాయి.

నా శరీరం మాత్రం నాకు కూడా తెలీనంత సన్నగా కదులుతుంది. వెన్నెముక దగ్గర దానిపని అది చేసుకుపోతుంది. ఇక లేద్దామా అనుకున్నా. ఇంకా అవ్వలేదు కూర్చోవాలి అనిపించి అలాగే కూర్చున్నా.

నా కుడి అరికాలిలో ఎవరో సూదిపెట్టిగుచ్చి light ని inject చేసినట్లు అనిపించింది. ఇప్పుడు నా శరీరం లోపల, బైటా అంతా తెల్లని కాంతి. అది నన్ను కాపాడే రక్షక కవచంలా ఉంది.

నాలోపల అంతా ఆ సన్నటి ఊపుతో వెలుగుతో నిండుతోంది. ఖాళీలు ఏమీ లేకుండా fill అవుతుంది.

వింత ఏమిటంటే ఈ process లో నాకు 3 త్రేన్పులు, 3 ఆవలింతలు వచ్చాయి. నేను ఏమీ తినలేదు త్రేన్పుటానికి. నిద్రా రావటంలేదు ఆవలించటానికి. మరి ఇవి ఎందుకు వచ్చినట్లు? రేపుమాత్రం తిని రావాలి ధ్యానంకు అని అర్థం అయ్యింది.

అలా నాలో ప్రవేశించిన, నా చుట్టూతా ఉన్న కాంతిని కాసేపు అనుభవించాను. ఆ మైమరపులో నాతల అలా పైకి వెళ్ళిపోయి రంగులను కూడా enjoy చేయటం మొదలెట్టింది. కాసేపు అలా ఉన్నాక మనసుకు తృప్తి అనిపించటంతో లేచాను.

సాయంత్రం ఎడమచెవిలో మెరుపుతీగలు. రాత్రి పడుకునేటప్పుడు చెవులు రెండూ కొంచెం sensitive గా అనిపించాయి.

రాత్రి ఎప్పటిలా మెలకువ వచ్చి కుడిచెవిలో కాసేపు మెరుపుతీగలు. చాలా రోజుల తరువాత రాత్రి బాగా నిద్రపోయాను.

9/11/12

నిన్న సాయంత్రం నుండి కొంచెం భోజనం చేస్తున్నాను. అదీ రోజుకు ఒక్కసారే తినగలుగుతున్నాను.

ధ్యానంలో మొదట ప్రశాంతంగా ఉంది. కాసేపటికి రంగులన్నీ వచ్చాయి. అవి అన్నీ ఒకదానితో ఒకటి కలుస్తూ ఒక గమ్మత్తుగా ఉన్నాయి. ఉదయిస్తున్న సూర్యకాంతిలా ఉన్నాయి, పురివిప్పుకుంటున్న నెమలిపించంలా ఉన్నాయి. చాలా అందంగా ఉన్నాయి.

వాటి వయ్యారాలను చూస్తూ మైమరచి ఎంతసేపు చూసినా చూడాలీ అని అనిపిస్తుందడంతో అలా ఉండిపోయాను. అన్ని రంగులూ కలుస్తూ ఉంటే, అన్నీ కలిసి ఒక వింతరంగులా ఉంది. అలా పురులు విప్పుకుంటూనే ఉంది. కాసేపటి తరువాత అవి అన్నీ రింగులు తిరుక్కుంటూ వచ్చి ఎడమకన్నులో చొరబడ్డాయి. మరలా అన్ని రంగులూ కాసేపు వయ్యారంగా తిరిగాయి. మరలా రింగులు తిరుక్కుంటూ కుడికన్నులో చొరబడ్డాయి.

నుదుటి దగ్గర ఏదో వెలుగైనకాంతి ప్రవహిస్తుంది నా లోకి. ఆ కాంతి నా నుండి బైటకువస్తుందో, బైటనుండి నా నుదిటికి వస్తుందో సరిగా అర్థం కాలేదు. నుదుటి దగ్గర నిలువుగా ఏదో సన్నని వెలుగురేఖ పాపిటి దగ్గర నుండి క్రిందకు ప్రవహిస్తుంది.

ఇపుడు రంగులన్నీ నా నుదుటి మీదకో, నా ముఖం మీదకో తెలీదు. కలిసిపోతూ ఉన్నాయి నాలో. చాలా interesting గా ఉంది ఈ కొత్త experience.

తరువాత చల్లని పొగమంచులా ప్రశాంతంగా చాలా సేపు కురిసింది నా మీద. అది చాలా ప్రశాంతంగా ప్రవహిస్తుంది. ఏ హడావుడి లేదు, ఉరుకులు, పరుగులు లేదు. చాలా నిర్మలంగా నాకు ఎక్కడ దెబ్బతగులుతుందో అని సుతిమెత్తగా కురుస్తుంది నా మీద. చాలా గమ్మత్తుగా, ఆహ్లాదంగా ఉంది.

　　　　　　　　　　　　　　　　　　　　సద్రుశ్య

నా మీద ఇపుడు జిల్ జిల్ మంటూ తళుకుల వాన. అవి చమక్కు చమక్కు మంటూ మెరుస్తున్నాయి. సనసన్నటి తళుకులు. అన్నీ బంగారు రంగులో ఉన్నాయి. అవి నా శరీరం మీద పడుతుంటే నాకు కూడా జిల్ జిల్ feeling. చాలా వింతగా ఉంది ఈ అనుభవం.

మరలా మంచు అలా కురుస్తూనే ఉంది వయ్యారంగా, ప్రశాంతంగా. తనివితీరా ఆస్వాదిస్తున్నాను. చాలా చాలా చాలా... బాగుంది ఆ experience.

ఇక ఈ రోజుకి చాలులే అని కళ్ళు తెరిచా. మొదటిసారి నా శరీరం ఒక ప్రక్కకు తిరిగి ఉంది. East కు కూర్చున్న దాన్ని, నా ముఖం ఇప్పుడు north-east corner కు తిరిగి ఉంది. అలా ఎలా తిరిగానో అర్థం కాలేదు. సరే అని లేచాను.

10/11/12

ధ్యానం చాలా ప్రశాంతంగా మొదలయ్యింది. కూర్చునే ముందు నాకు పూర్వ జన్మ ఉంటే, అది కనిపిస్తే బాగుండు అని కూర్చున్నా.

రంగులు కనిపిస్తున్నాయి. అవి భూచక్రాలు, విష్ణుచక్రాల్లా అలా గుండ్రంగా తిరుగుతూ నా వైపే వస్తూ కొంచెం క్రిందిగా అటూ, ఇటూ వెళుతున్నాయి. క్రిందికి ఎందుకు వెళుతున్నాయో అర్థం కాలేదు. ప్రశాంతంగా రంగులను అలానే చూస్తున్నా. 

కాసేపాగిన తరువాత అర్థం అయ్యింది. అవి క్రిందికి రింగులు తిరుగుతూ ఎందుకు వెళుతున్నాయో! అవి చేసే పని correct! అవి నా కంటిలోకే వెళుతున్నాయి. కాకపోతే నేనే ఆ రంగులను నా కళ్ళతో చూడటం లేదు. నా నుదుటి ద్వారా చూస్తున్నా. ఈ అనుభూతి ఇంకా కొత్తగా ఉంది. ఒక కొత్త లోకంలా ఉంది.

నీతి సూక్తులలాగా చాలా గుర్తొచ్చాయి. కానీ అన్నీ తెలిసినవే. ప్రక్కవాళ్ళ విషయాలల్లో తల దూరిస్తే, వాళ్ళ విషయాలు తెలుసుకోవాలీ అని కుతూహలం చూపిస్తే అవే నీ లైఫ్‌లో నీకూ ఎదుర పడతాయి. వాళ్ళకున్న problems అనుభవపూర్వకంగా తెలుసుకోవలసి వస్తుంది అనిపించింది.

ఈ లోపు నాకు ఒక పల్లకి కనిపించింది. ఏమిటా..అసలు ఈ కాలంలో పల్లకి ఏమిటీ? అని కొంచెం clear గా చూశాను. దానిని రాజభటులలాగా కొంతమంది మోసుకుని వస్తున్నారు. కానీ పల్లకిలో ఉన్నది ఎవరో తెలియటం లేదు. ఆడవాళ్ళు ఎవరో ఉన్నట్లున్నారు. పల్లకికి తెరవేసి ఉన్నది. అది ఎర్రగుడ్డలతో అలంకరింపబడివుంది. ఎవరా అని క్లియర్‌గా చూస్తున్నా పల్లకి వైపు.

నా బుర్రలో నేను ఎందుకు ఇలా తొందరపడుతున్నాను. టైమ్ వచ్చినపుడు అమ్మ చెబుతుంది కదా! అని సరిపెట్టుకుని ఆలోచనలు మార్చుకున్నాను. అంతా తెల్లగా, ప్రశాంతంగా, నిర్మలంగా ఉంది.

ఇక చాలు అని లేచా. నిన్నటి లాగే ఈ రోజుకూడా కొంచెం ప్రక్కకు తిరిగిఉంది నా శరీరం. ఆశ్చర్యం, ఆనందంతో పాటు అమ్మ ఏదో కొత్తది నేర్పిస్తుంది అని అర్థం అయ్యింది.

ఇది రాస్తూ ఉంటే,నుదుటికి నేరుగా వెనక ఉన్న తల వెనుకభాగం బాగా నొప్పిగా అనిపిస్తుంది. కుడికాలిమీద ఎవరో సూదిపెట్టి గుచ్చి మరలా ఏదో inject చేస్తున్నారు. కొద్దినిమిషాలు బాగా నొప్పిగా అనిపించింది. నిన్న కళ్ళు కొంచెం sensitive గా అనిపించాయి.పొగచూరినట్లు కొంచెం మంటలుపుట్టాయి. 4 రోజుల క్రితం ఇలాగే కళ్ళు విపరీతంగా మంటలు పుట్టాయి బాగా పొగ చూరినట్లు.

ధ్యానంలో ఉన్న secrets reveal అయ్యేకొద్దీ ఇంకా ఇంకా తెలుసుకోవాలి అనే కుతూహలం బాగా ఎక్కువ అవుతుంది. ఇలాటి కొత్త ప్రపంచం ఉందని నాకు ఇప్పటిదాకా తెలీదు.

రాత్రి మెలకువ వచ్చి మెడిటేషన్ mode లోకి వెళ్ళాను. ఆకాశం అంతా purple లా ఉంది. Color చాలా beautiful గా ఉంది. మధ్యలో దానిని చీల్చుకుంటూ సూర్యకాంతికిరణాలు పడుతున్నాయి. తెల్లగా మెరిసిపోతూ ఉన్నాయి కిరణాలు. చూడటానికి చాలా pleasant గా, అందంగా, ఎంత చూసినా చూడాలనిపించేంతగా ఉంది. అంతా purple లే. మధ్యలో మాత్రం సూర్యకాంతి నన్ను మర్చిపోవద్దు అన్నట్లుగా మెరుస్తుంది.

అలా ఎంతో సేపు చూస్తూనేఉన్నా, మైమరచిపోయి. కాసేపాగి దానిలో నుండి purple వర్షం నామీద కురవడం మొదలెట్టింది. అంత వర్షం నా మీద పడుతున్నా అది నన్ను దీవిస్తున్నట్లు ఉంది కానీ నాకు చినుకు దెబ్బ తగలడం లేదు.

ఆ వర్షాన్ని చాలా ప్రశాంతంగా అనుభవిస్తున్నాను. మనసు ఆనందంతో నిండుగా ఉండగా మళ్ళా నిద్రలోకి జారుకున్నాను.

11/11/12

ధ్యానంలో చాలా ప్రశాంతంగా ఉంది. కాసేపటికి purple, blue, light blue కనిపించాయి. దానిమీద yellow, green రంగులు fan రెక్కలుగా తిరుగుతూ నన్ను కప్పుతున్నాయి.

అలా కొంతసేపు జరిగిన తరువాత green ఒక్కటే కనిపించింది. మంచి light green. ఆ రంగు ఎంత బాగుందో. అప్పుడే విచ్చుకుంటున్న అరిటాకులా ఉంది. చూసినకొద్దీ చూడాలనిపించేంత మంచి రంగు. తల కొంతసేపు పట్టేసినట్లు అయ్యి, కాసేపు అలా నొప్పిగా అనిపించింది. ఉన్నట్లుండి ఒక్కసారిగా relief అయినట్లు అయి, నా మాడు మీద ఏదో open అయినట్లు అయ్యి breath తీసుకున్నట్లు చల్లగా, హాయిగా ఉంది.

మాడు అంతా open అయ్యి ఏదో వయ్యారంగా కదులుతున్నట్లు అనిపిస్తుంది.

వచ్చే guests కోసం 4 కూరలు వండాను పొద్దున. అలసటగా ఉండడంతో ఇక చాలు అని లేచా. ఈ రోజు కూడా కొంచెం ప్రక్కకి తిరిగి ఉన్నాను ధ్యానం నుండి కళ్ళు తెరిచేసరికి.

మర్చిపోయాను, నిన్న... ఇంటికి వస్తున్న guest ల కోసమని groceries కొనడానికి supermarket కు వెళ్ళాను. Weekend అవ్వడంతో కొంచెం రద్దీ గానే ఉంది. ఒక 9, 10 ఏళ్ళ పిల్లవాడు ఒక్కడే నడుచుకుంటూ నా దగ్గరకు వచ్చి, నన్ను కళ్ళార్పకుండా చూస్తున్నాడు. నేను పక్కకు జరిగాను తనకు అడ్డంగా ఉన్నానేమో అని. అయినా తాను వెళ్ళకుండా నన్ను అలానే చూస్తున్నాడు. నాకు కొంచెం ఇబ్బందిగా అనిపించి కొంచెం పక్కనే ఉన్న cheese section కు

వెళ్ళాను. ఆ అబ్బాయి కూడా నా వెనకే నడిచివచ్చి మరలా నా ముందు నిల్చుని నా వైపు తదేకంగా చూస్తున్నాడు. నేను తనను చూస్తున్నా, ఏ మాత్రం మొహమాట పడకుండా, నేను తనను గమనిస్తున్నాను అన్న ధ్యాస కూడా లేకుండా చూస్తున్నాడు నా వైపు. ఆ అబ్బాయిని అడుగుదామా నాలో తనకు ఏమి కనిపిస్తుందో అనిపించింది. కానీ, ఆ అబ్బాయి తల్లిదండ్రులు ఎవరో దగ్గరలోనే ఉండి ఉంటారు. అలా తమ పిల్లలతో strangers మాట్లాడటం వీళ్ళు ఇష్టపడరు. కానీ ఆ అబ్బాయి నాకు అంత దగ్గరగా రావడం వాళ్ళు చూస్తే, నేనే తనను ఏమన్నా చేస్తున్నాననుకుంటారేమో అని వడి వడిగా నడుచుకుని ఒక aisle లో దూరా. తన తల్లి చెయ్యి పట్టుకుని ఒక బుడ్డది వెళుతూ, నా దగ్గరకు వచ్చేసరికి ఆగిపోయి నన్నే చూస్తోంది. వాళ్ళమ్మ నా వైపు చూసి నవ్వి, దాన్ని లాక్కెళ్ళింది. నాకు కొంచెం అనుమానం వచ్చి తుట్టూతా చూశా. దగ్గరలో ఉన్న చిన్నపిల్లలు అందరూ నా వైపు వింతగా, కళ్ళు పెద్దవి చేసి చూస్తున్నారు. Complete గా వేరే section కు వెళ్ళాను, అక్కడా అదే పరిస్థితి. ఇక అక్కడ ఎక్కువసేపు ఉండడం మంచిది కాదని త్వరగా shopping చేసుకుని వచ్చేశాను.

నా చుట్టూతా ఒక తెల్లని వలయం ఏర్పడి ఉంది, అది నాకు స్పష్టంగా కనిపిస్తుంది. ఒక తెల్లని ball లో నేను ఉన్నానా లేక అది నా చుట్టూతా ఉన్నదా అన్నట్లు ఉంది అది. కానీ అది వీళ్ళకెలా కనిపిస్తుంది? అదే కాకుండా ఇంకేమన్నా చూడగలుగుతున్నారా వీళ్ళు నాలో??

12/11/12

ధ్యానం ప్రశాంతంగా మొదలయ్యి మొత్తం dark blue color కనిపించింది. దానిని ప్రక్కకు తోస్తూ purple, దానిని తోస్తూ magenta.. white అలా ఒకదాని తరువాత ఒకటిగా చీల్చుకుంటూ బైటకు వచ్చి నాకు దగ్గరగా వస్తూ అంతా నింపేస్తూ కనిపిస్తున్నాయి. రంగులు చూసినకొద్దీ చూడాలనిపించేంత మంచి రంగులు, చాలా అందంగా ఉన్నాయి.

ఇపుడు మొత్తం magenta తో నిండిపోయింది. దానిలో నుండి వెలుతురు మిణుకు మిణుకు మంటూ చీల్చుకుని సూర్యకాంతిలా పడుతోంది.

సద్దృశ్య

కాసేపు అలా చూసి ఇక లేద్దామా అని చేతులు మొఖానికి అడ్డ పెట్టుకున్నాను. అయినా అంతా magenta రంగే... నన్ను వదిలి వెళతావా అన్నట్లు చూస్తున్నట్లు అనిపించింది. దానిలో నుండి సూర్యకాంతి పడుతూ మరింత ఆకర్షణీయంగా కనిపించింది. ఎంతసేపు చూసినా తనివి తీరని అందం. చిన్నగా అది blue రంగులోకి మారింది. ఇక చాలు అని లేచా.

రంగులన్నీ కనిపిస్తున్నా, నా వైపు ఇంకా సన్నని పొగమంచు చాలా నెమ్మదిగా కనిపించీ, కనిపించనట్లుగా ప్రశాంతంగా నా మీద పడుతూనే ఉంది.

13/11/12

ధ్యానం ప్రశాంతంగా మొదలయ్యి, దానిలో నుండి blue, దానిలో నుండి light yellow వచ్చి అంతా పరుచుకుంది. అప్పుడప్పుడు green, మిగిలిన రంగులు కనిపిస్తున్నాయి.

నా శరీరం నాకే తెలీనంత సన్నగా కదులుతుంది. ముందు వెనకకు, ప్రక్కలకు, గుండ్రంగా. Toilet వస్తున్నట్లు ఒక్కసారి అనిపించింది. నాకు మొదటినుండి జరిగిన process అంతా మరలా ఒక్కసారి ఏ నొప్పులూ లేకుండా సునాయాసంగా జరిగిపోతున్నట్లుగా అనిపించింది. నడుము దగ్గర వెన్నెముక ఎడమభాగంలో కొంచెం చిన్న నొప్పి అంతే.

ఇది అంతా జరుగుతూ ఉండగా నాకు తెల్లని నామంలా "|" నిలువుగా... దానినుండి పొగమంచు సన్నగా బయటకు వచ్చి నాపై పడుతుంది. దానినుండి రింగులు రింగులుగా నా నుదిటికి తగిలి నాలో కలిసిపోతుంది. అంతా తెలుపే.... ప్రశాంతంగా ఉంది.

ఈ రోజంతా నా మాడుమీద ఏదో రవ్వండుగా కదులుతున్నట్లు, గుండ్రంగా తిరుగుతున్నట్లు ఉంది. అప్పుడప్పుడు కాదు. ప్రతీ క్షణం, ప్రతీ నిమిషం, ప్రతీ సెకండు అలానే ఉంది. Constant గా!

రాత్రి ఎప్పుటిలా మెలకువ వచ్చింది. ఆకాశంలో నుండి ఒక కాంతి వచ్చి నా మీద పడుతుంది. నేను ధ్యానంలో కూర్చున్నట్లుగా ఉన్న. నా శరీరం లేచి ఆ

కాంతి లోకి వెళ్ళింది. ఆ వెలుగు నా శరీరాన్ని అంతా చుట్టేసింది. ఒక shield లాగా, కవచం లాగా. చాలా ప్రశాంతంగా ఉంది.

ఇంతకుముందు నాకు కొన్ని pictures కనిపించాయి. Complex designs. అవి నాకు అర్థం కాలేదు. అందుకని నాకు కొంచెం తెలివిని ప్రసాదించమన్నాను. మరుక్షణం మరొక కాంతి వచ్చి నా నుదుటిని తాకింది. ఇది కలా, నిజమా అని నాకే అనిపిస్తుంది. కానీ మేలుకునే ఉన్నాను. So, ఇది కల కాదు. చాలా ఆశ్చర్యంగా, వింతగా ఉంది. ఈ experience చాలా real గా ఉంది. చాలా హ్యాపీగా feel అయ్యాను.

14/11/12

నా మాడు మీద ఇప్పుడు నిన్నటి కంటే ఈ రోజు ఎక్కువగా తిరుగుతున్నట్లు తెలుస్తుంది. అది constant గా, ఎడతెరపి లేకుండా అలా గుండ్రంగా కదులుతూనే ఉంది. దాని బరువు కూడా తెలుస్తోంది.

ధ్యానంలో కూర్చోగానే నుదిటి మీద మెరుపుతీగలు. తలపైన మాడుమీద మెరుపుతీగలు. నిన్నటినుండీ అలానే ఉన్నాయి. ఇప్పుడు కూడా అవి తిరుగుతూనే ఉన్నాయి. ఇప్పుడే కాదు నిజానికి 2 రోజులనుండీ ఆగకుండా మెరుపుతీగలతో పాటు ఏదో గుండ్రంగా తిరుగుతూ ఉంది.

రంగులు ప్రశాంతంగా, చాలా పల్చగా కనిపిస్తున్నాయి. అవి పురిలా విప్పుకుని, ఆ పురితో నన్ను కప్పేస్తున్నాయి. పక్షి రెక్కలుగా open అయ్యి వాటితో నన్ను కప్పేస్తున్నాయి. అంతా తెల్లగా అయ్యి waterfall లా అల్లంత పై నుండి పాలలాంటి ధార నామీద పడుతూ ఉంది. అది పడుతున్న కొద్దీ నా నుదుటిమీద రాతలు, నా మాడుమీద మెరుపుతీగల కదలిక మరింత ఉషారుగా కదులుతున్నాయి. ఏదో బలం వచ్చినట్లు మరింతగా కేరింతలు కొడుతూ విజృంభిస్తున్నాయి.

నా వెన్నెముక దగ్గర అక్కడక్కడ నొప్పులు. నా కుడి చంకకి కొంచెం క్రింద భాగంలో కొంత నొప్పి. కుడిచేతి అరచేతిలో సూది గుచ్చుకుందో, మరి మెరుపుతీగ కదలికో అర్థం కాలేదు. కుడికన్ను కొనకుల్లో కొంచెం sensitive feeling.

ఎడమ కన్నుకి ఎదురుగా కొంచెం blue hole లా ఉంది. దానిలో yellow, green నింపుకుంటున్నాయి.

ఎత్తునుంచి పడుతున్న పాల ప్రవాహం గాలితో కలిసి మంచు బిందువులు ఎగురుతున్నట్లు అంచెలంచెలుగా నాపై పడుతుంది. అది చాలా సుతిమెత్తగా నాపై కురుస్తుంది. అది గాలితో కలిసిన నీటి తుప్పరలా ఉంది. చాలా అందంగా ఉంది చూస్తుంటే.

ఈ process అంతా జరుగుతూఉండగా అప్పుడప్పుడు నా శరీరంలో చిన్న ప్రకంపనవచ్చి నాకు కూడా తెలీనంత సన్నగా నేను ఊగుతున్నాను. అలా చాలా సార్లు జరిగింది. ఇప్పుడు రంగులకంటే ఎక్కువ అంతా తెల్లగా కనిపిస్తుంది. దాని నుండి నా మీదకు అయితే శక్తి ప్రవహిస్తూనే ఉంది. తలపైన మెరుపుతీగలు ఇంకా ఎక్కువ అయ్యాయి.

సాయంత్రం TV చూస్తుండగా తలపై మెరుపుతీగలు కొంచెం నెమ్మదిగా తిరుగుతున్నట్లు అనిపించింది. ఒక్కసారిగా భయంగా అనిపించింది. అమ్మ నన్ను వదిలిపెట్టి వెళ్ళిపోతుందేమో అని! వెంటనే లేచి మెడిటేషన్ లో కూర్చున్నాను.

అమ్మకి బాధతో కళ్ళనీళ్ళతో చెబుతున్నాను. నన్ను ఎవరన్నా ప్రేమిస్తే వాళ్ళకు నేను దూరం అవుతూవస్తున్నా ఇప్పటిదాకా. నువ్వు నాకు దూరం అవ్వకు. ఎప్పుడూ నాకు తోడుగా ఉండు. ఎప్పటికీ నన్ను విడిచి వెళ్ళవద్దు అని అడిగాను.

పాలపైన నురగలా సుతిమెత్తగా నాలో శక్తి ప్రవేశించింది. నా నుదుటిన మరలా మెరుపుతీగలు.

నా తలపైన మరలా కొత్త శక్తి వచ్చినట్లు బాగా తిరుగుతున్నాయి మెరుపుతీగలు. ఒక తెల్లని నామంలా కనిపించింది. దాని నుండి కాంతిపుంజాలు నా మీద పడుతున్నాయి. అలా కొంతసేపు ఆ ఆనందాన్ని అనుభవించి ప్రశాంతంగా లేచాను.

ధ్యానంలో నా శరీరం అన్నివైపులకూ ఊగింది. ఇలా చాలా తమాషాగా.

రాత్రి ఎప్పటిలా పడుకుని మధ్యలో మెలకువ వచ్చి meditation mode లోకి వెళ్ళాను. చాలా ప్రశాంతంగా ఉంది. ఇంతకుముందు ఉన్నట్లుగా ఇపుడు రంగులు అంత strong గా కనిపించడం లేదు. రంగులు పలుచబడ్డాయి. ఎక్కువ తెలుపే కనిపిస్తుంది. అప్పుడప్పుడు చాలా కొంచెం green అక్కడక్కడ ఒక తోకలా.

వీటన్నింటినీ చీల్చుకుని పైన మధ్యలో ఒక పెద్దకన్ను కనిపించింది. కన్ను తెరుచుకునే నా వైపు చూస్తూఉంది. అది "Left Eye!!" చాలా ప్రశాంతంగా నా వైపు చూస్తుంది. చాలా interesting గా అనిపించింది. నెమ్మదిగా అంతా తెల్లగా మారిపోయింది.

దానినుండి చిన్న చిన్న చుక్కలగా కనిపించింది. అవి కొంచెం పెద్దవి అవుతున్నాయో, నా దగ్గరకు వస్తున్నాయో అర్థం కాలేదు. కానీ కొంత సేపటికి అర్థం అయ్యింది. అవి కూడా చిన్న చిన్న బుల్లి బుల్లి కళ్ళు. మొత్తం కళ్ళే. చాలా తమాషాగా అనిపించింది.

అప్పుడు అర్థం అయ్యింది, నాకు కళ్ళు ఎందుకు కనిపిస్తున్నాయో! సాయంత్రం అమ్మను అడిగాను నన్ను వదిలి ఎక్కడకూ పోవద్దని. తన ప్రేమను ఎప్పుడూ నాకు అందివ్వమని. తను ఎక్కడికీ వెళ్ళలేదని, తన చూపు ఎప్పుడూ నా మీదే ఉంటుందనీ ధైర్యం చెప్పడానికి అలా చేసిందనీ, నన్ను డీలా పడవద్దని చెప్పడానికి అలా చేసిందనీ అర్థం అయ్యింది.

చాలా happy గా feel అయ్యాను. పై నుండి yellow వర్షం అనుకుంటా. Yellow & white mix అయినట్లు ఉంది. చాలా లైట్ గా ఉంది రంగు. నా మీద పడుతుంది. కాసేపు అలా ఆస్వాదించాను. ఇప్పుడు మరలా నా నుదిటి మీద మెరుపుతీగలు బాగా active గా తిరుగుతున్నాయి.

నా నుదిటిమీదా, నా తలపైన మాడుమీదా మెరుపుతీగలు. మనసంతా ప్రశాంతంగా ఉంది. అమ్మ నన్ను వదిలి ఎక్కడకూ వెళ్ళదు, తను నాకు మాట ఇచ్చింది అన్న ధైర్యంతో ప్రశాంతంగా నా మీద పడుతున్న తెల్లని కాంతిపోగని ఎంజాయ్ చేస్తూ నిద్రలోకి జారుకున్నాను. తలపైన మాత్రం గుండ్రంగా తిరుగుతూనే ఉంది. దాని బరువుతో పాటు తిరిగే వేగం కూడా పెరిగింది.

ధ్యానంలో కూర్చున్నా. నెమ్మదిగా రంగులు కనిపిస్తున్నాయి. ఒక దాని తరువాత మరొకటి.....అన్నీ ఇంద్రధనుస్సులా ఒకదానిని అంటిపెట్టుకుని మరొకటిగా వచ్చి నన్ను కప్పుతున్నాయి. తెరలు తెరలుగా fog (పాల ప్రవాహ నురుగు) నా మీద పడుతుంది. ఎవరో గొట్టం ద్వారా fog ని నామీద ఊదుతున్నట్లుగా పడుతుంది. కాసేపటికి తెల్లని నామం, దాని నుండి సూర్యకిరణాలు పడినట్లు తెల్లని fog నామీద పడుతుంది.

ఆ సూర్యకిరణాలతో కలిసివున్న fog నామీద పడుతున్నకొద్దీ నా నుదిటిమీద, నా తలమీద మెరుపుతీగల కదలికలు బాగా ఎక్కువగా అవుతున్నాయి. అవి ఆనందంతో కేరింతలు కొడుతున్నాయి. Car కు oil ఎంత అవసరమో ఈ మెరుపుతీగలకు meditation కూడా అంతే అవసరం అని అర్ధం అయ్యింది. Body లో అక్కడక్కడ చీమకుట్టినట్లు కసక్కన నొప్పి. కానీ దానిని గీరాలి, గోకాలి అన్న ఆలోచన కూడా రావటం లేదు. నా తలమీద ఉన్న lotus తిరగాలీ అంటే దానికి శక్తి కావాలి. శక్తి కావాలీ అంటే నేను ధ్యానం చెయ్యాలి. అది ఒక్కటే నా ధ్యేయం.

Lotus తిరగటం ఆగిపోకూడదు అని పట్టుదలగా అలాగే కూర్చున్నాను. అది నన్ను మజ్జిగ చిలికినట్లుగా చిలికేస్తోంది ఆపకుండా. నాలో శక్తి ప్రవేశించేకొద్దీ అది తిరిగే స్పీడ్ కూడా పెరుగుతోంది. Slow గా ధ్యానకళ్ళు కూడా మూతలు పడ్డాయి. ఇప్పుడు ఇంకా ప్రశాంతంగా ఉంది. అంతా తెల్లగా, హాయిగా ఉంది. ఇది మరొక కొత్త లోకం. ఈ లోకంలోకి ఎప్పుడూ రాలేదు. ఇదే మొదటిసారి. నాలో ఇంకా పట్టుదల ఎక్కువ అయ్యింది. అది ఒక సమాధిస్థితి. ఆ పేరే గమ్మత్తుగా ఉంది. అలా ఎందుకు అనిపించిందో నాకు అర్ధం కాలేదు. దానికి సరిఅయిన meaning ఏమిటో కూడా నాకు తెలీదు.

నేను మాత్రం సమాధిస్థితిలో ఉన్నట్లు ఉన్నాను. నా ఉనికి కూడా నాకు తెలీదంలేదు. చాలా వింతగా ఉంది. ఒక తెల్లని రాయి బలంగా నన్ను

అంటిపెట్టుకుని కప్పేసినట్లుంది. దాని రెక్కల క్రింద నన్ను కప్పిపుచ్చినట్లు అనిపిస్తుంది. నేను కూడా బరువుగా ఉన్నట్లు అనిపిస్తుంది. అంత బరువు తెలుస్తున్నా, నా మీద అంత బలమైన రాయి ఉన్నా...నా ఉనికి మాత్రం తెలీటం లేదు. చాలా గమత్తుగా ఉంది ఈ కొత్త అనుభూతి!

అక్కడ చాలా నిశ్చబ్దంగా ప్రశాంతంగా ఉంది. ఏ రంగూ లేదు. అంతా నిర్మలంగా, తెల్లగా ఉంది. దానినుండి బైటకు వద్దామా అనుకున్నా. వద్దు ఇంకాసేపు ఇలాగే ఉందాం, చాలా బాగుంది ఇలా అని అనిపిస్తుంది. దీనినే సమాధిస్థితి అంటారని నాకు ఎలా తెలిసిందో, అసలు ఆ పేరు ఎందుకు మనసుకు తట్టిందో! అమ్మ లీల ఏంటో అర్థం కాలేదు. నా ప్రశ్నలకు సమాధానం దొరకాలి అంటే ఇంకా మెడిటేషన్ చేయాలి. అదే నాకు ముఖ్యం!

నా కళ్ళముందు తెరలు, తెరలుగా గాలి కదులుతుంది. నేను కళ్ళు మూసుకునే ఉన్నాను. ఇంకా సమాధిస్థితిలోనే ఉన్నాను. నా ఊపిరి కూడా నాకు వినిపించటం లేదు. మరి ఈ ప్రకంపనల గాలి ఏమిటో తెలీటంలేదు. నేను రాతి లోపల ఉన్నాను. గాలి రావడానికి కూడా ఆస్కారం లేదు. మరి ఇదేమిటో అర్థంకాలేదు. నాకే తెలీనంత నెమ్మదిగా పీలుస్తున్న నా ఊపిరిని కూడా ఆపి గమనించాను. ఆ ప్రకంపనలు ఆగిపోయాయి. మరలా శ్వాసతీసుకున్నాను. మరలా కళ్ళముందు తెరలు తెరలుగా గాలి. చాలా.....చాలా.......అద్భుతంగా ఉంది ఈ experience. ఈ వింత అనుభూతి నాకే కలుగుతున్నా కూడా నమ్మలేనంత ఆశ్చర్యం. చాలా ఆనందంగా ఉంది, అమ్మ మళ్ళీ నాకు కొత్త పాఠాలు నేర్పిస్తున్నందుకు. అలా ఎంతసేపు ఉన్నానో నాకే తెలీదు. ఈ అనుభూతులన్నీ మర్చిపోతానేమో book లో రాయాలి అని నేనే బలవంతంగా బైటకు వచ్చాను.

మొదట్లో నా డైరీలో చాలా experiences లు అక్కడక్కడ రాయలేదు. ముఖ్యంగా అవి అన్నీ నా గతజన్మల గురించిన వివరాలు. నా మనసుకు మాత్రం అన్నీ గుర్తు ఉన్నాయి. నా తలమీద Lotus మాత్రం ఇవేవీ పట్టనట్లు ఆనందంగా కొత్త బలం పుంజుకుని తిరుగుతుంది. నుదిటిమీద రేఖలు కూడా కదులుతూనే ఉన్నాయి.

1:11 ఏమిటి ఈ నంబరు? ఎందుకు పదే పదే నాకు కనిపిస్తుందో అర్ధం కావటం లేదు. Constant గా, continuous గా నుదిటిమీదా, నా మాడుమీదా మెరుపుతీగలు తిరుగుతూనే ఉన్నాయి.

ధ్యానంలో కూర్చున్నాను. ప్రశాంతత కాసేపు. దానిలో నుండి blue రంగు. మొత్తం కనిపించేదంతా blue, దాని నుండి light blue మొత్తం అదే రంగు. దానినుండి purple, magenta రంగు. ఎప్పుడు మారుతున్నాయో, ఎలా మారుతున్నాయో కూడా తెలీకుండా ఒకదాని వెంట మరొకటిగా మారిపోతున్నాయి. అప్పుడప్పుడు light yellow & green. తరువాత అంతా తెలుపు. తెలుపు అంటే తెల్లని తెలుపు కాదు. ప్రశాంతమయిన రంగు. ఒక fog లా ఉంది. ప్రొద్దుట ఉదయించేముందు ఉన్న తెలుపు. దానిలో నుండి fog లా వచ్చి నా నుదిటికి తాకుతూ నామీద పడుతుంది.

Fog నామీద కురుస్తున్నకొద్దీ నా తలమీద ఉన్న మెరుపుతీగలు కొత్త ఉత్తేజాన్ని పుంజుకుని ఆనందంగా, ఎక్కువగా తిరుగుతున్నాయి. ఎప్పుడూ లేంది కిటికీమీద ఒక పక్షి వచ్చి కిచకిచ మంటుంది. ఎందుకో అది 'ఓం' అంటున్నట్లు అనిపించింది. నేనూ నా మనసులో ఓం అనుకుంటున్నాను.

ప్రశాంతవంతమైన తెలుపు నుండి fog నామీద పడుతూ ఉంది. Slow గా నా ఉనికి కూడా నాకు తెలీటంలేదు. ఇంతింతై, వటుడింతై అన్నట్లు నా శరీరం పెరిగి పెరిగి చాలా పెద్దది అయ్యింది. అంత ఎత్తుకి ఎలా పెరిగానో అర్ధం కాలేదు. కానీ చాలా ఎత్తుకి పెరిగిపోయాను. ప్రశాంతంగా కూర్చుని ఉన్న కొండలా ఉంది నా శరీరం.

ఎక్కడ ఉన్నానో ఏమిటో కూడా తెలీడం లేదు. చాలా ఎత్తుకి అయితే పెరిగి ఉన్నాను. అప్పుడే సూర్యుడు ఉదయించబోయేముందు ఉన్నట్లు ఉంది అక్కడంతా. దట్టమయిన మంచు. ఆ మంచు నా నుదుటికి తాకి నన్ను దాటి వెళ్ళలేక నా మీదనే కురుస్తున్నట్లుగా ఉంది. చాలా నిర్మలంగా ఏ బాదరబందీ లేకుండా, చాలా నిశ్శబ్దంగా, ప్రశాంతంగా ఉంది అక్కడ. ఆ ఆనందాన్ని అలా కాసేపు ఆస్వాదించి లేచాను.

సాయంత్రం కూడా కాసేపు ధ్యానం చేశాను. ప్రశాంతంగా fog నా మీద కురుస్తానే ఉంది. తలమీద మెరుపుతీగలు చాలా active గా కదులుతున్నాయి. ఇప్పుడు అవి కొంచెం ఎక్కువ భాగం spread అయ్యి మాడు మీదనుండి చుట్టుప్రక్కలకు కొంచెం జారుతున్నట్లు అనిపిస్తుంది.

నా నుదిటి మీద కూడా మెరుపుతీగలు active గా కదులుతున్నాయి. రెండు కనుబొమ్మల మధ్యన గుండ్రంగా circles తిరుగుతూ పైకి పాపటిమీదకు, క్రింద ముక్కుమీదకూ కూడా expand అవుతున్నాయి

మెరుపుతీగల activity బాగా ఎక్కువగా ఉంది. బాగా గీరుకోవాలీ అన్నంత గులగులగా ఉంది. కానీ వాటి పనిని disturb చేయకూడదు అని చేయి పెట్టడం లేదు. అవి continuous గా, constant గా వాటి పని అవి చేసుకుపోతూనే ఉన్నాయి. ఎంత sincere గా వాటిపని అవి చేస్తున్నాయో కదా! అని అనిపిస్తుంది. Meditation చేసి లేచిన దగ్గరనుండి వాటి activity ఇంకా చాలా ఎక్కువగా ఉంది. కాసేపు నా right eye లో కూడా మెరుపుతీగలు. నా face మీద కూడా అక్కడక్కడ నా తలమీద నుండి పాకుతూ ఉన్నాయి మెరుపుతీగలు.

గంపెడు చీమలు మనమీద పాకితే ఎలా ఉంటుందో అంత చక్కిలిగింతలు పెట్టినట్లు, బాగా జిల. కానీ గీరుకోకూడదు అని బలవంతంగా ఆపుకుంటున్నాను. మెడిటేషన్‌లో body అన్నివైపులకూ ఊగింది. ఈ రోజు మూడు పూటలా ధ్యానం చేశాను. ఎక్కువగా మెడిటేషన్‌లోనే గడుపుతున్నాను.

17/11/12

రాత్రి ఒక కల వచ్చింది. ముగ్గురు, నలుగురు ఒక పాత ఇంటిలో ఊరిబయట, దానికి తలుపులు కూడా లేవు. ఎవరో వాళ్ళను వెంటాడుతుంటే వాళ్ళకు కనిపించకుండా ఆ ఇంటిలో దాక్కున్నారు. ఒక కుక్క అప్పుడప్పుడు ఆ ఇంటిలోకి వచ్చి పోతూ ఉంది. ఆ ముగ్గురిలో నేనూ ఉన్నట్లు ఉన్నాను. ఈ సారి కుక్క ఒక చికెన్ ముక్కను నోటికి కరుచుకుని వచ్చి అక్కడ వదిలి మమ్మల్ని చూసి బయటకు వెళ్ళబోయింది. నా ప్రక్కన కూర్చున్న ఆమె ఒక తుపాకీతో దానిని కాల్చింది.

                              సద్రుశ్య

మమ్మల్ని వెంబడించేవాళ్ళకు ఆ కుక్కద్వారా మా ఉనికి తెలుస్తుందేమోనని. అది చూసి నాకు చాలా బాధేసింది. ఆ కుక్క పాపం మాకోసమే ఆ చికెన్ ముక్క తీసుకువచ్చింది, మేము ఆకలితో ఉన్నామని.

ఆ కుక్కకు చాలా కోపం వచ్చింది. నేను help చేయబోతే నన్నే చంపాలని చూస్తావా అని ఆమెను ఎక్కడపడితే అక్కడ కరవటం మొదలెట్టింది. నాకు ఎవరిని తప్పుపట్టాలో అర్ధం కావటం లేదు. ఇద్దరు చేసిన పనీ correct యే అనిపిస్తుంది. కుక్క బాగా అరుస్తూ, కరుస్తూ ఉంది ఆమెను. ఆమె పెద్దగా అరుస్తుంది.

ఆమెను పెద్దగా అరవవద్దనీ, అరిచేకొద్దీ కుక్క అలా కరుస్తుందనీ, అదీ కాక కుక్క కరిస్తే నీ ప్రాణానికే మెప్పు అని చెప్పి కుక్కదగ్గరకు వెళ్ళి నెమ్మదిగా దానిమీద చేయి వేసి దూరంగా విడదీశా ఇద్దరినీ. కుక్కని ఆమె కాల్చింది అన్న బాధే నాకు ఎక్కువగా అనిపించింది. మనసంతా చాలా బాధగా అయ్యింది. ఇక నిదర పట్టక లేచాను.

పొద్దుటే ధ్యానంలో కూర్చున్నా. వెంటనే ఒక మంచి blue రంగు అంతా పరుచుకుంది. అది dark కాదు, light కాదు. ఒక room, గుండ్రంగా ఉంది. Blue color paint వేసినట్లుగా ఉంది. ఇంకొక మాటలో చెప్పాలంటే నేను swimming pool లోపల కూర్చున్నట్లుగా ఉంది. నెమ్మదిగా మొత్తం ఒక్కొక్క రంగు క్రింద మారిపోతుంది. ఎప్పుడూ కనిపించే రంగులే. కాసేపలా గడిచిన తరువాత నా మాడుమీద మధ్యలో ఏదో పువ్వు విచ్చుకుంటున్నట్లు కనిపించింది. అది light pink, peach రంగులలో ఉంది. రంగులు చాలా అందంగా ఉన్నాయి. ఎక్కువగా light pink కనిపిస్తుంది. పెద్ద పెద్ద పూరెబ్బలతో open అవుతూ ఉన్నాయి. ఇప్పుడు light yellow, green కనిపిస్తున్నపుడు దాని వెనకే white కూడా (light cream) తోకలా వెలుగుతూ కనిపించింది. అలా రంగులను చూస్తూ గడిపేశా కాసేపు.

నుదిటిమీదా, మాడుమీదా మెరుపుతీగలు తిరుగుతూనే ఉన్నాయి. మాడుమీది పువ్వు పెద్ద పెద్ద రేఖలతో విచ్చుకుంటూ ఉంది. దాని నుండి చిక్కటి తేనెలా, అమృతంలా కారడం మొదలయ్యింది. ఆ తేనె ధారలు నా ముక్క మీదకూ, మొహం మీదకూ కారుతున్నాయి, నుదిటినుండి. తలమీదినుండి కూడా ముందుకు

నా కణతల మీదకూ, తల వెనక ఉన్న అన్ని భాగాలకూ కూడా కారుతున్నాయి. తేనెలాటి చిక్కటి ద్రవం ఎక్కువగా వస్తోందడంతో జలజల మంటూ క్రిందకు జారుతున్నాయి ధారలు. నుదురు కొంచెం sensitive గా అనిపిస్తుంది. కళ్ళముందు మాత్రం మాడు మధ్యలో పెద్ద పువ్వు. తామరలా, గులాబీలా ఆ పువ్వుకు ఎన్ని రేఖలో! చిక్కగా ఉన్నాయి వాటి రేఖలు. చాలా అందంగా విచ్చుకుంటుంది. Light pink, peach రంగులలో ఆ పువ్వు విచ్చుకుంటూనే ఉంది. రేఖలు... పెద్ద పెద్ద పూరేఖలు.... open అవుతూనే ఉన్నాయి. రంగులు కూడా చాలా ముద్దు వచ్చేంతగా ఉన్నాయి. ఎంత పెద్ద పువ్వో... తన చిక్కటి పువ్వు రేఖలు విచ్చుకుంటూ.... విచ్చుకుంటూనే ఉంది. ఇక లేద్దామా అని చేతులతో కళ్ళు మూసుకున్నా. ఇప్పుడు blue, white, pink లతో కలిసిన చిన్న చిన్న బుల్లి బుల్లి shimmers కనిపిస్తున్నాయి. చాలా సన్న సన్న మెరుపులు, కాసేపు అలా వాటిల్ని ఎంజాయ్ చేసి లేచాను.

మధ్యాహ్నం ధ్యానంలో కూర్చోగానే ఎప్పుడూ లేనిది కొంచెం పిచ్చి పిచ్చి ఆలోచనలు వస్తున్నందుకు చాలా బాధేసింది. మరలా మనసు మార్చుకున్నాను. ప్రశాంతంగా fog నా మీద పడుతూ ఉంది. నేను చాలా సన్నగా ఊగుతున్నాను. పువ్వు constant గా విచ్చుకుంటూనే ఉంది. దానిలోనుండి పెద్ద పెద్ద పువ్వు రేఖలు open అవుతూనే ఉన్నాయి. పువ్వు గుండ్రంగా తిరుగుతూ ఉంది మాడుమీద. పువ్వు విచ్చుకుంటున్నకొద్దీ దాని బరువు తెలుస్తుంది తలమీద. Constant గా, continuous గా విచ్చుకుంటూనే ఉంది అందంగా, పెద్ద పెద్ద రేఖలతో.

సాయంత్రం ధ్యానంలో కూర్చున్నపుడు fog ప్రశాంతంగా నా మీద పడుతూనే ఉంది. నుదిటిమీదా, తలమీదా మెరుపుతీగలతో కూడిన ద్రవం జలజల మంటూ కారుతున్నా మాడుమీద మాత్రం ఇంకా గుండ్రంగా తిరుగుతూనే ఉంది, విచ్చుకుంటున్న పువ్వు. ఆ పువ్వు కవ్వంలా నన్ను చిలుకుతున్నట్లుగా దానినుండి వెన్నెలా అమృతం బయటకు వస్తున్నట్లుగా ఉంది. నుదిటిమీద కూడా గుండ్రంగా తిరుగుతూనే ఉన్నాయి అమృతంతో కూడిన మెరుపుతీగలు. అవి ముక్కుమీదకు కూడా కొంచెం కారడంతో ముక్కు కూడా కొంచెం sensitive గా ఉంది. శరీరం అంతా నెమ్మది నెమ్మదిగా తడిచిపోతోంది తలపై నుండి కారే చిక్కటి తేనెలాంటి

అమృతంతో. ఆ తేనెతో నా శరీరంలోని అణువణువూ తడిచిపోతోంది. చాలా చిక్కటి ద్రవం పైనుండి కారుతూనే ఉంది. పొగమంచు అందించే శక్తిని ఆస్వాదిస్తూ ఇక చాలు అనిపించినపుడు లేచా.

18/11/12

పొద్దుటే లేచి సూర్యనమస్కారం చేసుకుంటున్నా, bedroom window నుండే! (ఎప్పుడూ లేంది ఎందుకో అలా చేయాలనిపించింది). మంచి ఉదయించే సూర్యకిరణాలు నామీద పడుతుండగా వెలుగువచ్చి దానిలో నుండి pink, peach, yellow రంగులతో పెద్దపువ్వ విశాలమైన రేఖలతో అందంగా విచ్చుకుంటూనే ఉంది కొత్త ఉత్తేజంతో నా తలపైన. అలా ఎంతసేపు విచ్చుకుంటుందో.... దాని రంగులు, అందాలు, వెలుగు, కాంతులు అలా చాలా సేపు చూస్తూ enjoy చేశా. అది ఎంతో పెద్ద పువ్వ. దాని రేఖలు అలా ఎంత విచ్చుకుంటున్నా... ఇంకా... ఇంకా.... constant గా విచ్చుకుంటూనే ఉన్నాయి. అలాటి పువ్వును ఇంతకుముందు ఎపుడూ నేను చూడలేదు. ముద్ద గులాబి పువ్వలా చిక్కగా ఉంది, అందంగా, పెద్ద పెద్ద రేఖలతో.

1:11 ధ్యానంలో అంతా Ink బ్లూ. అప్పుడప్పుడు green వచ్చి అలా తిరిగి వెళుతూ ఉంది. అలా కాసేపు గడిచాక అంతా తెలుపు. Fog నామీద కురుస్తూ ఉంది. నేను సన్నగా ఊగుతున్నాను. కడుపులో ఏదో తిప్పినట్లు అయ్యింది. వాంతి వచ్చేట్లు అనిపించింది.

మూడు రోజుల క్రితం నేను సమాధిస్థితిలోకి వెళ్ళినపుడు కూడా నాకు కళ్ళు తిరిగినట్లు, వాంతి వచ్చినట్లు బాగా అనిపించింది. ఈ రోజు పొట్టలో ఏదో బరువుగా కదులుతున్నట్లు ఉంది, వాంతి వచ్చినట్లు అనిపించింది. నా నుదిటి మీదా, మాడుమీదా మెరుపుతీగలు slow గా తిరుగుతూనే ఉన్నాయి. Fog నాలో ప్రవేశించేకొద్దీ నాకు కొత్త శక్తి వస్తుంది. అంతా తెల్లగా foggy గా ప్రశాంతంగా ఉంది. నేను సన్నగా ఊగుతున్నాను. నాలో ఏదో కొత్త process జరుగుతూ ఉంది. నా తల నెమ్మదిగా, నెమ్మది నెమ్మదిగా పైకి పైపైకి వెళ్ళిపోయి ఆకాశాన్ని చూస్తుంది. నా ఎడమపిరుదు పైన, వెన్నెముక క్రింద ఎడమ వైపు ఏదో నొప్పి. సర్దుకుని మామూలుగా కూర్చున్నా.

ఇప్పుడు కనిపించేదంతా తెల్లగా ఉంది. ఏ రంగూ లేదు. అంతా సన్నని పొగలా ప్రశాంతంగా నా వైపు వచ్చి నాలో కలుస్తూ నాకు కొత్త శక్తిని ఇస్తుంది. మరలా సన్నగా ఊగుతున్నా. గుండె చాలా fast గా కొట్టుకుంటుంది. నా తల నెమ్మది, నెమ్మదిగా పైకి వెళ్ళడం మొదలెట్టింది. పైకి, పైపైకి, పై.. పైపైకి వెళ్ళాక, ఇంకా పెరగడానికి లేదు అన్నప్పుడు నెమ్మదిగా వెనక్కి వెళుతుంది. నా ముందు అంతా తెల్లని fog నామీద బాగా పడుతూ ఉంది. ఆ fog నన్ను నెడుతుందా అన్నంతగా నా మీద పడుతుంది. దాని బలానికి నేను slow గా, slow slow గా... నా శరీరం వెనక్కి వెళుతుంది. కాళ్ళు కూడా పద్మాసనం వేసుకుని కూర్చున్నా... పైకి లేస్తున్నాయి అలాగే.

అలా వెనక్కి వెళుతూనే ఉంది, stiff గా నా శరీరం. పద్మాసనం వేసుకున్న కాళ్ళు కూడా అలాగే పైకి లేస్తున్నాయి. నా చేతులు రెండూ పెనవేసుకుని అలాగే గట్టిగా పట్టుకునే ఉన్నాయి బిగుసుకుని. నెమ్మదిగా, అలా...(కూర్చున్న విధానంలోనే) నెమ్మది, నెమ్మదిగా వెనక్కి పడిపోయాను (slowmotion లో). అయినా కాళ్ళు అలాగే కూర్చున్నట్లుగానే పైకి లేచి ఉన్నాయి. చేతివేళ్ళు కూడా అల పెనవేసుకునే ఉన్నాయి. నా కళ్ళ ముందు మాత్రం అంతా తెల్లని fog అలా నామీద పడుతూనే ఉంది. (Meditation pose లో కూర్చొని ఉన్న statue ని వెనక్కి పడుకోబెడితే ఎలాఉంటుందో అలా ఉన్నా నేనిప్పుడు).

ఈ రోజు జ్యోతిర్మయానందగారిని visit చేయడానికి వెళుతున్నాను. శివరాం మామయ్య తనను వెళ్ళి కలవమన్నారు. ఇక చాలు ఆయనను చూడటానికి వెళ్ళాలి అని లేచాను.

మామయ్య అతని గురించి చెప్పాక, స్వామి జ్యోతిర్మయానందగారి speech లు కొన్ని చూశాను online లో. ఆయన్నే గురువుగా ఎంచుకోవాలి అనిపించింది. ఆయన ప్రసంగాలకు చాలా attract అయ్యాను. ఒక నమ్మకమయిన గురువు దొరికినట్లు అనిపించింది. అందుకే ఆయనదగ్గరకు వెళ్ళాలని నిర్ణయించుకున్నాను.

ఈ రోజు ధ్యానం మధ్యలో నుండీ నా గుండె చాలా fast గా కొట్టుకుంటుంది. ఆయన ఆశ్రమానికి (Miami, ఇంటినుండి రెండు గంటల ప్రయాణం car లో) వెళుతుంటే ఇంకా గుండె అలా speed గా కొట్టుకుంటూనే ఉంది.

Appointment time కు 45 నిముషాలు ముందుగానే చేరుకున్నాను. ఒక అరగంట అక్కడ ఉన్న lake, garden లకు వెళ్ళి తిరిగాను. అక్కడి వాతావరణం నచ్చి ఒక 10 నిమిషాలు కూర్చుని meditation చెయ్యాలని అనిపించింది. Lake లో చాలా పెద్ద పెద్ద Goldfish లు, తాబేళ్ళు ఉన్నాయి. నేను దగ్గరకు వెళ్ళంగనే అవి బిలబిలమంటూ నా దగ్గరకు వచ్చాయి. భలే గమ్మత్తుగా అనిపించింది. దగ్గరలో bench ఉన్నా, అక్కడే క్రింద కూర్చున్నాను ధ్యానంలో.

సంధ్యాసమయపు సూర్యకాంతి నా మీద పడుతూ ఉంది. ఎప్పుడూ లేంది ఈ సారి అంతా green color, చాలా అందంగా ఉంది. దానిలో red dots. కాసేపటికి అది అంతా light pink గా, light peach గా మారిపోయింది. చాలా అందంగా ఉన్నాయి రంగులు. Fog ఇంకా నామీద కురుస్తూనే ఉంది. నుదుటిమీదా, తలమీదా మెరుపుతీగలు ఇంకా తిరుగుతూనే ఉన్నాయి. పొద్దున్న ఆపేసిన మెడిటేషన్ మరలా కంటిన్యూ అయ్యింది. సూర్యకాంతి నా ముఖంపై పడుతూ ఉండగా నా ముఖం తెలియకుండానే కొంచెం పైకెత్తాను. మరలా పువ్వ అందంగా విచ్చుకుంటుంది. Yellow, pink, peach రంగులతో ఎంత అందంగా ఉందో. ఎన్ని....ఎన్నెన్ని పూరెక్కలతో అలా విచ్చుకుంటుందో...నా మనసు మైమరచిపోతున్నంత అందంగా ఉందా పువ్వ. చేపలు నా ముందు గలగలలాడుతూ కదులుతూనే ఉన్నాయి. ఏదీ disturb చేయటంలేదు నన్ను.

Phone లో పెట్టుకున్న అలారం మోగగా, time అయ్యింది అని లేచి ఆశ్రమం లోపలకు వెళ్ళాను. ఆయన personal గదిలో ప్రియాంక నన్ను కూర్చోపెట్టి వెళ్ళింది. చిన్నగది అయినా చాలా పద్ధతిగా సర్ది ఉంది. చాలా books, CD's చిన్న బల్ల, రెండు కుర్చీలు, ఒక చిన్న బల్ల. అన్నీ పొందికగా సర్ది ఉన్నాయి.

రెండు నిమిషాలకు స్వామిజీ వచ్చారు. ఆయన్ని చూడగానే నా గుండె చాలా వేగంగా కొట్టుకోవటం మొదలెట్టింది. కళ్ళవెంట ఒక్కసారిగా నీళ్ళు ఉబికాయి. ఎందుకో అర్థం కాలేదు. లేచి నమస్కరించాను. కూర్చోమన్నట్లు సైగ చేశారు. ఆయన కూర్చున్నాక నేనూ కూర్చున్నా. ఏమి మాట్లాడాలో అర్థం కాలేదు. నిజానికి ఒకప్పుడు ఉన్న అనుమానాలు, ప్రశ్నలు ఏమీ ఇపుడు నాలో లేవు. మనసు ఏ ఆలోచనా లేకుండా ప్రశాంతంగా, నిర్మలంగా ఉంది. ఈ appointment నాలో ఏం జరుగుతుందో తెలీనపుడు తీసుకున్నది.

ఆయన నా పేరు అడిగారు. చెప్పాను. రాసుకున్నారు. Sadhrusya అంటే meaning తెలుసా అని అడిగారు. తెలుసు స్వామీ. స అంటే మంచి, ద్రుశ్య అంటే దృశ్యం(చూసేది) అన్నాను. అవును అని తల ఊపి, నా పేరుని ఇంకా వర్ణించి చెప్పారు కాసేపు. ఒక ఉపమానంలా అని. The best in comparison అనీ, something set as an example for others to refer to అనీ, నా పేరు చాలా బాగుంది అని చెప్పారు. నా పేరుకు example గా హిమాలయాస్‌లో ఉన్న Everest ని ఉదాహరణగా తీసుకోవచ్చు అని చెప్పారు. నాకు కొంత ధైర్యం వచ్చింది, ఆయన అలా free గా మాట్లాడేసరికి.

నాకు అయిన experiences అంతా టూకీగా చెప్పాను. నీకు chakras open అయ్యాయి. నీ body purify అయ్యింది. అలా అని నువ్వు physical checkups కు వెళ్లకుండా ఉండకు. తప్పకుండా physical కూడా చేయించుకో అన్నారు. OK స్వామీ అన్నాను. నీకు ఏమన్నా మంత్రాలు వచ్చా అని అడిగారు. నాకు ఏమీ రావనీ, నా మెడిటేషన్‌లోనే ఒకసారి బీజమంత్రం చెప్పు అని అమ్మ అడిగితే, ఏమి చెప్పాలో తెలీక ఓం అనుకున్నానని చెప్పా. ఓం కు మించిన బీజమంత్రం లేదు, మంచిపని చేశావు అని ఏ దేవుడిని నమ్ముతావు అని అడిగారు. అమ్మవాళ్ళకు, family కూ వెంకటేశ్వరస్వామి. కానీ నాకు శివుడు ఇష్టం అన్నాను.

అయితే ఒక మంత్రం రాసిస్తాను. అది ఎక్కువగా అనుకో అని "Om Namah Shivaaya (ఓం నమః శివాయ)" అని రాసి ఇచ్చారు. కొన్ని పుస్తకాలుకూడా ఇస్తా అని 5 పుస్తకాలు shelf లో నుండి తానే select చేసి తీసి, ఒక పుస్తకంలో శ్రీ సద్రృశ్య అని సంభోదించి, May God Bless You అని రాసి, సంతకం చేసి, date వేసి ఇచ్చారు. నా address కూడా అడిగి తీసుకున్నారు. నేను ఏమి చేస్తాను, నా husband ఏమి చేస్తాడు అని అడిగి తెలుసుకున్నారు. పిల్లలు ఉన్నారా అని అడిగారు. లేరు అని చెప్పాను. ఇండియాలో ఎక్కడ అని అడిగి తెలుసుకున్నారు. ఎందుకో ఆయనతో మాట్లాడినకొద్దీ మాట్లాడాలి అని అనిపించింది.

స్వామిజీ వాటిల్లో ఒక పుస్తకం open చేసి ఇది చాలా మంచి పుస్తకం. రోజుకు ఒక పేజీ open చేసి, ఏ పేజీ అయితే తెరిచావో అక్కడ కనిపించిన మంత్రం రోజుకి ఒకటి చదువుకో అని చెప్పారు. నాకు అంత బుర్ర లేదనీ, ఈ మంత్రాలు

నేను చదువుకోగలనా అని అన్నాను. దీనికి తెలివి అక్కరలేదని దానికదే వస్తుందని meditation కంటే శివుడి మంత్రం ఎక్కువ జపించమనీ అన్నారు.

రోజుకి 5, ఇంకా కావాలంటే 10 నిమిషాలే meditation చెయ్య ఇకచాలు. ఎక్కువగా ఈ శివుడి మంత్రమే స్మరించు మంచిది అన్నారు. నాకు ఇప్పటిదాకా ఈ మంత్రాలు ఏమీరావు కదా! మరి అమ్మ నా దగ్గరకు ఎందుకు వచ్చిందని, నా వల్ల ఏమి ఉపయోగం ఉందనీ అన్నాను. ఇది నీవు ఈ జన్మలో చేసినది కాదనీ, ఇంతకు ముందు చాలా జన్మల ఫలితమే ఈ జన్మలో నీకు ఇలా జరిగిందనీ, ఇక నుంచీ ఎక్కువ దైవస్మృతి చేసుకోమనీ చెప్పారు.

ఉండు ఒక మాల ఇస్తాను అని లోపలకు వెళ్ళి, ఒక రుద్రాక్షమాల తెచ్చి ఇచ్చారు. (ఆ మాల తెస్తున్నపుడు స్వామీజీ మనసు చిన్న పిల్లవాడిలా ఉరకలు వేస్తున్నట్లు, వెయ్యి volts ఆనందంతో కేరింతలు కొట్టడం స్పష్టంగా తెలుస్తుంది, ఎపుడో తప్పిపోయిన బిడ్డ దొరికినంత ఆనందం కొట్టొచ్చినట్లు కనిపిస్తుంది.) ఇవి చాలా మంచి రుద్రాక్షలనీ, ఒక్కొక్క బీజాన్ని ఎలా బొటనవేలితో నా వైపుకి జరపాలో క్రింది రెండు వేళ్ళపైన పెట్టుకుని మధ్య వేలితో కొంచెం సపోర్ట్ చేసి చూపుడు వేలు కొంచెం దూరంగా ఎత్తిఉంచి బొటన వేలితో ముందుకు లాగాలనీ, మాల మొత్తం పూర్తి అయిన తరువాత ఎలా మరలా మొదటినుండీ మొదలుపెట్టాలో అంటే మాలను ఎలా త్రిప్పాలో నేర్పించారు. దానిని clock wise లో తిప్పాలి.

మాలతో అయినా, మాల లేకుండా అయినా, ఏ time లో అయినా, ఎప్పుడు కావాలంటే అప్పుడు, పాటలా అయినా, పద్యంలా అయినా, ఎలా కావాలంటే అలా "ఓం నమః శివాయ" అని చెప్పుకోమన్నారు. సరే అన్నాను. నాకు ఏమన్నా ప్రశ్నలున్నా, ఏమన్నా తెలుసుకోవాలన్నా, ఏ doubt వచ్చినా తన పర్సనల్ email id కు mail చెయ్యమని mail id ఇచ్చారు. నాకు ఎప్పుడు కావాలనిపిస్తే అప్పుడు ఆశ్రమంకు కూడా రమ్మని చెప్పారు.

"ఓం నమః శివాయ" అనే మంత్రం చాలా గొప్పదనీ, దానిలో ఉన్న ఒక్కొక్క అక్షరానికీ ఉన్న అర్థం చెప్పారు. ఒక్కొక్క అక్షరానికి ఇంత అర్థం ఉందా అని ఆశ్చర్యంగా అడిగాను. అవును అది చాలా గొప్ప మంత్రం తప్పక ఉచ్చరించు అన్నారు. తప్పకుండా అని చెప్పాను.

ఎవరో వచ్చి ఆయన speech కు time అయ్యింది అనడంతో, మీతో ఒక ఫోటో దిగాలని ఆ వచ్చిన అమ్మాయి సాయంతో ఒక photo తీయించుకుని, శలవుతీసుకుని బైటకువచ్చాను.

అక్కడ అర్చనను కలిశాను. ఆమె రజనీష్‌ని పరిచయం చేసింది. యశోద తనకు తానే వచ్చి పరిచయం చేసుకుంది. అలా ఇంకొంతమంది వచ్చి పరిచయం చేసుకొన్నారు. స్వామివారి speech చాలా బాగుంది. తలమీద తిరుగుతున్న పువ్వు బరువును కూడా మర్చిపోయి వింటున్నా, స్వామి స్పీచ్‌ని. ఆ speech అయ్యాక స్వామి లేచి వచ్చి నాకు ఒక envelope ఇచ్చారు. నా వైపు చూసి నవ్వి నమస్కరించి వెళ్ళారు. తరువాత చాలామంది నాతో వచ్చి మాట్లాడారు. నా ప్రక్కన మెలీసా కూర్చొని ఉండి పలకరించింది. ఆమె South Beach లో ఉంటుందంట. అక్కడ ఉన్నది 95% పై తెల్లవాళ్ళే, అందరూ ఎంత మర్యాదగా ఉన్నారో! అందరికీ ఇండియన్ పేర్లే ఉన్నాయి.

తరువాత vegetarian భోజనాలు పెట్టారు. రసమలై, రసగుల్లా స్వీట్స్ పెట్టారు. Sweets 2 servings తిన్నాను. భోజనం కూడా చాలా రుచిగా ఉంది. భోజనాలు చేసేటప్పుడు ప్రియాంక పాటలు పాడింది. స్వామి స్పీచ్ ముందు అర్చన piano వాయిస్తే, రజనీష్ అర్చన కలిసి పాట పాడారు.

భోజనాలు చేస్తుండగా ఎవరికన్నా ప్రశ్నలు ఉంటే స్వామిజీని అడగవచ్చు అని చెప్పారు. కొంతమంది ప్రశ్నలు అడిగారు. ఆయన ఎంత చక్కగా సమాధానాలు చెప్పారో! ఆయన స్పీచ్ విన్నకొద్దీ వినాలని అనిపిస్తుంది. అప్పుడప్పుడు ఆయన తదేకంగా నావైపు చూడటం నేను గమనించాను. నాకు చాలా ఆనందంగా అనిపించింది. అంతా అయిన తరువాత, ఆయన అందరికీ కుంకుమబొట్టు పెట్టారు. సెలవు తీసుకుని బయలుదేరాను.

అర్చన వాళ్ళ ఇంటికి నన్ను తీసుకువెళ్ళి చూపించింది. వాళ్ళ నాన్నకు Jan లో 103 ఏళ్ళు నిండుతాయంట. అయినా లేచివెళ్ళి చిన్న చిన్న పనులు చేస్తారు అని చెప్పింది. అపుడప్పుడు తప్పకుండా రమ్మనమని చెప్పింది. Special occasions కు తప్పకుండా వస్తానని చెప్పాను.

ఇంటికివచ్చి స్వామీజీ ఇచ్చిన envelope open చేసి చూశాను. దానిలో

Sadhrusya Devi అని సంభోదించి ఓం నమః శివాయ(Om Namah Shivaaya)కు ఒక్కొక్క అక్షరానికీ అర్థం చెపుతూ, రోజూ పఠించమనీ divine blessings దొరుకుతాయనీ చాలా ప్రేమగా రాసి ఇచ్చారు. సంతకం పెట్టి.

Om: Brahman (the Absolute) you invoke God

Namah: Na + Mah, Negative + Sense of mine-ness (Nothing is mine - therefore live with an increasing sense of surrender to God.)

Shi: Goddess Lakshmi, develop spiritual wealth - virtuous gratitude

Vaa: Spiritual expansion of Consciousness

Ya: (root letter of Heart) Divine Communion in the Heart

క్రింద పర్సనల్ message రాసి సంతకం చేశారు. చాలా హ్యాపీగా అనిపించింది. నా మనసుకు నచ్చిన గురువు నాకు దొరికినందుకు చాలా ఆనందంగా ఉంది.

19/11/12

స్నానం చేసి స్వామీజీ ఇచ్చిన జపమాలతో మంత్రం పూర్తిచేసి, శివుని book open చేస్తే Shiva Rakshaa Stotram వచ్చింది. దానిని చదువుకుని, ఆ book ని నా ఎదురుగా ఉన్న బల్ల పైన నిల్చోపెట్టి (Book cover మీద ఉన్న శివుడు నన్ను చూస్తున్నట్లు పెట్టి) ధ్యానం మొదలుపెట్టాను.

ఎప్పటిలా ప్రశాంతంగా ఉంది, రంగులు కనిపిస్తున్నాయి. నా నుదిటిమీద చాలా మెల్లిగా తిరుగుతున్నాయి మెరుపుతీగలు. తలమీద ఇంకా active గానే ఉన్నాయి. Left eye లో కూడా మెరుపుతీగలు కదులుతున్నాయి. ధ్యానం ఒక మత్తులా నిద్రావస్థలా ఉంది. ఈసారి fog వస్తూ ఉంది మెల్లగా.

ఉన్నట్లుండి ఒక ఎత్తయిన ప్రవాహం... చాలా ఎత్తునుండి వేగంగా పడుతుంది. దానినుండి వచ్చే ఎత్తయిన తెల్లని mist అంతా నాపైనే కురుస్తుంది. చాలా ఆనందంగా అనిపించింది. అలా ఆ ప్రశాంతతను చాలాసేపు అనుభవించి లేచాను.

20/11/12

Ink blue నుండి ఈసారి yellow & green క్రింది నుండి పైకి వెళుతున్నాయి. ఒక దీపంలా, కొవ్వొత్తి వెలుగులా. ఆ ఎత్తయిన ప్రవాహం నుండి mist ఇంకా పడుతూనే ఉంది. నేను చాలా సన్నగా ఊగుతూనే ఉన్నాను. నా ఎడమ తొడమీద ఏదో కందిరీగ కుట్టినట్లు కసక్కన ఏదో గుచ్చినట్లు ఒక్కసారిగా నొప్పి.

నా తలమీద కలువ తిరుగుతూనే ఉంది. నుదిటిన మెరుపుతీగలు సన్నగా కదులుతూనే ఉన్నాయి. ప్రశాంతంగా mist నామీద పడుతూనే ఉంది. ధ్యానంలో ఉన్నా, లేకపోయినా, మెడిటేషన్‌లో కనిపించినట్లుగా గాలి తెమ్మెరలు నాకు కనిపిస్తూనే ఉన్నాయి. కొమ్మ కదిలితేనో, లేక ఆకు కదిలితేనో కనిపించే గాలి కాదు ఇది. ఇంటిలోపల నా కళ్ళ ముందు కూడా గాలి కనిపిస్తుంది. గాలి కూడా నీరులాగే కదులుతుంది (నిజానికి నీటిమీద వచ్చే ప్రకంపనలు గాలివే), వయ్యారాలు పోతూ. గాలికీ, నీటికీ పెద్ద తేడా లేదు కదలికలో. ఇది చూడగలం, అది చూడలేము అంతే.

మనం నీటిలో ఒక చిన్న రాయి వేస్తే ఎలా ప్రకంపనలు పుడతాయో, మనం కన్ను మూసి తెరిచినా కూడా గాలిలో అలా ప్రకంపనలు పుడతాయి. మనం శ్వాస ప్రతీసారి వదిలినప్పుడు కూడా అలానే ప్రకంపనలు పుడతాయి. గాలి కదలికలు చాలా అద్భుతంగా ఉన్నాయి.

పద్మగారు సాయంత్రం call చేశారు, చాలా కోపంగా. ఆమె ఎందుకు అంత కోపంగా ఉన్నారో అర్థం అయ్యింది. నేను శ్రీ స్వామి జ్యోతిర్మయానంద సరస్వతిగారితో తీయించుకున్న photo Facebook లో పెట్టాను. అది ఆమె చూసి నేను తప్పుదారిలో వెళుతున్నాను అని చెప్పారు. పత్రీజీని నమ్మమని ఆయన చాలా గొప్ప వ్యక్తి అనీ చెప్పారు. దేవుని మంత్రాలు ఏమీ చదవవద్దని నన్ను బ్రతిమలాడుతున్నట్లు చెప్పారు.

సదృశ్య

ఆయన నా గురువుకాదనీ, ఆయన మాటలు నాకు రుచించటంలేదనీ ఆమెకు చాలా clear గా చాలాసార్లు చెప్పాను. అయినా ఆమెనన్ను ఆయనవైపుకు ఎందుకు నెడుతున్నారో అర్థం కావటం లేదు.

నేను: మరి మీరూ మంత్రాలు చదువుతున్నారు, దేవుని పద్యాలు, పాటలు పాడుతున్నారు. అలా నాకు ఏమీరావు. మరి అవీ దేవునివే కదా! మరి మీరెందుకు చేస్తున్నారు?

పద్మగారు: నేను 16 yrs సాధన చేస్తే వచ్చాయి అవి. నీకు 16 రోజుల్లో రావాలంటే ఎలా? Meditation వదలమాక.

నేను: Meditation వదిలే ప్రసక్తే లేదు. నాకు కావలసిన answers నేను వెతుక్కుంటాను.

(ఆమె పద్యాలు చదువుతారు, శివునిమీద పాటలు పాడతారు. నన్ను మాత్రం ఎందుకు ఆ మార్గం వద్దు అంటున్నారో అర్థం కావటం లేదు.)

పద్మగారు: Meditationలో నీ జన్మలు కనిపించాయా? (కోపంగా)

నేను: కనిపించాయి

పద్మగారు: చెప్పు వాటిగురించి?

నేను: నా గురించీ, నా life గురించీ మీకు అనవసరం. మీరు తెలుసుకుని చేసేది ఏమీ లేదు. ఎవరి గురించి వాళ్ళు తెలుసుకోవటానికి చేసేదే meditation. మొట్టమొదట మనం తెలుసుకోవలసింది ఇతరుల విషయాల్లో interest చూపించటం మానుకొని, మీరెంటో మీరు తెలుసుకోవాలి. పత్రీజీగారు కూడా meditation experiences అందరికీ చెప్పాలన్నారంట. ముందు అతని experience చెప్పి ఎదుటివాళ్లను అడగమనండి. మీరు నా meditation కు గురువు కాబట్టి, మీకు నా జన్మల్లో మీకు ఉపయోగపడే ఒక్క జన్మ గురించి చెబుతాను, అని చెప్పాను. ఆమె ఆశ్చర్యపోయారు. Meditation లో వచ్చే కుండలిని గురించి, ఇడ, పింగళ నాడులగురించీ చెప్పి, సుషుమ్నతో పూర్తి చేశాను. అంతవరకేనా మీ experiences అని అడిగాను.

పద్మగారు: అవును.

నేను: పత్రీజీగారికి?

పద్మగారు: ఆయనా అంతే.

నేను: దానితో ఇంకా చాలా ముడిపడి ఉన్నాయనీ, అది చాలా గొప్ప experience అనీ, for example... నా శ్వాస గురించి చెప్పా. ఈ experience మీకు ఎప్పుడన్నా జరిగిందా?

పద్మగారు: లేదు. నీకు అలా జరగడానికి నీ క్రితంజన్మలలో చేసుకున్నదే. నువ్వ కారణజన్మురాలివి. ఎవ్వరికీ అబ్బనిది నీవు ఒక్క 10 రోజుల్లో ఈ జ్ఞాన్నాన్ని సంపాదించావు. అందుకే ప్రాధేయపడుతున్నాను, ఆ మంత్రాల జోలికి వెళ్ళవద్దు.

నేను: ఇప్పటిదాకా దేవుని నమ్మని నాకు ఇపుడు నమ్మకం కలుగుతుంది. అన్ని సంవత్సరాలు నమ్మిన మీరు ఇపుడు నమ్మడం ఎందుకు మానేశారో నాకు అర్థం కావటం లేదు. నాకు కావలసిన మార్గానికి సంబంధించిన answers నేనే వెతుక్కుంటాను.

రాత్రి పడుకున్నా, అసలు నిద్ర రావటం లేదు. మనసంతా గందరగోళంగా ఉంది. ముందు చిన్నతనంలో christian school లో చదవడం మూలాన Jesus ని నమ్మేదానిని. ఏ మార్పు లేదు. అమ్మ దణ్ణం పెట్టుకోమంటుందని, వెంకటేశ్వరస్వామిని నమ్మాను. ఏ మార్పు లేదు. సినిమా knowledge వలన ఏ మంచిపని చేయాలని చూసినా, శివునికిలా నాకూ కష్టాలే ఎదురవుతున్నాయి అని, శివుడిని నమ్మాను. ఏ మార్పు లేదు. ఈ మధ్య సూర్యుడిని నమ్మాను. చాలా మార్పు. నాకు answer దొరికినట్లు అనిపించింది. సూర్యుడు ఉదయించే, అస్తమించే ప్రదేశానికి, అంటే రెండూ ఒకే చోట నుండి చూడగలిగే ప్రదేశానికి వెళ్ళాలని అనిపించింది. అది కన్యాకుమారి, Key West.. ఇలాటి స్థలం ఇంకేమయినా ఉంటే తెలుసుకోవాలి అనిపించింది.

1:11 చిత్ర పౌర్ణమి రోజు అలాటి ప్రదేశానికి వెళ్ళాలి at least అనిపించింది. స్వామిజీని అడగాలి సూర్యుడిని పూజించవచ్చా, భగవంతునిగా? Answer,

  సదృశ్య

Yes అయితే, మంత్రం ఏమిటో అడగాలి. (ఈ చిత్ర పౌర్ణమి అంటే ఏమిటో కూడా నాకు తెలీదు. ఇలాటి తెలీని పదాలు ఈ మధ్య ఎక్కువగా గుర్తుకువస్తున్నాయి నా మనసుకు)

Answer దొరికింది కదా! అని కొంత స్థిమితపడి నిద్రపోవడానికి ప్రయత్నించాను. మనసు గందరగోళంగా అనిపించింది. కనురెప్పలు టకటక లాడుతున్నాయి. మూసుకున్న కళ్ళే అయినా టపటపా కొట్టుకొంటున్నాయి. Meditation mode లోకి వెళుతున్నాను. ఏవో మొహాలు కనిపిస్తున్నాయి. భూమిలో నుండి ఎవరో లేస్తున్నట్లు కనిపించింది. ఎవరు మీరు అని అడుగుతున్నాను. సమాధానం లేదు. కొంచెం భయంగా అనిపించింది. నన్ను భయపెట్టడానికి మీరు వస్తే నా దరికి రావద్దు. మీ జోలికి నేను రాను. నా దారికి మీరు అడ్డు రావద్దు. నన్ను వదిలి దూరంగా వెళ్ళండి. నాకు కనిపించకండి. నన్ను కష్టపెట్టడానికి కాని వచ్చిఉంటే అని అడిగాను. అవి ఇక కనిపించలేదు. ఇక ఎవరూ కనిపించకపోవటంతో ప్రశాంతంగా నిద్రపోయాను.

21/11/12

ధ్యానంలో కూర్చున్నా. రంగులు అందంగా కనిపిస్తున్నాయి. Mist ఆ ఎత్తయిన ప్రవాహం నుండి ఇంకా నాపై పడుతూఉంది. నా నుదిటిమీదా, నా తలమీద మెరుపుతీగలు పల్చగా కదులుతూనే ఉన్నాయి. మనసు కొంచెం ప్రశాంతంగా అనిపించింది. కాసేపు నా కుడికన్నుతోటీ, కాసేపు నా ఎడమకంటితోటీ, కాసేపు నుదిటితోటీ ఆ రంగులను చూడాలనిపించింది. అలా ఒక్కొక్కటీ మార్చుకుంటూ చూస్తూ enjoy చేశా. మెరుపుతీగలకు కొంతశక్తి కావాలని శక్తిని ఆస్వాదించాను. అవి కొంచెం active గా కదులుతున్నాయి. స్వామీజీని నా ప్రశ్నలకు జవాబులు అడగాలి అని లేచాను.

మధ్యాహ్నమూ, సాయంత్రం కూడా కాసేపు మెడిటేషన్‌లో కూర్చున్నా. ప్రవాహంలా శక్తి నామీద ఎడతెరపిలేకుండా కురుస్తానే ఉంది.

సాయంత్రం స్వామీజీకు email పెట్టి పడుకున్నాను.

రాత్రి ఎప్పటిలా మెలకువ వచ్చింది. కాసేపు అలా రంగుల తరువాత ఏదో బలమైన కాంతి ఆకాశంనుండి బంతిలా క్రిందపడుతూవచ్చి నా ముందుకి వచ్చేసరికి నా వైపుకి తిరిగి ప్రయాణించి నాలో కలిసిపోయి నాకు ఒక విధమయిన శక్తిని ఇస్తుంది. నా కోరికకు కావలసిన శక్తి నాకు వస్తుందని అర్థం అయ్యింది.

తరువాత ఒక చిన్న గది కనిపించింది. దానిలో చిన్న single sofa లు రెండు ఒక ప్రక్కన, దాని ప్రక్కన 3 seater sofa, దాని ప్రక్కన ఇంకొక single sofa. అవి ఒక carpet పైన ఉన్నాయి గది మధ్యలో. ఆ గదిలో చుట్టూతా ఏవో tables... extra, extra...గోడలకు ఆనించి సర్దబడిఉన్నాయి. అలాగే ఒక మూల చిన్న మంచం వేసి ఉంది. దానిపై చిన్న పరుపు, దుప్పటి, ఒక దిండు. ఆ గది చాలా పద్ధతిగా సర్ది ఉంది. అది నా రూమే అనిపించింది. కానీ దానిని ఈ జన్మలో ఇప్పటివరకూ ఎప్పుడూ నేను చూడలేదు. ఇదే first time. కానీ అక్కడ చాలా ప్రశాంతంగా ఉంది.

ఇప్పుడు ఒక నామంలా కనిపించి, దాని నుండి శక్తి నాకు వస్తూ ఉంది. తలమీద, నుదిటిమీద ఇంకా మెరుపుతీగలు తిరుగుతూ ఉండటంతో ప్రశాంతంగా పడుకుని నిద్రపోయాను.

22/11/12

పొద్దుట మెలకువ వచ్చి కళ్ళు తెరుద్దాం అనుకునేలోపలే meditation mode లోకి వెళ్ళాను. పంచభూతాలూ కలిసి ఒక్కసారిగా వచ్చి నాలో చాలా కాంతివంతంగా, ప్రవాహంలా శక్తిని ప్రవేశింపచేస్తూ ఉన్నాయి. చాలా అద్భుతంగా ఉంది. నేలమీద అది ఒక పెద్ద కొలను. దానిలో నీరు blue గా, red గా. ఆ నీరు గాలికి బాగా కదులుతూ ఉంది. దానినుండి fog లాగా పైకి లేచి నామీద చాలా fast గా ప్రవేశిస్తుంది. చూడటానికి చాలా అందంగా ఉంది. చూసేకొద్దీ చూడాలి అనిపించేట్లుగా ఉంది. అలా చాలాసేపు జరిగి మొత్తం కలిసి ఒక పెద్ద నామంలా ఏర్పడి తెల్లగా, ఎత్తుగా.. దాని నుండి కూడా ప్రవాహంలా mist నాపై పడుతూ ఉంది. చాలా ఉధృతంగా నామీద పడుతోంది. దాని ఉధృతం కొంచెం తగ్గాక తృప్తి అనిపించి లేచాను.

 సద్గుశ్య

Email check చేస్తే Swamiji నుండి email వచ్చి ఉంది. నేను ఆలోచించే విధానం correct అని చెప్పారు. దేవుడు ఒక్కడే అని, ఆయన్ని ఏ రూపంలో అయినా, ఏ పేరుతో అయినా పిలవవచ్చని, జపం మానవద్దనీ, సూర్యునికి మంత్రం "ఓం శ్రీ సూర్యాయ నమః" అనుకోమని చెప్పారు. స్వామీజీని visit చేసి వచ్చిన దగ్గరనుండి నేను రోజూ మాలతో జపం చేసుకొంటూనే ఉన్నాను. పుస్తకం open చేసినపుడు కనిపించిన మంత్రాన్ని చదువుకొంటూనే ఉన్నాను. శివుని మంత్రాన్ని పాటగా పాడుకొంటూనే ఉన్నాను.

ధ్యానంలో కూర్చున్నాను. నాలో ఇంకా కుండలినీ జరుగుతూనే ఉంది. ఇంకా ఊగుతూనే ఉన్నాను. ముందుగా రంగులు కనిపించి, దానినుండి నామం, దాని నుండి mist... ప్రవాహంలా శక్తి అల్లంత పైనుండి నాలో ప్రవేశిస్తూనే ఉంది. చాలా ప్రశాంతంగా నా తలమీద, నుదిటిమీదా ఇంకా మెరుపుతీగలు తిరుగుతూనే ఉన్నాయి. రోజుకు 3 సార్లు ధ్యానంలో కూర్చుంటున్నా.

23/11/12

ధ్యానంలో కాసేపు రంగులు కనిపించి mist పడుతూ ఉండగా నా body బాగా ఊగుతూ ఉంది. నా నుదుటిన, తలపైన మెరుపుతీగలు ఇలా తిరుగుతూ ఉన్నాయి. 

కాసేపటికి ప్రశాంతమైన సమాధిస్థితికి వెళ్ళాను. నా body నిటారుగా అయ్యి ఊగుతూ ఉంది. అంతా తెల్లని mist.... నాపై పడుతూనే ఉంది. ఒళ్ళు అంతా జిల్ జిల్ అని శక్తి ప్రవహిస్తూనే ఉంది. Mist నాపై ధారాళంగా పడుతూనే ఉంది. అలా చాలాసేపు ఆస్వాదించాను. కొంచెం తృప్తిపడ్డాక ఈ లోకంలోకి వచ్చి లేచాను.

ధ్యానానికి ముందు (స్వామీజీ ఇచ్చిన Blissful Mantras for Worshipping God as Shiva అనే book ని ముందు ఉన్న table పై పెట్టుకుని) రుద్రాక్షమాలతో మంత్రజపం చేస్తూ ఎదురుగా ఉన్న పుస్తకం అట్టమీద ఉన్న శివుని చూస్తుండగా, ఆయన నుండి కూడా అపారమైన mist నామీద పడుతూ ఉంది. నా కళ్ళు తెరుచుకునే ఉన్నాయి, అయినా mist చాలా clear గా కనిపిస్తూనే ఉంది.

ధ్యానంలో ఎప్పటిలా రంగులు కనిపిస్తూనే ఉన్నాయి. సన్నగా ఊగుతూనే ఉన్నాను. తలపైన, నుదిటిపైన constant గా మెరుపుతీగలు ఎప్పుడూ తిరుగుతూనే ఉన్నాయి. ఈ రోజు కొత్తదనం ఏమిటంటే జ్ఞానబోధ జరిగింది. దేవుని ప్రేమలో ఉన్న అందం తెలిసింది. అతని మర్మం అర్థంఅయ్యింది. మానవ జన్మ ఎంత అదృష్టమో కదా! దీనిని వృథా చేయకుండా సద్వినియోగం చేసుకోవాలి. అందరినీ ప్రేమించాలి. అందరికీ మంచి జరగాలి.

రాత్రి పడుకునేముందు, పొద్దుట లేచేముందు యథావిధిగా ధ్యానం చేశాను. ప్రక్కమీద జ్ఞానబోధ జరుగుతూనే ఉంది. దేవుని ప్రసన్నం చేసుకున్నాక పంచభూతాలు వశం అవుతాయని అర్థం అయ్యింది. అప్పుడు మనం ఏ మార్గం ఎంచుకుంటామౌ అన్నదే ముఖ్యమయిన ఘడియ. దైవశక్తిని నమ్మి దైవమార్గంలో వెళతామా or క్షుద్రశక్తిలకు attract అయ్యి క్షుద్రమార్గంను ఎంచుకుంటామా?

రెండింటికీ శక్తులు ఉన్నాయి. కాకపోతే నీ మార్గం ఏది? ఏశక్తికి attract అవుతున్నావు? క్షుద్రప్రేమ కావాలా, దైవప్రేమ కావాలా? నిర్ణయం మనదే. మార్గం మనమే ఎంచుకోవాలి.

అమ్మ ప్రేమను రుచిచూసిన నాకు దైవశక్తి కావాలని అనిపించింది. నేనూ క్షుద్రశక్తికి attract అయ్యి చాలా close గా వెళ్ళాను. కొద్దిరోజులు ఏదో తెలీక ఎటు వెళ్ళాలో అర్థంకాక మనసు కొట్టుమిట్టాడింది. చాలా గందరగోళంగా అనిపించింది. చివరికి అమ్మప్రేమ, తండ్రిలాలనే నన్ను జయించింది. దైవశక్తినే ఎంచుకున్నాను. దేవునితో మంచిబంధం ఏర్పడాలని నిర్ణయించుకున్నాను. చిత్త పౌర్ణమినాడు కన్యాకుమారి వెళ్ళాలని నిర్ణయించుకున్నాను.

ఓం శ్రీ సూర్యాయనమః!! సూర్యుని తేజస్సును అందరికీ తెలియజేయాలి. అతన్ని ప్రసన్నం చేసుకోవాలి అని, backyard కు వెళ్ళి కళ్ళు మూసుకుని సూర్య మంత్రం చెప్పి, సూర్యునికి నమస్కారం చేసి, సూర్యుని వైపు చూశాను. చూడలేక కళ్ళు మూసుకుని నమస్కారం చేసుకున్నాను. అతని నుండి కాంతి, సూర్యతేజస్సు నాపై పడుతూ కనిపించింది. ఆనందం వేసింది. ఈసారి మరలా కళ్ళు తెరచి చూశాను. ఎంత ప్రశాంతంగా ఉన్నాడో కదా సూర్యుడు అని అనిపించింది.

సదృశ్య

సూర్యుని చక్కగా చూడగలుగుతున్నాను. సూర్యుడు మండుతూనే ఉన్నాడు. కానీ నాకు చాలా ప్రశాంతంగా చక్కగా అందంగా కనిపిస్తున్నాడు. ఎంత చూసినా తనివితీరని అందం అతనిలో కనిపిస్తుంది. రంగులు, అందమయిన రంగులు. ధ్యానంలో కనిపించే రంగులు అన్నీ అతనినుండి నాకు కనిపిస్తున్నాయి.

అద్భుతం, మహాద్భుతం... నేను కళ్ళు కూడా ఆర్పకుండా, రెప్పకూడా వేయకుండా చూస్తున్నా సూర్యుని వంక. అతని అందాన్ని తనివితీరా చూస్తున్నా. సూర్యుని ప్రసన్నం చేసుకున్నందుకు మనసారా ఆనందంతో పొంగిపోతూ ఉండగా అద్భుతమైన రంగులను కళ్ళారా చూస్తున్నా. ఈ జన్మ ఎంత అదృష్టమో కదా అనిపించింది. సూర్యుడు ఎంత శాంతంగా కనిపిస్తున్నాడో, అతని కాంతి ఎంత అద్భుతంగా ఉందో! ప్రశాంతంగా ఒక్కసారి కళ్ళు మూశాను. అతని ప్రతిబింబం ఇంకా కళ్ళముందు తెలుస్తుంది. దాని నుండి తెలుపు, పసుపు, ఎరుపు కాంతులు. అలా అన్ని కాంతులతో రంగులు ... అబ్బ ఎంత అందంగా ఉన్నాయో కదా! అతనినుండి ఆ కాంతి రేఖలు నాలోకి ప్రవేశిస్తూ ఉన్నాయి. తనివితీరా ఆస్వాదించాను. ఎంజాయ్ చేస్తున్నాను. మనసారా ఆ వెలుగుని ఆహ్వానిస్తున్నాను. ఈ వెలుగుని అందరికీ పంచాలి అనుకుంటున్నాను. అందరికీ సూర్యభగవానుని గురించి చెప్పాలీ అనుకుంటున్నాను.

అవి వర్ణించ అలవికాని అందాలు. కళ్ళు మూసుకుని ఉన్నా, ఒక్కొక్కరంగు, ఒక్కొక్కరంగు ఎలా మారుతున్నాయో blue, violet, white, yellow, green, red, orange, peach, pink. తనివితీరని అందాలు.

ప్రేమగా కళ్ళు తెరిచాను. అలాగే ప్రశాంతంగా కనిపిస్తున్నాడు. అందంగా మిలమిల మెరిసిపోతున్నాడు. నా కనురెప్ప వేయటానికి కూడా మనసు అంగీకరించక, వేయాలనికూడా మర్చిపోయి, మైమరచి ఆ అందాన్ని చూస్తున్నాను. ఎంత అద్భుతమైన experience యో కదా అనిపించింది.

25/11/12

ధ్యానంలో ఇంకా జ్ఞానబోధ జరుగుతూనే ఉంది. నామం నుండి వెలుగు నాపై పడుతూనే ఉంది. నా తలమీదా, నుదిటిమీదా ఇంకా మెరుపుతీగలు తిరుగుతూనే

ఉన్నాయి. కానీ పల్చబడ్డాయి. సమాధిస్థితిలోకి వెళ్ళాను. ప్రశాంతంగా ఉంది. నామం నుండి శక్తి బాగా వస్తూ నాలో కలుస్తూఉంది. ఇక చాలు లేద్దాం అనుకుని చేతులతో కళ్ళుమూసుకున్నప్పుడు మధ్యలో సూర్యుడు కనిపిస్తున్నాడు. అంతా చుక్కలు. అంతా blue గా ఉందో లేక అవి blue చుక్కలో తెలీదు. కానీ blue & red చుక్కలు మాత్రం కలిసివున్నాయి. నెమ్మదిగా ఉదయించే సూర్యునిలా కాంతులు, రంగులు కనిపించాయి. అందంగా, ప్రశాంతంగా ఉంది. కాసేపు అలాగే చేతులు కళ్ళకు అడ్డంపెట్టుకుని ఆ అందాలను తనివితీరా చూసి ఇక లేచాను.

నా పూర్వ జన్మల్లో.... ప్రతీ జన్మలోనూ మానవ మర్మం తెలుసుకుని తెలియచేస్తూనే ఉన్నాను. ఒక జన్మలో చాలా సంవత్సరాలు తపస్సు చేశాను. కొన్ని యుగాలు అని చెప్పవచ్చు. ఒక్కొక్క జన్మకు ఒక్కొక్క కొత్త ప్రదేశాన్ని ఎంచుకుని శోధించాను. ఈ జన్మలో ఇప్పటిదాకా ఆ మర్మం ఏమిటో అర్థం కాలేదు. నా దారిలో ఎదురయిన అందరికీ ఈ మర్మం గురించి చెప్పాలి. అదే నా ధ్యేయం.

ఇప్పటిదాకా ఎంత అవివేకంగా సోధించానో కదా! ఇన్నాళ్ళకు ఇలా నాలోనేను శోధించడం మొదలుపెట్టాను. జన్మరహస్యం అర్థం అయ్యింది. ఈ మానవజన్మకు సార్థకత ఏర్పడింది. ఇక చాలు ఈ తనువు చాలించాక నా లోకంలోకి నేను వెళ్ళాలి.

ధ్యానం ముగించుకుని మధ్యాహ్నం నిన్నటిలా, సూర్యనమస్కారం చేయడానికి ఇంటి వెనకకు వెళ్ళాను. ఇప్పుడు నా కనులు మూసుకుంటే turquoise blue రంగులో చిన్న బంతిలా సూర్యుడు కనిపిస్తున్నాడు. చాలా అందమయిన రంగు.

ఈ రోజు పెద్దక్క, కాశీ కాల్ చేస్తే మాట్లాడాను. మనిషిగా ఏమి చేయాలో, ఏమి చేయకూడదో చెప్పాను. ఈ రోజు చాలా సంతోషంగా ఉంది నాకు. నాకు జరుగుతున్న జ్ఞానభోదను ఈ రోజు కొంచెం ఉపయోగించగలిగాను. ఒక కొత్తదనానికి అంకురార్పణ జరిగింది. దేవుడు ఉన్నాడు అని మనఃపూర్తిగా, భక్తిగా, ఆర్తిగా, గొంతెత్తి చెప్పగలిగాను. చాలా ఆనందంగా ఉంది నా జ్ఞానాన్ని ఇతరులకు పంచుతుంటే.

ఇంకా జ్ఞానం కావాలి. ఇతరులకు కూడా అంతులేనంతగా పంచగలిగే జ్ఞానం కావాలి. అందరూ అందరినీ ప్రేమించగలిగేటట్లు చేయాలి. ప్రేమను పంచాలి. నాకు అందుతున్న విజ్ఞానఘనిని అందరికీ తలా కొస్త పంచాలి.

"మొదట అరిషడ్వర్గాలను జయించాలని, అప్పుడు మెడిటేషన్ లో ఏకాగ్రత కుదురుతుందని, అప్పుడు శక్తిని సునాయాసంగా ప్రసన్నం చేసుకోవచ్చని, ఆ తల్లి మన కర్మలను తుడిచి మనకు మరలా కొత్త జీవితాన్ని ప్రసాదిస్తుందని, మన కర్మలు కాలిపోయి, మన శరీరం purify అవుతుందని. అప్పుడు పంచభూతాలు మనకు అనుకూలంగా ఉంటాయని, అదే చాలా క్లిష్టమైన సమయం అనీ, అప్పుడే మనకు సరయిన గురువు అవసరం అనీ, మనం దైవశక్తికి ప్రాధాన్యత ఇచ్చి దైవమార్గం ఎంచుకోవాలనీ, ఎంత attractive గా ఉన్న భూతమార్గం ఎంచుకోకూడదు అని. భూతశక్తులకు ప్రేరేపించబడకుండా దైవశక్తిని నమ్మాలని. అప్పటినుండీ మనకు అతీత శక్తులు వస్తాయని వాటిని మంచి పనులకు వినియోగించాలనీ" చెప్పాను.

మొట్టమొదటిగా ప్రతీ మనిషి తెలుసుకోవలసినది, కామం, క్రోధం, మోహం, లోభం, మద, మాత్సర్యంలను జయించితే మనకు దక్కనిదేదీ ఉండదనీ. మనం కావాలి అనుకున్నవన్నీ మనకు దక్కుతాయి అని చెప్పాను. ఎవరిమీద వారికి నమ్మకం ఉండాలి. నేను జయించాలి అనే పట్టుదల ఉండాలి. ఒంటరి పోరాటం సాగించాలి. నీ గురించి నీవు తెలుసుకోవాలి. నీ గురించి నీకు శోధన ఎప్పుడు మొదలవుతుందో నీవు నిజమయిన మార్పుకు పునాది వేసినట్లు. నీకు ఒక మంచి పూల బాట ఎదురవుతుంది. ఆనందంగా ఆ పూలబాటలో విహరించు. కొత్త అందాలను చవిచూడు. ఆ ఆనందాన్ని అనుభవించు మనసారా!

ప్రపంచంలో నాకు తెలియని అందాలు ఇన్ని ఉన్నాయా అని మనకే ఆశ్చర్యం వేస్తుంది. ఆ ఆనందాలు అన్నీ నీ సొంతం అవుతాయి. ఇక నువ్వు జయించలేనిదే ఉండదు. నీ పుట్టుక తెలుస్తుంది. నీ ఉనికి అర్థం అవుతుంది. జన్మరాహిత్యం అవగతమవుతుంది. మృతువులో ఉన్న ఆనందం తెలుస్తుంది. భయాన్ని జయించే శక్తి వస్తుంది. చావు, పుట్టుకలు నీ చేతిలోనే ఉన్నాయి అనే సత్యం అర్థం అవుతుంది. అప్పటివరకూ మనిషి అన్వేషణ సాగిస్తూనే ఉండాలి. అని చెప్పాను.

ఇవి అన్నీ అవగతం అవ్వాలీ అంటే పంచభూతాలను వశం చేసుకోవాలి. అవి వశం అవ్వాలీ అంటే అమ్మను ఆహ్వానించాలి. అమ్మ ఆహ్వానం అయి అమ్మ ప్రేమను పొందాలీ అంటే అరిషడ్వర్గాలను అధిగమించాలి. అవి యిన దరికి రాకూడదు అంటే మనలో మార్పు జరగాలి.

ఆ మార్పు జరగాలా లేదా అన్నది మీ ప్రవర్తనలోనే ఉన్నదనీ, తన ఆలోచనేనని, దేనినయినా సునాయాసంగా జయించవచ్చునీ, మనమీద మనకు నమ్మకం ఉండాలనీ చెప్పాను. దేనినయినా కావాలీ అనుకుంటే అది మనకు దక్కాలా అక్కరలేదా, ఆ పనిని సాధించటానికి మనకు ఎంతవరకు అర్హత ఉంది అని మనకు మనం ప్రశ్నవేసుకుంటే ఆన్సర్ మనలోనే ఉంటుందనీ, మన మనస్సును మనం వినాలనీ, మనలోనే శోధన జరగాలనీ చెప్పాను.

ఇంతటి జ్ఞానాన్ని భరించగలిగిన శక్తిని, బుద్ధిని భగవంతుడు నాకు అందించినందుకు కృతజ్ఞతలు చెప్పుకుంటూ నిదురపోయాను.

కళ్ళు మూస్తే సూర్యుడు మంచి turquoise blue రంగులో కనిపిస్తున్నాడు. ప్రొద్దుట లేచాక సూర్యనమస్కరం చేసుకుని కళ్ళు మూసుకున్నాను. అవే మంచి మంచి రంగులు ఒకదాని తరువాత మరొకటి చాలా అందంగా కనిపిస్తున్నాయి. మిట్టమధ్యాహ్నపు సూర్యుణ్ణి సునాయాసంగా చూడగలుగుతున్నాను.

ప్రతీ రోజూ రాత్రి శక్తిఅమ్మ వచ్చి వేదం చెబుతోంది. మొదటిలో ఇవన్నీ అమ్మ ఎందుకు చెబుతోంది నాకు? ఇవన్నీ తెలిసిన విషయాలేకదా అని అనిపించింది. విషయం తెలిసినదే అయినా వాటిల్లో లోతుగా ఎంతో మర్మం దాగివుంది. భూమి మీద మనిషిగా జన్మించాక మానవునిగా తమ విధులేంటి, ఎలా ప్రవర్తించాలి, ఎలా ఉండాలి అన్నది చెబుతోంది అమ్మ. అమ్మ మాటలు విన్నకొద్దీ వినాలనిపిస్తుంది. అది అమృతంతో కూడిన పాటలా ఉంది. ఎంతో తియ్యగా ఉంది అమ్మ స్వరం. అమృతజ్ఞానం తాగేకొద్దీ ఇంకా ఊరుతూనే ఉంది.

26/11/12

ప్రొద్దుట ప్రక్కమీదనే ధ్యానంలో ఇలా నిప్పురగులుతూ ఉంది. కానీ అది గాలిలో తేలియాడుతూ ఉంది. గాలికి ఊగుతుంది. ఒక చెట్టులా పాతుకుపోయినట్లుగా

ఉంది. ఆ నిప్పుతీగలు నీటితో నిండిఉన్నాయి. చాలా అందంగా అద్భుతంగా ఉంది.

ధ్యానంలోకి వెళ్ళంగానే సూర్యుడు అదే sea green, blue రంగుల్లో కనిపిస్తున్నాడు. సముద్రానికి ఆ రంగు ఎక్కడినుండి వచ్చిందో, ఆకాశం మనకు blue గా ఎందుకు కనిపిస్తుందో అర్థం అయ్యింది.

కాసేపు రంగులు కనిపించాయి. తరువాత ప్రశాంతంగా నామం. దానినుండి శక్తిప్రవాహం నాకు వస్తూ ఉంది. నా తలపైన/మాడుమీద, నుదిటి పైన మెరుపుతీగలతో కూడిన పెద్ద పువ్వు తిరుగుతూనే ఉంది. దాని బరువు స్పష్టంగా తెలుస్తుంది. నాకు జ్ఞానబోధ జరుగుతూనే ఉంది. నా శరీరం గుండ్రంగా తిరుగుతూనే ఉంది. అది ఒక సమాధిస్థితిలా ఉంది. అలాగే ఎంతసేపు కూర్చున్నా కాళ్ళ నొప్పులు లేవు. నా ఉనికిని కూడా మర్చిపోయి, మైమరచి ఆ అపారమైన సంపదను ఆప్యాయంగా ఆస్వాదిస్తూ నన్ను నేను మర్చిపోయి ఆనందంతో, పారవశ్యంతో మైమరచిపోతున్నా. తెలిసేకొద్దీ తెలుసుకోవాలి అనుకునేంత కుతూహలం. మనకు తెలియని సంపద ఎంత ఉందో కదా!

ఈ రోజు కూడా సూర్యుణ్ణి ప్రసన్నం చేసుకోగలిగాను. శివశక్తులు నా తల్లితండ్రులు, సూర్యుడు నా భగవంతుడు. శ్రీ జ్యోతిర్మయానంద సరస్వతి నా గురువు. ఈ నలుగురూ చాలు నాకు.

భూమిమీద ఒకానొక జన్మలో Pyramids నిర్మాణం నాద్వారా ఎందుకు జరిగిందో అర్థం అయ్యింది. శక్తిఅమ్మ దానికి సంబంధించి ఎన్నో complex లెక్కలు చెబుతోంది. అమ్మ చెబుతుండగా నేను ప్రత్యక్షంగా వాటిని చూడగలుగుతున్నాను. అమ్మ చెప్పిన ప్రకారం వాటిని నిర్మించాను. రాబోయే జన్మలలో నన్ను నేను గుర్తించడం కోసం అక్కడ ఎన్నో గుర్తులు చెక్కించాను రాళ్ళపైన. ఒకసారి వెళ్ళి చూడాలి ఇపుడు నేను వాటిని ఇంకా చూడగలనో, గుర్తుపట్టగలనో లేదో.

27/11/12

ధ్యానంలో కూర్చున్నాను. ప్రశాంతంగా నామం నుండి శక్తి వస్తూనే ఉంది. కళ్ళుమూసుకుని ఉన్నాకూడా పెద్ద శివలింగం నాకు కనిపిస్తూ ఉంది. ఆ

శివలింగాన్ని చూసి మైమరచి కూర్చున్నాను. చాలా పెద్ద శివలింగం. చాలా దగ్గరగా ఉంది. దాని నుండి శక్తి నాకు వస్తూ ఉంది. నెమ్మదిగా అది నామెంటలా మారి దాని నుండి శక్తి నాలోకి ప్రవహిస్తూఉంది. దానిని అనుభవిస్తూ మైమరచిపోతున్నా.

11:11 మెలకువ వచ్చి లేచాను. Meditation mode లోకి వెళ్ళాను. Rocks మీద designs చెక్కబడుతున్నాయి. అవి చాలా complex గా ఉన్నాయి. ఉన్నట్లుండి ఒక పెద్ద వృక్షం క్రింద భూమి open అయ్యింది. చెట్టు అలా భూమిలోకి పడిపోయింది. చాలా లోతుగా వెళ్ళిపోయింది. ఒక అమ్మాయి ఏదో పుస్తకంలాంటిది పట్టుకుని అడవుల్లో, చెట్ల మధ్యన ఒంటరిగా తిరుగుతూ ఉంది.

28/11/12

ఈ రోజు పొద్దుటే లేచి మెడిటేషన్ మోడ్‌లోకి వెళ్ళాను. ప్రవాహంలాంటి మెత్తటి fog నామీద కురుస్తూ ఉంది, కుండపోతగా! ఈ మధ్యకాలంలో ఇంత ఉద్ధృతంగా శక్తి నాలోకి రాలేదు. నా నుదిటిమీదా, నా తలమీదా ఇంకా మెరుపుతీగలు తిరుగుతూనే ఉన్నాయి. Fog ప్రవాహం నామీద ధారాళంగా పడుతూనే ఉంది. నాకు ఏమి తెలియబోతోందో, ఏమి జరగబోతోందో చూడాలి!!

ధ్యానంలో కూర్చున్న వెంటనే మొత్తం green కనిపించింది. అది నెమ్మదిగా purple గా మారింది. దాని నుండి blue, దానినుండి yellow light మధ్యలో వచ్చి Light House లో light తిరిగినట్లు yellow light anticlockwise తిరుగుతూ ఉంది. Background అంతా blue రంగు. కాసేపు అలా తిరిగి ఇప్పుడు yellow light clockwise తిరుగుతుంది. దానినుండి అంతా తెలుపు. దాని నుండి తెల్లని fog నా పై కురుస్తూ ఉంది.

చాలా ప్రశాంతంగా ఉంది. దానిని అనుభవిస్తూ సమాధిస్థితికి వెళ్ళాను. నా body ఊగుతూనే ఉంది. నా తలమీదా, నుదుటిమీదా మెరుపుతీగలు తిరుగుతూనే ఉన్నాయి. అయినా ఏ disturbance లేదు. చాలా ప్రశాంతంగా ఉంది. శక్తి నాలో ప్రవేశిస్తూనే ఉంది. నేను నిటారుగా, నిటారుగా అవుతున్నా. సుతిమెత్తని fog నాలో జొరబడుతూనే ఉంది.

 సద్రుశ్య

ఈ రోజు పౌర్ణమి అని ఉష(friend) చెప్పింది. సాయంత్రం కూడా కాసేపు ధ్యానంలో కూర్చున్నాను. విపరీతమయిన pouring power వస్తుంది. ఊగుతూ ఉన్నాను. మొదటినుండీ జరిగిన process start అయ్యింది. మొదట కుండలినీ, ఇడ, పింగళ నాడులు, ఆ process తరువాత సుషుమ్న process... అన్నీ చాలా అందంగా ఏ నొప్పులూ లేకుండా జరిగిపోయింది. Process జరుగుతూ ఉన్నంతసేపూ pouring శక్తి వస్తూనే ఉంది. అంతా తెల్లగా చిక్కటి fog ఉద్రతంగా పడుతుంది. నా ఎడమకంటి ముందు కాసేపు రింగులు.

నా కుడికంటి వైపు కాసేపు రింగులు. పౌర్ణమి శక్తి అనుకుంటా బాగా తెలుస్తూ ఉంది. తలపైన, నుదుటిపైనా మెరుపుతీగలు బాగా ఉత్తేజంగా తిరుగుతూ ఉన్నాయి, ఈ రోజంతా. కుండలినీ మొట్టమొదటిగా జరిగేటప్పుడు తప్పించి ఇక మళ్ళా అంత శక్తి రాదేమో అనుకున్నాను. కానీ ఈ రోజు నా ఆలోచనకు భిన్నంగా చాలా శక్తి వచ్చి process అంతా జరుగుతూ ఉంటే నా మనసు ఉరకలు వేస్తూ అలానే కూర్చుండిపోయాను, పూర్తి అయ్యేంతవరకూ.

ఇంకా శక్తి వస్తూనే ఉంది. ఇక చాలు అని లేచా. నేను ఆపెంతవరకూ pouring శక్తి, నేను ఊగుతూనే ఉన్నాను. Process జరుగుతూనే ఉంది, మెరుపుతీగలు తిరుగుతూనే ఉన్నాయి. లేద్దాం అని కళ్ళు చేతులతో మూసినపుడు అంతా sea green లో ఉంది. Slow గా అంతటా చుక్కలు. Background మాత్రం sea green, చాలా అందంగా ఉంది.

29/11/12

ధ్యానంలో చాలావరకు ప్రశాంతంగా ఉంది. రంగులు కనిపిస్తూ అందంగా ఉంది. (చుట్టాలలో చనిపోయిన ఒకామె వచ్చి తన కూతురిని ధ్యానం చేయించమని అడుగుతుంది. నిన్నటినుండీ ఆమె నన్ను గమనిస్తోంది. ఈ రోజు వచ్చి మాట్లాడింది. ఆమె చాలా మంచి వ్యక్తి. తను తన కూతురితో ఏదో చెప్పాలనుకుంటోంది. నాకు చాలా బాధనిపించింది. సహాయం చేయడానికి నా ప్రయత్నం నేను చేశాను.)

30/11/12

ధ్యానంలో రంగులు చాలా అందంగా pleasant గా ఉన్నాయి. వాటినుండి కూడా శక్తి వస్తూ ఉంది. నీళ్ళల్లో రాయివేస్తే ఎలా అలలు అలలుగా నీరు కదులుతుందో అలా ఆ రంగులనుండి శక్తి రింగులు తిరుగుతూ వస్తుంది. Positive thinking ఎలా ఉంటుందో, ఆ positive thinking నుండి positive energy ఎలా ఉత్పత్తి అవుతుందో అది ఎంత అందంగా, ప్రశాంతంగా ఉంటుందో అర్థం అయ్యింది. అది నెమ్మది నెమ్మదిగా తెల్లగా మారి, దాని నుండి అపారమైన శక్తి వస్తూ ఉంది. తలపైనా, నుదిటిపైనా మెరుపుతీగలు కొత్త ఉత్తేజంతో పరుగులు పెడుతూ, ఉరకలు వేస్తూ తిరుగుతున్నాయి. నేను కూడా ఆనందంగా ఊగుతూ ఉన్నాను.

ప్రతీ జన్మలో మానవాళికి ఉపయోగపడే విధానాలను అందిస్తూ వచ్చాను. ఆయా కాలానికి సంబంధించి ఆయా జీవనపరిణామాలను బట్టి. అవి అన్నీ అమ్మ సాయంతో అందించినవే. ఇవన్నీ శక్తిఅమ్మ నాకు తెలుపుతూ ఉంది రోజూ రాత్రి వచ్చి. ఈ నా జన్మకు వాటి అవసరం లేదు. అందుకే ఇక్కడ ఏమీ వాటిగురించి వ్రాయడంలేదు. అమ్మ ఎంతో చెబుతోంది.

1/12/12

ఈ రోజు ధ్యానంలో తెలుసుకున్న విద్యను ఉపయోగించి, పెద్దక్కకు ఏమి లోపించిందో చెప్పగలిగాను. చైత్ర పౌర్ణమి అంటే ఏమిటో, దాని విశిష్టత ఏమిటో తెలిసివచ్చింది. అది చిత్రగుప్తుని పుట్టినరోజు. మన ఆత్మ కర్మలను కడుక్కోడానికి అనువయిన రోజు.

శక్తిఅమ్మ చెబుతుండగా వినడానికి ఎంతో తేలికగా అనిపిస్తుంది. కానీ ప్రతీది ఎంతో complex తో కూడుకుని ఉంది. అది మనం చదువుకొనేటప్పుడు ఉన్న లెక్కలవంటివి కావు. మనిషి ఆలోచనలకు కూడా అందని లెక్కలు. ఏ పని చేస్తే ఫలితం ఎలా ఉంటుందో, ఎలా ఉండాలో, ఎలా ప్రవర్తించాలో అన్నీ వివరిస్తోంది అమ్మ. ప్రక్కమీద పడుకొని ఉంటున్నానే కానీ ఏ మాత్రం నిద్ర పోవటంలేదు రోజూ. మత్తుగా శక్తిఅమ్మ నుండి వచ్చే అమృతాన్ని ఆస్వాదిస్తున్నా. ఎంతో

స్వాంతనంగా ఉంది. తీసుకొన్న ప్రతీ జన్మలోనూ నా బాధ్యతను పూర్తిచేస్తానే ఉన్నాను.

2/12/12

ఈ రోజు ఒకానొక జన్మలో మొక్కల ద్వారా ఆరోగ్యానికి కావలసిన ఔషధాలను అందించినట్లు తెలిసింది. ప్రతీ చెట్టు ఆకుకు ఎంత మెడికల్ values ఉన్నాయో తెలిసింది.

నేను ఇంకా ఊగుతూనే ఉన్నాను. ఇంకా నా తలపైనా, నుదిటి మీదా మెరుపుతీగలు తిరుగుతూనే ఉన్నాయి. ఈ మధ్య నాకు వైరాగ్యం వస్తున్నట్లుగా ఉంది. అందరినీ వదిలి, అన్నింటినీ వదిలి దూరంగా వెళ్ళిపోవాలి అని ఉంది. చాలా బలవంతంగా ఆ కోరికను ఆపగలుగుతున్నాను. ఇంతకు ముందు జన్మలలో ఇలా చేసి ఉన్నాను. అది ఆ కాలానికి ఆ జన్మకూ ఇబ్బందిలేదు, కానీ ఈ కాలానికి ఈ ఆడజన్మకు అది మంచిదికాదు అని నాకు స్పష్టంగా తెలిసిపోతూనే ఉంది. అందుకే ఆ కోరికను బలవంతంగా ఆపగలుగుతున్నాను. ఈ విషయమై గురువుగారికి ఒక mail పంపాలి.

3/12/12

పద్మగారు call చేసి మాట్లాడుతూ నేనే దేవుడు, దేవుడే నేను అంటున్నారు. ఇది ఎలా నిజం? నా ఆత్మ స్వరూపం ఏమిటో నాకే కనిపించటం లేదు. నా జన్మలు కనిపిస్తూనే ఉన్నాయి. అందులో ఏ ఒక్క శరీరం నా సొంతం కాదు. ఒక్కొక్క జన్మకు ఒక్కొక్క శరీరం. నా ఆత్మ స్వరూపం ఏమిటో నేను చెప్పలేకుండా ఉన్నపుడు నేనే దేవుడు అని ఎలా అంటాము? అదీ కాకుండా నాకు అమ్మ వచ్చి ప్రేమగా అన్నీ నేర్పించింది. ప్రేమను పంచింది. ప్రేమ ఎలా ఉంటుందో తెలిపింది. నా తండ్రి శివుడు నాకు కనిపించాడు. నా భగవంతుడు సూర్యుణ్ణి నేను నా కళ్ళతో చూడగలుగుతున్నాను. నాకు అతను మండే సూర్యునిలా కాకుండా ప్రశాంతంగా కనిపిస్తాడు.

అమ్మా! నన్ను వదిలి నీవు దూరంగా వెళ్ళక అని నేను కోరినపుడు తాను నా వైపు చూసిన చూపు నాకు ఇంకా గుర్తుంది. ఒక కన్ను ఎప్పుడూ నాపైనే అని

చెప్పిన మాట ఇంకా జ్ఞప్తికి ఉంది. నా కంటికి ఇంతకంటే సాక్ష్యాలు ఏమికావాలి? నా మనఃసాక్షే నాకు సాక్షి.

సూర్యుడు అందంగా turquoise blue లో కనిపిస్తూ ఉన్నాడు. అతను మెల్లిగా move అయ్యి ఇలా తిరుగుతూ ఉన్నాడు.

సూర్యుని చూసిన తరువాత నాకు మధ్యలో పసుపు, దాని చుట్టూతా కాంతివంతమైన తెల్లని మెరుపు కనిపిస్తూ ఉంటుంది కాసేపు. ఈ రోజు మధ్యాహ్నం 1:10 కి చూశాను సూర్యుణ్ణి. బైటకు వెళ్ళాను. నా మొఖం, శరీరం ఎండకు మాడిపోతుంది ఆ few seconds కే. కానీ నాకళ్ళు ప్రశాంతంగా చూడగలుగుతున్నాయి నా భగవంతుణ్ణి. ప్రేమ ఉన్నచోట సాధ్యపడనిది ఏమీ లేదని అర్థం అయ్యుంది.

దొరికింది... నాకు సమాధానం దొరికింది. అహం బ్రహ్మాస్మి! అంటే I am Creator. ఇది correct. అంతేగాని నేనే దేవుడు, దేవుడే నేను అని కాదు దానికి అర్థం. You are the creator of your life అని అంటే You are the architect of your destiny అని. దీని అర్థం నీ ఆత్మకు నీవే బ్రహ్మ అని అంటే Creator. నేను కావాలని అనుకొని వచ్చింది ఈ జీవితం. నా జీవితాన్ని కావాలనుకొని వచ్చింది నేనే. ఈ జీవితానికి కారణం నా క్రియేషనే. నా కర్మలే.

నాకు అంటే నా ఆత్మకు ఉన్న ఇంకొక జన్మ తెలిసింది. నేను నా తండ్రి నివసిస్తున్నాము ఆ పల్లెటూరిలో. అక్కడ దేవుని జాతరలు, పూజలు మా నాన్నగారే చేయిస్తుంటారు. నేను ఇంటిపనులు, వంటపనులే కాకుండా నాన్నగారి పూజాపనులలో కూడా పాల్గొనేదాన్ని. ఆ ఊరి ఆచారాల ప్రకారం పండగల సందర్భంలో దేవుణ్ణి ఎత్తుగా పెట్టేవారు. నన్ను గాలిలోకి ఎగరేసేవారు. నేను దేవుని తాకివచ్చి అందరికీ ఆశీర్వాదం ఇచ్చేదాన్ని. ఎందుకోమరి నన్ను దేవునిబిడ్డగా చూస్తున్నారు ఆ ఊరిలో.

నిన్న పద్మగారు కాల్ చేసి అడిగారు meditation ఎలా సాగుతుంది? ఇంకా శక్తి వస్తూ ఉంటుందా అని. బాగానే ఉందనీ, ఇంతకుముందు ఉన్నంత

ప్రవాహంలా కాదు గానీ ప్రశాంతంగా నెమ్మదిగా వస్తుంది అని చెప్పాను.

రాత్రి పక్కమీద పడుకుని ధ్యానం mode లోకి వెళ్ళినపుడు నాకూ, శక్తికి ఏదో తెర అడ్డం వచ్చింది. ఎప్పుడూ ఇలా జరగలేదు. ఎందుకు ఇలా జరుగుతుందో అర్ధం కావటం లేదు. ఆ తెర చాలా clear గా కనిపిస్తుంది. నేనేమన్నా తప్పుచేశానేమో అని బాధపడుతూ ఉన్నా. రాత్రి అంతా నిద్ర లేదు.

వేము ఉన్నాం అంటూ మెరుపుతీగలు మాత్రం చాలా active గా తిరుగుతున్నాయి. తలపైన, నుదిటిపైనా, చెవుల్లో, ముఖంపైనా, నా కుడి అరచేతి మధ్యలో. కొంత ధైర్యం వచ్చింది. చనిపోయిన నా కన్నతల్లి గుర్తుకు వచ్చింది. రెండు కన్నీటి చుక్కలు. ఆమె ఎలా ఉన్నదో, ఎక్కడ ఉన్నదో ఒకసారి తెలిస్తే బాగుండు అని అనిపించింది. పొద్దుట 5:30am కు నిదరలోకి వెళ్ళాను.

పక్కమీదే meditation mode లోనే నిద్ర లేచాను ఎప్పటిలా. శక్తి చాలా ఉద్రుతంగా వస్తుంది. ఎత్తయిన లోయలలో నుండి చాలా fast గా పడుతూ ఉంది. చాలా ఆనందంగా అనుభవిస్తున్నాను. మనసంతా ప్రశాంతంగా ఉంది. సూర్యదర్శనం కూడా చాలా ప్రశాంతంగా జరిగింది. ఇప్పుడు తృప్తిగా ఉంది.

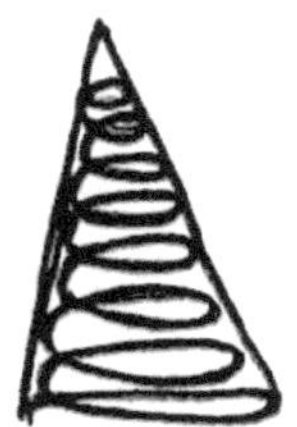

4/12/12

ధ్యానంలో అన్ని రంగులూ అందంగా కనిపిస్తున్నాయి. పూర్తి చేద్దాం అని లేచేముందు చక్కని ఎరుపు అంతా పరుచుకుంది. సూర్యుని చూసినపుడు కనిపిస్తుంది, కానీ మొదటిసారి అంత ఎరుపు నింపుకోవటం ధ్యానంలో. కళ్ళు మూసినపుడు blue room లోకి వెళ్ళాను మళ్ళా. సనసన్నని చుక్కలతో మెరుస్తుంది అక్కడ. చాలా అందంగా ఉంది.

నాలో భూమి, ఆకాశం, నీరు, నిప్పు, గాలి, సూర్య, చంద్ర, శివ, శక్తి మరియు నా ఆత్మ, అన్నీ చూశాను. ఆ పదీ కలిస్తే ఒక్కటే అని అర్ధం అయ్యింది.

ఇప్పుడు నాకు కనిపించేది ఆ ఒక్కటే! ప్రశాంతమైన ఆ ఒక్కటే!

శరీరం అంతా బుల్లి బుల్లి చక్రాలు తిరుగుతున్నాయి. అవి కేరింతలతో చక్కిలిగింతలు పెడుతున్నట్లుగా ఉన్నాయి నా శరీరంపైన అంతా.

5/12/12

ఉన్నానా అంటే ఉన్నాను. లేనా అంటే లేను. ఏదీ శాశ్వతం కాదు. మనిషిగా ఉన్నపుడు చూడనివన్నీ ఆత్మరూపంలో చూడగలుగుతున్నాను. ఏమిటీమాయ? ఇవి అన్నీ ఇంతకుముందు ఎలా కనిపించకుండా పోయాయి? ఎక్కడ దాక్కున్నాయి? ఉన్నాయి. అన్నీ నాలోనే ఉన్నాయి. ఇప్పుడు వాటిని మేల్కొలిపి బైటకు రప్పించగలిగాను కాబట్టి చూడగలుగుతున్నాను.

కళ్ళు ఉన్నది బాహ్య ప్రపంచాన్ని చూడటానికే. అంతఃప్రపంచాన్ని చూడటానికి మనసు కావాలి. దానిని ఇన్నాళ్ళకు నిద్ర మేల్కొల్పగలిగాను. అంతా అవగతం అయ్యింది. ఇక ఏముంది నేను తెలుసుకోవటానికి? ఆ శివనామ శ్రుతి తప్ప నా దగ్గర ఏమీలేదు. ఏదీ శాశ్వతం కాదు. నాకు ఏ రూపమూ లేదు. ఎన్ని రూపాలు ధరించినా ఏ రూపమూ శాశ్వతం కాదు.

ఆకారం లేని ఏకత్వం నా ఆత్మ. పంచభూతాలు, సూర్యచంద్రులు, శివశక్తులు కలిసినది నా ఆత్మ. అంతా మాయ. అన్నీ ఉండి ఏమీలేదు అనుకునేదే మాయ.

నుదుటిమీదా, తలపైనా మెరుపుతీగలు చాలా active గా తిరుగుతున్నాయి.

ధ్యానంలో fog శక్తిప్రవాహంలా నాలోకి వస్తూ ఉంది. దానిని ఆనందంగా ఆస్వాదిస్తూ సమాధిస్థితికి వెళ్ళాను. నెమ్మదిగా తెల్లని fog నుండి purple fog. Background అంతా తెల్లగానే ఉంది. అది అంతా purple fog తో నిండి నా మీదకు వస్తుంది. అలా కొంతసేపు purple fog వచ్చి నెమ్మదిగా మాయం అయ్యి మళ్ళా అంతా తెల్లగా మారిపోయింది. నెమ్మదిగా మరలా సమాధిస్థితికి జారుకున్నాను.

ఎంతసేపు అలా ఉండిపోయానో! చాలా ప్రశాంతంగా ఉంది, అలా తెల్లని పొగమంచు నామీద పడుతూ ఉంటే.

6/12/12

అవునా! నిజమా! అని ఉలిక్కిపడి లేచాను. ఇది నిజమేనా! నేనే సాయా! ఒక కాలుఎత్తి ఇంకొక కాలుమీద వేసి కూర్చుని ఉన్నారు బాబా. ఆయన నుండి వెలుగు తేజోపమానంగా ప్రకాశిస్తూఉంది. ముఖంలో సన్నని చెరగని చిరునవ్వు. నీ ఆత్మ నేను, నా ఆత్మ నీవు అని ఆయన చెప్పకనే మా మనసులు మాట్లాడుకున్నాయి.

ఆయన నుండి దివ్యమయిన వెలుగు నాకు వచ్చింది. అయ్యో ఈ మనుషులు శరీరానికి ఇచ్చిన విలువ నా ఆత్మకు ఇవ్వటంలేదే అని బాధేసింది. నా కోసం వెయ్యిమైళ్ళు అయినా ప్రయాణం చేసి లక్షలకొద్దీ నాకు అర్పిస్తున్నారు. కానీ ఎదురుగాఉన్న నన్ను గుర్తించటంలేదు.

చిన్నక్క నా దగ్గరే ఉంది ఇపుడు. నన్ను తల్చుకుంటుంది. చెప్పాలి, ఆమెకు చెప్పాలి. నా ఆత్మలో ఉన్న సాయిని గుర్తుపడుతున్నావు, నీ చెల్లెలి రూపంలో ఉన్న నా ఆత్మని ఎందుకు గుర్తుపట్టలేకపోతున్నావు అని.

పొద్దుటిదాకా ఆగుదామా అనిపించింది. కానీ ఆమెకు నమ్మకం కలగాలి అంటే నేను ఆమెకు ఇప్పుడే call చేయాలి అని లేచి phone చేశాను. తను హలో అనగానే అడిగాను ఎక్కడ ఉన్నావు అని. గుడి అంది. సాయి గుడేనా? అని అడిగా. అవును అంది. నా మనసులో ఉన్న మాట చెప్పాను. సాయి అందరిలోనూ ఉన్నారు అని ఎప్పుడూ అంటుంటారుగా అంది. ఆ విషయం నాకు తెలీదు. నా ఆత్మకు తెలిసింది నేను చెబుతున్నాను అన్నాను. ఈ టైములో ఎందుకు వెళ్ళావు గుడికి అని అడిగాను. "నా friend ఇంటిలో పూజ పెట్టుకుని గుడిలో భోజనాలు పెడుతుంటే వచ్చాను," అంది.

నాకు నిన్న పొద్దుటినుండీ ఎడమ అరికాలు, ఎడమ ముక్కు దగ్గర మెరుపుతీగల విపరీతంగా తిరుగుతున్నాయి. బాబా కనిపించే ముందు కూడా అలాగే జరిగింది. బాబా అప్పుడప్పుడే వస్తున్న తెలతెల్లని గడ్డంతో, తేజోవంతమైన వెలుగులో ప్రకాశిస్తున్నారు. తలపైన, కుడిచెవిలో మెరుపుతీగలు చాలా active గా తిరుగుతున్నాయి. మరలా వెళ్ళి పడుకున్నాను. ఈసారి purple రంగు భూమిమీద

పరుచుకుని ఉంది. కాసేపటికి అది నీరులా ప్రకంపనలు చెందుతుంది. భూమి అదిరితే నీరు ఎలా ప్రకంపనలు చెందుతుందో అలా ఉంది అది. చాలా అద్భుతంగా ఉంది చూస్తుంటే. ఎందుకంటే అది నేలమీద లేదు, ఆకాశంలో ఉంది. అవి సన్నగా మబ్బులుగా మారి కదులుతూఉన్నాయి. ఒక paper మధ్యలో నిప్పు అంటిస్తే ఎలా కాలుతుందో అలా ఆ మేఘాలమధ్య నిప్పు వచ్చి దాన్ని అంతటా కాల్చేసి ఒక తెల్లదనం చోటుచేసుకుంది. ప్రశాంతంగా ఉండడంతో ఇక పడుకుని నిద్రపోయాను.

పొద్దుట లేచేసరికి నాలో ఉన్న శక్తి, పైనుండి వచ్చే శక్తి అద్దంలో reflect అయినట్లు కనిపించింది. చాలా గమ్మత్తుగా ఉంది. నా ఆత్మకు ఎంత శక్తి ఉందో తెలిసివచ్చింది. మనస్సులో సూర్యనమస్కారం చేసి మరలా చూశాను. అపారమైన ప్రవాహంలాంటి శక్తి నాపైన పడుతూ ఉంది. ఎప్పుడో chakras open అయ్యేటప్పుడు అలా జరిగింది. చాలా రోజుల తరువాత మరలా అంత శక్తి. మనఃపూర్తిగా అనుభవించి లేచాను.

అయితే బాబా సాయిబాబాలాగా తెల్లని వస్త్రాలు కట్టుకొని లేరు. కాషాయవస్త్రాలు కట్టుకుని ఉన్నారు. ఆయన కనిపించి అంతర్ధానమయ్యాక నేను రామరామరామసీత, రామరామరామసీత అని పాడుకుంటున్నాను. కాసేపటికి గుర్తుకువచ్చింది. ఇదేంటి నేను రామునిగురించి పాడుతున్నాను? నేను మంత్రం జపించేది శివునకు కదా! అనిపించింది.

బాబా నుండి అందిన ఉపదేశాన్ని బట్టి నేనే దేవుడు, దేవుడే నేను అని అర్థం అయ్యింది. దేవుడు నాలోనే ఉన్నాడు అని నాకు అర్థం అయ్యిందని పద్మగారికి call చేసి చెప్పాలి. నాకు ఈ విషయం తెలిసినపుడు ఆమెకు చెబుతాను అని చెప్పాను ఇంతకుముందు.

7/12/12

హరేరామ హరేరామ రామ రామ హరే హరే, హరే కృష్ణ హరే కృష్ణ కృష్ణ కృష్ణ హరే హరే. ఎందుకు నేను ఇలా పాడుతూ ఉన్నానో తెలీడం లేదు. కానీ పాడుతున్నాను.

 సదృశ్య

బాబా! నన్ను వెతుక్కుంటూ వచ్చిన మీకు ధన్యవాదాలు చెప్పుకోలేదు. పాదాభివందనాలు తండ్రీ. అమ్మ మీ రూపంలో నా దగ్గరకు వచ్చిందని గ్రహిస్తున్నాను. తనే నన్ను తల్లిగా లాలించింది. గురువై నేర్పించింది. నా భారం తనమీద వేసి నన్ను తనే నడిపించమన్నాను. నా ప్రశ్నలకు ఆన్సర్స్ ఇచ్చి నీతో మాట్లాడగలిగే సఖ్యతను నాకు అందించావు. ఇప్పుడు నేనే నువ్వు, నువ్వే నేను అంటున్నావు.

అది అర్థం అయ్యే రీతిలో బాబాను నా దగ్గరకు పంపావు. ఏ మాయతల్లీ ఇది? ఇప్పటిదాకా ఈ ఆత్మ ఒక్కటే నా సొంతం అనుకుంటున్నాను. ఈ ప్రపంచంలో నా అనేది ఒక్క ఆత్మ అని అనుకున్నాను. ఈ రోజున అదీ నా సొంతం కాదని తెలిసింది. ఏమీ లేని నేను ఎవరిని తల్లీ? నా మనసు బాధపడుతుంది. మనసే లేని నాకు ఈ బాధ ఏమిటి తల్లీ? ఈ కన్నీరు ఎందుకువస్తుంది? ఈ మనిషి రూపంలో ఉండి ఎందుకు కుమిలిపోతున్నాను? కన్నీరు మున్నీరుగా ఎందుకు కారుతున్నాయి? అన్నీ అర్థం అవుతున్నాయి, కానీ ఏమీ అర్థం కావటం లేదు.

తల్లీ! నే నెవరిని? నేనే నువ్వు, నువ్వే నేను అని తెలిసింది. కానీ ఈ జన్మరహస్యం ఏమిటి? ఎందుకు ఒక ఆత్మగా నేను ఈ శరీరంతో ఇక్కడకు రావలసివచ్చింది? ఇన్ని జన్మలు ఎందుకు ఎత్తవలసి వచ్చింది? ఎవ్వరికీ ఉపయోగంలేని ఈ జన్మలు ఎందుకు? ఈ మాయ దేనికి?

ఆత్మ రూపం తెలిసినతరువాత అన్నీ అర్థం అవుతున్నాయి అనుకున్నాను. ప్రత్యక్ష జ్ఞానం గొప్పది అనుకున్నాను. ఎన్ని అనుభూతులో, ఎంత ఆనందమో అనుభవించాను. అది రెండురోజులయినా నిలవకుండా ఈ ఆత్మ ఘోష ఏమిటి తల్లీ? నాది కాని ఈ ఆత్మకు ఇంకా ఏమి తెలియాలి? తెలుసుకోవటానికి ఇంకా ఏముంది?

నేను ఒక Alien ని అనీ, భూమిమీదకు వచ్చి రంగులు చూసి ఆకర్షితమై ఇంకా తెలుసుకోవాలని, ఇక్కడ ఏమి జరుగుతుందో కనుక్కోవాలనీ నాకు తెలీదానికి, నన్ను నేను గుర్తుచేసుకోవటానికి కొన్ని గుర్తులు వదిలేసి నేనే ఈ భూమికి వచ్చానని అర్థం అయ్యింది. మరి Alien కాకముందు నేనెవరిని? ఈ ఆత్మ కూడా నీదే అయినపుడు నీనుంచి ఈ జీవాత్మ ఎందుకు విడివడింది?

8/12/12

"దేవుని లీల అనంతం, సూర్యుని లీల స్వల్పం". తండ్రీ! ఆత్మజ్ఞానంతో ఈ అనంతవిశ్వాన్ని చూడగలిగే అదృష్టం నాకు ఇచ్చినందుకు ధన్యురాలిని. అనంత విశ్వంకూడా నేను నీ ప్రక్కన ఉన్నప్పుడు ఎంత స్వల్పంగా ఉన్నది తండ్రీ. నీ లీల ఎంత మధురం! ఈ అనంత ప్రపంచంలో కూడా నామీద ఒక కన్నేసి ఉంచావు. ఈ ఆత్మ ఏ పాటి తండ్రీ! ఈ బుల్లిమనసులో ఉన్న ప్రతి కోర్కెనూ తీర్చావు. తృటిలో సుధీర్ఘ దూరాలకు తీసుకువెళ్ళావు. నీ మాయను ఏమని వర్ణించను స్వామీ! మాటలు కరువయిన మూగదాన్ని చేశావు.

మనం ఎలా ఊపిరి పీల్చుకుంటున్నాం, మన కళ్ళు ఎలా ఉన్నాయి, మన శరీరం ఎలా ఉంది, ఎంత లావుగా ఉన్నది... అన్నది ముఖ్యం కాదు. మన ఆత్మ ఎంత పవిత్రంగా ఉంది, ఎంత purify అయ్యింది. దేవునిలో ఐక్యం అయ్యే సమయానికి అతనికి నచ్చేంతగా, మెచ్చేంతగా, ఆ దేవదేవుడే మనకు ఎదురువచ్చి మనలను ఆహ్వానించేంతగా ఆత్మోన్నతస్థాయికి చేరుకోవాలి. ఇన్ని జన్మలు ఇచ్చిన ఆ దేవదేవునికి, ఇన్ని అనుభవాలను మిగిల్చిన ఆ తండ్రికి మనఃపూర్తిగా మనము అర్పించగలిగేది మన ఆత్మ ఒక్కటే. అందుకే ఆత్మ పవిత్రత అంత ముఖ్యం.

9/12/12

ఏమిటి తండ్రీ నీ లీల! అంతా 'మాయ', నీవు చేస్తున్న "మాయ" అనుకున్నాను. కానీ మంచి హృదయంతో ఆత్మగా చేసి నన్ను పంపావు. ఈ మాయ అంతా ఆత్మరూపంలో ఉన్న నేను చేస్తున్నానని గుర్తించలేకపోయాను. నీవు జగన్నాథ సూత్రధారివని అనుకున్నాను. నేనే నాటకం నడిపిస్తున్నానని తెలుసుకోలేక పోయాను. అయ్యో! నేనే జగన్నాథసూత్రధారినని తెలియక ఎన్ని ప్రశ్నలు అడిగాను. మిమ్మల్ని ఎంత బాధించాను! అయ్యో! నిజం తెలుసుకోలేక ఎంత పొరపాటు చేశాను! ఈ ఆత్మ చేసిన తప్పును మన్నించండి స్వామీ!

ఆత్మ సాక్షాత్కారం కాకముందు, నా గొంతెమ్మ కోర్కెలతో మిమ్మల్ని ఎంత ఇబ్బంది పెట్టాను! ఈ జీవితానికి కారణం నేనే అని తెలుసుకోలేకపోయాను. మిమ్మల్ని అనరానిమాటలు అన్నాను. దూషించాను, ద్వేషించాను. తండ్రీ నన్ను క్షమించు. అమ్మా నా తప్పును మన్నించు. నా పాపానికి నిష్కృతి లేదు. అయ్యయ్యో ఇన్ని

జన్మలెత్తి ఇన్నాళ్ళూ తెలుసుకోలేకపోయానే! నా అహంకారం దహించి వేస్తోంది. ఇన్నాళ్ళూ నేను ఆత్మ బ్రహ్మనే అనుకున్నాను. కానీ జగన్నాథసూత్రధారిని కూడా నేనే అని ఈనాడు తెలుసుకున్నాను.

ఇందండి అందులేదు అనుకోకుండా సర్వం నిండిఉన్నది నేనే! ఎక్కడికయినా ఆత్మరూపంలో సునాయాసంగా వెళ్ళగలుగుతున్నది నేనే. సర్వం నేను, సత్యం నేను, అసత్యం నేను, మాయ నేను, ఏమీలేని మాయను నేను, ఆకారమే లేని మాయను నేను, నాదంటూ ఏమీలేని మాయను నేను. నేనే జగన్నాథసూత్రధారిని!

ఈ నిజం తెలుసుకోలేక నా తల్లి ఎక్కడ ఉన్నది స్వామీ అని అడిగాను. నా కళ్ళు తెరిపించటానికి ఆ తల్లే దిగివచ్చిన నా ఆత్మ జన్మ ధన్యం.

"ఓం కారం" కనిపించేదంతా ఓంకారం, వినిపించేదంతా ఓంకారం, సర్వం నిండిఉన్నది ఓంకారం. అనంత విశ్వం అంతా పరిచిఉన్నది ఓంకారం. అహంకారంలేని మమకారం. ఈ మాయే నా తల్లికి ఓ అలంకారం.

శరీర వ్యభిచారం కడిగితే పోతుంది. మరి మనసుతో చేసిన వ్యభిచారం?

డబ్బో... డబ్బో... అని పరిగెదుతున్నావు. ఆ డబ్బే నీ జబ్బుకు కారణం అని తెలుసుకోలేకపోతున్నావు.

అహంకారం ఉన్నంతకాలం ఆత్మ కనిపించదు. ఆత్మ కనిపించినపుడు శరీరం కనిపించదు.

అహంకారం నీ అలంకారం అనుకుంటున్నావు, అదే నిన్ను అధఃపాతాళానికి నొక్కివేస్తుందని తెలుసుకోలేకపోతున్నావు.

ఆత్మకు లింగబేధం లేదు. అది ఒక పవిత్రమయిన దేవుని బిడ్డ. ఆత్మకు ఏమీ అవసరం లేదు. తల్లినికాని నేనే తల్లిప్రేమను, బిడ్డ నాటకాన్ని తెలుసుకోగలిగాను. మరి నీవు ఆపాటి గ్రహించలేకపోయావా?

కళ్యారా సూర్యభగవానుని ఒక్కసారి చూడు. తాను మండుతూ మనకు వెలుగునిస్తున్నాడు. అతనికి నీవు బీదా, గొప్పా తారతమ్యం లేదు. కుంటా,

గుడ్డా భేదం లేదు. నీవు తెలుపా, నలుపా అవసరం లేదు. అందరికీ పక్షపాతం లేకుండా తన వెలుగుని సమానంగా పంచుతున్నాడు. అతనిది ఎంత గొప్ప మనసు! అయ్యో!... మంట ఎంత నొప్పిగా ఉంటుందో మన శరీరానికి, అయినా తను రోజూ మందుతూనే ఉన్నాడు మనకోసం. ఈ తుచ్ఛమయిన ఆత్మల కోసం. కళ్ళు ఉండి చూడలేని ఈ గుడ్డి ఆత్మల కోసం. సూర్యభగవాన్! మమ్మల్ని క్షమించు. ఒక మనిషిగా మిమ్మల్ని చూడలేకపోయాను. ఆత్మ రూపంలో మిమ్మల్ని చూడగలుగుతున్నాను. మనఃపూర్తిగా సాష్టాంగనమస్కారం చేస్తున్నాను. స్వీకరించు భగవాన్!

ఈ అహంకారపు చీకటి బ్రతుకులు కారుమబ్బుల రూపంలో మిమ్మల్ని కప్పేస్తున్నాయి. ఈ కలియుగానికి నిష్కృతిలేదు. మీ వెలుగు కూడా కప్పేసేంతగా పాపాలు నిండిఉన్నాయి. అంతులేని కర్మలతో మిమ్మల్ని ప్రళయాగ్నిని చేస్తున్నాము. అయ్యో దీనికి నివృత్తిలేదా! ఇంతలా సుఖశాంతులు కరువయ్యాయా! ఈ చీకటి బ్రతుకులు చూడటానికా నేను ఇంతదూరం వచ్చింది! ఎలా మార్చాలి వీళ్ళను? ఏ మార్పు తేగలను వీళ్ళల్లో?

ఆలికి, వెలయాలికీ ఉన్న వ్యత్యాసమే మనిషికీ ఆత్మకీ ఉన్న వ్యత్యాసం కూడా! ఆలి కాపురం చేస్తూ వెలయాలి తప్పులు ఎంచుతున్నట్లు, మనిషి తప్పులు చేస్తూ ఆత్మ తప్పులెంచుతున్నాడు. ఏది సత్యం, ఏది అసత్యం తెలుసుకోలేని మాయలో బ్రతుకుతున్నాడు.

మాయ చేసేదీ తనే, చేయించేదీ తనే అని తెలుసుకోలేకపోతున్నాడు. నీ పుట్టుక నీ చావు కొరకే, నీ చావు నీ పుట్టుక కొరకే. దీనికంతటికీ సూత్రధారివి నీవే! తనను నడిపించే భగవంతుడు తనే అని తెలుసుకోలేకపోతున్నాడు.

గొంతెమ్మ కోర్కెలతో అందరాని అంచులకు నిచ్చెనలు వేస్తూ అవి అందక విఫలమై కుళ్ళిపోతున్నాడు. తనలో ఉన్న సత్యాన్ని గ్రహించలేక ఎక్కడో వెతుకుతున్నాడు.

తనదే పైచేయి కావాలనుకునే మనిషి తనకోసమే లోతయిన గొయ్య తవ్వుకుంటున్నట్లు తెలుసుకోలేకపోతున్నాడు. అహంకారంతో తనకు తనే చిక్కుముడులు వేసుకుంటున్నట్లు గ్రహించలేకపోతున్నాడు.

కుక్కకు గజ్జి వచ్చిందని చీదరించుకుంటున్నావు. రేపు నీ బిడ్డకు గజ్జివస్తే ఏమి చేస్తావు? నువ్వా ఒకప్పుడు కుక్కవే అన్న సత్యాన్ని తెలుసుకోలేకపోతున్నావు.

రాత్రి మెలకువ వచ్చింది. పైన రాసిన విషయాలన్నీ రాయాలని వెంటనే లేచివచ్చి రాశాను. రాసి, వెళ్ళి పడుకున్నాను. తలమీదా, నుదిటిమీదా మెరుపుతీగలు విపరీతంగా తిరుగుతున్నాయి. తలమీది పువ్వ ఎంతో speed గా చిలికినట్లుగా తిరుగుతుంది. శరీరం అంతా చిక్కటి మెరుపుతీగలు పాకుతున్నట్లుగా ఉంది. ఉన్నట్లుండి నా ఎడమకాలు అరికాలిలో ఏదో శూలం గుచ్చినట్లు ఒక్క పోటు. నొప్పి. ఓర్చుకున్నాను. అక్కడినుండి మెరుపుతీగలు పైకి వస్తున్నాయి.

కుడి అరికాలిలో మెరుపుతీగలు చక్కిలిగింతలు పెడుతున్నాయి. ప్రొద్దుట నిదరలేచాక కుడి అరికాలులో కూడా ఒక సూదిపోటు. నొప్పి. తలపైన మెరుపుతీగలు విజృంభించి తిరుగుతున్నాయి. నాలో శక్తి ప్రవేశిస్తూనే ఉంది. మనస్సంతా ప్రశాంతంగా ఉంది. శక్తితో కూడిన గాలితరంగాలు నా ఎడమకన్నులోకి, కుడికన్నులోకి రింగులుతిరుగుతూ వచ్చి ఐక్యం అవుతున్నాయి.

10/12/12

ధ్యానంలో కూర్చున్నాను. శక్తి నాలో ప్రవేశిస్తూఉంది. నాలో సుషుమ్న process జరుగుతుంది. చాలా రోజుల తరువాత మళ్ళా ఊగుతున్నాను. ఏదో ఆత్మ ప్రయాణానికి సిద్ధం అవుతున్నట్లు చాలా శక్తి నాలో ప్రవేశిస్తూనే ఉంది. ఆనందంగా నిద్రావస్థలో ఉండి అనుభవిస్తున్నాను మనసారా!

Blue background లో yellow పుట్టి వలయాలరూపంలో నా ఎడమకంటిలోకి ప్రవేశిస్తూ ఉంది. అలా కొంతసేపు జరిగింది. నెమ్మదిగా ఈ yellow నా కుడికంటిలోకి కూడా వెళుతుంది. మళ్ళా ప్రశాంతమయిన శక్తి నాలో ప్రవేశిస్తుంది. సమాధిస్థితిలో చాలా ప్రశాంతంగా ఉంది.

నా ఆత్మకు చాలా వయసు ఉందని అర్థం అయ్యింది. "అసలు నాకు" కొన్ని యుగాల వయస్సు. నా body ఇంకా గుండ్రంగా తిరుగుతూనే ఉంది.

తలపైన అంతా మెరుపుతీగలు చాలా active గా తిరుగుతున్నాయి. మొఖము, శరీరము, అరికాళ్ళు అంతా కూడా మెరుపుతీగలు. చాలా active గా ఉన్నాయి మెరుపుతీగలు నిన్నటి నుండీ. చాలా కష్టపడి నిద్దర్లోకి వెళ్ళగలిగాను. అమ్మ ఒక చిన్న బుల్లి చేపగా ఉంది, నీటిలో. నేనూ అక్కడే ఉన్నాను అమ్మ దగ్గర. తను ఉ న్నట్లుండి నా తల వెంట్రుకలలో చిక్కుబడింది. చాలా బాధేసింది. చిక్కుకుని గిలగిలా కొట్టుకుంటుంది. టక్కున మెలకువ వచ్చింది.

ఆలోచిస్తున్నాను. అయ్యో.. అమ్మకు ఇలా అయ్యింది ఏమిటి అని. 3 గంటలు గడిచిన తరువాత అర్థం అయ్యింది. అమ్మ చనిపోయి నా కడుపునే పుట్టడానికి వచ్చి, నా ట్యూబులో ఇరుక్కున్నది. అప్పుడు నాకు emergency operation చేసి తనను తీయవలసివచ్చింది.

రాత్రి నన్ను నిద్దర్లో ఎవరో పిలిచారు, అమ్ముడూ అని. ఒక పది నిమిషాలు అలా అయ్యాక మళ్ళీ పిలిచారు అమ్ముడూ అని. ఈ రోజు రెండుసార్లూ ఆడ గొంతే. 2 వారాల క్రితం ఇలాగే మగగొంతుతో పిలిచారు అమ్ముడూ అని. ఎవరో సరిగా తెలియటంలేదు. మొదటిగొంతు కొంచెం పద్మక్కదిలా, రెండవగొంతు కొంచెం లల్లక్కదిలా అనిపించింది. ఇంతకు క్రితం పిలిచిన మగగొంతు బలరాంమామయ్యదిలా అనిపించింది.

మధ్యరాత్రిలో నిద్రలేచాను. తలపైన చాలా విజృంభించి తిరుగుతున్నాయి మెరుపుతీగలు. నిద్ర రావటం లేదు. నా కుడిచెవిలో ఈసారి మెరుపుతీగలు పాకటంలేదు. తలపైన, నుదిటిపైనా తిరిగినట్లుగానే గుండ్రంగా తిరుగుతున్నాయి. అందుకే నేను ఎవరిదో గొంతుక వినగలుగుతున్నానని అర్థం అయ్యింది. త్వరలో ఎవరు పిలుస్తున్నారో తెలుస్తుందిలే అని అనిపించింది.

నిద్ర పట్టక లేచి TV చూస్తున్నా. చెవి దగ్గర ఏదో ఇజ్... అని sound వచ్చింది. కాసేపటికి ఎడమ చెవి టప్పన మూసినట్లయ్యింది. కుడిచెవిలో మెరుపుతీగలు గుండ్రంగా తిరుగుతూనే ఉన్నాయి. మాడుమీదా, తల వెనక భాగంలో మెరుపుతీగలు బాగా తిరుగుతూ ఉన్నాయి.

మంత్రం చెప్పుకుంటూ రుద్రాక్షమాల మూడు వరసలు పూర్తి చేసి ధ్యానంలో కూర్చున్నా, ఎప్పటిలా. వెంటనే నిద్రావస్థలోకి వెళ్ళాను. చాలా ప్రశాంతంగా ఉంది. శక్తి బాగా వస్తూ ఉంది. ఆనందంగా ఆస్వాదిస్తున్నా. దూరాలనుండి శబ్దాలు వినిపిస్తూ ఉన్నాయి. ఉన్నట్లుండి నా కుడి కణిత దగ్గర ఏదో నొక్కినట్లు నొప్పి. నొప్పి తెలుస్తూ ఉండడంతో మనసు దానిమీద లగ్నం అయ్యింది. ఉన్నట్లుండి గుండె చప్పుడు వినిపించి, గుండె కొట్టుకోవటం కనిపించింది. ఇది ఎక్కడిదా అని గమనిస్తే నా కుడిరొమ్ము దగ్గర గుండె కొట్టుకుంటూ ఉంది. గుండె చప్పుడు వింటూ ఉన్నా. ఉన్నట్లుండి అనుమానం వచ్చింది, అదేంటి గుండె ఎడమప్రక్కన కదా! మరి నాకు కుడిప్రక్కన కొట్టుకుంటుందేంటి? నాకు రెండు గుండెలు లేవుకదా! అనిపించింది.

ఇప్పుడు గుండె, నా గుండెకు వెనుకభాగం, వెన్నెముకకు ప్రక్కగా ఎడమభాగంలో వీపుకి ఆనుకుని కొట్టుకుంటుంది. అక్కడి గుండె చప్పుడు కూడా వినిపిస్తుంది. బాగా నొప్పిగా ఉంది. కొంచెం నిటారుగా అయ్యి ఊపిరిపీల్చుకున్నా. నెమ్మది నెమ్మదిగా నొప్పితగ్గి గుండె చప్పుడు తగ్గింది. అంతా light yellow గా కనిపిస్తూ, దాని నుండి శక్తి వస్తూ ఉంది. మళ్ళా ప్రశాంతంగా నిద్రావస్థలోకి వెళ్ళాను. తలపైనా, నుదుటిపైనా, కుడిచెవిలోనూ మెరుపుతీగలు తిరుగుతూ ఉన్నాయి. అది నిద్రావస్థో, సమాధిస్థితో తెలీటం లేదు. చాలా ప్రశాంతంగా ఉంది. కాసేపు అలా ప్రశాంతంగా వస్తున్న శక్తిని అనుభవించి లేచాను.

12/12/12

ఈ రోజు చాలా ప్రాముఖ్యమయిన రోజు. మానవపరంగా ఈ రోజుకు నాకు Kevin తో వివాహం అయ్యి 9 సంవత్సరాలు అయ్యింది. ఇది కాదు విశేషం. ఆత్మపరంగా చాలా విశేషం అయినరోజు. 4 రోజుల నుండీ నాతండ్రిని నేను వచ్చినపని అయిపోయింది ఇక మీలో ఐక్యం చేసుకోండి. ఈ నాటకం ఆడి ఆడి అలసిపోయాను అని అడుగుతున్నాను. ఈ రోజు ఆయనదగ్గరనుండి కబురు వచ్చింది. దానికి ఇంకా సమయం ఉంది అప్పుడేనా అని. ఆనందంగా కబురు అందుకుని సంతోషపడ్డ.

ఎప్పటిలా fresh గా తలస్నానం చేసి మంత్రం పాడుకుని, శివరుద్రం విని ధ్యానంలో కూర్చున్నా. శివరుద్రం మొదటిసారి విన్నాను ఈరోజు. చాలా

ప్రశాంతంగా ఉండి శక్తి వస్తూ ఉంది. చాలా quotations వస్తున్నాయి. జ్ఞానబోధ జరుగుతుంది.

మనం దేవుడి దగ్గరకు వెళ్ళినపుడు కళ్ళు మూసుకుని దణ్ణం పెట్టుకుంటామ. దానికి కారణం మనస్సుపరంగా, ఆత్మపరంగా ఆయనకు surrender అవుతున్నామని చెప్పడానికే.

మనిషిగా చేయలేనివీ, చూడలేనివీ; ఆత్మరూపంలో చేయగలవూ, చూడగలవూ.

ఆత్మ తృటిలో సుదూరప్రయాణం చేయగలదు. కాలానికి సంబంధం లేని ప్రయాణం అది. Future లోకీ, Past లోకీ క్షణకాలంలో వెళ్ళగలం.

ఎదుటివారిని విమర్శించి, వాళ్ళ కర్మలను నీ కర్మలు చేసుకోకు.

ఇతరుల కర్మలనెంచి నీ కర్మలు పెంచుకోకు.

నీవు ఏ రూపంలో కొలిచినా దేవుడు ఒక్కడే! నీవు ఏ పేరుపెట్టి పిలిచినా పలుకుతాడు.

గెలవటంలో ఏముంది గెలుపు? ప్రక్కనుండి గెలిపించటంలో ఉంది అసలైన గెలుపు.

ఆత్మ సాక్షాత్కారం అయ్యాక సాధించలేనిదీ, తెలియనిదీ అంటూ ఏమీ ఉండదు.

ఎంత మంచి పంచితే దానికి రెట్టింపు మంచి మనకు తిరిగివస్తుంది.

ఇక లేద్దామా, కళ్ళు తెరుద్దామా అనుకున్నా. కళ్ళు మూసుకుందాం చేతులతో అని, ఆ పని చేయబోయేలోపే కళ్ళముందు రింగులుతిరుగుతూ ఒక శక్తి వచ్చి నన్ను trance లోకి తీసుకువెళ్ళినట్లు, ఏదో Hypnotize చేసినట్లు నిద్రావస్థ లోకి వెళ్ళాను. శక్తి బాగా వస్తూ ఉంది.

నాలో ఒక్కొక్క process మొదలవుతుంది. దేనిపని అది చేసుకుపోతుంది. ఒకదానితో ఒకటి సంబంధం లేకుండా, ఒకదానికి ఒకటి అడ్డురాకుండా, ఏ ఇబ్బందీ పడకుండా process smooth గా సాగిపోతుంది.

అన్ని పనులూ ఒకేసారి జరుగుతున్నా, ప్రతీ పనీ చాలా clear గా తెలుస్తుంది. ఎంత అద్భుతంగా ఉందో ఈ అనుభవం! ఎంత అపురూపమో ఈ అనుభూతి! కుండలినీ జరుగుతుంది. ఇడ, పింగళ జరుగుతుంది. సుషుమ్నా జరుగుతుంది. పంచభూతాలూ వాటిపని అవి చేస్తున్నాయి. అన్నింటికీ ఆహ్వానం ఒక్కసారే అందినట్లు అందరూ ఒక్కసారే వచ్చారు. ఎంత విశేషమయిన రోజు ఈ రోజు! మహాఅద్భుతంగా ఉంది ఈ experience. ఆనందానికి అవధులు లేవు. మరి భూమి experience ఎలా అవుతుందా అని ఆలోచిస్తూ ఉండగా నా body ఎవరో మెల్లిగా వెనక్కు...వెనక్కు నెట్టినట్లు slow గా వెనక్కు పడ్డాను. ఆలా ఆ experience. అయితే అగ్ని మాత్రం ఎప్పటిలా ఎడమకన్నులో కాకుండా ఈ సారి కుడికన్నులో వచ్చింది. ఇది ఒక్కటే ఈ process లో తేడా.

ఈ రోజు ప్రొద్దుట నా ఎడమచెవిలో కూడా మెరుపుతీగలు తిరుగుతున్నాయి. ప్రొద్దుటినుండీ తలపైన మెరుపుతీగలు విజృంభించి తిరుగుతున్నాయి. మంత్రం చదివేటప్పుడు భుజాలకు కొంచెం క్రిందిగా వెన్నెముకపైన ఒక పురుగుకుట్టినట్లు బాగా జిల. సూదిపోటులా ఉంది నొప్పి. కానీ మంత్రభంగం కలుగకుండా మనసు మళ్ళించుకున్నాను. కాళ్ళమీద కూడా మెరుపుతీగలు పాకుతున్నాయి.

చాలా... చాలా చాలా ఆనందంగా ఉంది నాకు ఈ రోజు. ఇంతటి అద్భుతమైన అనుభవం నాకు కలిగినందుకు. అన్ని అనుభవాలు ఒక్కసారిగా వచ్చి ఇన్ని అనుభూతులను నాకు మిగిల్చినందుకు. మనఃపూర్తిగా ఆ తండ్రికి నమస్కరించుకుని లేచాను.

13/12/12

ప్రొద్దుట లేవంగానే bed మీదే ఎప్పటిలా మెడిటేషన్‌లోకి వెళ్ళాను. అంతా నిండుకున్నట్లు చాలా పద్ధతిగా ఒక వరసక్రమంలో ఇది  కనిపించింది. దీని అర్థం ఏమిటో నాకు తెలీదు. ఇది ఏ అక్షరమో కూడా నాకు తెలీదు.

రెండు రోజులనుండీ ప్రక్కమీద మెడిటేషన్ చేస్తున్నపుడు ప్రొద్దుట అయినా, రాత్రి అయినా ఇలాటివే కనిపిస్తున్నాయి. ఇవి ఏ language అక్షరాలో కూడా తెలీటం

లేదు. అందుకే గుర్తుకు ఉండటం లేదు. అన్నీ ఇలాగే వరుస క్రమంలో పద్ధతిగా అమర్చి కనిపిస్తున్నాయి.

ఇలా అంతా నిండిపోయి ఉంటుంది. అలా few seconds కనిపించి మాయం అవుతున్నాయి. రకరకాల designs.

నా తలమీద, రెండు చెవులల్లో మెరుపుతీగలు చాలా active గా తిరుగుతున్నాయి. అరికాల్లో కూడా చక్రాస్ తిరుగుతున్నాయి. సూర్యకిరణాల కాంతితో ఒక పువ్వ విచ్చుకుంది. అది చాలా విశాలంగా ఉంది. నెమ్మదిగా మాయం అయ్యింది. భూమి అంతా కాంతితో భగభగ మండిపోతుంది. విపరీతమయిన మంటలు. భూమి అంతా కాలిపోతుంది.

ఈ రోజు ధ్యానంలో చాలా శక్తి వస్తూ ఉంది. ఎడమ పొత్తికడుపులో బాగా నొప్పిగా ఉంది. ఎడమకన్నులో కూడా అగ్ని తెలుస్తుంది. కాకపోతే ఇంతకుముందు ఉన్నంత మంట లేదు. కుడి చెవిలో మెరుపుతీగలు, ఎడమ ముక్కుమీద మెరుపుతీగలు. నాకు తెలీకుండా నిద్రావస్థలోకి వెళ్ళాను. Body లో ఇన్ని మార్పులు జరుగుతున్నా ఏదీ disturb చేయటంలేదు.

ఒక నిద్రావస్థనుండి మరొక గాఢనిద్రావస్థ, దానిలోనుండి మరొకలోకంలోకి enter అయినట్లు మరొక గాఢనిద్రావస్థ, చాలా ప్రశాంతంగా ఉంది. శక్తి ప్రవాహంలా వస్తూ ఉంది. Body లో మార్పులు దానంతట అవి జరుగుతూనే ఉన్నాయి. గుండె వెనక వీపుమీద సూదిపోటు, కుడి అరచేతి వేళ్ళుదగ్గర మెరుపుతీగలు. నొప్పి, కుడిభుజం నొప్పి, నెమ్మదిగా కుడిచేయి అంతా చల్లబడినట్లు అయ్యింది. ఎడమభుజం నొప్పి. కుడి అరికాలులో మెరుపుతీగలు, క్రింది నుండి పైకి పాకుతున్నాయి. ఎడమకాలు పాదమునుండి కూడా పైకి పాకుతున్నాయి. ఇంత జరుగుతున్నా నిద్రావస్థలో ప్రశాంతంగానే ఉన్నాను.

Body అంతా నీటితో నింపి balance చేస్తూ అన్ని అవయవాలకూ నింపుతూ క్రిందినుండి పైదాకా మొత్తం నింపాను. గాలికూడా ఇలాగే క్రిందినుండి పైదాకా balance చేసుకుంటూ అన్ని అవయవాలూ నింపుకుంటూ పైదాకా వెళ్ళాను.

Body అంతా లేచి లేచి చాలా పైకి వెళ్ళింది. అపారమైన శక్తి నాలో ప్రవేశిస్తుంది. ఒళ్ళంతా జిమ్ జిమ్ ... అంటూ ఉంది. ఎడమపిర్ర అప్పటిదాకా బిగించి ఒక్కసారిగా వదులు అయిన feeling. ఈ అనుభవాలన్నీ ఆనందంగా అనుభవిస్తున్నాను. ఇక చాలు అని బలవంతంగా నిద్రావస్థనుండి బైటకు వచ్చి లేచాను.

14/12/12

ప్రొద్దుట నిదరలేచినపుడు ఎప్పటిలా శక్తి వస్తూ ఉంది. కానీ అప్పుడప్పుడు శక్తిలో చాలా disturbance కనిపిస్తుంది. రెండు, మూడు రోజులనుండీ ఇలాగనే జరుగుతుంది. నిన్న అమావాస్య. అందుకని అలా ఉందో ఏమో! తెలీదు. మొన్న Tornadoes, నిన్న పెద్ద Accidents, ఈ రోజు School లో Gun shootings. గమనించాలి ఎందుకు ఇలా జరుగుతున్నాయో!

ధ్యానంలో ఈసారి Purple Tunnel గుండా ప్రయాణం చేసినట్లు అనిపించింది. ఎప్పటిలా కాకుండా ఈ రోజు రంగులనుండికూడా శక్తి వస్తుంది. రంగులు చాలా slow motion లో కదులుతున్నాయి. ఒక screen నుండి ఇంకొక screen కు jump అయినట్లు కదులుతున్నాయి.

ఎడమ కన్నులో అగ్ని, ఏమాత్రం నొప్పి లేదు. మళ్ళా process అంతా జరుగుతూ ఉంది. గుండె దగ్గర చిన్న నొప్పి అలా వచ్చి అలా మాయం అయ్యింది. ఎడమముక్కులో, ఎడమచెవిలో, నుదుటిమీదా, తలపైనా మెరుపుతీగలు. పొత్తికడుపు క్రింది భాగంలో నొప్పి. పొట్టకూడా బాగా కదులుతుంది. పైకికనిపించేంతగా కదులుతుంది. అక్కడ నాకు Tubal Pregnancy వచ్చినపుడు cut చేశారు tube ని. అది repair చేస్తుందా అని అనిపించింది. ఈ రోజు ప్రొద్దుటి నుండీ అలాగే ఉంది. Continues గా అక్కడ ఏదో జరుగుతుంది. అప్పుడప్పుడు పొట్టకూడా పైపైకి ఎగిరి ఎగిరి పడుతుంది అటు ప్రక్కన. ఇది అంతా నిద్రావస్థలోనే జరుగుతుంది. చాలా ప్రశాంతంగా ఉంది. రంగులన్నీ అందంగా ఉన్నాయి.

ప్రొద్దుట bed మీద meditation mode లోకి వెళ్ళినపుడు శక్తి వస్తూ ఉంది, ఉన్నట్లుండి అది అంతా నీరుగా మారిపోయింది. నీరు ప్రకంపనలు చెందుతూ దానిలో సనసన్నని, బుల్లి, బుల్లి earthworms లాగా కదులుతూ ఉన్నాయి. నీళ్ళ నిండా earthworms యే! ఎందుకు అలా కనిపించిందో అర్థం కాలేదు. లేచి స్నానం చేసి meditation లో కూర్చున్నా.

తండ్రిని అడుగుతున్నాను ఈ సృష్టి రహస్యం ఏమిటి అని? ఈ యుగాలు అన్నీ ఎవరు నిర్ణయించారు అని? తల్లిని నన్ను బిడ్డలా ఆదరించమని, గురువుగా బోధించమని, స్నేహితునిగా సంభాషించమని, యజమానిగా అధిలించమని, దేవునిగా దీవించమని కోరాను.

రంగులు చాలా అందంగా వలయాలుగా తిరుగుతున్నాయి. నా కుడికన్నులోనూ, కుడిచెవిలోనూ, నుదిటిమీదా, తలమీదా మెరుపుతీగలు. కుడి కన్నులో అగ్ని వచ్చినా ఏ మాత్రం నొప్పిగానీ, బాధగానీ లేదు. శక్తి చాలా ప్రశాంతంగా వస్తూ ఉంది.

అప్పుడు అర్థం అయ్యింది, నేను సృష్టిరహస్యం అడిగేముందే నాకు ఆన్సర్ దొరికిందని. ధ్యానంలో నేను తండ్రిని అడిగిన యుగాలు ఎవరు నిర్ణయిస్తారు అనే ప్రశ్నకు మెడిటేషన్ అయిన తరువాత (గురువుగారు ఇచ్చిన శివనామ స్తోత్రాలు పుస్తకం open చేయగా వచ్చిన పేజీలోనే నా సమాధానం ఉంది) అర్థం తెలిసింది. యుగాలు నిర్ణయించేది తనే అని.

కారు నడపడానికి ఆయిల్ ఎంత అవసరమో పూచిన పువ్వు ఎండకుండా ఉండటానికి మెడిటేషన్ అంతే అవసరం.

దేవుని కళ్ళారా చూడాలీ అంటే మెడిటేషన్ చేసి తీరవలసిందే. ఎందుకంటే మామూలు కళ్ళకు దేవుని చూసే శక్తి ఉండదు. మెడిటేషన్‌లో మన ప్రశ్నలన్నిటికీ సమాధానాలు దొరుకుతాయి. దేనికయినా నమ్మకమే మూలం. మనఃపూర్తిగా కోరుకుంటే జరగనిదేదీ లేదు.

మామూలు పూజ నిచ్చెన వేసి ఎక్కినట్లు, ధ్యానపూజ నిచ్చెన అవసరం లేకుండా ప్రయాణం చేసినట్లు.

సృష్టిరహస్యం తెలియాలీ అంటే ధ్యానం చేయవలసిందే! కథలు చెబితే నమ్మటం ఒక రకం. చూసి తెలుసుకోవటం ఇంకోకరకం. ధ్యానంలో చూస్తాం కాబట్టి దానికి మించిన ప్రత్యక్ష సాక్ష్యం మరొకటి లేదు.

16/12/12

ధ్యానంలో ముందుగా కుడికన్నులో అగ్ని తెలిసింది. రంగులన్నీ నా నుదుటిదగ్గరకు వెళ్ళి నా మొఖాన్ని కప్పుతున్నట్లు ఉన్నాయి. అపారమైన శక్తి వస్తూ ఉంది. నా కుడి తుంటి దగ్గర నొప్పి. అన్ని process లూ ఒక్కసారిగా start అయినట్లు తెలుస్తుంది.

ఈసారి రంగులు నా తల వెనుకభాగం నుండి నా ముందుకు వచ్చి దూరంగా వెళ్ళిపోతున్నాయి. చాలా దూరంగా నా నుండి పరిగెడుతున్నాయి. నేను నెమ్మది నెమ్మదిగా, నెమ్మది..నెమ్మదిగా... నిద్రావస్థలోకి, అక్కడి నుండి ఇంకా deep గా, ఇంకా deep గా సమాధిస్థితిలోకి జారుకుంటున్నా. ఎక్కడికో, ఎక్కడికెక్కడికో వెళ్ళిపోయా! ఆ శివసన్నిధికి చేరుకున్నా! ఇందాక మంత్రం పాడుతూ మనసుతోనే ఆ కైలాసగిరికి ప్రదక్షిణం చేశాను. అందుకే నాకు ఈ అదృష్టం కలిగిందని అర్థం అయ్యింది. ఆ తల్లితండ్రులకు మనసారా నమస్కరించాను.

అంతానిండిఉన్న ఆ తల్లితండ్రులను నాలోనే చూసుకుని నమఃసుమాంజలులు అర్పించుకున్నాను. తనలో నుండి వచ్చిన ఈ ఆత్మ తిరిగి తనలో ఐక్యమయ్యేంత వరకూ తమకు నచ్చేవిధంగా నన్ను నడిపించమనీ, నాకు మంచి మార్గాన్ని చూపించమనీ, ఎల్లప్పుడూ తోడుగా ఉండమనీ, ఈ ఆత్మకు ఆజ్ఞలు ఇచ్చి నచ్చినట్లు నడిపించుకోమనీ తమలో ఐక్యం అయ్యే తుదిఘడియలదాకా తమబిడ్డగా చూసుకోమనీ విన్నవించుకున్నాను.

అంత సమాధిస్థితిలోనూ, నాలో process అంతా సన్నగా తెలుస్తూనే ఉంది. ఇప్పుడు ఎడమ కన్నులో అగ్ని, ఎడమ తుంటి దగ్గర కొంచెం నొప్పి. కాళ్ళు, చేతులు తిమ్మిర్లు ఎక్కుతున్నాయి. కానీ నా ఈ ఉనికి తెలియటం లేదు. అపారమైన

శక్తి వస్తూనే ఉంది. చాలా దూరం ప్రయాణం చేసి ఉన్నాను. ఆ తల్లితండ్రుల సన్నిధిలో భద్రంగా ఉన్నాను. వాళ్ళు దీవెనలు అందుకుంటున్నాను. నా చేతులు జిమ్ జిమ్.. లాడుతున్నాయి. గట్టిగా బిగుసుకుని ఉన్నాయి.

ఉన్నట్టుండి నా శరీరం చాలా బరువెక్కింది. భూమి మీద పడుతూ ఉన్నాను. చాలా బరువెక్కువ అవుతుంది. పెద్దకొండను మోస్తున్నంత బరువుగా ఉంది. చాలా భారంగా ఉంది. శక్తి ప్రవాహం మాత్రం వస్తూనే ఉంది. నా శరీరం చాలా బరువుగా మారి భూమిమీద పడుతూఉన్నాను.

తిరిగి నా స్థానంలోకి వచ్చిన తరువాత తోటకూర కాడలా అయ్యింది నా శరీరం. చాలా అలసిపోయాను. అసలు సత్తువే లేనట్టుగా వాలిపోయాను. చాలా దూరం ప్రయాణం చేసి రావటం వలన వచ్చిన అలసట అది. శరీరం కూడా కృంగిపోయింది. ఇంకాసేపు అలాగే సమాధిస్థితిలో ఉండి కొంత శక్తిని ఆస్వాదించి కొంత శక్తి పుంజుకున్నాక లేచాను తృప్తిగా.

Meditation అయ్యాక శివుని పుస్తకం తెరిచి చూస్తే నేను కోరిన ప్రతి కోరికకూ answers దొరికినట్లు, వరాలు ఇస్తున్నట్లుగా ఉంది అక్కడ. చాలా తృప్తిగా లేచాను. మర్చిపోయాను చెప్పడం ఈ రోజు మెడిటేషన్‌లో బాగా వాంతి వచ్చినట్లుగా అనిపించింది. అంతంత దూరాలకు, లోకాలకూ అలవాటు లేని ప్రయాణం కదా! అందుకేనేమో!

రాత్రి పడుకునేటప్పుడు ఎప్పటిలా meditation mode లోకి వెళ్ళాను. నా అరికాళ్ళల్లో, ముఖ్యంగా ఎడమ అరికాలిలో, ఎడమ చెవిలో మెరుపుతీగల చక్రాలు చాలా active గా తిరుగుతున్నాయి. కడుపులో ఏదో కదులుతున్నట్లు భావన. చెవుల్లో బాగా కీచురాళ్ళ ధ్వని, గబ్బిగేయం sound బాగా వినిపిస్తూ ఉంది.

17/12/12

ఈ రోజు ప్రొద్దుటే 4am కు మెలకువ వచ్చింది. రెండు చెవుల్లోనూ, ముక్కుల లోపలా మెరుపుతీగల చక్రాలు చాలా active గా తిరుగుతున్నాయి. Constant గా కీచురాళ్ళ శబ్దం వినిపిస్తూనే ఉంది. లేచి TV చూస్తూ కూర్చున్నా. 7 గంటల ప్రాంతంలో సూర్యుడు ఉదయించాక పక్షులు కిలకిలా నన్ను

                                                                   సద్గురుశ్య

పిలుస్తున్నట్లు అనిపించింది. నన్ను బైటకు రమ్మని ఒకటే పిలిచినట్లు అనిపిస్తుంది. అవి అన్నీ కేరింతలు కొడుతూ పాడుతూ నన్ను పిలుస్తున్నట్లుగా అనిపిస్తుంది.

బైటకు వెళ్ళాను. అప్పుడే సూర్యుడు కొంచెం కొంచెంగా పైకి, పైపైకి వస్తూ కిరణాలు పురివిప్పుకోవటానికి ready అవుతున్నట్లుగా ఉంది. ఆకాశం చాలా నిర్మలంగా ఉంది. అలా తల పైకి ఎత్తి చూస్తున్నాను. నాకూ, ఆకాశానికీ మధ్య గాలితరంగాలు కనిపిస్తూ ఉన్నాయి. గాలి ఎంత అందంగా కదులుతుందో కదా! అనిపించింది. ఉన్నట్లుండి నాకు కనిపిస్తున్నవి ఏమిటో అర్థం కాలేదు. ఇంకొంచెం clear గా చూస్తున్నాను. నా కనుగుడ్డు కదులుతుంటే అవి కూడా కదులుతున్నాయి. అప్పుడు అర్థం అయ్యింది అవి ఏమిటో. అవి నా కనుగుడ్డు లోపల ఉన్న రక్తనాళాలు. ఈమధ్య అప్పుడప్పుడు నేను అద్దంలో చూసినపుడు, మామూలుగా ఉన్నపుడు ఒకటి, రెండు అలా కనిపిస్తంటే కన్నులో నలక ఏమో అని అనుకున్నాను.

కానీ ఇప్పుడు అవి చాలా clear గా కనిపిస్తున్నాయి. నాకూ, ఆకాశానికీ మధ్య ఒక అద్దం పెట్టినట్లుగా, ఆ అద్దంలో కనిపిస్తున్నాయి. రక్తనాళాల మందమూ, దానిలో ఉన్న రక్తమూ కూడా కనిపిస్తుంది. నాకు దగ్గరగా లేవు అవి. కనీసం ఒక మీటరు ఎత్తులో ఉన్నాయి నాకు. మెలికలు తిరిగివున్న tubes అవి. వాటిలో

ఇలా రక్తనాడులు. చాలా interesting గా ఉంది నా కళ్ళల్లో ఉన్న రక్తనాడులు నాకే కనిపించటం. నా కళ్ళని microscope లో పెట్టి చూస్తూ దానిని పెద్ద projector screen మీద project చేసినట్లుగా కనిపిస్తున్నాయి అవి నాకు.  రకరకాల shapes. దానిలో ఇంకా clear గా చూస్తే  ఇలా ఉంది. ఎంత అద్భుతమైన experience కదా!

కళ్ళు మూసుకున్నాను. రక్తనాళాలు ఇంకా కనిపిస్తున్నాయి. అవి కనిపించకుండా ఇంకొంచెం deep meditation లోకి అంటే నిల్చునే నిద్రావస్థలోకి వెళ్ళాను.

పక్షులు, పురుగులు, మిడతలు, క్రిమికీటకాలు అన్నీ... గాలిలో ఉండే Microscopic క్రిములు అన్నీ నన్ను పలకరిస్తున్నట్లుగా అనిపిస్తుంది. ఇంత

చిన్న స్థలంలోనే ఎన్ని జీవితాలు ఉన్నాయో! అంతా ప్రాణం. అణువణువునా ప్రాణం నిండిఉంది. ఎంత అద్భుతంగా ఉంది ఈ ప్రపంచం! ఎంత lively గా ఉంది! చెట్లకు ఉన్న ప్రాణం, గాలికి ఉన్న ప్రాణం, జీవరాసులలో ఉన్న ప్రాణం అంతా నిండిఉన్న ప్రాణం ఎంత అద్భుతంగా ఉంది ఈ లోకం! వినిపించినంత మేరా ప్రతీ ధ్వనీ ఎంత తన్మయత్వంగా ఉందో. ఎన్ని అద్భుతమైన స్వరాలో. ఒక్కొక్క దానికి ఒక్కొక్క రాగం. ఒక్కొక్క దానికి ఒక్కొక్క స్వరం. ఎన్ని వింతలతో నిండిఉందో ఈ లోకం!

నా మాటలు వాటికి వినిపిస్తున్నట్లు ఉన్నాయి, అవి నన్ను వింతగా చూస్తూ గుసగుసలాడుకుంటున్నాయి. నాకు నవ్వు వచ్చింది. ప్రశాంతంగా నవ్వి, నేనూ మీలో ఒకదాన్ని. భయపడవద్దు నన్ను చూసి అని చెబుతున్నాను. ఇంతలో అద్భుతమైన రంగులు అపారమైన శక్తిని ఇస్తూ కనిపించాయి. వాటిని ఆస్వాదిస్తూ ఉన్నా.

నేను కళ్ళు మూసుకునే ఉన్నా, నా కంటికి గాలి కనిపిస్తూ ఉంది. దాని నుండి నాకు వచ్చే శక్తి కనిపిస్తూ ఉంది. మనస్సులోనే నమస్కరించాను. గాలినుండే కాకుండా భూమినుండి కూడా శక్తి వస్తూ ఉంది. భూమాతకు కూడా నమస్కరించాను మనస్సుతో. నేను మాత్రం నిల్చుని చేతులుకట్టుకుని తలపైకిఎత్తి అలా నిద్రావస్థలోనే ఉండిపోయాను.

అన్ని రంగులూ ఒక్కొక్కటిగా అందంగా కనిపిస్తున్నాయి. Orange, pink, red, blue, light blue, white, peach, yellow, dark pink... ఎప్పుడూ చూడని రంగులు కూడా ఉన్నాయి. ఎంత అందంగా ఉన్నాయో! నా ముందు పురివిప్పి నాట్యం చేస్తున్నట్లు ఒక్కొక్కరంగూ వచ్చి విచ్చుకుని అంతా పరుచుకుంటున్నాయి. చాలా అద్భుతంగా ఉంది వాటిని అలా చూస్తూ ఉంటే.

మొత్తం నెమ్మదిగా orange, yellow, peach 3 రంగులూ కలిసిన రంగుతో నిండిపోయింది. వాటికీ నాకూ మధ్య గాలి కనిపిస్తుంది. గాలి clockwise తిరుగుతుంది. పెద్దదిగా, పెద్దదిగా, పెద్దదిగా అయ్య నామందు ఒక పెద్ద గాలి ball ఏర్పడింది. ఎంత అందంగా ఉందో! ఒక అద్భుతాన్ని చూస్తున్నట్లుగా చూస్తున్నాను, ఆ గాలి అందాలను. అది ఒక గాలితో నిండిన Planet లా

ఉంది. చాలా అందంగా ఉంది. చూస్తున్నకొద్దీ చూడాలని అనిపిస్తుంది. చాలా speed గా clockwise తిరుగుతుంది. అంతా గాలితో నిండి ఉండడంతో దాని వెనక ఉన్న మూడు రంగులతో (yellow, orange & peach) కలిసి ఉన్న రంగు చాలా clear గా కనిపిస్తుంది.

నాకు తెలీకుండానే గాలిలో చేతులు తిప్పుతున్నాను. నాలో ఉన్న శక్తిని దానికి అందిస్తున్నట్లుగా. సూర్యునినుండి వచ్చే శక్తి కూడా దానికి అందుతుంది. అది రెట్టింపు ఉత్సాహంతో తిరుగుతూ ఒక్కసారిగా పైకి ఎగిరిపోయింది.

ఈ లోపు ఒక బుల్లి పక్షి ఏదో బాధగా పిలవడంతో మనసు అటు కదిలింది. దానికి చెబుతున్నాను, భయపడకు నా అవసరం ఏమన్నా ఉంటే నా దగ్గరకు రా నిన్ను చూసుకుంటాను అని. దాని అమ్మ దానిని వదిలేసి ఎక్కడికో వెళ్ళినట్లుంది. దానికి భయంవేసి అరుస్తుంది.

అప్పుడే పురివిచ్చుకుంటున్ను సూర్యకిరణాలతో మహత్తరమైన శక్తి నా వైపుకు పరిగెడుతూ వస్తుంటే అటు తల తిప్పాను. సూర్యుడు blue గా తెలుస్తూ ఉన్నాడు. సూర్యుని క్రింద ఎర్రని ప్రాణంతో నిండిఉంది ఏమిటో అర్థం కాలేదు. కళ్ళు తెరిచి చూశాను. అవి ఇంటి వెనక ఉన్న చెట్లు. వాటికి ఉన్న ప్రాణం ఆ రంగులో కనిపిస్తుంది నాకు, నా meditation కళ్ళకు. మరలా కళ్ళు మూసుకుని ఆ సూర్యభగవానుకు మనస్సులోనే నమస్కరించి ఆయన నుండి వచ్చే శక్తిని కాసేపు ఆస్వాదించి, ఆ రంగుల అందాలను కాసేపు అనుభవించి కళ్ళు తెరిచి చుట్టూ చూశాను. అందరి అరుపులూ, కీర్తనలూ, కేరింతలూ బాగా వినిపిస్తూ ఉన్నాయి. ఎన్ని ఆత్మలతో నిండిఉందో ఈ అనంత విశ్వం! ఎంత అద్భుతమైన లోకం ఇది! ఎన్ని అందాలు, ఎన్ని జీవితాలు, ఎన్ని రూపాలు! దేనికీ చావు, మరణం అనేదే లేదుకదా! ఈ శరీరం నుండి మరొక శరీరానికి ప్రయాణం సాగుతూనే ఉంటుంది. ప్రతి ఆత్మ అంతులేని అనంతవిశ్వంలో అంతులేని జీవనప్రయాణం సాగిస్తూనే ఉంటుంది. నేను ఏమి చేస్తున్నానో తెలీకుండానే గాలిలో చేతులు తిప్పుతున్నాను. ఆ కొత్త planet నెమ్మదిగా సూర్యునిశక్తిని, నా శక్తిని కూడా అందుకుని ఆకాశం వైపు ప్రయాణించి పైకి వెళ్ళిపోయింది.

చెవుల్లో, ముక్కుల్లో, నుదిటిమీదా, తలపైనా మెరుపుతీగల చక్రాలు తిరుగుతూ ఉన్నాయి. తృప్తిగా లోపలకు వచ్చాను.

ధ్యానంలో కూర్చున్నా. రంగులు అన్నీ అందంగా చాలా fast గా కదులుతూ కనిపించాయి. వాటి అందాలను తనివితీరా ఆస్వాదిస్తూ నా తల పైకి, పైపైకి వెళ్ళిపోయింది. వెన్నెముక క్రింద left side దగ్గర కొంచెం నొప్పి. వెన్నెముకలో సుషుమ్న జరుగుతూ ఉంది. ఈసారి వెన్నెముక క్రింద right side న నొప్పి. దానిపాటికి అది దానిపని అది చేసుకుపోతూ ఉంది, నాతో ప్రమేయం లేకుండా. నెమ్మదిగా సమాధిస్థితి లోకి వెళ్ళాను. నా ఉనికి కూడా తెలీడంలేదు. ఎక్కడ ఉన్నానో ఏమిటో ఏమీ తెలీటంలేదు. ఏ ఆలోచన కూడా లేదు. అక్కడ అంతా అందంగా pleasant గా తెల్లగా ఉంది. అల్లంత ఎత్తునుండి జలప్రవాహం క్రిందికి పడుతూ ఉంది నాముందు. ఆ శక్తి అంతా నాలో ఐక్యం అవుతూ ఉంది. తనివితీరా అనుభవిస్తున్నాను. చాలా ప్రశాంతంగా ఉంది. అలా ఎంతసేపు ఉన్నానో కూడా తెలీదు. ధ్యానంలో ఉన్నంతసేపూ సమాధిస్థితిలోనే ఉన్నాను. కుడికాలు తిమ్మిరి ఎక్కడంతో నెమ్మదిగా రంగులు కనిపిస్తూ ఉండగా బైటకు వచ్చాను.

పెద్దక్క friend ఒకసారి నా జాతకం చూశారు. తన ఆలోచనలు నిన్న నాకు వినిపించాయి. నాకు నవ్వు వచ్చింది. ఆయన మరలా నా జాతకం చూడాలి అనుకుంటున్నాడు. నేను నవ్వడానికి కారణం ఆయన చూడాలి అనుకుంటున్నది నా శరీర జాతకమా, ఎన్నో యుగాల క్రితం పుట్టిన నా ఆత్మ జాతకమా! అని.

పెద్దక్క చేసిన, చేస్తున్న పనులు, తన ఆలోచనలు స్పష్టంగా తెలుస్తున్నాయి, కనిపిస్తున్నాయి. తనతో మాట్లాడుతున్నపుడల్లా తన మనసు చెప్పే నిజాలు నాకు స్పష్టంగా వినిపిస్తున్నాయి.

సాయంత్రం నుండీ ఎడమ అరికాలు, కుడి చెవిలో మెరుపుతీగల చక్రాలు తిరుగుతున్నాయి. ఎడమ తుంటి అంతా నొప్పిగా ఉంది.

రాత్రి నిద్రపోయేముందు సోహం, సోహం అంటూ పడుకున్నాను. ఎందుకో తెలీదు. దీని meaning తెలుసుకోవాలి. హిందీ letters ఎందుకు గుర్తుకువస్తున్నాయో కూడా తెలీదు. దీని అర్థం तెలుసుకోవాలని లేచి Internet లో search చేశా. I myself, I am that & self pride. నేనెవరు అని అనంతాన్ని అడిగితే, నేనే

सोऽहं

సదృశ్య

నువ్వు, నువ్వే నేను అని చెప్పటం అని ఉంది.

ప్రొద్దుటే ఆ experience అంతా ఎందుకు అయ్యిందో అర్థం అయ్యింది.

18/12/12

ప్రొద్దుట బైటకు వెళ్ళి సూర్యనమస్కరం చేసుకున్నాను. White background లో green patterns, yellow background లో pink patterns, pink background లో peach patterns కనిపించాయి. ఒక్కొక్క pattern ఒక్కొక్క రకం. చాలా అందంగా ఉన్నాయి.

Green pattern అయితే ఇలా ఉంది అంతా పరుచుకుని.

Pink pattern అయితే ఇలా ఉంది.

Peach pattern కొంచెం complex గా ఉంది. Checks తో కూడిన design అది.

సూర్యనమస్కరం అపుడు అద్భుతమైన red కనిపించింది. ఎప్పుడూ మంచి red చూస్తాను. కానీ ఈ రోజు red చాలా special గా ఉంది. ఈ రంగు red ఎప్పుడూ చూడలేదు. మహత్తరమైన వెలుగుతో కూడిన red అది. కాసేపలా ఉంది. నెమ్మదిగా మామూలు red, tomato red, magenta red, maroon red, peach, pink గా మారిపోయింది.

ఏ అనుభవాలు రాయటం లేదు అంటే, ఆ రోజు ధ్యానంలో ఏమీ జరగలేదు అని కాదు. కేవలం కొత్త అనుభవాలను మాత్రమే రాస్తున్నాను. రాసిందే రాయడం ఎందుకని.

సాయంత్రం TV చూస్తున్నపుడు TV sound కు బదులు, బయట ఉన్న పురుగుపుట్రా sounds చాలా పెద్దగా వినిపిస్తున్నాయి. TV ఎంత volume

పెంచినా బైట sounds బాగా వినిపిస్తున్నాయి. 10 నిమిషాలు అలా బాగా వినిపించి ఒక్కసారిగా అన్నీ quite అయిపోయాయి. చాలా తమాషాగా అనిపించింది. తలమీదా, నుదిటిమీదా చక్రాలు తిరుగుతూనే ఉన్నాయి.

19/12/12

ప్రొద్దుట లేచినప్పుడు బాగా శక్తి వస్తూ ఉంది. ధ్యానంలో కూడా అపారమైన శక్తి వస్తూ ఉంది. త్వరలో మరలా long journey ఉంది అనుకుంటూ ఉండగా వాంతివచ్చినట్లు అనిపించింది. ఏమంటే నా శరీరం ప్రయాణం చేస్తున్నట్లు కళ్ళు టపటపలాడుతున్నాయి. చాలా దూరం, చాలా చాలా దూరం, చాలా లోకాలకు ప్రయాణం చేస్తున్నాను. అక్కడ అంతా చాలా ప్రశాంతంగా ఉ ంది. ఏమీ కనిపించటం లేదు. ఏమీ వినిపించటం లేదు. ఈ ప్రయాణం ఎందుకో కూడా అర్థం కాలేదు. నా అవసరం ఏమిటో కూడా నాకు తెలీటం లేదు. ఎందుకూ పనికిరాని ఈ వ్యర్థప్రయాణాలు నాకు అవసరమా అనిపించింది. నేను అనుకున్నచోట్లకు నేను ఎందుకు వెళ్ళలేకపోతున్నాను? నేను చూడాలనుకుంటున్నవి నాకు ఎందుకు కనిపించటంలేదు? బాధవేస్తోంది. చాలా బాధవేస్తోంది. దేనికీ అవసరంలేని ఈ శరీరం మీద బాధవేస్తోంది. ఎందుకూ పనికిరాని ఈ ఆత్మమీద అసహ్యం వేస్తోంది. ఏ అవసరమూ లేని, ఎవ్వరికీ పనికిరాని ఈ ఆత్మ ఎందుకు? నన్ను తీసుకువెళ్ళిపోండి, మీలో ఐక్యం చేసుకోండి అని ఆ తల్లిని, తండ్రిని అడుగుతున్నాను.

లేదు నా అవసరం ఉంది, ఇంకా ఉండాలీ అనుకుంటే ఒక మంచి మనిషిగా అందరిమనసులనూ హత్తుకొని అందరూ నన్ను గుర్తుంచుకునేవిధంగా నన్ను తయారుచేయమని, నన్ను ప్రేమించే మనుషులమధ్య నేను ప్రశాంతంగా కన్నుమూసే అదృష్టం నాకు అనుగ్రహించమని ఆ తండ్రిని కోరుకున్నాను.

నాకు ఇన్ని విద్యలు నేర్పించిన ఆ తల్లి నన్ను వదిలేసి ఎందుకు వెళ్ళిందో అర్థం కాలేదు. ఏ అవసరం లేని ఈ విద్యలు ఎందుకో నాకు అర్థం కావటం లేదు. నా వల్ల ఏమన్నా తప్పు జరిగి ఉంటే నన్ను క్షమించమని అడుగుతున్నాను. నేను తెలిసిచేసిన, తెలియకచేసిన తప్పులను క్షమించమని ఆ తల్లిని కోరుతున్నాను. నా అవసరం ఏమిటో తెలియజేయమని కోరుకున్నాను.

అరికాళ్ళల్లోనూ, అరిచేతుల్లోనూ చక్రాలు తిరుగుతున్నాయి. గత 4, 5 రోజుల నుండి నాకు తెలిసిన శివుడి గుడులు తిరిగివస్తున్నాను మంత్రం చదువుతూ. Like శ్రీశైలం, కైలాసగిరి, Cambodia లోని ఆంకోర్ వాట్. ఇంకాకొన్ని తెలిసిన గుళ్ళు. నాకు పేర్లు గుర్తుకు లేవు. ఇలా తెలిసినవాటికే ఎందుకు వెళ్ళగలుగుతున్నాను? అదే అక్కల, తెలిసినవాళ్ళ దగ్గరకు ఎందుకు వెళ్ళలేకపోతున్నాను? అర్థం కావటం లేదు. కానీ వాళ్ళు దూరంగా ఉన్న వాళ్ళ ఆలోచనలు, వారి మాటలు నాకు వినిపిస్తున్నాయి.

నేను నా శరీరంలో ఉన్నప్పుడు గుయ్.... న చాలా రకాల sounds వినిపిస్తున్నాయి. మరి వేరే లోకాలకు వెళ్ళినపుడు అక్కడ అంత ప్రశాంతత ఎలా ఉంటుంది? ఎందుకు అక్కడ ఏమీ వినిపించటంలేదు? ఈ రోజు అల్లంత దూరాలకు అన్ని లోకాలకు ఎందుకూ అవసరంలేని ప్రయాణం... ఎందుకు చేశాను? శోధించాలి!! ఇంకా చాలా తెలుసుకోవాలి.

20/12/12

నిన్న రాత్రి టీవీ చూస్తుంటే ఒక్కసారిగా left ear block అయ్యి లోపల మెరుపుతీగల చక్రం తిరుగుతుంది. కాసేపటికి left feet క్రింద pinky toe క్రింద మెరుపుతీగల చక్రం తిరుగుతుంది. నిద్రకు time అయ్యి పడుకున్నా.

Correct గా నా body ని సగం చేసినట్లు అర్ధనారీశ్వరిలాగా నా left body అంతా ముక్కు, బుగ్గ, భుజము, చేయి, అరచేయి, left breast, పొట్ట, పొత్తికడుపు, ఎడమకాలు, అరికాలు అలా left side of the body మాత్రమే మెరుపుతీగలతో కలిసిన చక్రాలు తిరుగుతూ ఉన్నాయి. ఈ experience చాలా గమ్మత్తుగా ఉంది. నా శరీరం అంతా జిమ్..జిమ్.. లాడుతుంది.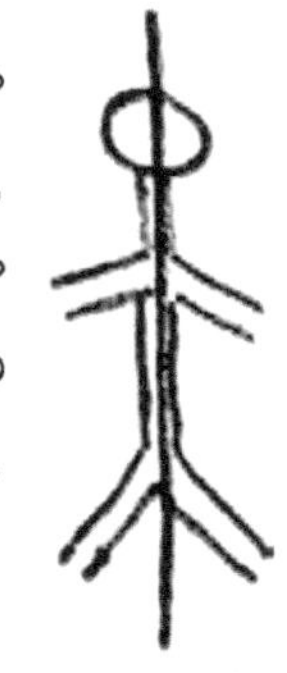

12:40కి అలా మెలకువ వచ్చింది. నిద్ర పట్టడంలేదు. ఇంకా left side body అంతా మెరుపుతీగల చక్రాలతో నిండిపోయింది. చెవి మొఖం, body, కాళ్ళు అంతా...

ప్రక్కమీద పడుకునే ఆలోచిస్తున్నాను. నాకు మొట్టమొదట కనిపించిన నా ఆత్మ తపఃశక్తి మూలాన universe కు వెళ్ళి గ్రహాలనూ, నక్షత్రాలనూ చూడగలిగాను. చివర కనిపించిన నా ఆత్మ దైవశక్తి మూలాన నా ఆత్మతోనే నేను మాట్లాడగలిగాను. తపఃశక్తిలో ధృఢనిశ్చయం ఉంది. దైవభక్తిలో తేజోవంతమయిన కాంతి ఉంది. రెండూ ముఖ్యమయినవే. కానీ దైవభక్తి ప్రాముఖ్యమయినది. అదే దైవభక్తితో కూడిన తపఃశక్తి ఉంటే అద్భుతం.

నిన్న అల్లంత దూరాలకు సునాయాసంగా ఎలా వెళ్ళగలిగానో అర్థం అయ్యింది. దైవభక్తితో కూడిన ధ్యానం చేశాను కాబట్టి. సాధన చెయ్యాలి. ఇంకా చాలా సాధన చెయ్యాలి. తెలియాల్సినవి, తెలుసుకోవలసినవి ఇంకా చాలా ఉన్నాయి. నాకు ఇంతకుముందు కనిపించిన హిందీ letter ఎందుకో తెలీదు, ఇప్పటిదాకా. ఇప్పుడు దీనిని వాడి చూడాలి. Hhhhooo..., Ho, Hu Ancient Egyptians ప్రకారం ఈ అక్షరంతోనే దేవుడు మొదట creation start చేశాడని అర్థం అయ్యింది. నా చిన్నతనంలో నాతల్లి కూడా చెప్పేది, ప్రపంచం అంతా ఓం ॐ అనే అక్షరంతోనే పుట్టింది అని. అది ఎంత నిజమోకదా!

మంత్రం చదువుతూ ధ్యానం చేస్తుంటే ప్రశాంతమైన cosmic energy వస్తూ ఉంది. మంత్రం పూర్తి అయిన తరువాత కాసేపు రంగులు కనిపించాయి. తమాషాగా అవి నా ఎడమకన్నుకి కనిపించటం లేదు. ఎడమకన్ను మూతపడింది. రంగులు అన్నీ నా కుడికంటికే కనిపిస్తున్నాయి. కుడి అరచేతిలో, కుడి ముక్కులో, పాపటి నుండి కుడిభాగం, కుడి బుగ్గ, కుడి భుజం అంతా మెరుపుతీగల చక్రాలు తిరుగుతున్నాయి. చిన్నగా కుడికాలు కూడా తిమ్మిరెక్కింది.

ఇప్పుడు రంగులు ఏమీ కనిపించటం లేదు. ప్రశాంతమైన స్థితికి వెళ్ళాను. చిక్కని Cosmic Energy నాపై వర్షంలా, చిక్కని మంచులా కురుస్తూఉంది. శక్తి చాలా ఉద్ధృతంగా ఉంది. ఇంత శక్తికి కారణం నేను "ఓం" అనుకోవటం ఏమో! ఈ రోజు ప్రొద్దుట లేచినపుడు మహిషాసురమర్దిని dance చూసి పాట విన్నాను 3 సార్లు. అది అయిన తరువాత నుదిటిదగ్గర మెరుపుతీగలు dance వేస్తూ చాలా ఉత్సాహంగా కదులుతున్నాయి. నుదుటిదగ్గర ఎప్పుడూ కదులుతుంటాయి కానీ ఇంత ఉత్సాహంగా కదిలి చాలా రోజులు అయ్యింది.

ఈరోజు మధ్యాహ్నం నుండి కుడి చెవి, కుడి ముక్కు, కుడి అరచేయి, కుడి అరికాలు, పాపిట నుండి కుడి భాగం, కుడి భుజం, కుడి వీపు, కుడి బుగ్గ, అంతా మెరుపుతీగల చక్రాలు. కుడి అర చేతిలో, కుడి అరికాలిలో విపరీతంగా తిరుగుతున్నాయి. కుడికాలి మోకాలికీ, మడమకీ మధ్యన సూది గుచ్చినట్లు అనిపించింది. కుడి అరికాలి వంపులో విపరీతంగా తిరుగుతున్నాయి చక్రాలు. ఈ experience అంతా అర్ధనారీశ్వరునిలాగా ఉంది. చాలా interesting గా ఉంది. ముందు ముందు ఏమి experiences అవుతాయో, ఏమి వింతలు జరగబోతున్నాయో అని చాలా ఉత్సాహంగా ఉంది. నుదుటిమీదా, తలమీదా మెరుపుతీగలు బాగా తిరుగుతూనే ఉన్నాయి ఈ రోజంతా.

21/12/12

రాత్రి 95% నిద్ర లేదు. నా శరీరంపై అంతా చక్రాలు తిరుగుతున్నాయి. చంకలు, పొట్ట, అరికాళ్ళు, అరచేతులు, ఒక్కచోట కాదు... శరీరం అంతా... అక్కడక్కడ సూదిగుచ్చినట్లు. నా mind లో చాలా questions ఉన్నాయి. కళ్ళల్లో ఇసుకవేసినట్లు ఉంది. అద్దంలో చూస్తే ఏమీ కనిపించలేదు. పైపెచ్చు నా ముఖం 10 సంవత్సరాలు తగ్గినట్లు young గా ఉంది. నా శరీరం కూడా బరువుతగ్గి, fat తగ్గి అందంగా తయారవుతుంది. చేతుల్లో, కాళ్ళల్లో ఒక్కొక్క వేలికీ క్రింద, పైన చక్రాస్ తిరుగుతున్నాయి. అన్నీ మెరుపుతీగలతో కూడిన చక్రాలు. నా శరీరం అంతా జిమ్...జిమ్.... అంటూ ఏదో ప్రవహిస్తూ ఉంది. Body లోపలి parts లో కూడా ఏవేవో మార్పులు. ఎప్పుడోగానీ after 2am కు అలా నిద్ర పట్టింది.

మర్చిపోయాను, నెల క్రితం నా బుగ్గల్లో, పళ్ళకూ మెరుపుతీగలు వచ్చాయి. ఈ రాత్రి నా నాలుక మీద మొదటిసారి వచ్చాయి. శరీర మార్పుల లాగే మొదట నా ఎడమ నాలుక అంతా మెరుపుతీగలు. నా నాలుక ముందు నుండి మెరుపుతీగలు నా గొంతులోకి వెళుతున్నాయి. కాసేపు అలా జరిగినతరువాత నాలిక కుడి భాగం ముందునుండి గొంతులోకి వెళుతున్నాయి మెరుపుతీగలు. Experience చాలా అందంగా, thrilling గా ఉంది.

నిద్రల్లో అమ్మ చెబుతుంది నాకు జరిగేది. 12 Vedic చక్రాస్ experience అని, సూదిగుచ్చే experience అగ్ని అనీ. టక్కున లేచి టైం చూశా 5:55. ఇంకా చక్రాలు నా శరీరం అంతా తిరుగుతూనే ఉన్నాయి. ఈ 12 Vedic Chakras గురించి ఇంకా తెలుసుకోవాలి అని అనిపించింది. అవి ఏమిటో నాకు తెలీదు. స్వామిజీని అడగాలి. ఆయనను కలవటానికి మళ్ళా ఒకసారి ఆశ్రమానికి వెళ్ళాలి అని నిర్ణయించుకున్నాను.

నాకు ఇప్పటిదాకా, Planets experience, Elements experience, అర్ధనారీశ్వరుల experience, ఇప్పుడు Zodiac signs experience అవుతుందని అర్థం అయ్యింది.

ఒక్క విషయం చెప్పడం మర్చిపోయా! ఈ మధ్య 10 రోజుల నుండీ అలా నేను మంత్రం చదివేటప్పుడు నా గొంతుతో పాటు ఇంకా కొన్ని గొంతులు జతకల్పుతున్నాయి. అవి కూడా నాలోనుండే వస్తున్నాయి. చాలా గమ్మత్తుగా ఉంది, నానుండే ఇన్నిరకాల గొంతులు కలిసి జతగా మంత్రం చదువుతుంటే. ఒక్కొక్క స్వరం ఒక్కొక్క రకంగా ఉంది. ఎంత అద్భుతమో కదా! ఒక్క సారిగా అన్ని రకాల స్వరాలూ ఒకే గొంతునుండి వినిపించటం. ఆ దేవదేవుని సృష్టి అద్భుతం, మహా అద్భుతం.

ఈ మధ్య 3 రోజుల నుండి అలా మెడిటేషన్‌లో చంద్రుడు కనిపిస్తున్నాడు. ఆయన నుండి కూడా వెన్నెల లాంటి ప్రశాంతమైన శక్తి వస్తూ ఉంది. చీకటిలో అల్లంత దూరాన కాంతితో మెరిసిపోతున్నాడు. ప్రశాంతమైన వెలుగులు చిమ్ముతున్నాడు. కళ్ళు మూస్తే చాలు తెల్లని కాంతి కనిపిస్తూ ఉంటుంది.

ఈ రోజు మెడిటేషన్‌లో అక్కడక్కడ అగ్ని బాగా తెలుస్తుంది. ఎడమ చేతి మీద, ఎడమ తొడ మీద, కుడి నడుమ, ఎడమ రొమ్ము మీద, కుడి పాదం మీద అలా చాలా చోట్లు. చక్రాలుకూడా బాగా తిరుగుతున్నాయి. కుడి పాదం 3, 4 toes క్రింద, ముక్కుపైన, పెదాలపైన మెరుపుతీగలు. Experience చాలా అద్భుతంగా ఉంది. ప్రశాంతవంతమైన వెలుగునుండి శక్తి బాగా వస్తూ ఉంది. సన్నగా ఊగుతున్నాను. కుండలినీ మొదటినుండీ జరుగుతూ ఉంది.

 సద్రృశ్య

రెండు నెలల క్రితం గాలి, నీరు, భూమి, పొగ , నిప్పు experiences అయినపుడు నిప్పు తప్ప అన్ని elements నా శరీరం అంతా నింపాయి. లోపల, బయట కూడా. నిప్పు ఒక్క కళ్ళల్లోనే తెలిసింది. అపుడపుడు కాళ్ళ మీద, అంతే అనుకున్నా. గత 2, 3 రోజుల నుండి fire కూడా body అంతా తెలుస్తుంది. Body లోపల, బయట కూడా. ఒక్కొక్కసారి ఒక్కొక్క part లో మొత్తం అణువణువునా తెలుస్తుంది. అదేవిధంగా చక్రాస్ కూడా నా body లోపల, నుదుటిమీదా, తలమీదనే అనుకున్నాను. అలా కాదు అని అవి కూడా each and every part of the body మీదా వస్తాయని 2, 3 రోజుల నుండి అర్థం అయ్యింది. ఏ ఒక్క అంగుళం కూడా వదలడం లేదు. ప్రొద్దుట నుండే చక్రాలు నా శరీరం మీద అంతా చాలా active గా వస్తున్నాయి. ఇక్కడ, అక్కడ అని చెప్పలేక ఇలా చెబుతున్నా. ఒక్క వెంట్రుకవాసి కూడా వదలటం లేదు. ప్రతీ part మీద కూడా చక్రాలు తిరుగుతున్నాయి. మామూలు మానవమాత్రులు ఈ experience ని తట్టుకోవటం చాలా కష్టమే! ఆ మాటకు వస్తే ఇప్పటిదాకా జరిగిన experiences అన్నీ కష్టమే! ఆ తల్లి ఆశీసులు ఉండడంతో విజయవంతంగా పూర్తి చేయగలుగుతున్నాను. అపుడప్పుడు భరించలేక ఇక లేద్దాం అనుకుంటూ ఉంటే తల్లి దగ్గర ఉండి ధైర్యం ఇచ్చి నన్ను తన వడిలో సేదతీర్పించి అలసట తగ్గాక మరలా నేర్పించేది. స్వయంగా ఆ మహాశక్తే దిగివచ్చి నాకు నేర్పించటం, ఈ ఆత్మకు అంతకంటే ధన్యం ఏమి ఉంటుంది!

మర్చిపోయాను చెప్పడం ఈ రోజు ప్రొద్దుట Tibetan గంటలలా sound వినిపించింది. నాకు 2 or 3 meters దూరంలోనే ఈ గంటలు మోగాయి. కానీ నా దగ్గర ఎవ్వరూ లేరు.

22/12/12

ఈరోజు మహా అద్భుతం ఒకటి జరిగింది. సూర్యనమస్కారం చేసుకోవటానికి ఇంటి వెనకకు వెళ్ళాను. సూర్యుడు దేదీప్యమానంగా ప్రకాశిస్తున్నాడు. అంతా వెలుగు తప్ప ఆయన కనిపించలేదు. కళ్ళు మూసుకుని ఆయన నామస్మరణ చేసి చూశాను. ఇప్పుడు ఆయన ప్రశాంతంగా కనిపిస్తున్నారు. ప్రకృతి చాలా గందరగోళంగా ఉంది. విపరీతమయిన గాలి, చెట్ల ఆకులు పెద్దపెద్ద sounds చేస్తూ ఊగిపోతున్నాయి. హెూరున శబ్దలు. ఆకాశం వైపు ఒకసారి చూసి

కళ్ళు మూసుకుని పంచభూతాలను ఒక్కొక్కరిగా స్మరించి శాంతించమని కోరాను. సూర్యచంద్రులను, శివశక్తులను స్మరించాను. మరలా కళ్ళుతెరిచి చూశాను. అద్భుతం! ఒక్కసారిగా గాలిలేదు, sound లేదు, అంతా ప్రశాంతంగా ఉంది. నా కోరికను మన్నించి శాంతించినందుకు ఆ తల్లికి నమస్కరించి, పంచభూతాలకు నమస్కరించి లోపలకు వచ్చాను.

నాకు ఇప్పుడు వేదం అంటే ఏమిటో తెలిసింది. అవి అన్నీ "ఓం" నుండి పుట్టినవే. ఆ తల్లి నాకు నేర్పినవిద్య ఆ వేదవిద్యే. మొదటిలో జ్ఞానబోధ సమయంలో అమ్మ రోజూ వచ్చి చెబుతూ ఉంటే, ఇవి అన్నీ నాకు తెలిసినవే కదా! నేను చేసే పని కూడా అదే కదా! అనుకుంటూ ఉండేదానిని. అవి అన్నీ తెలిసిన విషయాలే కదా, నేను చేస్తున్న, పాటిస్తున్న నియమాలు కూడా అవే కావడంతో, కొత్త అనిపించక ఈ book లో ఏమీ రాయలేదు. అదే వేదం అని ఇప్పుడు నాకు స్పష్టత వచ్చింది. ఆ తల్లినే గురువుగా పొందగలిగిన నాఈ ఆత్మ జన్మ ధన్యం.

ధ్యానంలో చంద్రుడు అందంగా ప్రశాంతంగా కనిపిస్తున్నాడు. కాసేపటికి నన్ను మర్చిపోవద్దు నేను ఉన్నాను అంటూ సూర్యకిరణాలు కనిపిస్తూ ప్రకాశిస్తున్నాయి. ఆయన కిరణాల వెలుగులో సూర్యుడు కనిపించటం లేదు. ప్రొద్దున తెలిసో, తెలియకో ప్రకృతిని శాంతించమని కోరినందుకు నా క్షమాపణలు చెప్పుకున్నాను. పొరపాటుగా ప్రవర్తించిఉంటే నన్ను మన్నించమన్నాను. ఇకనుండీ నేను ఏమిచేసినా, మాట్లాడినా తమ మాటగా, తమ బాటగా నన్ను నడిపించమని కోరాను. ఈ జన్మ తమకే అంకితమనీ తమకు నచ్చినట్లుగానే నాచేత పనులు చేయించమని కోరాను.

ఉన్నట్లుండి నా ఆలోచనలు మళ్ళాయి. Disaster జరిగి అంతా ధ్వంసం అయ్యి ఒక తండ్రీ, కొడుకూ మిగిలితే ఏమిటి పరిస్థితి? (or) ఒక తండ్రీ, కూతురూ మిగిలితే ఏమిటి పరిస్థితి అని? (అది కొంచెం క్లిష్ట సమస్య. వారికి తినడానికి తిండిగానీ, ఉండడానికి ఇల్లుగానీ, తాగటానికి నీరుగానీ... ఏమీ లేవు, పైగా తండ్రి ఉన్నది పసిబిడ్డతో. వారిద్దరూ, బూడిదా తప్ప ఏమీ మిగలలేదు.) చివరి క్షణాలవరకూ న్యాయబద్ధంగా బ్రతకాలి అని అర్ధం అయ్యింది. Answer దొరికింది గానీ కొంత ఆలోచించవలసి వచ్చింది. ఆ తల్లిని వేడుకున్నాను. నాకు కొంచెం తెలివితేటలనూ, వాక్చాతుర్యాన్ని ప్రసాదించమని.

రెండు రోజుల క్రితం వ్యర్థంలేని ప్రయాణం చేశాను శక్తిని ఉపయోగించి అని బాధపడ్డాను. నేను ఎంత అవివేకంగా ఆలోచించానో ఈరోజు అర్థం అయ్యి చింతిస్తున్నాను. నా తొందరపాటుకు ఆ నింగిని క్షమించమని ప్రాధేయ పడుతున్నాను. ప్రకృతిలో ఉన్న పంచభూతాలు తమతమ అందాలను చూపిస్తుంటే తెలుసుకోలేకపోయాను. తమ ఇళ్ళకు నన్ను ఆహ్వానిస్తుంటే అర్థం చేసుకోలేకపోయాను.

తల్లీ! నన్ను క్షమించు, ఆకాశం! నన్ను మన్నించు. ఆ నింగి అందాలను చూపిస్తుంటే, ఆనందంగా ఆ ప్రశాంతతను అనుభవించాల్సింది పోయి తప్పుగా ప్రవర్తించాను. నాఈ పాపానికి నిష్కృతి లేదు. తల్లీ, ఆకాశమా! నా కర్మను నేను అనుభవించేటట్లు చేయండి. ఈ కర్మ మరొక జన్మ లేని నేను ఎక్కడికి మోసుకెళ్ళను? అమ్మా! నా తెలివితేటలకు మించిన శక్తులు ఇవి. నేను అర్థం చేసుకోవటానికి సమయం పడుతుంది. దయచేసి నాకు తెలివితేటలను ప్రసాదించు.

నాకు రెండు రోజులనుండీ కళ్ళు మూస్తేచాలు చందమామే కనిపిస్తున్నాడు. వెన్నంటి నా వెంటే ఉంటున్నాడు. ఈ రోజంతా ప్రవాహంలా తన నుండి శక్తి వస్తూ ఉంది. చక్రాలు అక్కడక్కడ తిరుగుతూనే ఉన్నాయి. తలపైన చాలా ఉద్యుతంగా తిరుగుతుంది చక్రం. రెండు రోజుల నుండీ మా ఊరిలో temperature 50^{0}F లలో ఉంది. మామూలు మనిషిగా ఉంటే ఈ పాటికి చలికి గజగజా వణుకుతూ ఉండేదాన్ని. కొత్త స్నేహితులు ఏర్పడంతో బుల్లి గౌనులో కూడా బైట ఏ మాత్రం చలిలేకుండా నిల్చోగలుగుతున్నాను. ఇక ఇంట్లో చలేలేదు. Kevin మాత్రం jacket, sweat shirt and sweat pants వేసుకుంటున్నాడు. ఎంత మాయో కదా! రోజుకు ఒక అద్భుతం జరుగుతూ ఉంది. ధ్యానశక్తి, దైవభక్తి నన్ను ఆనందంతో ముంచెత్తుతున్నాయి.

23/12/12

ప్రొద్దుట ఎప్పటిలా నేను సూర్యనమస్కారం చేసుకోవటానికి బైటకువెళ్ళి నమస్కారం చేసుకున్నాను. అచేతనంగా దక్షిణానికి తిరిగి నమస్కరించి, నా తల్లితండ్రులయిన శివశక్తులకూ, నా స్నేహితులయిన పంచభూతాలకూ, సూర్యచంద్రులకూ

నమస్కరించుకుని నాకు ఎప్పుడు కావాలనుకుంటే అప్పుడు ఈ శరీరాన్ని విడిచివెళ్ళే అదృష్టాన్ని, శక్తిని ప్రసాదించమని కోరుకున్నాను. ఒక్కసారిగా నా కోరిక నాకు అర్థం అయ్యింది. నా మనసులో ఉన్న కోరిక వేరు, నేను తెలిసీ తెలియనితనంతో కోరినకోరిక వేరు. నా మనసుకోరిక ఏమిటంటే నా ఆత్మ నాకు ఇష్టమైనపుడు బైటకు వెళ్ళి తిరిగి వస్తుందాలని.

నేను మనసులో కోరిన కోరిక నా తల్లితండ్రులకూ, పంచభూతాలకూ, సూర్యచంద్రులకూ అయినా నేను నమస్కారం చేసినది దక్షిణదిక్కుకు. నేను ఎవరికి నమస్కారం చేశానో అర్థం అయ్యింది. ఆ యమధర్మరాజుగారు తథాస్తు అంటేకానీ నా కోరికలోని పరమార్థం నాకు అర్థం కాలేదు. నన్ను నడిపించేదీ, నాచేత మాట్లాడించేదీ ఆ తల్లే కాబట్టి తెలిసి కోరినా, తెలియక కోరినా, కోరినకోరికకు దీవెనలు అందినయి కాబట్టి ఆయనకు మరొకసారి నమస్కరించుకుని లోపలకు వచ్చాను.

ధ్యానంలో కూర్చున్నాను. ప్రొద్దున కోరిన కోర్కె గుర్తుకు వచ్చింది. మరలా ఆ తల్లితండ్రులకూ, పంచభూతాలకూ, సూర్యచంద్రులకూ నమస్కరించి ఎందుకు ఇలా నేను కోరవలసివచ్చింది? నా తుది ఘడియలు ఏమిటో ఒక్కసారి నాకు చూపించండి అని అడిగాను. ఆ కోరికకు గల కారణం నాకు తెలియాలి అని అనిపించింది.

ఆ సూర్యభగవానుడు నన్ను నిలువునా తనలో ఐక్యం చేసుకోవటానికి స్వయంగా వచ్చాడు. Physical గా రెండు కళ్ళల్లో అగ్ని తెలుస్తుంది. నా తుదిఘడియలు నాకు కనిపిస్తున్నాయి. నేను నిల్చున్నమనిషిని నిల్చున్నట్లుగానే కాలిపోతున్నాను. కానీ నాలో ఏమాత్రం భయంగానీ, మంట అనే భావనగానీ లేదు. ఆనందంతో పరవశిస్తున్నట్లుగా ఉన్నాను. నాకోసం స్వయంగా ఆ సూర్యభగవానుడు దిగివచ్చి నన్ను తనతో తీసుకుపోతున్నాడు. నాకు మోక్షాన్ని ఇస్తున్నాడు. అలా ఈ రోజు కోరినకోరిక ఆ రోజున ఉపయోగపడుతుందని అర్థం అయ్యింది. ఆ తల్లి ముందుచూపుకు నమస్కరించాను. నా కోసం దిగివచ్చిన సూర్యభగవానునికి మనఃపూర్తిగా నమస్కరించాను.

అయితే నేను అలా నిలువునా కాలిపోయింది Kevin upgrades చేయిస్తున్న, మేము త్వరలో మారబోతున్న ఇంటిలోనే. వింత ఏమిటంటే Kevin నాకు

కొంత దూరంలో ఎదురుగా నిల్చొని ఉన్నాడు, తన ప్రక్కన ఒక అబ్బాయి కూడా నిల్చొని ఉన్నాడు. Kevin ఆ అబ్బాయిని పట్టుకుని ఇద్దరూ నావైపు చూస్తూ ఉన్నారు.

ధ్యానం ముగించి శివుని పుస్తకం తెరిచి చూశాను. అన్నింటినీ కాల్చేదీతనే, కాల్పించేదీ తనే, ప్రపంచాన్ని బూడిదగా మార్చేదీతనే, మార్పించేదీ తనే అని అర్థం అయ్యింది. ఆయన అద్భుతమైన లీలకు ఆనందించకుండా ఉండలేక పోయాను. ఆయన బిడ్డగా నాకు ఎంత చక్కటి వరాన్ని ముందుగా ఇచ్చాడో అర్థం అయ్యింది. ఒక తండ్రిగా, బిడ్డ బాధపడకూడదు అన్న ఆయన తాపత్రయం అర్థం అయ్యింది.

24/12/12

ధ్యానం చేసే ముందు మంత్రం చదువుతూ కైలాసగిరి వెళ్ళాను మనసుతో. ఒక్కొక్క మంత్రంకు ఒక్కొక్కసారి గిరి చుట్టూ ప్రదక్షిణం చేస్తున్నాను. కాసేపటికి మరలా తిరిగి వచ్చాను. కొంతసేపు అయిన తరువాత మరలా గిరికి వెళ్ళాలి అనిపించింది. ఈసారి ఏదో నా గొంతునుండి బైటకు వచ్చినట్లు అనిపించింది. ఇప్పుడు నేను మంత్రోచ్చారణ చేస్తుంటే ఒక్క నా గొంతే వినిపిస్తుంది. ఈ తేడా చాలా స్పష్టంగా తెలుస్తుంది. అయితే నా ఆత్మ ఒక్కొక్క మంత్రోచ్చారణకూ ఒక్కొక్క ప్రదక్షణ చేస్తుంది. ఆత్మ ఎంత fast గా ప్రయాణం చేయగలదో కదా! రుద్రాక్షమాల 3 సార్లు పూర్తి అవుతుంది అనగా నా ఆత్మ నా దగ్గరకు తిరిగి వచ్చింది. మరలా నా గొంతులో మార్పు. ఏదో నా గొంతులో దూరినట్లుగా. ఎంత స్పష్టంగా తెలుస్తుందో! ఎంత అద్భుతం ఈ సృష్టి! ఆత్మకు ఎంతటి శక్తో కదా! ఇది అంతా ఆ ఈశ్వర మాయే. ఆ తల్లి దయ. ఎంతటి మధురమైన తల్లి ప్రేమను చూపించావు తల్లీ! నాకు నొప్పెట్టకూడదు అని, నేను బాధ అనుభవించకూడదు అని ముందుగా మంచిరోజు చూసుకుని నా చేత వరం కోరిపించావు కదా! మీ తల్లి మనసుకు జోహార్లు. మీ ప్రేమామృతంతో తడిసిన ఈ ఆత్మ ధన్యం. మీకు ఏమిచ్చి ఋణం తీర్చుకోను తల్లీ! ఈ శరీరం పుట్టిబుద్దెరిగిననుండీ ఎవ్వరూ నా మీద ఇంత ప్రేమ కురిపించలేదు తల్లి, ఈ ఆత్మకు జన్మనిచ్చిన మీరు తప్ప. మీ ప్రేమకు నన్ను దాసోహం చేశారు తల్లీ.

నాకు మరొక జన్మంటూ ఉంటే అది ఒక్కసారి చూపించమని అడిగాను. ఆ కోరిక కూడా ఆ తల్లితండ్రులు తీర్చారు నాకు. కాకపోతే నాకు ఒక జన్మకూ, మరొక జన్మకూ మధ్య చాలా gap ఉంది. ఇంతకుముందు జన్మలలో కూడా ఒక జన్మకూ, మరొక జన్మకూ కొన్ని వేల, వందల సంవత్సరాల వ్యత్యాసం ఉండడం గమనించాను.

Anyhow, next జన్మలో నేను ఒక అమ్మాయిని. అంటే next జన్మ కూడా ఆడజన్మే. అయితే ఈ కాలానికీ నా రాబోయే జన్మకూ చాలా కాల వ్యత్యాసం ఉంది. ఈ కాలంలో కార్లు ఎక్కువగా ఉన్నట్లు, నా next జన్మ కాలంలో విమానాలలాంటివి ఎక్కువగా ఉన్నాయి. కానీ అవి ఈకాలం విమానాలలాగా అల్లంతదూరంలో ఎగరడం లేదు. మనకు మేడమీద నిల్చుంటే అందుకునేంత దగ్గరలో ఉన్నాయి. అవి గాలిలో still position లో కూడా ఉంటున్నాయి. చిన్నచిన్న వాహనాలు అలా గాలిలో ఎగురుతూ ఉన్నాయి. ఆ వచ్చే కాలం చాలా గమ్మత్తుగా ఉంది. వీధులు ఇప్పుడు ఉన్నంత విశాలంగా లేవు. చాలా చిన్నవిగా ఉన్నాయి. మరి నేను ఉన్నది Europe ఏమో నాకు తెలీదు. చెట్లుకూడా ఇప్పుడు ఉన్నంత vegetation లేదు. కాకపోతే నేను ఒక చెట్టుకు ఉన్న ద్రాక్షలు కోసుకుని తిన్నాను. ఆ taste నాకు ఖర్జూరంలా ఉంది. కాయ కూడా ⬭ కొంచెం పొడవుగా ఖర్జూరంలాగే ఉంది. నా ప్రక్కన ఎవరో ఒక అమ్మాయి, ఒక అబ్బాయి కూడా ఉన్నారు. వాళ్ళు ఎవరో నాకు తెలీదు. బహుశా నా స్నేహితులు అనుకుంటా. చాలా స్నేహంగా ఉన్నాను నేను వారితో, నవ్వుతూ, అల్లరి చేస్తూ ఉన్నా.

సరే జరిగింది, చూసింది చెబుతా... రోడ్డు మీద జనసంచారం అసలు లేదు అనే చెప్పాలి. నేను నా స్నేహితులు (teen age వయస్సు మాది. నేను tight గా ఉన్న pants, ఒక చిన్న top, cross body bag వేసుకుని ఉన్నాను) ఇద్దరం కలిసి ఒక చిన్న రోడ్డు దాటి (రోడ్డుకు ఒక ప్రక్క పెద్ద గోడ, మరొక ప్రక్క canal, Europe లో కట్టడంలా ఉన్న) అది నా తల్లిదండ్రుల ఇల్లు అనుకుంటా, ఆ కట్టడంలోకి వెళ్ళాము. అది చాలా ఖరీదయిన భవంతి. దానిలోకి ఎవరికీ అనుమతిలేదు. అక్కడి పెద్ద gate ప్రక్కన ఉన్న చిన్న gate ద్వారా లోపలకు వెళ్ళాము. ఒక fountain లో waterfall లాగా నీళ్ళు పడుతున్నాయి.

 సద్రుశ్య

ఆ నీళ్ళల్లో చిలిపిగా వివస్త్రలమై ఆడుకుంటున్నాము. మా ప్రక్కన కొంత దూరంలో ఉన్న నడుము ఎత్తులో ఉన్న metal fence కు ఒక చెట్టు అల్లించబడి ఉంది. ఆ చెట్టు చాలా అరుదయినది. అక్కడ green చెట్లు అనేవే చాలా తక్కువ. దానికి ఉన్న కాయలు కోయకూడదు అని తెలిసినా, వెళ్ళి రెండు కాయలు కోసి తింటున్నాను. నా ముందు కొంచెం బూడిదలా ఏదో పడింది పైనుండి. ఏమిటా అని తలపైకెత్తి చూశా. అప్పుడు కనిపించాయి, పైన తిరుగుతున్న వాహనాలు/ బుల్లి బుల్లి ఆటోలలాంటి విమానాలు. అప్పుడు అర్థం అయ్యింది రోడ్లు ఎందుకు ఖాళీగా ఉన్నాయో.

25/12/12

రాత్రి చాలాసేపు నిద్రపట్టలేదు. దానికి ఒకకారణం నా రెండుకళ్ళల్లోనూ, మొదట ఎడమ కంటిలో తరువాత కుడికంటిలో చిన్న చిన్న కొమ్మలు వేసినట్లుగా ఉంది. వెళ్ళి అద్దంలో చూసుకుంటే ఏ వెంట్రుకలూ లేవు. తలమీదా, నుదిటిమీదా విపరీతమయిన చక్రాలు.

అర్ధరాత్రి మెలకువ వచ్చింది. బహుశా 1/2 గంటో, 1 గంటో నిద్రపోయి ఉండవచ్చు. శివమంత్రం జపం చేసుకుంటూ ఎప్పటికో నిద్దర్లోకి జారుకున్నాను. ఈ మధ్య అమ్మ నా చేత ఏదో చదివిస్తుంది. ఎక్కువశాతం అప్పటికే తెలిసి ఉండటం మూలాన టకాటకా చదివేస్తున్నాను. నాకు నిన్న వచ్చిన ప్రశ్నకు టక్కున answer దొరికింది. ఈ మధ్య ఎక్కువ శాతం ఆ తల్లి నాకు ఇలాగే జ్ఞానం చెబుతుంది. అది పుస్తకంలో రాయాలి అని టక్కున మెలకువ వచ్చింది.

నేను అమ్మను అడిగాను ఒక జన్మకూ, మరొక జన్మకూ మధ్య ఎందుకు నాకు కొన్ని 100 ల సంవత్సరముల వ్యత్యాసం అలా వస్తుంది అని. ఈ మధ్యలో నా ఆత్మ ఏమవుతుంది అని? తెలిసి చేసిన పాపాలు స్వల్పం కాబట్టి శరీరం నుండి ఆత్మ విడివడిన తరువాత ఆత్మానందం అనుభవించి దాని పరిణామం కూడా తీరిన తరువాత మరొక జన్మ అనుభవించటానికి మరలా పుడుతుంది అని చెప్పారు. ఎప్పటినుండో ఉన్న నా ప్రశ్నకు సమాధానం దొరికింది. అమ్మ నా గురించి నేను తెలుసుకోవటానికి సరిపడా జ్ఞానాన్ని ప్రసాదించి ఇంతటి శక్తి నాకు ఇచ్చినందుకు ధన్యవాదాలు చెప్పుకున్నాను. నా కోసం దిగి వస్తున్న, నా

రాక తెలిసి నా కోసం ముందుగానే వచ్చి తనవెంట తీసుకువెళ్లబోతున్న ఆ సూర్యనారాయణునికి మరొకసారి నమస్కారం చేసుకుని మనసారా ఆయనను జపించి లేచాను.

ఇంకా నా శరీరం మీద చక్రాలు తిరుగుతూనే ఉన్నాయి. అగ్ని అక్కడక్కడా పుడుతూనే ఉంది. ముఖ్యంగా కాలు, చేతి వేళ్ళ గోళ్ళ మీద. నుదుటి మీదా, తలమీదా అయితే చక్రాలు చాలా చలాకీగా తిరుగుతూ ఉన్నాయి.

మర్చిపోయాను ఇంకొక విషయం గుర్తుకు వచ్చింది. నాకు గుర్తుకు వచ్చింది అంటే అమ్మ తెలియచేసిన విషయం, రాయటం నేను మర్చిపోయిన విషయం అన్నమాట. ఈ శరీరానికి జన్మనిచ్చిన నాతల్లి పరమపదించాక ఒక్క సంవత్సరానికి అనుకుంటా, Coral Springs లో ఉండగా ఒకరోజు నేను పొద్దునే లేచి family room లో కూర్చుని TV చూస్తున్నాను. అప్పుడే gym నుండి వచ్చిన Kevin, kitchen లోకి వచ్చి అరటిపండు తింటూ... ఉన్నట్లుండి ఏంటి అంత సెంట్ కొట్టుకున్నావు, ఎక్కడికి వెళ్ళి వచ్చావు అని అడిగాడు. నేను ఇంకా స్నానమే చేయలేదు, అదీకాక నేను సెంటు మానేసి 4 సంవత్సరాలు అయ్యింది. ఎందుకలా అన్నావు అన్నా. Kevin నా దగ్గరకు వచ్చి, నన్ను వాసన చూసి, నీ దగ్గర రావడం లేదు, నిజమే అని మరలా kitchen లోకి రెండు అడుగులు వేసి...

ఇక్కడకు రా! మంచి సెంటువాసన వస్తుంది అన్నారు. నేను కూర్చున్న స్థలం నుండి లేచి రెండు అడుగులు ముందుకు వేశా. ఘుమాయించే గంధపు వాసన అది. Kevin కు గంధపువాసన తెలీక సెంటు అంటున్నాడు. గంధపు పరిమళం కూడా సెంటే అనుకోండి. అయితే అప్పుడు నాకు ఎవరో వచ్చారు అని వాళ్ళ ఉనికి బాగా స్పష్టంగా తెలిసింది. వచ్చినవారు ఎవరోగాని కొంతసేపు అక్కడే ఉన్నారు. Kevin ముందే నేను చెప్పాను వారితో, ఆ పరిమళాన్ని బట్టి అటు చూస్తూ... "మహోనుభావులు మా ఇంటికి వచ్చారు, మీకు ఎంతసేపు కావాలంటే అంతసేపు ఉండండి" అని. వాళ్ళు ఎవరో నాకు కనిపించటం లేదు, కానీ వాళ్ళ ఉనికి నాకు స్పష్టంగా తెలుస్తుంది. పైగా వాళ్ళు ఎక్కడ నిల్చొని ఉన్నారో అక్కడ బాగా గంధపువాసన వస్తుంది. ఆ పరిమళం కొద్ది నిమిషాలదాకా అలాగే ఉండి నెమ్మదిగా మాయం అయ్యింది. Kevin కూడా చాలా ఆశ్చర్యపోయాడు.

Ofcourse నేను కూడా!

ఇప్పుడు ఆ తల్లి తెలియజేసింది ఏమిటంటే ఆ వచ్చింది నా గతజన్మలో ఉన్న నేనే అని. ఎంత ఆశ్చర్యమో కదా! అప్పట్లో వచ్చింది నాఈ శరీరానికి జన్మనిచ్చిన నా తల్లి అనుకున్నాను. కాదు అది నేనే అని ఈ రోజున నాకు అర్థం అయ్యింది. ఎంత అద్భుతం ఆ శివుని సృష్టి

ఈ రోజు శక్తి చాలా ఉద్రతంగా ఉంది. తరంగాల రూపంలో ఉంది. అవి గాలి తరంగాలు, నీటి తరంగాలు, అగ్ని తరంగాలు, రంగురంగుల తరంగాలు. ఎంత అందంగా, ఎంత అద్భుతంగా ఉందో! రంగులు కూడా చాలా వెలుగులు నింపుకుని, మంచి కాంతులతో విరాజిల్లుతూ కొత్తదనాన్ని, కొత్త అందాలను పుణికిపుచ్చుకుని ఉన్నాయి. వెలుగుతో కూడిన మంచి dark green రంగు, మంచి వెలుగుతో కూడిన purple రంగు, మంచి వెలుగుతో కూడిన blue రంగు, మంచి వెలుగుతో కూడిన ఎరుపు రంగు మీద పింక్ patterns. Yellow తో కూడిన తరంగాలు. ఒక తెల్లని నామం. ఆ నామం నుండి వెలుగులు విరజల్లుతూ శక్తి ప్రవాహం. ఎన్నెన్ని అద్భుతాలో.... చూస్తున్నకొద్దీ తనివితీరనంతగా ఉంది.

ముందుగా ధ్యానంలో కూర్చున్న వెంటనే చంద్రుడు చక్కని వెన్నెలను కురిపిస్తూ పూర్ణిమచంద్రుడిలా నిండుగా ఆహ్లాదంగా ఉన్నాడు. నేనూ ఉన్నాను మర్చిపోవద్దు అంటూ సూర్యుడు... అతని నుండి శక్తి ప్రవాహాలు. సూర్యుడు ఒక tunnel లో ఉన్నట్లు, ఆ tunnel నుండి శక్తి ప్రవాహాలు మన చెంతకు వచ్చేసరికి దాని మూతి పెద్దదిగా తెరుచుకున్నట్లు ఎంత అందంగా ఉందో. చూసినకొద్దీ చూడాలనిపించే తనివితీరని అందాలు. 4 రోజులనుండి ఎప్పుడు కళ్ళు మూసుకున్నా చంద్రుడు కనిపిస్తున్నాడు. ఈ రోజు ఆ తండ్రిని అడిగాను past కనిపించిందీ, future కనిపించింది. మరి నా శరీరం నుండి బైటకు వచ్చి నన్ను ఎందుకు చూసుకోవటంలేదు? ఆ శక్తి కూడా ఇవ్వ అని.

ఈ రోజు కూడా మంత్రోచ్చారణ చేనేటప్పుడు కైలాసగిరి తిరిగివద్దామని వెళ్ళినపుడు, వచ్చినప్పుడూ నా గొంతులో తేడా గమనించాను. అదే కాకుండా నా గొంతు స్వరంలో కూడా ఒక్క గొంతుకే వినిపించింది.

సాయంత్రం ఒక చిన్న కునుకు తీశాను, నిన్నరాత్రి నిద్రలేకపోవటంతో. మెడిటేషన్ చేసుకుంటూ, అపారమైన శక్తిని ఆస్వాదిస్తూ. బయటకు వచ్చిన ఆత్మ ఏ రూపంలో ఉందో, ఎలాఉందో తెలియటం లేదుగానీ సోఫా మీద పడుకున్న నా ముఖం కనిపిస్తుంది. కళ్ళుమూసుకుని పడుకుని ఉన్నాను. నా body అంతా కూడా కనిపించటం లేదు. ఒక్క ముఖం కొంచెం భుజాలదాకా మిగిలినదంతా మసక వెలుతురుగా ఉంది. తండ్రీ! ఇంత త్వరగా నా కోరిక తీర్చావా అని ఆయనకు నమస్కరించాను. కానీ నా మనసు తృప్తిపడలేదు. ఇంకా స్పష్టంగా చూడాలి అని ఉంది. ఈ లోపు Kevin ఇంటికి రావటంతో లేచాను. అప్పటికే సూర్యాస్తమయం అయ్యి ఇంట్లో కూడా మసగ్గానే ఉంది మరి.

ఈ రోజంతా కూడా తలపైన, నుదుటిపైనా పెద్ద పెద్ద చక్రాలు. అరికాళ్ళల్లో, అరిచేతులలో, కనుబొమ్మలపైనా, కళ్ళక్రింద, ముక్కుపైన, తల చుట్టుప్రక్కల, తల వెనుకభాగం లలో చాలా బుల్లి బుల్లి చక్రాలు. ప్రతీ చక్రా చాలా clear గా, స్పష్టంగా తెలుస్తుంది. Fire కూడా body లో అక్కడక్కడ చాలా చోట్ల వస్తుంది.

నిన్న Christmas Eve అయి, ఈ రోజు Christmas Day అయి బయట భోజనాలు చేశాము. ఏ మాత్రం body సహకరించటం లేదు. బహుశా Non-veg తినడం మూలానో లేక ఆకలి అయినదానికంటే ఎక్కువ తినడం మూలానో అర్థం కావటం లేదు. మరలా ఆకలి బాగా పడిపోయింది. కళ్ళకు తినాలి అని కొంచెం తినడం కానీ కడుపుకు ఆకలివేసి తినటం కాదు. అది అయినా, ప్రొద్దుట ఒక్కపూట మాత్రం 2 చపాతీలు బలవంతంగా తినాలి అని తింటున్నాను. అది కూడా తగ్గించాలి. పొట్ట చాలా బరువుగా ఉంటుంది. వాంతి వచ్చేట్లుగా ఉంటుంది.

చెవులలో చక్రాలు, చెవులపైన బుల్లి బుల్లి చక్రాలు. అలా తల అంతా తిరుగుతున్నాయి.

26/12/12

ఒక తెల్లటి ఆడమనిషి statue కనిపించింది. ఆమె ఒక moda sofa మీద కాళ్ళు చాపుకుని ప్రక్కకుతిరిగి relaxed గా కూర్చుని ఉంది. ఆమెకు తెల్లని

రెక్కలు కూడా ఉన్నాయి. ఒక వింత అయిన మ్యూజిక్ organ పట్టుకుని ఉంది. దానిని నేను ఎప్పుడూ చూడలేదు. కొంచెం ఇలా ఉంది అది. Greek sculptures(బొమ్మల్లో) లో. ఎక్కడో, ఎప్పుడో చూసినట్లు జ్ఞాపకం, కానీ ఎవరో తెలీటం లేదు.

తల్లి నాకు తెలీటం లేదు, ఆమె ఎవరో తెలిసేట్లు clear గా చెప్పు అన్నాను. అది నువ్వే అని చెప్పి, అమ్మ Ruler Lynn Ben కూతురు గురించి తెలుసుకో అని చెప్పింది. ఇక నిద్ర పట్టలేదు టక్కున లేచా. ఆ పేరు రాసి పెట్టుకుని, పొద్దున లేచాక Kevin ను అడిగా Ruler Lynn Ben ఎవరూ అని? తెలీదు ఎప్పుడూ వినలేదు అన్నాడు. Net లో search చేయటం మొదలెట్టా. Princess Ben అనేది ఒక Fairy Tale అని తెలిసింది. కానీ అమ్మ ఏకారణం లేకుండా ఆమె గురించి అంత clear గా పేరు చెప్పదు. ఆమె గురించి మరికొంత తెలుసుకోవాలీ అని పట్టుదల పెరిగింది. ఈ Princess Ben గురించి Catherine Gilbert Murdock అనే రచయిత రాసిన పుస్తకం ఒకటి ఉంది. దగ్గరలో ఉన్న library కి call చేస్తే వాళ్ళ దగ్గర ఆ పుస్తకం ఉన్నదన్నారు. ఈ రోజు సాయంత్రం వెళ్ళి ఆ book తెచ్చుకుని చదవాలి ఆ తల్లి నాకు ఈమె గురించి ఎందుకు తెలుసుకోమంటుందో.

ఈ మధ్య 2, 3 రోజుల నుండీ సూర్యనమస్కారం చేసుకునేటప్పుడు సూర్యభగవానుని నుండి ఒక పువ్వులా కనిపిస్తుంది. కళ్ళు మూసుకుని తెరిచినవెంటనే ముందుగా వెలుగుతో నిండిన పువ్వుఒకటి కనిపించి తరువాత ఆయన నిండుగా కనిపిస్తున్నారు. ఆ పువ్వు ఒక శ్రీచక్రంలా ఉంది. రేఖలు నిండుగా ఉన్నాయి.

నా drawing సరిగా లేదు కానీ ఇలాటి రేఖలతో కూడిన నిండయిన తేజోవంతమైన, వెలుగులతో నిండిఉంటుంది, ఆ పువ్వు.

ధ్యానంలో కూర్చున్నాను. శక్తి వస్తూ ఉంది. ఈ మధ్య కనిపించే రంగులు ఇంతకుముందు కనిపించే రంగులే

అయినా చాలా తేడా ఉంది. ఇవి ఇంకా నిండు రంగులు, తేజోవంతమైన కాంతిని నింపుకొని ప్రకాశిస్తున్నాయి. ప్రతీ రంగూ dark blue, dark purple, dark magenta, dark green, dark yellow, dark maroon. వాటి అందం వర్ణనాతీతం. అవి చూసి తరించవలసిందే. ఆ వెలుగుతో కూడుకున్న రంగులను చూసినకొద్దీ మనసు మైమరచిపోయి ఎంతసేపు అలా కూర్చున్నానో, ఎక్కడకూర్చున్నానో కూడా మర్చిపోయే మైమరపు స్థితి అది. ఈ రంగులన్నీ ఒక పెద్ద ఇంద్రధనుస్సులా నా ఎడమకంటి దగ్గర నడుము విరుచుకుంటున్నట్లు లేచి నిల్చొని, ఒక fan రెక్కతిరిగినట్లు నా కుడివైపుకు వంగి క్రిందకు వెళ్ళి మాయం అవుతుంది. మరలా ఎడమవైపు పుట్టి లేచి నిల్చొని కుడివైపునకు వంగి మాయం అవుతుంది. ఇలా కాసేపు జరిగి ఈసారి అన్నీ కలిసి ఒక బంతిలా మధ్యలోపుట్టి, మధ్య నుండి కుడికి జరిగి, కుడికన్ను ముందర తరంగాల రూపంలో అంచులకు చేరుకుంటున్నట్లుగా జరుగుతున్నాయి, విస్తరిస్తున్నాయి. ఇలా. ఎంత చిక్కటి రంగులో! వాటి అందాలు వర్ణించనలవికానివి. నా ఎడమ కంటిలో అగ్ని తెలుస్తుంది, కానీ ఏ మాత్రం బాధ లేదు. ప్రశాంతంగా ఉంది.

ఉన్నట్లుండి ఆ తల్లి నన్ను ఎక్కడికో తీసుకువెళ్ళింది. పొగ తెలుస్తుంది. ఆ పొగకు నాకు సరిగా ఊపిరి అందటం లేదు. కొంచెం గట్టిగా ఊపిరి తీసి గట్టిగా వదులుతున్నాను. అక్కడ చాలా ప్రశాంతంగా ఉంది. అలా కొంతసేపు ఆ తల్లితో విహారం చేసి వచ్చాను. మరలా తిరిగి వచ్చాక రంగులు. ఆ రంగులనుండి అద్భుతమైన శక్తి వస్తూ ఉంది. కాసేపు శక్తిని ఆస్వాదించి ఇక లేద్దామా అని కళ్ళుమూసుకుంటే చంద్రుడు కనిపిస్తున్నాడు. కళ్ళు తెరుద్దాం అనుకునే లోపులే అంతా బంగారువర్ణం కాంతులతో నిండిన శక్తి వస్తూ ఉంది. ఎంత అద్భుతంగా ఉందో ఆ కొత్తశక్తి! తనివితీరా ఆస్వాదించి మరలా కళ్ళుమూసుకున్నా. మరలా చందమామ, మరలా బంగారు వెలుగుతోకూడిన శక్తి. దానిని కూడా మరికొంతసేపు ఆస్వాదించి ఇక లేచాను.

27/12/12

ప్రశాంతమైన శక్తి వస్తూ ఉంది. ఈ రోజు ఎక్కువగా blue రంగులే కనిపిస్తున్నాయి. మంచి నిద్రావస్థకు వెళ్ళాను ధ్యానంలో.

 సూర్యునిదగ్గర పువ్వు ఇలా కనిపిస్తుంది.

నా drawing సరిగా లేదుగానీ ఇలాటి రేఖలతో కూడిన పువ్వు. చాలా రేఖలు ఉన్నాయి. ఎంత వెలుగులతో కూడి ఉందో! మహత్తరమైన కాంతులతో వెలిగిపోతోంది. నాపై ఇంకా చక్రాలు తిరుగుతూనే ఉన్నాయి, అగ్ని పుడుతూనే ఉంది.

రాత్రి నిద్రకు ఉపక్రమించేటప్పుడు bed మీద ధ్యానం చేస్తూ ఉంటే అల్లంత ఎత్తున కాంతితో నింపుకున్న ఒక పచ్చని (green) చుక్క మెరిసి మాయం అయ్యింది. కాసేపటికి నా కంటికి చాలా దగ్గరలో diamond మెరిసినట్లు ఒక green రాయి మెరిసినట్లు అనిపించింది. అది అమ్మవారి ముక్కుపుడకగా అనిపించింది. ఎంతటి మెరుపో కదా! అదే అంత అందంగా ఉంటే అమ్మ ఇంకా ఎంత అందంగా ఉంటుందో! నాకు ముక్కుపుడకనయినా చూసిన అదృష్టం కలిగినందుకు, నాకు చూపించినందుకు చాలా ఆనందపడ్డాను.

అమ్మ చెప్పిన Princess Ben పుస్తకం, ఆమె story 70 pages దాకా చదివాను. అమ్మ ఆ పుస్తకం ఎందుకు చదవమన్నదో అర్థం అయ్యింది. నిజమే! అది నా story లాగే ఉంది. అమ్మ నన్ను ఆమె గురించి ఎందుకు తెలుసుకోమన్నదో అర్థం అయ్యింది. నేను ఏమి చేయాలో తెలిసింది.

ఈ రోజు మొదటిసారి సాయంత్రం 9pm దాటాక బైటకు వెళ్ళి చంద్రునకు నమస్కారం చేశాను. ఈ మధ్య చంద్రుడు బాగా కనిపిస్తున్నాడు నాకు. ప్రతీసారి కళ్ళు మూసుకున్న వెంటనే తనే కనిపిస్తున్నాడు.

28/12/12

ఎప్పుడూ లేనిది ఈ రోజు (ఇంతకుముందు Mt. Kailash trip కు వెళ్ళినపుడు, కైలాసపర్వతం దగ్గర హోమం చేసి ఇచ్చిన బుల్లి స్ఫటిక శివలింగం, రుద్రాక్ష మాల) (ప్రొద్దున కైలాసగిరి దగ్గర ఇచ్చిన రుద్రాక్ష మాల, స్ఫటిక శివలింగం తీసి బైటపెట్టి స్నానం చేశాక శివుని అభిషేకం చేయాలి అనుకున్నాను. కానీ అలవాటు ప్రకారం స్నానం చేసి ధ్యానంలో కూర్చున్నా. Blue, yellow రంగులు అడ్డంగా వచ్చి పైకి వెళ్ళిపోతున్నాయి. ఏదో తప్పు జరిగింది, నేను ఏదో తప్పు చేస్తున్నాను.

ఏమి చేశాను, ఏమి చేశాను అని ఆలోచిస్తున్నా. ఎంతసేపు చూసినా రంగులు పైకి వెళుతున్నాయి. శక్తి కూడా ఏమీ రావటం లేదు. నేను చేసిన తప్పు ఏమిటో నాకు తెలీటం లేదు. ఏమిచేశాను అని అమ్మను అడిగితే అప్పుడు చెప్పింది; శివాభిషేకం చేస్తానని చేయలేదని. అయ్యో!! ఎంత తప్పు చేశాను అని లేచి వచ్చి నీటితోటి, పంచదార తోటి, కొబ్బరి నీటితోటి శివునికి అభిషేకం చేయటం, అమ్మయ్య అని మనసు తేలిక పడటం జరిగింది. స్ఫటిక శివలింగం కూడా దేవుని shelf లో పెట్టాను. ఇప్పుడు ఆ shelf నిండుగా ఉన్నట్లు అనిపించింది.

29/12/12

నిన్న అమ్మ చెప్పేదాకా ఆ తండ్రికి అభిషేకం చేయటం మర్చిపోయి ఎంత తప్పు చేశానో అనిపించింది. అందుకని ఈ రోజు స్నానం చేసిన వెంటనే ఆ తండ్రికి అభిషేకం చేసి మెడిటేషన్‌లో కూర్చున్నాను.

ఈ రోజు ధ్యానంలో అపారమైన శక్తి వస్తూ ఉంది. క్రింది 2 రంధ్రాలలో ఏదో గుచ్చినట్లయింది. రంగులు తేజోవంతమైన కాంతులతో ఒక్కొక్కటిగా వచ్చి నాకు శక్తులు అందిస్తూ తిరుగుతున్నాయి. అవి మధ్యలో పుట్టి ఇలా తిరుగుతూ ఉన్నాయి.

నిండు కాంతులను నింపుకున్న ఆ వెలుగులు ఎంత అందంగా ఉన్నాయో వర్ణించనలవికాని అందాలు. Purple, magenta, blue, green, yellow. అపారమైన శక్తిని అనుభవిస్తూ ఉండగా తెలిసింది ఏ యుగంలో ఏ జన్మలో పుట్టానో. ఎక్కువగా తెలిసిన జన్మలే కావడంతో నేను అవేమీ ఇక్కడ రాయడం లేదు. ఉన్నట్లుండి నా శరీరం అంతా పై నుండి క్రిందకు ఒక్కసారిగా ఏదో శక్తి ఆవహించినట్లు జిల్ మంది. అది తిమ్మిరెక్కడం కాదు, గగుర్పొడచటం కాదు. పై నుండి క్రిందిదాకా జిల్ జిల్ మని పాకింది. కాసేపాగి మరలా అదే experience మరొకసారి అయ్యింది.

ఇలాటి shape లో పెద్ద ఆకారం కనిపించింది. దాని నుండి అపారమైన శక్తి వస్తుంది. ప్రశాంతంగా ఆస్వాదిస్తూ ఉండిపోయాను.

 సద్రూశ్య

సాయంత్రం నుండీ అద్దంలో చూసుకున్నా, గోడవైపు చూసినా, క్రింద floor మీద చూసినా అర్ధనారీశ్వరులుగా నా ముఖం సగం, Kevin ముఖం సగం కనిపిస్తుంది. కళ్ళు మూసినా అదే, కళ్ళు తెరిచినా అలాగే కనిపిస్తుంది. ఎటు చూసినా శివశక్తుల్లా నేనూ, Kevin ఒకే శరీరంతో సగం నేను, సగం తనుగా ప్రక్కప్రక్కన కనిపించాము. నా ముఖం వింతగా సగం నేను, సగం Kevin కనిపిస్తూ ఉండడంతో ఎక్కువగా వెళ్ళి అద్దంలో చూసుకుంటున్నా.

30/12/12

ధ్యానంలో అమ్మ రంగులు ప్రశాంతంగా ప్రేమను కురిపిస్తూ ఉన్నాయి. అమ్మ పువ్వు కూడా రెక్కలు విచ్చుకుంటూ ప్రశాంతంగా ఉంది. తండ్రి రంగులు అనంతమైన వెలుగులతో కూడిన కాంతులతో మెరిసిపోతున్నాయి. తండ్రి పువ్వు కూడా కాంతులు విరజిమ్ముతూ ఉంది. ఆ తల్లితండ్రుల కల్పన చెప్పనలవి కావటం లేదు. ఆ అందమయిన వర్ణాలతో కూడిన కాంతులు వర్ణించనలవికానివి. నాకు వర్ణించగల నాలుకే ఉండిఉంటే, వర్ణించగల కలమే ఉండిఉంటే ప్రపంచంలో ఉన్న పుస్తకాలన్నీ కూడా సరిపోవు. మాటలకందని అద్భుతం అది.

ఆ అందాలను తనివితీరా చూడాలి అనుకునే ప్రతీ మనిషి ఆ తల్లిదండ్రుల మార్గంలో పయనించవలసిందే. ఒక్కసారి ఆ అమ్మ కొంగును పట్టుకున్నారంటే ఆ తల్లి పంచే ప్రేమ వర్ణనాతీతం. ఆ తల్లి అందించే ప్రేమను తట్టుకోలేక ఋణంలేని ఆ తల్లి ప్రేమలో తడిసిపోయి కన్నీటిరూపంలో బైటకు వస్తున్న నా మనసును ఏమని వర్ణించగలను!

ఈ ఆత్మ తమలో లీనమయ్యేంతవరకూ ఈ ప్రేమనే అందించమనీ, తమ బిడ్డగా, తమ వెంట, తమ మార్గంలోనే పయనించి జీవించే భాగ్యాన్ని ప్రసాదించమని, వారి పాదాలదగ్గర కాస్తంత చోటు ఇవ్వమని తలవంచి నమస్కరిస్తున్నా. తమ ప్రేమను చాటిచెప్పగలిగే శక్తిని నా నాలుకకు ఇవ్వమని ప్రాధేయపడుతున్నా.

నా ఎడమ cheekbone దగ్గర అంటే కన్ను క్రింద, బుగ్గ పైన ఏదో గుచ్చినట్లు అయ్యింది. కాంతులతో కూడిన రంగులు నాలో ప్రవేశిస్తున్నాయి. ఆ తల్లి నన్ను ఇప్పటిదాకా ప్రేమాభిమానాలను పెట్టి, పెంచి పెద్దచేసి, వయసుకు వచ్చిన

బిడ్డను తండ్రికి అప్పగించి విద్యలు నేర్పించమని చెప్పి నన్ను తండ్రికి అప్పగించింది. వింతగా ఒక పెద్ద ప్రేమపూరితమైన కుడికన్ను కనిపించింది. అది నా తండ్రి శివయ్యదే అని అర్ధం అయ్యింది.

ఈ నా జీవితంలో స్వార్ధం లేకుండా చేసిన 3 మంచి పనులు:

1. కొన్ని అన్నదానాలు చేయటం

2. గుడ్డి పిల్లలకు చెప్పులు కొనిఇవ్వటం.

3. Thailand లో కట్టిస్తున్న Lotus Temple కు కొన్ని ఇటుకలు (bricks) ఇవ్వటం.

31/12/12

ఈ రోజు ప్రొద్దుటే పెద్దక్కతో ఫోన్లో మాట్లాడుతూ చెప్పాను, ఆహారం కోసం చంపితినటంలో తప్పులేదు అని. చెప్పానేకానీ మనం ఇవ్వలేని ఆత్మను తీసే హక్కు మనకు ఎక్కడిది అని ఒక సందేశం.

ధ్యానంలో కూర్చున్నాను. ఈ రోజు తండ్రి వచ్చి నాతోరా నా అసలయిన భక్తులెవరో చూపిస్తాను అని నా చెయ్యి touch చేశారు. మరుక్షణం మేమిద్దరం కాశీలో ఉన్నాము. కాశీలో ఆకాశంలో తేలియాడుతూ వెళుతున్నాము. అక్కడి వ్యక్తులు బూడిదతో నిండిన శరీరాలతో బట్టలు లేకుండా దిగంబరంగా ఉన్నారు. వాళ్ళ గురించి తెలుసుకో అని చెప్పారు.

వాళ్ళు ఎవరో, వాళ్ళ గురించి ఏమి తెలుసుకోవాలో అర్ధం కాలేదు. మామయ్యకు call చేశాను. వాళ్ళని నాగసాధువులు అంటారు అని చెప్పారు. సరే వాళ్ళగురించి తెలుసుకోవడానికి Internet లో search చేయడం మొదలెట్టాను. వాళ్ళనుండి ఏమి నేర్చుకోవాలో అర్ధం కాలేదు. ఒక video ఉంటే చూశాను YouTube లో. ఒళ్ళంతా జుగుప్సగా అయ్యి, పొట్టలో దేవినట్లు అయ్యింది. అంతకుముందే (నేను, Kevin restaurant కి వెళ్ళాం) నేను తిన్న Dolphin sandwich కి సంబంధించిన fish కడుపులో తిరిగినట్లనిపించింది. నాగసాధుల గురించి నేను ఏమి తెలుసుకోవాలో తెలిసింది. ఆ తండ్రి ఎందుకు పాఠంనేర్పాడో అర్ధం

అయ్యింది. చనిపోయినదానిని తినవచ్చుగానీ, ఆహారం కోసం అయినాకూడా దేనినీ చంపి తినకూడదు అని.

వాళ్ళు అసలయిన తనభక్తులు అని ఆ తండ్రి ఎందుకు అన్నాడో అర్థం అయ్యింది. ఇన్నాళ్ళూ తెలియక ఎంత తప్పు చేశానో కదా! ఈ క్షణం నుండీ నాకు తెలిసి మాంసాహారం ముట్టను అని నిర్ణయించుకున్నాను.

తండ్రీ! తెలిసిచేసినా, తెలియకచేసినా తప్పు తప్పే. నా ఈ శిక్షకు పరిహారం లేదు. నన్ను శిక్షించండి కానీ నన్ను వదిలి వెళ్ళవద్దు. నాకు మీరు తప్ప ఎవ్వరూ లేరు. దయచేసి మీతోడంట నన్ను కూడా ఉంచుకొని నన్ను మంచి మార్గంలో నడిపించండి. తండ్రీ! నా కన్నీళ్ళతో మీ పాదాలుకడుగుతూ వేడుకుంటున్నాను నన్ను వదిలి వెళ్ళవద్దు. నన్ను మరలా ఒంటరిదాన్ని చేయవద్దు.

1/1/13

ధ్యానం చాలా ప్రశాంతంగా సాగింది. తండ్రి నా మీద కోపం లేదంటూ ప్రేమగా అభయహస్తం ఇస్తున్నట్లు చెప్పారు. ధ్యానంలో నా కుడి చెవి వెనుకనుండి క్రిందకు ఏదో పాకి అది నా జుట్టులోకి వెళ్ళి తలమీద నుండి కుడిప్రక్కు, మరలా తలమీద నుండి పాపిటికి అక్కడి నుండి తల వెనుకకు ఏదో పాకుతూ ఉంది.

ఈ అనుభవం ఒక సన్నటి పాము పాకినట్లుగా ఉంది. పాములంటే నాకు ఇష్టం ఉండడంతో ఆనందంగా అనుభవించాను. అదే తండ్రికి కూడా చెప్పా. "తండ్రీ! పాములను చూపించి భయపెట్టాలంటే నేను భయపడను. నాకు కూడా పాములంటే ఇష్టమే! ఇది మీకు తెలియంది కాదు అని." అదీ కాక ఈ రోజు ప్రొద్దుటే Facebook లో నేను ఎర్రచీర కట్టుకుని ఎర్ర పామును పట్టుకున్న photo పెట్టాను. ఎందుకో మరి రెండు రోజులనుండీ అదే ఫొటో పెట్టాలని అనిపించింది Facebook లో.

అయితే చెట్లను చూస్తున్నా నాకు life కనిపిస్తుంది. మరి fruits, vegetables తినవచ్చు లేక అవికూడా తినకూడదా అని పెద్ద ప్రశ్న బయలుదేరింది. ప్రొద్దుటినుండీ ఏమీ తినలేకపోయాను, ఒక్క వేపాకు టీ తాగాను. ఇప్పుడు ఏమిటి నా పరిస్థితి అర్థం కావటం లేదు.

మరలా ధ్యానంలో కూర్చున్నా. అణువణువునా ప్రాణమే కనిపిస్తున్న నాకు ఏమి తినాలో అర్థం కావటం లేదు. తండ్రీ, ఇక ఈ జీవితం ఇంతేనా అని అడిగా. ఈ బిడ్డ మీద జాలి వేసిందేమో ఆ తండ్రి చెప్పారు, స్థిరత్వం ఉన్నది ఏదయినా తినవచ్చు అని. హమ్మయ్య అనుకున్నాను. తండ్రికి నమస్కారం చేశాను. So, కదలలేనిది ఏదయినా తినవచ్చున్నమాట!

రెండు పాదాల మీదా, కుడిచెవిలో, నుదుటిమీదా, తలపైన బాగా చక్రాలు తిరుగుతున్నాయి.

2/1/13

నిన్న సాయంత్రం నుండి దీపంలాంటి వెలుగు (ధ్యానంలో కాదు) అక్కడక్కడ కనిపిస్తుంది. నేను clear గా చూసేలోపే మాయం అవుతుంది. నుదిటిమీద చాలా active గా చక్రా తిరుగుతుంది. ముఖ్యంగా రెండు కనుబొమ్మల మధ్యన.

రాత్రి పడుకున్నపుడు ధ్యానంలో కూడా దీపంలా కనిపిస్తుంది. ఇంతకు ముందు ఒకసారి జరిగినట్లుగానే మంచివెలుగులతో కూడిన purple వచ్చి దానిలో నుండి నన్ను తినడానికో, భయపెట్టడానికో ఒక పెద్ద రాక్షసుడు వచ్చాడు. నాకు భయంవేయకపోగా వారిని వింతగా చూస్తున్నాను. నేను చూసేది నిజమా లేక నాకు అలా కనిపిస్తుందా అని.

నేను పడుకునే రెండు గంటల ముందు భారతీతో మాట్లాడాను. ఇంతకు ముందు కూడా పద్మగారితో మాట్లాడిన రోజున కూడా ఇలానే కనిపించాయి. వీరికీ నాకు కనిపించేవాటికీ సంబంధం లేకపోవచ్చు.

కాసేపటిలో పళ్ళు.. పెద్ద పెద్ద కోరల్లాంటి పళ్ళు వేసుకుని యముడి దగ్గర ఉండే కింకరుల్లా ఉన్న పే..ద్ద రాక్షసుడు వచ్చాడు. అతని కళ్ళు నిప్పుల్లా మండుతున్నాయి, ఎర్రగా. పళ్ళు కుక్కపళ్ళులాగే ఉన్నాయి. కాకపోతే చాలా పెద్దవి. అతను నన్ను తినాలీ అంటే ఒక చీమను నోటిలో వేసుకున్నట్లు, అతను అంత పెద్ద ఆకారం. ఒక్క క్షణం గుండె జల్లుమంది, వెంటనే అర్థం అయ్యింది. నా తల్లిదండ్రులు నాకు తోడుగా ఉంటే వీళ్ళు నన్ను ఏమి చేస్తారు? అదీ కాక నాకు, నా ప్రాణం ఎలా పోతుందో తెలుసు. నేను వీళ్ళకు భయపడటం ఏమిటి?

నన్ను తీసుకువెళ్ళడానికి ఆ దేవుడే వస్తాడు. నన్ను తీసుకువెళ్ళే శక్తి వీరికి లేదు. వీరివల్ల కానేకాదు. ఈ ఆత్మకు ప్రాణం పోసింది వీళ్ళుకాదు. So, వీళ్ళకు ప్రాణం తీసే అధికారం లేదు. కేవలం నన్ను భయపెట్టడానికే వస్తున్నారు అని తెలుసుకున్నాను.

నాకు అర్థం అయ్యిందని ఆ రెండవదానికి తెలిసి అదీ వెళ్ళిపోయింది. కొన్ని seconds తరువాత మూడవది వచ్చింది. నేను మిమ్మల్ని చూసి భయపడటం లేదు. నాకు అలసటగా ఉంది నేను నిద్రపోవాలి ఇక నన్ను disturb చేయకండి. మీ ప్రవర్తన నాకు తోలుబొమ్మల ఆటగా ఉంది. ఇక వెళ్ళండి అని చెప్పాను. ఇక వెళ్ళిపోయాయి. కాసేపటికి మరలా జ్యోతి కనిపించింది. ఈ సారి purple రంగులో నుండి ఒక పువ్వు వికసిస్తూ ఉంది. అక్కడ ఉన్న ద్వారం గుండా నడవడం మొదలెట్టాను. నేను ముందుకు వెళుతున్నకొద్దీ, తలుపులు తెరుచుకుంటూ ఉన్నాయి. అలా కొన్ని ద్వారాలు దాటుకుంటూ వెళ్ళాను. అక్కడ ఎవరితోనో చాలా ఆనందంగా, సంతోషంగా గడిపాను. ఎందుకో మరి కొన్ని కొన్ని విషయాలు గుర్తుకు ఉండటం లేదు.

ప్రొద్దుట లేవటంతోటే నా నుదిటిమీదా చాలా చాలా active గా తిరుగుతుంది చక్రా. Correct గా రెండు కనుబొమ్మల మధ్యన. ఎడమచెవిలో, తలపైన కూడా ఇదే భావన. నాకు ఆ తల్లిదండ్రుల అండ ఉండబట్టి భరించగలుగుతున్నాను. అదే మామూలు మనిషి అయితే గీరుకునీ, గోక్కునీ, పిచ్చి ఎక్కి ఉండేది.

సూర్యనమస్కారం చేసుకుందాం అని బైటకువెళ్ళి నమస్కారం చేసి వెనుక్కుతిరిగాను. ఎందుకో తెలీదు. అక్కడ చంద్రుడు కూడా ఉన్నాడు. ఆయనకు కూడా నమస్కారం చేశాను. ఇప్పుడు time 8:45am. ఈ time కు చంద్రుడు కనిపించటం ఆశ్చర్యం వేసింది. అయినా ఇద్దరికీ ఒకేసారి నమస్కారం చేయటం ఆశ్చర్యం అనిపించింది. నా left కు సూర్యుడు, right కు చంద్రుడు ఉన్నారు, ఇంటి వెనక.

ధ్యానం చాలా ప్రశాంతంగా జరిగింది. అయితే blue రంగు దాని నుండి తెల్లని కాంతి ఇలా ప్రసరిస్తూ ఉంది. 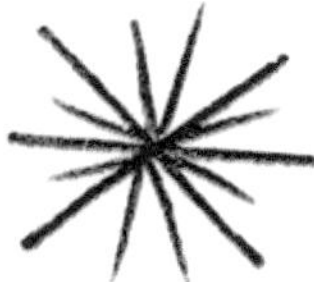

తమాషా ఏమిటంటే ఇది నా కుడికంటినుండే చూడగలుగుతున్నాను. నా ఎడమకంటి నుండి కూడా చూద్దాము అనుకున్నా చూడలేకపోయా.

నా శరీరం ముందుగా, ముందు వెనకలకు సన్నగా ఊగుతుంది. కాసేపటికి clockwise గా గుండ్రంగా ఊగుతుంది సన్నగా. చాలా రోజులయింది ఇలా ఊగి. ప్రశాంతంగా వస్తున్న శక్తిని అనుభవిస్తూ ఉన్నా. మధ్యమధ్యలో చాలా కొద్దిగా పసుపురంగు కనిపించింది.

ఈ మధ్య ఒక 10 రోజుల నుండీ కొన్ని వింతలు జరుగుతున్నాయి. నేను చాగంటిగారి ఆనందలహరి, సౌందర్యలహరి అలా కొన్ని వింటున్నాను. ఒక రోజున నాకు అమ్మవారి ముక్కుపుడక కనిపించింది, కాసేపటికి చాగంటిగారు అమ్మవారి ముక్కుపుడక గురించి చెప్పారు. మరొకసారి ఎప్పుడూ లేంది నా జడవిప్పి తలపైన ముడివేశాను, వెనువెంటనే అమ్మవారి కురులగురించి చెప్పారు. మరొకసారి ఒక మంత్రం చెబుతున్నారు, అప్పుడే బడబడమని శబ్దం అయితే ఏమిటా అని వినేది pause చేసి చూస్తే బైట పెద్ద వర్షం ఒక్కసారిగా పడుతుంది. ఓ... వర్షమా అని వినడం మొదలెట్టా మళ్ళీ play నొక్కుతూ. చాగంటిగారు చెబుతున్నారు ఈ మంత్రం చెబితే వర్షం వస్తుంది అని.

ఈ రోజు చాగంటిగారి ప్రవచనం ఏమి విందామా అని సోఫాలో కూర్చుని ఫోన్లో search చేస్తున్నా. నా పక్కన ఉన్న విండో బయట izzzz.... అన్న శబ్దం వస్తుంటే ఏమిటా అని చూసా. ఒక పెద్ద నల్లని గండుతుమ్మెద window పక్కనే circles తిరుగుతుంది. దానిని చూస్తూ, శ్రీశైలం విశేషం విందాం అని play చేస్తున్నా. ఒక 20 నిమిషాలు అలా శ్రీశైలం జ్యోతిర్లింగం గురించి వింటూ ఉంటే చాగంటిగారు చెబుతున్నారు, అమ్మవారు తుమ్మెదరూపంలో వచ్చి వెళతారు శ్రీశైలం గురించి చెబితే అని. ఎంత వింతో కదా! అది మొదలు అవ్వకముందే నా దగ్గరకు ఆ పెద్ద తుమ్మెద (అంత పెద్ద తుమ్మెదను చిన్నపుడు ఎప్పుడో ఇండియాలో చూశాను, మరలా ఇన్నాళ్ళకు ఈ రోజు. అమెరికాలో గండు తుమ్మెదను నేను ఎపుడూ చూడలేదు.) వచ్చి చాలాసేపు తిరిగి వెళ్ళింది.

ఎప్పుడూ లేనిది, ఈ మధ్య ఒకరోజున శివాభిషేకం చేద్దాం అనుకున్నాను. కానీ మర్చిపోయాను. అమ్మ గుర్తుచేశారు, శివాభిషేకం చేస్తానని మర్చిపోయానని.

నా తప్పు తెలుసుకుని వెంటనే లేచి వెళ్ళి అభిషేకం చేశాను. మాటల్లో పెద్దక్క చెప్పింది ఆ రోజున ఆరుద్రాభిషేకం రోజు అని.

మరొక రోజున ఆ తల్లిదండ్రులు నా చేత ఒక వరం కోరుకునేలా చేశారు. నాకు ఎప్పుడు కావాలంటే అప్పుడు నా శరీరం వదిలేయగలిగే శక్తిని పొందే వరం, యమధర్మరాజు నుండి. అదే రోజు స్వర్గద్వారాలు తెరిచినరోజు అని అక్క చెప్పింది. ఇలా చాలా చాలా వింతలు. ఆ తల్లిదండ్రుల ప్రేమగానీ, లీలగానీ వర్ణనాతీతం. ఎంతటి కరుణామయులో, ఎంతటి ప్రేమమూర్తులో అనుభవించి తెలుసు కోవలసిందే. అంతటి మహత్తరమైన ప్రేమను అనుభవించగలగటం, వారిని తల్లిదండ్రులుగా పొందటం ఎంత అదృష్టమోకదా!

3/1/13

నిన్నటి నుండీ నుదుటిమీద ఇలా ⦵ తిరగటం లేదు, ✳ సూర్యకిరణాల్లా మధ్యలో నుండి ఇలా ప్రకాశిస్తున్నట్లు తిరుగుతున్నాయి.

ప్రక్కమీద ధ్యానంలో రకరకాల patterns చూస్తున్నా. ఒకటి ✳ ఇలా ఉంది. మిగిలినవి గుర్తులేవు.

రాత్రి ఒక గంట అలా నిద్రపోయాక మెలకువ వచ్చింది. ఇక నిద్ర రావటం లేదు. Body లో అక్కడక్కడ మెరుపుతీగలు. అరికాళ్ళల్లో చక్రాలు, నుదుటి మీద చక్రాలు మెరుస్తూ ఉన్నాయి. ఇక లేచి వచ్చి TV చూస్తూ ఉన్నా. తలమీద, నుదురు, కనుబొమ్మలు, ముక్కు, ముక్కు చుట్టుప్రక్కల, బుగ్గలు, దవడ, పళ్ళు, చెవుల్లో విపరీతంగా మెరుపుతీగలు. పాదాలు, చేతుల్లో అక్కడక్కడ చక్రాలు. అక్కడక్కడ అగ్ని.

తెల్లవారుజామున 5:20am కి అలా పడుకుందాం అని అక్కడే sofa లో కళ్ళు మూసుకున్నాను. ముందు Nervous System లాగా కనిపిస్తుంది. ఏమిటా అని clear గా చూస్తున్నాను. Background లో purple light ఇప్పుడు clear గా తెలుస్తుంది. అవి సనసన్నటి కొమ్మలు, వాటినిండా ఆకులు ఉన్నాయి.

నెమ్మదిగా అక్కడక్కడ రౌండ్‌గా పూలు వస్తున్నాయి. ఎంత అందంగా ఉందో! అందులో దానిమీద light పడటంతో ఆ చెట్టుకూడా ఆ తండ్రి కాంతులతో మెరిసిపోతుంది.

ధ్యానంలో రంగులన్నీ వెలుగుని నింపుకొని ఆనందంతో కేరింతలు కొడుతున్నాయి. వాటినుండి కూడా శక్తి బాగా వస్తుంది. ఆ రంగుల ఆనందాన్ని చూసి నా మనసుకూడా చాలా ఆనందంగా ఉంది.

నా నుదిటినుండి ఒక జ్వాలలా లేచి గుండ్రంగా తిరుగుతూ ౩ ఇలా పైకి వెళ్ళిపోయింది. దానితరువాత నా కళ్ళముందు చెప్పలేనంత వెలుగు కనిపించింది.

ఆ వెలుగులో నా రూములో నాముందు ఉన్నవన్నీ కనిపిస్తున్నాయి. ఆ వెలుగులో చెప్పాలంటే సరిగా చూడలేకపోతున్నా కూడా, అంత అపారమైన వెలుగు అది. తమాషా ఏమిటంటే నేను ఇది అంతా ధ్యానంలో కళ్ళు మూసికొని ఉండగా జరిగింది.

ఈ రోజంతా పాదాలపైనా, హస్తాలపైనా, నుదుటిపైనా, తలపైనా చక్రాలు తిరుగుతూనే ఉన్నాయి. గోరింటాకు పెడితే అరికాళ్ళల్లో, అరచేతుల్లో చుక్కలు పెట్టినట్లు నా అరికాళ్ళల్లో, అరచేతుల్లో అగ్ని మండుతుంది. సాయంత్రం అవుతున్నకొద్దీ నుదుటిపైన చక్రం activeness చాలా పెరిగింది. కళ్ళు చాలా చాలా sensitive గా ఉన్నాయి.

4/1/13

రాత్రి 2 కి అలా మెలకువ వచ్చి ధ్యానంలోకి వెళ్ళాను. 10 నిమిషాలకు ప్రక్కకు తిరిగిపడుకున్నా. కళ్ళముందు ప్రకాశవంతమైన కాంతివచ్చి రూములోనివి అన్నీ కనిపిస్తున్నాయి. మానవసహాజమైన స్వభావంతో ఎవరా ఈ time లో light వేసింది అని ఒక్కసారిగా కళ్ళు తెరిచా. అయ్యో! ఎంత తప్పు చేశాను అని అప్పుడు అర్థం అయ్యింది. నేను కాంతితో room ను చూసింది ధ్యానంలో దేవుడు ఇచ్చిన ఆత్మతో దేవుడు ఇచ్చిన ధ్యానకళ్ళతో. ఈ శరీరంకు అంత శక్తి

లేదు. తండ్రీ! నాకు కొంచెం తెలివితేటలు ప్రసాదించు. మీ మహిమకు నా తెలివి సరిపోవటంలేదు, నన్ను క్షమించండి.

తండ్రి నేర్పించిన రెండవ lesson మనం చేసేపనులలో తప్పు చేస్తున్నామా! అని ఏమాత్రం అనిపించినా అది తప్పుగా భావించి మరలా చేయకుండా ఉండటం.

మూడవ lesson మనపట్ల తప్పుగా ప్రవర్తించినవారిని కూడా క్షమించగలగటం.

ఇక్కడ తండ్రి పెట్టిన పరీక్షలు చెప్పడంలేదు. వాటిద్వారా ఏమి తెలుసుకున్నాను అన్నదే చెబుతున్నా. కారణం తండ్రి practicals పెడుతున్నారు. ఆ situations లో మన ప్రవర్తన ఎలా ఉన్నది అన్నదే answer.

ఆ తల్లిదండ్రులు ఎంతటి ప్రేమమూర్తులో! వారి ప్రేమ తెలుస్తున్నకొద్దీ వాళ్ళ సాంగత్యమే ఎల్లప్పుడూ కావాలని కోరుకున్నాను. ప్రేమతో కూడా ఒక మనిషిని మార్చవచ్చు అనడానికి ఆ తల్లిదండ్రుల ప్రేమకు నేనే ఒక ఉదాహరణ. ఏమీ ఆశించనిది ఆ తల్లి ప్రేమ, బిడ్డను మంచి దారిలో పెట్టాలి అనేది ఆ తండ్రి ప్రేమ. ఏమిచ్చి తీర్చుకుంటాము ఆ తల్లిదండ్రుల ఋణం? వారికి నచ్చినట్లుగా ఉండడం, ఒక మంచి మనిషిగా ప్రవర్తించటం. వారు చెప్పిన పని చేయటం నా బాధ్యతను నిర్వర్తించటం. ఇలా రాస్తూ ఉంటే నా వెనక గజ్జలు మోగాయి. వెనుతిరిగి చూశాను. నా వెనక ఎవ్వరూ లేరు.

5/1/13

ఎప్పటిలా మధ్యరాత్రిలో మెలకువ వచ్చి ముక్కుపుడక తడుముకుంటూ ఉన్నాను. ఎందుకో కూడా అర్థం కాలేదు. ఇలా ఎప్పుడూ జరగలేదు. ఎంతకూ నిద్ర రావటం లేదు. సరే అని ధ్యానం చేస్తున్నాను. ధ్యానంలో ఇలా మూడు boxes కనిపించాయి. వీటి borders మంచి కాంతితో కలిగిన blue రంగులో ఉన్నాయి. అంతా వెలుగుగా light ఒక్కటే కనిపిస్తుంది.

లేచి వచ్చి sofa లో పడుకుని ధ్యానం చేశాను. ఈసారి రెండు కాంతివంతమైన చక్రాలు పెద్దపెద్దవి మధ్యలోకి ఒకదానితో ఒకటి ఐక్యం అవుతూ... అంటే

ఒకదానితో ఒకటి కలిసిపోతూ తిరుగుతున్నాయి. ఆ చక్రాలు గడియారంలోపల ఉండే చక్రాలలా ఇలా ఉన్నాయి. రెండూ మధ్యలోకి అంటే ఇలా తిరుగుతూ ఒకదానిలో ఒకటి ఒదిగిపోతున్నాయి.

స్నానం చేసి ధ్యానంలో కూర్చున్నప్పుడు ఏ రంగూ కనిపించలేదు. అంతా తెల్లగా ప్రశాంతంగా ఉంది. చెవిలో చక్రా తిరగడమే కాదు ఈరోజు అగ్ని కూడా పుట్టింది కుడిచెవిలో. కష్టం అయినా ఇష్టంగానే అనుభవించాను. శరీరం మీద అక్కడక్కడ బుల్లి బుల్లి చక్రాలు తిరుగుతూనే ఉన్నాయి.

6/1/13

కొన్ని సంవత్సరాల క్రితం నేను అక్క స్నేహితురాలితో కలిసి శ్రీశైలం వెళుతుంటే అడవి మధ్యలో ఒక కుక్కని తాడుతో చెట్టుకు కట్టేసిఉంచటం చూశాను. దాని ఎందుకు, ఎవరు ఈ అడవిమధ్యలో రోడ్డు ప్రక్కన చెట్టుకు ఎందుకు కట్టేసారో అని అప్పటినుండీ ఒక్కటే... ఆలోచన. నేను దానిని చూసినపుడు ఎందుకు కారు ఆపమని చెప్పలేకపోయాను? చూసికూడా బాధపడుతూ వెళ్ళిపోయాను కానీ ఎందుకు కాపాడలేదు అని ఒక్కటే బాధ! శ్రీశైలం నుండి తిరిగివచ్చేటప్పుడు అది మరలా కనిస్తుందేమో! ఈ సారి అయినా దానిని కాపాడాలి అని కారులో నిదరపోకుండా చూస్తూనే ఉన్నాను. కానీ మరలా ఆ కుక్క కనిపించలేదు.

ఆ కుక్క ఏమైంది అన్న ఆలోచన అప్పటినుండీ నన్ను అపుడప్పుడు ఆలోచింప చేస్తుంది. ఈ రోజు తండ్రిని అడిగాను. ఆ కుక్క ఏమయ్యుంది? నా మనసు పిండేస్తుంది నేను తప్పుచేశానని. ఆ కుక్కను save చేయకుండా వెళ్ళిపోయాను. దయచేసి ఆ కుక్కకు ఏమయ్యిందో, ఎవరయినా save చేసి ఉంటే నాకు ఒకసారి చూపించండి, ఏ రూపంలో చూపించినా సరే అని తండ్రికి నమస్కరించి వేడుకున్నాను.

TV చూస్తుండగా ఒక ప్రోగ్రాంలో (real story) చూశాను. ఊరిబయట అడవులలో అతని ఇల్లు. క్రూరజంతువులు, దొంగలు రాకుండా ఇంటి చుట్టుప్రక్కల కొన్ని foot traps set చేసి పెట్టుకున్నాడు. వాటిల్లోని ఒక trap లో ఒక

అడవిపిల్లి కాలు పడి ఇరుక్కుంది. అతను 3 రోజుల తరువాత దానిని చూసి నెమ్మదిగా దానిని కర్రతో ప్రక్కకు అదిమిపెట్టి, traps కు ఉన్న lock ను open చేసి ఆ అడవిపిల్లిని కాపాడాడు. కాసేపు అది అక్కడే ఉండి తరువాత అడవిలోకి పరిగెట్టింది.

హమ్మయ్య అని ఊపిరి తీసుకున్నాను.నా బాధను తీర్చినందుకు తండ్రికి నమస్కరించాను. ఆ కుక్కను నేను కాపాడకుండా వెళ్ళిపోయినందుకు క్షమించమని కోరాను.

ధ్యానంలో purple, green, blue, yellow అందంగా కాంతివంతంగా కనిపిస్తున్నాయి. అక్కడక్కడ నా శరీరంలో అగ్ని పుడుతూ ఉంది. రెండు రోజులనుండీ అగ్ని ఎక్కువగా తెలుస్తుంది. Yellow మధ్యలో నిలువుగా వచ్చి అటూ, ఇటూ ఒక విసనకర్ర తిరిగినట్లు తిరుగుతుంది. నా ముఖం అంతా పరుస్తుంది. శక్తి అంతా ఆ కంటిలోకీ, ఈ కంటిలోకీ దూరుతుంది.

ఈ మధ్య అప్పుడప్పుడు body అంతా ఒక్కసారిగా జిల్ మంటుంది ధ్యానంలో కూర్చున్నపుడు. మంత్రం చదువుతున్నపుడు గొంతులో నుండి ఏదోబయటకు వెళ్ళినట్లు, మరలా కాసేపటికి తిరిగి వచ్చినట్లు బాగా తెలుస్తుంది. మనసులో ఏదన్నా గుడికి వెళ్ళి ప్రదక్షిణ చేసిరావాలి అనుకుంటే ఇలా జరుగుతూ ఉంటుంది.

ఈ రోజు శివలింగం అంటే యోని మరియా లింగంగా అనిపించింది. ఎందుకు ఇలా ఆలోచిస్తున్నానో కూడా అర్థం కాలేదు. కానీ meditation లో ఉన్నపుడు ఏ ఆలోచన వచ్చినా ఆ తండ్రి చలవే అని అనుకున్నాను.

7/1/13

రాత్రి ధ్యానం చేసుకుంటూ తండ్రితో చాలా సమయం గడిపాను. నిద్రపోయే ముందు (ఇండియాకు వెళ్ళినపుడు నేను ఉండడానికి అనువుగా ఒక apartment కొన్నాను. అది నిజంగా నాకు అవసరమా? అని దానిని అమ్మకానికి పెడితే buyer దొరికాడు. ఈ రోజే దాని transaction జరుగుతుంది. నేను ప్రొద్దుట లేచేసరికి దాని అమ్మకం అయిపోతుంది. నాకంటూ ఇండియాలో ఒక ఇల్లు ఉండాలి అనేది నా కన్నతల్లి కోరిక. నిజానికి నాకు అమ్మలని లేదు. కానీ

నేను వాళ్ళకు మాట ఇచ్చాను, అమ్మేస్తాను అని. ఇప్పుడు నా మాటను నేను వెనక్కు తీసుకోలేను.) చెప్పాను, నేను apartment అమ్మడం మంచిదో, కాదో నాకు తెలియడం లేదు. నాకు ఏది మంచిది అనుకుంటే అది చేయండి తండ్రీ అని ఆయనమీదే భారంవేసి పడుకున్నా.

(ప్రొద్దుట లేచి కనుక్కుంటే కొన్ని కారణాల వల్ల transaction ఆగిపోయింది అని తెలిసింది. ఆ తల్లిదండ్రులకు కృతజ్ఞతలు తెలుపుకున్నాను.

ధ్యానంలో ఆ తండ్రి నాతో ఆనందంగా సరదాగా ఆడుకుంటున్నారు. నాకు చాలా ఆనందంగా ఉంది, అలా తండ్రితో ఆడుకుంటుంటే. అమ్మను కూడా రమ్మనమని అడిగాను. కాసేపటికి అమ్మ కూడా వచ్చింది. ఎంత అందంగా, హోయిగా ఉందో వారి ఇద్దరితోనూ సమయం గడుపుతుంటే. రంగులు ఏ disturbance లేకుండా, ఒక్కొక్క రంగూ మొత్తం నింపుకుంటూ కనిపిస్తుంది. అంతా purple, అంతా magenta, అంతా yellow ఇలా.

8/1/13

(ప్రొద్దున సూర్యనమస్కారం చేసుకోవటానికి వెళ్ళినపుడు మరలా కన్నుల్లో ఉన్న నరాలు అన్నీ కనిపిస్తున్నాయి. ఇలా తీగలలా ఉన్నాయి రక్తనాళాలు మెలికలు తిరిగి.

అయితే ఈ రోజు వీటితోపాటు ఇలా సన్నసన్నని బుల్లి బుల్లి మెరుపుతీగలు మెరుస్తూ తిరుగుతున్నాయి కళ్ళల్లో. అవి ఏమిటో అర్థం కాలేదు. కానీ వాటిల్లో కూడా (ప్రాణం ఉన్నట్లు మంచి కాంతివంతమైన వెలుగుతో తిరుగుతున్నాయి. వాటిని చాలా ఆశ్చర్యంగా, ఆనందంగా చూశాను.

ధ్యానంలో కూర్చున్నాను. తండ్రికి చెప్పాను, తండ్రీ నాది అనుకున్నదేదీ నాది కాదు, ఈ శరీరము నాది కాదు, ఆఖరికి ఈ ఆత్మకూడా నాది కాదు. ఈ ఆత్మ శాశ్వతంగా మీలో ఐక్యం అయ్యేంతవరకు మీరే నాకు తోడుగా అండగా నిలిచి, మీ దారిలో నన్ను నడిపించి మీ బిడ్డగా (బ్రతికించండి అని కోరుకుని ధ్యానం start చేశా.

సద్రుశ్య

ఆయన నన్ను దీవిస్తున్నట్లుగా, నామొర ఆలకించినట్లుగా ప్రేమపూరిత హృదయంతో చెప్పారు.

ఈ రోజు మొత్తం green గా, మొత్తం blue గా కనిపించింది. మంచి కాంతివంతమైన వెలుగులతో కూడిన purple లో కాంతివంతమైన పసుపు దీవిస్తున్నట్లుగా కనిపించింది. అలాగే అన్ని రంగులూ తమ తమ ఆనందాన్ని వ్యక్తపరిచాయి. నా ఎడమకన్ను క్రిందిభాగంలో రెప్ప అంచున ఏదో పురుగు దూరుతున్నట్లు ఒక్కటే తెలుస్తుంది. కన్నుకావటంతో ఒక్కసారిగా కళ్ళు తెరిచి గీరుకున్నాను.

ఎంత ఇలాటివి చేయకూడదు అని అనుకున్నా మానవబుద్ధి ఎక్కడికి పోతుంది? తండ్రీ! ఇలా క్షణికమైనవాటికి నేను లోబడకుండా చూడు. ఈ బాధ్యత మీదే అని ఆయనమీదే భారంవేసి కూర్చున్నా.

ఆయన నుండి ప్రశాంతవంతమైన వెలుగు వచ్చి దాని నుండి అపారమైన ప్రశాంతమైన శక్తి వస్తూ ఉంది నాకు. నా తండ్రీ, నా తండ్రీ, నా తండ్రీ, అనుకుంటూనే ఎంతసేపు అలా ఉండిపోయానో! బహుశా ఒక గంట అలాగే కూర్చుని ఉండొచ్చు. కదలాలని కానీ, లేవాలని కానీ అనిపించలేదు. నా body సన్నగా ముందువెనకలకు ఊగుతూ ఉంది. కాసేపటికి రౌండ్‌గా తిరుగుతూ ఉంది. అమ్మకూడా వచ్చి మరలా అన్ని experience లూ జరిపిస్తున్నట్లు సన్నగా తెలుస్తుంది. ఈ లోపు ఒక బుడగ క్రిందినుండి బయటకువచ్చి టప్ న పేలింది. ఆ శబ్దం కూడా నాకు వినిపించింది. ఎంత ఆశ్చర్యం! ధ్యానం మొదలుపెట్టిన రెండవ రోజు ఇదే experience అయ్యింది. అప్పుడు బుడగ చేసిన పని గుర్తుకు వచ్చింది. తెలుసుకుందాం, తెలుసుకుందాం అని పైకి పైపైకి వచ్చి పగిలిపోయి ఏమీలేదని అర్థం చేసుకుంది. ఇది నాకిప్పుడు practical గా తెలిసింది.

ఇలా తనదేదీ కానిదానికోసం బ్రతకకుండా న్యాయం, ధర్మం, విచక్షణతో బ్రతకాలి బ్రతికినంతకాలం అని, అలా బ్రతకటానికి కావలసిన మనస్సును, ధైర్యాన్ని, తెలివితేటలనూ నాకు ప్రసాదించమని ఆ తండ్రిని అడిగాను.

ఇంకా చక్రాలు తిరుగుతూనే ఉన్నాయి. అగ్ని పుడుతూనే ఉంది. ఈ రోజు అంతా ఎడమచెవిలో చక్రంతోపాటు అగ్ని కూడా పుడుతూ ఉంది. ఈ రోజు

ధ్యానంలో అన్ని experiences అయిన తరువాత నా నుదుటిపైన, తల పైన చాలా active గా తిరుగుతూ ఉన్నాయి చక్రాలు.

ఇన్నాళ్ళకు అసలు తల్లిదండ్రులు ఎవరో తెలుసుకోగలిగాను. చిన్నప్పటి నుండీ నిజమయిన ప్రేమకోసం వెతికాను. అది ఈ తల్లిదండ్రుల దగ్గరే దొరుకుతుంది అని అర్థం అయ్యింది. ఏమీ ఆశించని పవిత్రప్రేమ అది. మనసుని కరిగించగలిగే ఆప్యాయత అది.

నా కుడిచెవి వెనక పాముల ఏదో కదిలి నా జుట్టులోకి తల వెనకభాగంలోకి దూరుతుంది. అది నెమ్మదిగా నా ఎడమ తలపైన కదులుతుంది. తల అంతా పాకుతుంది. నా ఎడమ చెవిలోనూ, ముక్కులోనూ, నుదుటి మీదా చక్రాలు చాలా active గా తిరుగుతున్నాయి.

ఈ రోజు మనసులో ఏమనుకుంటే అది జరుగుతుంది. మరి నేననుకుంటే జరుగుతుందో లేక జరగబోయేది ముందే నాకు తెలుస్తుందో అర్థం కావటం లేదు. గమనించాలి.

9/1/13

ఈ రోజు ధ్యానం సరిగా చేయలేకపోయాను. కొన్ని పనులు ఉండటంతో త్వరగా లేచి తయారయ్యి బైటకు వెళ్ళిపోయాను. సాయంత్రం Kevin upgrades చేయిస్తున్న ఇంటికి వెళ్ళాను. అక్కడ దానికదే ఒక Sunflower చెట్టు మొలిచి దానికి ఒక పువ్వు పూచింది (Kevin దాని గురించి చెప్పిన దగ్గరనుండీ చూడాలనుకొంటున్నా. ఈ రోజు రెండు పనులూ పూర్తి అవుతాయని వచ్చా). దానిని చూసివద్దాం అని వెళ్ళాను. దానిని photos తీసి చూస్తూ ఉంటే ఒక్క క్షణం గుండె ఝుల్లుమంది. కారణం ఈ మధ్య రోజూ సూర్యుణ్ణి చూస్తున్నపుడు ఒక పువ్వు కనిపిస్తుంది. అదే పువ్వు ఈ sunflower లో కూడా కనిపించింది. Sunflower మధ్యలో ఉన్న గింజల design నే ఆ పువ్వు design. అదీ కాక ఈ Sunflower కూడా sun కు attract అవుతుంది. ఎంత వింతో కదా!

రెండు రోజుల క్రితం ఇంకొక విషయం తెలిసింది, శివుని element నిప్పు అని. So, నన్ను తీసుకువెళ్ళడానికి వచ్చేది నా తండ్రే అనమాట. ఇది తెలిసి

ఇంకా ఎంత ఆనందం వేసిందో... ఇపుడు ఇంకా చాలా హ్యాపీగా ఉన్నాను.

ఈ రోజు ధ్యానం సరిగా చేయనందుకు బాధగా కూడా ఉంది. పని చేసుకుంటూ మంత్రం చెప్పుకున్నా గానీ, మెడిటేషన్ ముందు ఎప్పటిలా మంత్రం కూడా చెప్పలేదు.

10/1/13

రాత్రి పడుకునేముందు meditation లోకి వెళ్ళినపుడు తండ్రి చెప్పారు, తనే సర్వాంతర్యామి అని, అంతటా నిండిఉంది తనే కనక నేను ఎక్కడ ఉన్నా, తన దగ్గర ఉన్నట్లే, ధ్యానంలో ఎక్కువసేపు కూర్చోనందుకు బాధపడనక్కర లేదని. ఈ విషయం నా బుర్రకు తట్టనందుకు సిగ్గేసింది.

ఎడమ చెవిలో ఏదో గుయ్న sound వినిపిస్తుంది. కుడిచెవిలో, ఎడమముక్కులో, ఎడమ తలపైన, అరికాళ్ళల్లో చక్రాలు తిరుగుతూనే ఉన్నాయి.

మధ్యరాత్రిలో మెలకువ వచ్చింది. వళ్ళంతా తడిసి ముద్దయ్యింది. స్నానం చేసినా అంత తడి ఉండదు. అలా తడిసిపోయి ఉన్నాను. చాలా ఆశ్చర్యం వేసింది. కారణం దుప్పటి తీస్తే చాలా చలిగా ఉంది. ఈ temperature లో చెమటలు పట్టే ప్రసక్తే లేదు. అలా అని అది చెమటలా లేదు. నదిలో మునిగివస్తే ఎలా ఉంటుందో అలా తడిసి ఉన్నా. తడి అంతా 2 నిమిషాలలో ఆరిపోయింది. ఆశ్చర్యంతోనే అలాగే పడుకుని నిద్రపోయాను.

రాత్రి ఒక సంఘటన జరిగింది. ఇంటిలో అందరూ హడావుడిగా తిరుగుతున్నారు. (చాలా రోజుల తరువాత) అమ్మ అడిగింది, శీనయ్యను పెళ్ళి చేసుకోవటం నీకు ఇష్టమేకదా! అని. మనసులో మరి Kevin అన్న ప్రశ్న. కానీ శీనయ్యకు (అతని పేరు శ్రీనివాసు అయినా అందరూ ముద్దుగా శీనయ్య అని పిలుస్తారు) నేనంటే ఇష్టం అని నాకు తెలుసు. నన్ను ఇష్టపడేవాళ్ళను చేసుకుంటే నేను సుఖంగా ఉంటానని తెలుసు. తల ఊపాను ఇష్టమే అన్నట్లు. మరుక్షణం నేను అమ్మ, శీనయ్య మేడమీద ఆకాశమే పందిరిగా, చుక్కలే సాక్షిగా, అమ్మ మా ఇద్దరికీ పూలమాలలు ఇవ్వగా మార్చుకున్నాము. పెళ్ళి హడావిడి, పెళ్ళి అంతా క్షణాలలో జరిగిపోయింది.

మరి Kevin ఏమయ్యాడు? Kevin కనిపించటంలేదేంటి? తనతో నేను విడిపోకుండా మళ్ళీ ఈ పెళ్ళి ఏమిటి అని మనసు చెబుతూనే ఉంది. కానీ అక్కడ నా ప్రమేయం ఏమీ లేకుండా పనులు చకచకా జరిగిపోతూనే ఉన్నాయి. పెళ్ళి కూడా అయిపోయింది.

మెలకువ వచ్చింది. Kevin ఉన్నాడని తెలిసికూడా ఏమిటి ఇలా పెళ్ళి చేసేసుకున్నాను? ఇప్పుడు ఏమిటి నా పరిస్థితి అనిపించింది. ఎందుకు ఇలా జరిగిందో నా mind కు ఒక్కసారిగా అర్థం అయ్యింది. నా గత జన్మల ఆధారంగా నేనెవరో నాకు తెలుసు. నాకు వచ్చిన లేక తెలిసిన కారణం నిజమో! కాదో! తెలుసుకోవాలంటే కొంతకాలం వేచిఉండాల్సిందే. ఆ తండ్రి ఏ కారణం లేకుండా ఏ పనీ చేయించరు, చేయరు అని అర్థం అయ్యింది.

శీనయ్య అంటే వెంకటేశ్వరస్వామి అని భారతి, పెద్దక్క చెప్పారు. శీనయ్య నల్లగా ఉన్నాడు, కానీ చాలా అందంగా, దృఢంగా, ఎత్తుగా ఉన్నాడు. మంచి చిరునవ్వ కలిగిన ముఖంతో ఉన్నాడు. అతని ముఖం చూడగానే మనకే తెలీనంత ప్రశాంతత వస్తుంది మనసులో. చాలా నెమ్మదస్తుడు.

ఈ రోజు ధ్యానం చాలా ప్రశాంతంగా సాగింది. చాలా కాంతివంతంగా రంగులు కనిపిస్తున్నాయి. తండ్రి మనఃపూర్తిగా, ఆనందంగా నన్ను దీవిస్తున్నారు. కాసేపటికి రంగులు తమాషాగా అనిపించాయి. కారణం..... మధ్యలో ఒక అద్దం ఉండి రంగులు దానిదగ్గరకు వెళ్ళి reflect అయ్యి తిరిగి వస్తున్నాయి. చాలా అందంగా ఉంది అలా చూస్తుంటే.

అద్దం ఇలా నిలువుగా నిల్చుని ఉంది. రంగులు అద్దం మీద  ఈ direction లో వెళుతున్నాయి. అద్దంకు తగిలి reflection అయి మరలా  ఇలా తిరిగివస్తూ నామీద పడుతున్నాయి. ఎంత కాంతివంతమైన రంగులో, చూస్తున్నకొద్దీ చూడాలనిపించెంత అందాలు.

                                                  సద్రుశ్య

కాసేపలా జరిగిన తరువాత రంగులన్నీ కుడి పైభాగంలో పుట్టి మొగ్గలా ముదుచుకుని ఎడమవైపుకు వెళ్ళి నా ఎడమకన్నులో కలిసిపోతున్నాయి

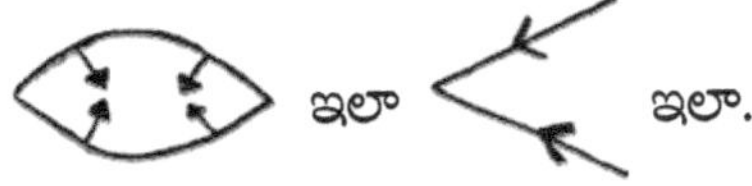

సరిగంగ స్నానాలు చేయించి వివాహం చేయించిన ఈ పెళ్ళికూతురుని ఆశీర్వదించమని ఆ తల్లితండ్రులను కోరి లేచాను.

11/1/13

రాత్రి నిదర సరిగా లేదు. బుల్లి బుల్లి చక్రాలు శరీరంపై అక్కడక్కడ తిరుగుతూనే ఉన్నాయి. అగ్ని అక్కడక్కడ పుడుతూనే ఉంది. ఈ రోజు రెండుకనుబొమ్మల మధ్య, పాపటి మొదట విడివిడిగా ఒకేసారి చక్రాలు తిరుగుతున్నాయి.

ధ్యానం ప్రశాంతంగా సాగింది. ఈ రోజు చాలా శక్తి వస్తుంది. ప్రొద్దుటినుండి కళ్ళు తెరిచి ఉన్నపుడు కూడా శక్తి వస్తూ కనిపిస్తుంది. ఇదే మొదటిసారి కళ్ళు తెరిచి ఉన్నపుడు కూడా శక్తివస్తూ కనిపించటం. అయితే ధ్యానంలో ఎడమకంటిలో బాగా అగ్ని పుట్టింది. ఈ రోజు అమావాస్య. మధ్యరాత్రిలో నిద్రలేచిన దగ్గరనుండీ sweet చేసుకుతినాలని బాగా అనిపిస్తూ ఉంది. గోధుమ హల్వా చేసుకున్నాను. ప్రొద్దుటినుండీ అదే తింటున్నాను. (నిజానికి నాకు ఈ గోధుమహల్వా చేయడం రాదు. చిన్నక్క చాలా రుచిగా చేస్తుంది. తను చేస్తుండగా ఒకసారి చూశాను.) ఇదే మొదటిసారి నేను ఈ స్వీట్ చేయటం.

శరీరం అంతా అగ్ని, చక్రాలు పుడుతూనే ఉన్నాయి రోజంతా. చేతులనుండి హస్తాలవైపు ఏవేవో పాకుతున్నట్లుగా ఉన్నాయి, తలపైన పాకినట్లుగానే పాకుతున్నాయి. రోజంతా కంటికి శక్తి కనిపిస్తూనే ఉంది. ప్రొద్దుట సూర్య నమస్కారం చేస్తున్నపుడు అప్పటిదాకా నెమ్మదిగా ఉన్న ప్రకృతి ఒక్కసారిగా ఆనందంగా కేరింతలుకొట్టినట్లు అనిపించింది. గాలి ఒక్కసారిగా ఆనందంగా వచ్చి నన్ను కౌగలించుకున్నట్లు అనిపించింది. చల్లని గాలితో శరీరం అంతా ఉక్కిరిబిక్కిరి చేసింది.

ఈ మధ్య బహుశా నెల పైనుండీ ఎక్కువగా ధ్యానంలో purple కనిపిస్తుంది. మిగిలిన రంగులు కనిపించినా background మాత్రం ఎప్పుడూ purple. ఈ రోజు కూడా అంతే మొత్తం purple దాని మీద రంగులు ఒక్కొక్కటిగా fan లా తిరుగుతున్నాయి clock wise. అలా తిరుగుతూ వచ్చి రంగులు నాలో ఐక్యం అవుతున్నాయి.

ఇలా తిరుగుతున్నాయి రంగులన్నీ. అన్నీ మంచి కాంతితో కూడిన రంగులు. అలా తిరిగి తిరిగి నాలో ఐక్యం అయ్యి నెమ్మదిగా మధ్యలో ఒక తెల్లని నామంలా ఏర్పడి దానినుండి తెల్లని mist లాంటి శక్తి వెలువడి నాలో ఐక్యం అవుతూ ఉంటుంది. గత రెండు, మూడు రోజులనుండీ ఇదే జరుగుతుంది.

ఆ తెల్లని నామంకు కుడివైపు blue రంగు, ఎడమ వైపు purple రంగు. రెండు రోజులనుండి ఇలాగే అన్ని రంగులూ వచ్చి ఐక్యం అయ్యాక మధ్యలో నామం కుడి blue, ఎడమ purple.. ఇలా వచ్చాక ఈ రంగులు ఇక కదలవు. నామం నుండి మాత్రం ప్రశాంతమైన mist రూపంలో ఉన్న శక్తి వస్తూ ఉంటుంది.

తలమీదా చేతులమీదా శక్తి పాకుతూ ఉంది. ఇంకా శరీరం మీద అగ్ని పుడుతూనే ఉంది. శరీరం పై చక్రాలు తిరుగుతూనే ఉన్నాయి.

4,5 రోజుల క్రితం పొత్తికడుపు ఎడమభాగంలో క్రిందగా skin చాలా sensitive గా అయ్యింది. ఏదో rupture అయినట్లుగా అయ్యింది. నా చేయి తగిలితేనే బాగా నొప్పిగా అనిపించింది. దాని లోపలి భాగం కూడా బాగా నొప్పి. Emergency గా Doctor దగ్గరకు అప్పటికప్పుడు పరిగెట్టి వెళ్ళగలిగేంత నొప్పి. కానీ వెళ్ళాలనిపించలేదు. ఏదో operation చేసి cure చేసినట్లుగా అనిపించింది. ఆ తల్లిదండ్రులే చూసుకుంటారు అని ఎక్కడికీ వెళ్ళలేదు. రెండు రోజుల్లో నొప్పి అంతా నెమ్మదిగా తగ్గిపోయింది.

కానీ రెండు, మూడు రోజుల నుండీ ఒక్కొక్క రోజు ఒక్కొక్క భాగంలో శరీరం మీద నొప్పి ఉంది. మొన్న ఎడమకాలు మోకాలుమీద, నిన్న ఎడమ అరిచేయి,

ఈ రోజు ఎడమ చేతి భుజం. రోజంతా ఆ నొప్పి ఉండి next day కు మాయం అవుతుంది.

13/1/13

ఈ రోజు భోగి. ప్రొద్దుటే లేచి, స్నానం చేసి, నా తండ్రికి అభిషేకం చేసి, తల్లితండ్రులకూ, లక్ష్మీదేవికీ, వెంకటేశ్వరస్వామికీ, వినాయకుడికీ, కృష్ణుడికీ, సాయిబాబాకూ, రామ, సీత, లక్ష్మణ, ఆంజనేయస్వాములకూ, తులసీకు కుంకుమ పెట్టి దీపం పెట్టి నమస్కరించాను.

మెడిటేషన్ కూడా చాలా ప్రశాంతంగా ఉంది. అయితే నిన్న రంగులు ఎలా clockwise తిరిగాయో, ఈ రోజు అన్నీ anti clockwise తిరిగాయి. నేను ఏమన్నా తప్పుచేశానా స్వామీ ఇలా అవుతుంది అని అడిగాను. అలా anti clockwise తిరిగిన రంగులు, దూరంగా వెళ్ళిన రంగులు.. లేదు అంటూ కాంతిని నింపుకుని తిరిగివచ్చి ఒక్కొక్కటిగా పురివిప్పినట్లు, రెక్కలు చాచినట్లు నామీద కప్పుకుంటున్నాయి. ఎడమకంటిలో రెండుసార్లు బాగా అగ్ని పుట్టింది.

కుడిచెవిలో, కుడి ముక్కులో, కుడి కన్ను క్రింది రెప్పమీదా, కుడి తొడమీదా చక్రాలు తిరుగుతున్నాయి. నిన్న మొట్టమొదటిసారి రెండు చెవులలోనూ ఒకేసారి చక్రాలు తిరిగాయి. ఈ రోజు సూర్యనమస్కారం చేసినపుడు అన్ని రంగులూ ఒక్కొక్కటిగా కనిపించాయి. Red, orange, yellow, green, blue, purple, white ఎంత అందంగా ఉన్నాయో! ఎంత కాంతిని నింపుకుని ఉన్నాయో! పంచభూతాల దర్శనం కూడా జరిగింది.

14/1/13

రాత్రంతా నిద్ర లేదు. బహుశా 1/2 గంట నిద్రపోయిఉండవచ్చు. శరీరంపై అంతా చక్రాలు ఉద్యుతంగా తిరుగుతున్నాయి. అదీకాక ఈ రోజు సంక్రాంతి. ఎప్పుడెప్పుడు పూజ చేసుకుందామా అని ఆతృత. Kevin ఆఫీసుకు వెళ్ళంగానే తలారా స్నానం చేసి చీరకట్టి, పరవన్నం వండి, వెండిసామాన్లన్నీ తోముకుని, శివునికి అభిషేకం చేసి అందరినీ అలంకరించి ప్రసాదం పెట్టాను.

ఎవరయినా ఇంటికి వస్తే వారికి ముందు ప్రసాదం పెట్టి ఆ తరువాత నేను తినవచ్చు అని wait చేస్తున్నా. 10 గంటలకు Lawn కి మందు కొట్టడానికి

ఒక వ్యక్తి వచ్చాడు. రెండు boxes లో పరమాన్నం pack చేసి అతనికి ఇచ్చి చెప్పాను. "నేను Hindu ను, ఈ రోజు మాకు Christmas లాంటిది. నాకు ఈ ప్రసాదం ఇవ్వడానికి దగ్గరలో బంధువులుగానీ, స్నేహితులు గానీ ఎవ్వరూ లేరు. ఈ రోజు మా ఇంటికి వచ్చిన మనిషివి నువ్వొక్కడివే. నీకు అభ్యంతరం లేకపోతే ఈ ప్రసాదం తీసుకుంటావా?" అని అడిగాను.

తప్పకుండా అని, Thanks చెప్పి, Merry Christmas అని చెప్పాడు. అప్పుడు నేను కూడా ప్రసాదం తిని, అభిషేకపు కొబ్బరినీళ్ళు తాగి, కొంచెం కొబ్బరి తిని చాగంటిగారి శివతత్వం వింటూ ఉన్నా కళ్ళు మూసుకుని.

ఈ రోజు అపారమైన శక్తి వస్తూ ఉంది. చెవులు, కాళ్ళు, ముక్కుపైన, ముక్కులోపల, నుదుటిమీదా, తలపైనా, తలవెనకా, పైపెదవిపైనా, అంగటిమీదా (నోటిలోపల) చక్రాలు ఉద్ధృతంగా తిరుగుతున్నాయి. క్రింది భాగాలపైనా, పొట్టపైనా, మెడమీదా, అంతటా తిరుగుతున్నాయి చక్రాలు.

ధ్యానంలో కూర్చున్నా. చాలా ప్రశాంతంగా ఉంది. అది నిద్రావస్థకు కూడా మించిన ప్రశాంతత. ఒక్కసారిగా నా చుట్టూతా వినిపించే sounds కూడా ఆగిపోయి చాలా ప్రశాంతవాతావరణం ఏర్పడింది. తనలోతను రమించటం అంటే ఏమిటో మొదటిసారిగా చవిచూసినట్లు అనిపించింది. దీనికి మించిన ప్రశాంతత మరి ఎక్కడా దొరకకపోవచ్చు.

నేను ఎక్కడ ఉన్నానో, ఎవరో, నాఆకారం ఏమిటో ఏమీ తెలీటం లేదు. ఏ రంగూ లేదు. అంతా ఏకత్వం, అంతా ప్రశాంతత, అంతా నిశ్శబ్దం. అలా ఎంతసేపు ఉన్నానో!! కాలు కొంచెం తిమ్మిరి ఎక్కినట్లు అనిపించటంతో ఇహలోకంలోకి వచ్చాను. కళ్ళు తెరిచి శివుని (గురువుగారు రోజుకొక page open చేసి చదువుకో అని ఇచ్చిన పుస్తకాన్ని, నేను కూర్చుని ధ్యానం చేసే ఆసనానికి ఎదురుగా ఒక stool వేసి, దానిపైన పెట్టుకున్నాను) చూసి మళ్ళీ కళ్ళుమూసుకున్నాను. శివుని నుండి మహత్తరమైన అపారమైన శక్తి ఉద్ధృతంగా వస్తూ ఉంది. అది కొంత అనుభవించి లేచాను. చక్రాలు మళ్ళా తిరగటం ప్రారంభించాయి. సూర్యుని దగ్గరనుండి కూడా అపారమైన శక్తి వచ్చింది ఈరోజు.

అసలు విషయం, ముఖ్యమైన విషయం చెప్పడం మరిచా! ధ్యానం కోసం కూర్చుని ముందుగా ఎప్పటిలా మాలతో 3 సార్లు మంత్ర జపం చేసి ధ్యానంలోకి వెళ్ళగానే

సద్రుశ్య

తండ్రి కూడా వచ్చి నా ఎదురుగా కూర్చున్నట్లు అనిపించింది. ఆ తండ్రి కాంతుల వెలుగుమూలాన అక్కడ అంతా వెచ్చగా ఉంది. నా శరీరం కూడా కొంచెం చిరుచెమటలు పట్టింది. కళ్ళు తెరిస్తే తండ్రి వెళ్ళిపోతారేమో అని అలానే కూర్చున్నాను. అలా కొంతసేపు ఆ ప్రశాంతతను అనుభవించాక ఒక చెప్పలేని వింత అనుభవం జరిగింది. దానిని వివరించడం కష్టం అయినా నా మాటల్లో చెబుతా. నా నుండి ఒక్కసారిగా ఏదో blast అయినట్లు, నేను spread అయినట్లు.... అనంతంగా మొత్తం వ్యాపించినట్లు.... వ్యాపించాను. ఆ క్షణంలో నన్ను నేను మర్చిపోయాను. ఎంతో ప్రశాంతత. ఆ ప్రశాంతతను explain చేయడం కూడా చాలా కష్టం. దానినే "BLISS" అంటారేమో!!! ఎల్లప్పుడూ తండ్రి దగ్గర అలానే ఉండిపోవాలి అనేంత ప్రశాంతత. ఆ స్థితినుండి బయటకు ఎప్పటికీ రాకూడదు అన్న ప్రశాంతత. అలా వ్యాపించిన నాకు ఇక తెలుసుకోవడానికి ఏమీలేనంత ప్రశాంతత. అలా ఎంతసేపు ఉన్నానో కూడా నాకే తెలీదు.

తండ్రి రాక!! అందుకే నాకు ఈ రోజు అంత ప్రశాంతంగా ఉంది ధ్యానం. ఈ రోజు ప్రొద్దుట స్నానం చేస్తూ బాధపడ్డాను. నాకు పెళ్ళిచేశారు, మీరు దూరంగా వెళ్ళిపోదాం అనా? అలా వద్దునాకు, ఏమి జరిగినా మీరు నా చెంతే ఉండాలి ఎప్పుడూ. నన్ను వదిలి వెళ్ళవద్దు అని ఆ తల్లిదండ్రులను కోరాను.

ఆ తల్లిదండ్రులకు ఎంత ప్రేమో నామీద, నాకు తెలుసు. కానీ ఈరోజు నేను బాధపడ్డానని నాకోసం వచ్చి కూర్చున్నారు. ఎంత ప్రేమో కదా నా తండ్రికి. నా తండ్రీ.....నా తండ్రీ...... నా తండ్రీ....

అంత ప్రేమ నా దగ్గర ఉందా? నేను ఇవ్వగలుగుతున్నానా? ఇంకా మారాలి. నా తల్లిదండ్రులకు నచ్చేవిధంగా ఇంకా ఇంకా మారాలి. నేను మారటానికి కావలసిన సమయస్ఫూర్తి, మనసు, ధైర్యం కూడా ఆ తల్లిదండ్రులే నాకు ఇవ్వాలి. నాది ఏదీ కానిది, నాది ఏదీ లేనిది నేను ఏమివ్వగలను, ఎలామారగలను? మళ్ళీ ఆ తల్లిదండ్రులనే కోరవలసివచ్చింది. ఎంతస్వార్ధమో కదా! నా తండ్రీ నా ప్రయత్నం నేను చేస్తాను, నాకు కొంచెం సహాయం చేయండి. నేను ఇంకా మంచిమనిషిగా మారటానికి. మీ బిడ్డగా మంచిపేరు తెచ్చుకోవటానికి. కనీసం కొన్ని ఆత్మలనయినా మంచి దారిలోపెట్టగలిగే శక్తిని నాకు అనుగ్రహించండి. నాకు మంచి బుద్ధిని అనుగ్రహించండి.

ఈ రోజు సాయంత్రం నుండీ అపారమైన వెలుగులతోకూడిన శక్తి వస్తూ ఉంది. ఇది అంతా ఆ దేవదేవుడు, నా తండ్రి నా దగ్గరకు రావటమే అని నాకు అర్ధం అయ్యింది. ఈ శక్తి ఏ మూలలనుండో రావటం కాదు. ఏ రంగూలేదు. మంచి మనసుతో ఇస్తున్న pure శక్తి కాబట్టి అది కూడా వెలుగులతో నిండి ఉంది. కాంతులు నింపుకుని ఉంది. మధ్యలోనుండి వస్తుంది.

ఇలా వస్తుంది.

అది నేరుగా వచ్చి నా నుదుటికి తగులుతుంది. ఈ రోజు అంతా చక్రా నా నుదురున చాలా active గా తిరుగుతూనే ఉంది. కళ్ళు తెరుచుకుని ఉన్నా నా కంటికి శక్తి కనిపిస్తూనే ఉంది. Constant గా అది వస్తూనే ఉంది. నన్ను వదిలి వెళ్ళవద్దు నా చెంతనే ఉండండి అని నేను నా తండ్రిని అడిగాను కదా! ఎక్కడికీ వెళ్ళలేదు నీ చెంతనే ఉన్నాను అని నా తండ్రి ఇస్తున్న సంకేతం అది.

15/1/13

స్నానం చేసి అభిషేకం చేసి, సూర్యనమస్కారానికి బైటకు వెళ్ళాను. ప్రకృతి నన్ను చూసి పులకరించినట్లు అనిపించింది. అందరూ ఆనందంగా పలకరించారు. నేను కూడా ఆనందంగా అందరికీ నమస్కరించాను. మనసు, శరీరం అంతా ఉల్లాసంగా అనిపించింది.

ధ్యానంలో కూర్చున్నా. తండ్రిని అడిగాను, ఎప్పుడూ నాకు తోడుగా ఉండి నాకు మంచి బుద్ధిని, మంచి నడవడిని, మంచి వాక్కును ప్రసాదించమని. కొంతమంది నన్నా కనీసం మంచివారిగా మార్చేశక్తి నాకు ఇవ్వమని, దానికి తగిన ప్రవర్తనను, వాక్కును, మనసును నాకు అనుగ్రహించమని కోరాను. తండ్రి నుండి ఆశీర్వాదం వచ్చింది. అమ్మను కూడా ఎప్పుడూ తన ప్రేమను అందించమని కోరాను. అమ్మకూడా ఆశీర్వదించింది.

ప్రశాంతంగా ధ్యానం సాగుతుంది. మంచి indigo (magenta) రంగు చాలా కాంతితో నింపుకుని కనిపిస్తుంది. ఆలోచిస్తున్నాను. ఏదో ఆలోచిస్తున్నాను.

 సదృశ్య

ఒక్కసారిగా గుర్తుకువచ్చినట్లు అనిపించింది. నాకు గుర్తుకు రావటం కాదు, ఆ తల్లిదండ్రులు నాకు నేర్పిస్తున్న విజ్ఞానం ఇది.

మనలో (నాలో) ప్రవేశించిన శక్తిమూలాలన మొట్టమొదటిగా open అయిన చక్రాలు

V ....తల.............. Violet ....సహస్ర

I ....నుదురు .... Indigo ....ఆజ్ఞ

B ....గొంతు .... Blue ....విసుధ

G ....గుండె .... Green ....అనహత

Y ....పొట్ట .... Yellow ....మణిపూర

O ....యోని .... Orange ....స్వాధిష్ఠాన

R ....గుదము .... Red ....మూలాధార

ఇలా ఏడు చక్రాలు open అయ్యాక శక్తి అనేది ఉన్నదీ అని తెలుసుకోగలిగాను. నాకూ దైవత్వానికీ ఒక మార్గం కనిపించింది. ఆ మార్గం ఏమిటో తెలుసుకుందాం అని ఆ మార్గంలో ప్రయాణించటం మొదలుపెట్టాను.

నేనేంటో తెలుసుకోగలిగాను. నేను ఆ దేవదేవునిలో ఒక చిన్న అణువు. ఒక బుల్లి పరమాణువు అని తెలుసుకున్నాను. అయితే ఈ పరమాణువు కూడా తనలోనుండి వచ్చినదే అని అర్ధంఅయ్యింది. అయితే ఆ శక్తిలో నుండి ఆవిర్భవించిన నేను నా జన్మ ధరించిన దగ్గరనుండీ ఇప్పటిదాకా శరీరాలను మార్చుకుంటూ ఎలా పుట్టానో, ఎలా బ్రతికానో, ఎందుకు పుడుతున్నానో, ఎందుకు బ్రతుకుతున్నానో, దేనిని అన్వేషిస్తున్నానో, దేనిని తెలుసుకోవటానికి ప్రయత్నిస్తున్నానో అర్ధంఅయ్యింది. అలా నాగురించి, నా పుట్టక గురించి తెలుసుకోగలిగాను.

తరువాత ఇడ మరియు పింగళ నాడులు open అయ్యాయి. వీటిని balance చేస్తూ సుషుమ్న open అయ్యి, అన్నీ పైకి ప్రయాణించి తలపై భాగంలోకి చేరుకున్నాయి. వీటితో అనుసంధానంగా పంచభూతాలు నాలో కనిపించాయి. రకరకాల experiences ఇంతకుముందే రాసిఉన్నాను కాబట్టి మరలా వాటిని ప్రస్తావించను. సూర్యచంద్రులు కూడా కనిపించారు.

మొట్టమొదట నా దగ్గరకు వచ్చిన శక్తే అమ్మ అని తెలుసుకున్నాను. అమ్మ తనకు పుట్టిన బిడ్డను ఎలా పాలిచ్చి పెంచుతుందో అలా జాగ్రత్తగా నన్ను పెంచి, వేదప్రమాణంగా ఎలా జీవించాలో, అరిషడ్వర్గాలను వదిలి ఎలా ప్రవర్తించాలో, కర్మలను ఎలా పూర్తిచేయాలో... నాకు విద్యాబుద్ధులను నేర్పించి యుక్తవయస్సు వచ్చాక తండ్రిచేతిలో పెట్టి బ్రతకటానికి లోకజ్ఞానం నేర్పమని తండ్రికి అప్పచెప్పింది.

తండ్రి నాకు ఉపనిషత్తుల ఆధారంగా న్యాయం, ధర్మం తెలుసుకుని ఎలా మసలుకోవాలో, మంచితనాన్ని ఎలా పంచాలో అందరూ ఒక్కటిగా కలిసిమెలిసి ఎలా జీవించాలో నువ్వూ, నేనూ వేరుకాదని అంతా ఒక్కటేనని చెప్పారు.

తండ్రి నేర్పిన విజ్ఞానాన్ని పూర్తిచేసేముందు కొంచెం ముందుకు వెళదాం. ఇడ, పింగళ అనేవి మనలోఉన్న ఆ తల్లిదండ్రులే. మనం ఒక్క తల్లికిగానీ, తండ్రికి గానీ పుట్టము కదా! వారి ఇద్దరి కలయికే మనం. అదే సుషుమ్న, వారే శివపార్వతులు. వారే అర్ధనారీశ్వరులు.

అలా నాలోనే వారిరువురూ ఉన్నారని తెలుసుకున్నాను. వీరి experiences కూడా ఇంతకుముందు రాశాను కాబట్టి మరలా ఎక్కువ ప్రస్తావించను. అమ్మ నా ఎడమవైపు, తండ్రి నా కుడివైపు ఉన్నారు. వారే Life & Death లు. ఒక ప్రాణికి పుట్టుక ఎంత నిజమో మరణం కూడా అంతే నిజం. ఇది ప్రతీ ప్రాణికీ తప్పదు.

ఈ సుషుమ్న అనేది ఈ చావు పుట్టుకలను balance చేస్తూ ఉంటుంది. అదే ఒక జీవితం. మనం ప్రకృతి నుండి ఎలా ఉద్భవించామో అలా ప్రకృతిలోకి అంతే సహజంగానూ వెళ్ళగలం. అలా ఈ చావుబ్రతుకుల మధ్య మనం

అనుభవించేవీ, మనది అనుకున్నదీ, మనవారు అనుకున్నదీ ఏదీ నాదికాదు అని తెలుసుకున్నాను. నేనే నా సొంతంకాదు అంతా ప్రకృతి సొంతం అని తెలుసుకున్నాను.

తరువాత నా శరీరం అంతా బుల్లి బుల్లి చక్రాలతో నిండిపోయింది. ఇది కనీసం 3 వారాలు అయినా పట్టిఉండవచ్చు. శరీరం అంతా బుల్లి చక్రాలతో open అయ్యి రెడీ అవ్వటానికి. ఇప్పటిదాకా నా తండ్రి నేర్పిన విజ్ఞానమే ఈరోజున నాకు తెలిసిన ఈ జ్ఞానం.

ఆ పంచభూతాల కలయికే ఇంద్రధనుస్సు (Rainbow). ఈ 5 elements కలయికతో ఏర్పడ్డదే Rainbow. వాటి రంగులే ఈ VIBGYOR. మన ధ్యానంలో శరీరంలో open అయ్యే చక్రాలు, వాటి రంగులే ఈ V I B G Y O R పంచభూతాల కలయికే మన శరీరం కూడా. అందుకే ఇంద్రధనుస్సులా మన శరీరంలో కూడా రంగులు అలా ఉద్భవిస్తాయి.

ఒక చెట్టుకు కాయ కాచి పక్వానికి వచ్చి పండి నేలకు ఎలా రాలుతుందో, అదేవిధంగా అమ్మ సహాయంతో ఇడ రూపంలో ఒక శరీరంలోకి ప్రవేశించి, అది పండిన తరువాత తండ్రి సహాయంతో పింగళ రూపంలో బయటకు వస్తున్నాము.

అలా బయటకు వచ్చిన మనము ఈ ప్రకృతితో అనుసంధానం అయ్యి ప్రకృతిలో కలిసిపోతూ, ఆ తల్లిదండ్రులను చేరుకుంటున్నాము. ప్రాణం అంటే ఏమిటో ఇంకా clear గా చెబుతా. Rainbow అనేది పంచభూతాలు సమపాళ్ళతో కలిసి దానికి సూర్యశక్తి అందడంతో ప్రాణం వస్తుంది. అందుకే అది మనకు visible గా కనిపిస్తుంది. వీటిల్లో ఏ ఒక్కటి తగ్గినా ఇక ప్రాణం ఉండదు. ఆత్మకు శరీరం కావాలి. కానీ ప్రాణానికి శరీరంతో అవసరం లేదు. అది ప్రకృతి రూపం. ప్రకృతితో ఏర్పడినదే ప్రాణం.

ఆ తండ్రి చెప్పినది ఇదే. నువ్వు వేరు, నేను వేరు కాదు. నేను ఒకటి, ప్రకృతి ఒకటి కాదు, అంతా ఒక్కటే. సర్వంబొక్కటే! ఏ ఆత్మకూ ఆకారం లేదు,

gender లేదు. ప్రతీ జీవీ, ప్రతీ ఆత్మ ప్రకృతిలో ఒక భాగం. మనం ప్రకృతితో పెనవేసుకుని ఉన్నాం.

నేనే ప్రకృతి, ప్రకృతే నేను. ఆ తల్లిదండ్రులే శివశక్తులు. వారు ఇరువురూ ఉన్నది నాలోనే. అంతా ఒక్కటే. సర్వం శక్తిమయం!

మరలా కొన్ని విషయాలు రాయటం మర్చిపోయాను. ఆ తల్లి చంద్రుడు. చల్లగా ఉంచుతుంది. ఆ తండ్రి సూర్యుడు. ఈ సృష్టి బ్రతకడానికి కావలసినవి అందిస్తూ ఉంటాడు.

ప్రొద్దుట ప్రకృతి పలకరించింది అన్నా కదా! 5 elements ఒక్కసారిగా నన్ను పలకరించాయి. ఈ పుస్తకం చదివేవాళ్ళకు ఈ doubt రావచ్చు. మరి పంచభూతాలతో నీకు experience ఎలా అయ్యింది? ఎలా పలకరించాయి అని. అందరితో(అన్ని elements తో) పాటు నా మీద వర్షపు చినుకులు పడ్డాయి. అందుకే మరలా ఇది రాయవలసి వచ్చింది.

నాకు చెవులూ, కళ్ళూ... శరీరం అంతా చాలా sensitive గా ఉన్నాయి. మానవ కళ్ళకు కనిపించలేనివి కూడా కనిపిస్తున్నాయి. రెండు రోజులనుండీ నేలమీద అపుడపుడు ఏవో పాకుతూ కనిపిస్తున్నాయి. నిన్న అంతా పాకుతున్నవి తెల్లగా కనిపించాయి. ఈ రోజు పాకుతున్నవి నల్లగా కనిపించాయి. నేను TV చూస్తున్నపుడు క్రింద నేలమీద నా వైపుకు పాకుతూ వస్తూ కనిపిస్తాయి. ఏమిటా పాకుతున్నాయి అని అక్కడ చూస్తే ఏమీ కనిపించదు. ఇలాగే జరుగుతుంది 2 రోజుల నుండీ.

16/1/13

రాత్రి పడుకునేటప్పుడు ఎప్పటిలా meditation mode లోకి వెళ్ళాను. అపారమైన కాంతులు తరంగాలుగా మారి ఎడమకంటిలోకీ, కుడికంటిలోకీ మార్చి మార్చి ప్రవేశిస్తున్నాయి. అవి 1000 లైట్ల కాంతులుగా ఉంది. ఇలా తరంగాలుగా వచ్చి ముందు ఎడమకంటిలోకీ, మరలా ఇంకొక తరంగం పుట్టి నా కుడికంటిలోకీ... ఇలా చాలాసేపు తరంగాలతో కూడిన కాంతులు వస్తూనే ఉన్నాయి.

అలా వాటిపని అవి చేస్తూ ఉండగా, నా కుడిచెవిలో కాంతులతో కూడిన చక్రం ఒకటి తిరగటం మొదలెట్టింది. ఇది ఎప్పుడూ తిరుగుతున్న చక్రం కాదు. ఈ చక్రం వేరుగా ఉంది. వెచ్చగా చాలా చాలా active గా కాంతితో కూడి ఉంది.

నుదిటిపైనా, తలమీదా కూడా చక్రాలు చాలా active గా తిరుగుతున్నాయి. కళ్ళముందు అంత కాంతి ఉంటే అసలు నిద్రరావటం లేదు. ఈ మధ్య ఇలా నిద్రలేనిరాత్రులు ఎన్ని గడిచినా శరీరానికి అసలు అలసటే ఉండటం లేదు. చాలా fresh గా చాలా active గా ఉంటున్నాను.

నిన్న అంతా అపారమైనశక్తి కంటికి కనిపిస్తూనే నాలో ప్రవేశిస్తుంది. నేను కళ్ళు మూసుకోకుండా మామూలుగానే ఉండటంతో కళ్ళు కొంచెం మందుతున్నట్లు అనిపించింది అంతే. రాత్రి అంతా అంత వెలుగులు కంటికి అందటంతో ప్రొద్దుట లేచినపుడు కళ్ళు కొంచెంసేపు మంటలుగా అనిపించింది. అది కూడా చాలా కొద్దిసేపు.

ఈ రోజు ధ్యానం కూడా చాలా ప్రశాంతంగా సాగి అపారమైన శక్తి వస్తూ ఉంది. ఈ రోజు, నిన్న కూడా సూర్యనమస్కారం అప్పుడు సూర్యుని నుండి ప్రకాశవంతమైన కాంతులు వచ్చి నన్ను చాలా చాలా వెచ్చగా ఉంచుతుంది. ఆ కాంతి నా body కి తగిలిన వెంటనే నా నుదుటిమీదా, తలపైన చక్రాలు చాలా active గా తిరుగుతున్నాయి. ఈ experience చాలా amazing గా ఉంటుంది. నా శరీరానికి కొత్తశక్తి వస్తున్నట్లు బాగా తెలిసిపోతుంది. అంత సూర్యకాంతి నామీద పడుతున్నా నేను సూర్యదేవుని ఎప్పటిలా సునాయాసంగా చూడగలుగుతున్నాను. It is really amazing. ఆ కాంతి కూడా ఎలా ఉన్నదీ అంటే నా శరీరం అంతా మందుతున్నట్లు అనిపిస్తుంది. ఆ మంట అంతా నా శరీరానికే గానీ నా మనసుకు ఏ మంటా లేదు. ఆనందంగా, ప్రశాంతంగానే అనుభవిస్తున్నాను. తలెత్తి ఆ దేవదేవుని కాంతులను మనఃపూర్తిగా అనుభవిస్తూ ఉన్నాను. మనసు ఎంత ఉల్లాసంగా ఉంటుందో నేను అలా చేస్తుంటే.

ఈ రోజంతా శరీరంలో అక్కడక్కడ right side అగ్ని పుడుతూ ఉంది. కుడిముక్కులో కూడా చక్రా తిరుగుతూ ఉంది.

17/1/13

ఈ రోజు ధ్యానంలో కూర్చున్నా. అంతా ప్రశాంతంగానే జరుగుతుంది. అన్నీ బాగానే ఉన్నాయి. కానీ నా మనసే కొంచెం గందరగోళంగా అనిపించింది. ఎక్కువసేపు కూర్చోలేకపోయాను, లేచివచ్చేశాను. ఏదో తప్పు చేశాను. ఏమిటో అర్థం కావటం లేదు. అది దేవునిపట్లయితే కాదు. ఎందుకంటే పంచభూతాలు, సూర్యచంద్రులు, శివశక్తులు అందరూ నా పట్ల సంతోషంగానే ఉన్నారు.

మరి నేను ఏ తప్పు చేశానో అర్థం కాలేదు. నా తండ్రిని అడిగాను నేను చేసిన తప్పు ఏమిటి అని.

ఈ రోజు సాయంత్రానికి కానీ తెలిసిరాలేదు. అందుకే ఈ book లో ప్రొద్దుటినుండీ ఏమిరాయాలో అర్థంకాక రాయలేకపోయాను. ఇప్పుడే గుర్తుకు వచ్చి, నా తప్పు సరిదిద్దుకొని ఇప్పుడు రాస్తున్నాను.

నిన్న Kevin తో ఒక చిన్న విషయానికి కోపంగా మాట్లాడి ఒక మాట అన్నాను. పాపం తన తప్పేమీలేదు. తప్పంతా నాదే! అది నిన్న రాత్రే నాకు అర్థం అయ్యింది. విషయం జరిగిపోయింది కదా అని తనకు sorry చెప్పలేదు. అందుకే నా మనసు ఈరోజంతా గందరగోళంగా ఉంది. ఇప్పుడే తనకు sorry చెప్పాను. మనసు ప్రశాంతంగా అయ్యింది. అందుకే ఇప్పుడు ఇది రాయగలుగుతున్నాను. తండ్రికి నా తప్పు తెలియచేసినందుకు ధన్యవాదాలు చెప్పుకున్నాను.

18/1/13

నిద్రకు పడుకుంటూ తండ్రికి చెప్పుకున్నాను. నా కోపం తగ్గించుకోవటానికి ప్రయత్నిస్తాను, మీరు కూడా కొంచెం సహాయం చేయండి. మాట్లాడుతూనో, నడుస్తూనో, ఇల్లు శుభ్రం చేస్తూనో కొన్ని ప్రాణాలను తీస్తూనే ఉన్నాను రోజులో. నన్ను క్షమించండి. ఇవికూడా చేయకుండా కర్మల నుండి బైటపడాలంటే, అలా కదలకుండా కూర్చోవాలి. మరి నా పరిస్థితి ఏమిటి? ఎలా కర్మలనుండి నేను బైటపడతాను అని తండ్రిని అడిగి నిద్రపోయాను.

అయితే రాత్రి 2:20 నిమిషాలకు తండ్రి నాచేత ఒకపద్యం చదివించారు. అది ఏమిటో నాకు అర్థం కాలేదు. అప్పటికప్పుడు లేచి చిన్నక్కకు call చేసి, తండ్రి

సద్రశ్య

చెప్పిన పద్యాన్ని గుర్తున్నంతమేర చెప్పి అర్థం అడిగాను. తను కొన్ని పద్యాలు చదివింది. వాటిల్లో నాకు గుర్తున్నంతమేర ఒక పద్యాన్ని గుర్తుపట్టి చెప్పాను ఇదే అని.

అయితే దాని అర్థం కర్మలు చేయించేది తనే అని, కర్మలు చేయటం అనివార్యం అని, తెలిసికానీ, తెలియకకానీ, వాక్కుచేతగానీ, మనసుచేతగానీ, ఇంద్రియాల చేతగానీ కర్మలకు కారణం తనే అని అర్థం చెప్పింది చిన్నక్క నా ప్రశ్నకు సమాధానం ఇలా చెప్పించారని తెలిసి మరలా వెళ్ళి పడుకుని నిద్రపోయాను.

నేను ఒక బిడ్డకు పాలు ఇస్తున్నట్లు కలవచ్చింది. పెద్దక్క ప్రొద్దుటే ఫోన్ చేస్తే తనకా విషయం చెప్పి, చాగంటిగారి శివమహాపురాణం వినటం మొదలుపెట్టాను. ఆ రోజు చెప్పిన ప్రవచనాల్లో అమ్మవారు కూడా ఒక బిడ్డకు పాలు అందిస్తుంది. ఈ మధ్య చాగంటిగారి ప్రవచనాలు వింటుంటే నేను ఆ రోజు ఏ ప్రవచనం వినబోతున్నానో, దానిలోని ముఖ్యమయిన ఏదో ఒక అనుభవం ముందుగా నాకు జరిగి ఆ తరువాత కథలో వినటం, నేను ఆశ్చర్యపోవటం జరుగుతుంది.

రోజుకు కొన్ని.... కనీసం ఒక్క వింత అనుభూతి అయినా ఇలా జరుగుతూనే ఉంటుంది. అలా అనుకోకుండా చతుర్థి రోజున చాగంటి గారు విఘ్నేశ్వరుని గురించి చెప్పడం. షష్టి రోజున సుబ్రమణ్యస్వామి గురించి చెప్పడం కాకతాళీయంగా జరిగిపోయింది.

ఇలాటి వింతలు చిన్న చిన్నవే అయినా ఎన్నో, ఎన్నెన్నో. ఆ తల్లితండ్రుల మహిమలు అనంతం. ఆ అమ్మ చెంగును, ఆ తండ్రి పాదాలను ఒక్కసారి పట్టుకుంటే మనతో ఎంత ప్రేమను పంచుకుంటారో. మనలను ఎంతటి ఆనందంతో ముంచెత్తుతారో చెప్పనలవికానంత అనుభవాలు.

రేపు ఏమీలేదు అని బ్రతుకుతున్న నాకు ఆ తల్లిదండ్రుల ప్రేమదొరికి రేపు ఏమిజరగబోతోందో అనే ఉత్కంఠతో ఎదురుచూసే మనసు రావటం అచ్చంగా ఆ తల్లిదండ్రుల బిక్షే.

నిన్న అంతా ఎడమచెవిలో చక్రా తిరుగుతూనే ఉంది. ముక్కులలో కూడా. 2, 3 రోజుల నుండీ ఒక వింత అనుభూతి జరుగుతూ ఉంది. నాకు అలా అనిపిస్తుందా?

ఇది నిజమా అని ఆశ్చర్యంతో కళ్ళు తెరిచేస్తూ ఉన్నాను. ఈసారి అలా కాకుండా ఇంకా బాగా గమనించాలి. అదేమిటంటే మామూలుగా ప్రతీరోజూ (కుండలినీ, ఇడా, పింగళ, సుషుమ్న జరిగే రోజులు తప్ప) శక్తి ఒక పొగరూపంలోనో, ఒక మంచురూపంలోనో వస్తుంది.

ఈ మధ్య మంచులాగానే వస్తూ నా దగ్గరకు వస్తున్నపుడు అది నీరులా కనిపిస్తుంది. అలా శక్తి నా దగ్గరకు వచ్చేసరికి నీరుగా మారిపోతుంది. ఇంకా గమనించాలి, ఎందుకు అలా జరుగుతుందో. ప్రతీసారి అలా అవటంలేదు. రోజుకు ఒక్కసారి అయినా ఇలా జరుగుతుంది.

శరీరం మీద అక్కడక్కడ అగ్ని పుడుతూనే ఉంది. ఇంకా బుల్లి బుల్లి చక్రాలు అక్కడక్కడ తిరుగుతూనే ఉన్నాయి. ఈ రోజంతా నా కుడిచెవిలో చక్రాలతో పాటు (వ్రేళ్ళలాంటి మెరుపుతీగలు బైటకువస్తున్నట్లు బాగా తెలుస్తుంది. చాలా active గా తిరుగుతున్నాయి.

ధ్యానంలో ఆత్మానందం చాలా ఎక్కువగా ఉంటుంది. నా ఆత్మ పరవశంతో కేరింతలు కొడుతున్నట్లు తెలిసిపోతుంది.

19/1/13

3 రోజుల నుండీ సూర్యనమస్కారం చేసుకుంటున్నపుడు పంచభూతాలు నా చెంతకు వచ్చి నన్ను కేరింతలు పుట్టిస్తున్నాయి. సనసన్నని వర్షపు చినుకులు నా మీద పడుతున్నాయి. తమాషా ఏమిటంటే ఏ రోజూ వర్షం రావటం లేదు. కానీ నా మీద చినుకులు పడుతున్నాయి. 3 రోజులనుండీ ఇలాగే జరుగుతుంది. 14 వ తారీఖున ఆజ్ఞ చక్రా open అయిన దగ్గరనుండీ శక్తి కొత్తరూపంలో వస్తుంది.

(పకాశవంతమైన కాంతులతో కూడిన వెలుగులు, కాంతులతో కూడిన వలయాలు. ఈ కొత్తశక్తికి తేజోవంతమైన జీవం ఉన్నట్లు (పకాశిస్తుంది. కాంతులతో కూడిన (పాణం ఉంది. ఈ కొత్త శక్తిని వర్ణించటం కూడా కష్టమే! ఆ తల్లిదండ్రుల నుండి (పేమ కూడా ఏమాత్రం తక్కువలేకుండా రోజూ దొరుకుతుంది. మనసు ఎంత హాయిగా, (పశాంతంగా ఉంటుందో!

 సద్రుశ్య

నిన్న రాత్రి ఒక వింత జరిగింది. ఈ మధ్య అపుడపుడు ఇలా జరుగుతుంది. కానీ నేనే సరిగా గమనించలేకపోయాను. నాకు 10 అడుగుల దూరంలో ceiling పైన ఏదో నల్లగా పాకింది. ఏమిటా అని చూస్తుండగా నా దగ్గరలో తెల్లని mist(fog) ఒకటి కనిపించింది. ఈ మధ్య 4 రోజులనుండీ ఇలా కనిపిస్తూ ఉంది. దూరంగా ఏదో నల్లగా పాకటం, నా దగ్గరలో తెల్లగా ఏవో పాకటం.

ఏదో నల్లనిది నన్ను hurt చేయటానికి వస్తుంటే ఏదో తెల్లని శక్తి నన్ను protect చేస్తున్నట్లు తెలుస్తుంది. ఇది రాస్తుంటే నేను meditation start చేయటానికి బహుశా ఒక నెల క్రితం జరిగిన సంఘటన గుర్తుకువచ్చింది. వినాయక చవితికి ముందురోజు ఒక కల వచ్చింది. అక్కలు, వదినలూ, పిల్లలూ అందరమూ కలిసి ఒక tour కు వెళ్ళాము. అక్కడ మేమందరమూ నడుచుకు వెళుతూవుంటే దూరంలో నాకు ఒక పురాతన గుడిలాగా ఒకటి కనిపించింది. అది నన్ను బాగా attract చేయగా, అదేదో చూద్దాం అని అటు వెళ్ళి, దానిలోనికి ప్రవేశించాను. ఏదో పెద్ద శక్తిలా వచ్చి నన్ను కమ్మేసింది. నాకు భయంతో నోట మాట రావటం లేదు. అది నన్ను గట్టిగా బంధించేసింది. నేను ఆ కట్టడంలోకి వెళ్ళడం చూసిన పెద్దక్క కూతురు నా దగ్గరకు రావటం కోసం ఇటుగా వస్తుంది. మిగిలిన అక్కలు, వదినలు అందరూ దూరంగా వేరేదిశగా వెళుతున్నారు. ఎవ్వరూ నన్ను చూడటం లేదు. కానీ అక్కకూతురు నా దగ్గరకు పరిగెడుతూ వస్తుంది.

తనను ఇటు రావద్దు అని చెప్పటానికి నోరు తెరిస్తే, భయంతో నా నోటిగుండా మాటలు రావటం లేదు. ఊ.... ఊ .... అని మాత్రమే అనగలుగుతున్నాను. తనకు అర్థం అయ్యేటట్లు ఇటు రావద్దు వెళ్ళిపో అని చేతులు ఊపుతున్నాను. చేతులు ఊపుతున్న నన్ను చూసి తనుకూడా నావైపు చేతులు ఊపుతూ నా వైపు పరిగెడుతుంది. నేను మూగదానిలా మాట్లాడటానికి ప్రయత్నిస్తున్న. ఇంకా గట్టిగా ఊ....ఊ..... ఊ ..... అని పెద్దగా మూలుగుతూ చేతులు ఊపుతున్న, వెళ్ళిపో అని. Kevin నన్ను ఊపి నిద్ర లేపాడు. నేను బయటకూడా పెద్దగా ఊ ..... ఊ ..... అని మూలుగుతూ ఉండడంతో. "నన్ను లేపి మంచిపని చేశావు" అని మరలా పడుకుని నిద్రపోయాను. ఆ తరువాత రోజు వినాయకచవితి.

ఆ రోజు వినాయకచవితి అని ప్రొద్దుటే లేచి స్నానం చేస్తుంటే నాకు shower లో ఒక పెద్ద తెల్లని mist ఒకటి కనిపించింది. అది వేడినీళ్ళ ద్వారా వచ్చిన mist కాదు. ఎందుకంటే నేను వేడినీళ్ళు పోసుకోను. ఒక్క చన్నీటి స్నానమే చేస్తాను. ఆ mist లో వినాయకుడిలా few seconds కనిపించి మాయం అయ్యాడు.

2009 అనుకుంటా ఇండియా వెళ్ళాను IVF చేయించుకోవటానికి, పెద్దమ్మకూతురి దగ్గరే ఉన్నాను. ఒక రోజు దేవునిగురించి discuss చేస్తుండగా అన్నాను నేను, నాకు దేవుడు కనిపిస్తే తప్ప నేను నమ్మను అని. ఆ రోజు నిద్రపోతూ ఉండగా ఒక కల వచ్చింది. అక్క వాళ్ళ ఇంటిలోపలి మెట్ల దగ్గర, మెట్ల బదులు అంతా ఒక pool లా, పెద్ద fish tank లా నీటితో నిండి ఉంది. దానిలో విష్ణుమూర్తి తన 3 అవతారాలతో కనిపించారు. సగం శరీరంతో శంఖు, చక్రాలు పట్టుకుని ఉన్నారు. సగం శరీరం ఒకటి చేప, రెండవది తాబేలు, మూడవది boar. ఆ రోజు తెల్లారిన తరువాత చిన్నక్క వాళ్ళకు చెప్పాను నా కల గురించి. అనుమానం వచ్చింది నీకే కాబట్టి స్వామి నీకే కనిపించారు అన్నారు. కానీ అప్పుడు కూడా నేను మనఃపూర్తిగా నమ్మలేదు. నా తెలివితక్కువతనానికీ, మూర్ఖత్వానికీ నేను ఇప్పుడు బాధపడుతున్నాను. ఇలాటి వింతలు ఎన్నో నాకే జరిగాయి. అయినా ఇన్నాళ్ళూ నేను దేవుని నమ్మలేదు.

ఈ శరీరాన్ని కన్నతల్లి 2006లో చనిపోయింది. ఆమె చనిపోయిన వెంటనే జరిగిన విషయం ఇంతకుముందే రాసిఉన్నాను. ఆ కార్యక్రమాలు అన్నీ అయ్యాక USA వచ్చేశాను. ఆ రోజు పడుకుని నిద్రపోతూ ఉండగా నాకు తెలీకుండానే రెండు చేతులు ప్రక్కలకు చాపి పడుకుని ఉన్నాను. నా రెండు చేతులమీదా, నా మీదా కొన్ని నల్లని ఆకారాలు, ఆత్మలు నన్ను పట్టుకుని ఉన్నాయి. ఒక బలమైన ఆత్మ నా గుండెలమీద కూర్చుని నా గొంతు పిసుకుతూ ఉంది. నాకు ఊపిరి అందటం లేదు. నా చేతులు, కాళ్ళు కూడా కదపలేకపోతున్నాను. మనసులోనే అమ్మను పిలిచాను. "అమ్మా నన్ను రక్షించు. వీళ్ళు నన్ను చంపేస్తున్నారు, నన్ను సేవ్ చెయ్య అని." అమ్మ వచ్చినట్లు అనిపించింది. ఆత్మలు ఒక్కసారిగా నన్ను వదిలి దూరంగా పారిపోయాయి. అప్పుడు మొట్టమొదటిసారిగా ఒక అనుమానం వచ్చింది. దెయ్యాలు ఉన్నాయి, అంటే మరి దేవుడు కూడా ఉన్నట్లేకదా! అని.

అప్పుడు అనుకున్నాను. నేను ఇన్నాళ్ళు నమ్మకపోయినా నా కన్నతల్లి నమ్మింది దేవుడిని. తన కోరిక తీరకుండానే పోయింది. తను తిరిగి చూడాలీ అనుకున్న జ్యోతిర్లింగాలు, శక్తిపీఠాలు నేను తిరిగి చూడాలీ అని. ఇది జరిగిన ఒక సంవత్సరానికి నాకు వుద్యోగం పోయింది. అప్పుడు మొదలుపెట్టాను గుడులు తిరగటం, పూజలు చేయించటం. ఇప్పటికి కొన్ని శక్తిపీఠాలు, కొన్ని జ్యోతిర్లింగాలు చూడగలిగాను. అన్నీ చూడాలి అన్నది నా కోరిక. చూద్దాం ఆ తల్లిదండ్రులు తల్చుకుంటే తీరని కోరిక ఏమి ఉంటుంది? వారి దయ నా ప్రాప్తం.

ఈ రోజు ధ్యానంలో ఇవే గుర్తుకు వచ్చాయి. అందుకే ఈ విషయాలు రాశాను. అయితే నాకు ఒక్క విషయం బాగా అర్థం అయ్యింది. ఆ తల్లిదండ్రుల (శివశక్తుల) దీవెన, తోడు, వారి అండ ఎప్పుడూ నా వెంటే ఉంటుంది. నా చెంతనుండి వారి బిడ్డనయిన నన్ను ఎప్పుడూ కాపాడుతున్నారని నాకు తెలిసింది. మంచి మార్గం కోసం పరితపించే తమ బిడ్డపైన వారికి ఎంత ప్రేమో తెలుసుకున్నాను. అదేవిధంగా వారి ప్రేమను తెలుసుకున్న నేనూ, ఇంకా ఆ ఆప్యాయతలో ఉన్న మాధుర్యాన్ని అనుభవించాలని పరితపిస్తూనే ఉన్నాను.

ఈ రోజు ధ్యానంలో ఉండగా నా కుడిచెవిలో ఏదో చెప్పలేని మార్పు. అది చక్రాకాదు, అగ్ని కాదు. మరేదో మరి, చాలా active గా అయితే దానిపని అది చేస్తుంది. నా ఎడమ ముక్కులో చక్రం తిరుగుతుంది. తలపైన రోజంతా అక్కడక్కడ ఏవేవో పాకుతున్నాయి. నిన్నటి నుండీ నా ఎడమకంటి క్రిందిరెప్ప చివరి భాగంలో చాలా తేడాగా అనిపిస్తుంది. Physical గా ఏ తేడా లేదు. కానీ చాలా sensitive గా ఉంది. వాచినట్లు కొంచెం నొప్పి. కానీ physical గా ఏ వాపూ లేదు. చూడటానికి మామూలుగానే ఉంది. రెండు కనుబొమ్మల మధ్యన ఏదో active గా బాగా కదులుతూఉంది. తలపైన చక్రా, తల అంతా అక్కడక్కడ అప్పుడప్పుడు active గా పాకుతూ ఉన్నాయి నిన్నటినుండీ.

21/1/13

శక్తి ప్రశాంతంగా వస్తూనే ఉంది. చాగంటిగారి ప్రవచనాలు విందాం అని ఇంటి వెనక్కు వెళ్ళి కూర్చున్నాను. ముందు సన్న చినుకులు 4, 5 పడ్డాయి. ఈ మధ్య అలాగే జరుగుతుంది కాబట్టి ఆనందించాను. ఒక 10 నిమిషాలు అయ్యాక

గంగాదేవి జననం గురించి మాట్లాడుతుండగా పైనుండి ఏదో నల్లగా వచ్చి నా మీద పడింది. ఏమిటా అని చూస్తే అక్కడ ఏమీ లేదు. సరే అని meditation mode లోకి వెళ్ళి ప్రవచనాలు వింటున్నాను. ఆకులు గలగలలాడటంతో ఏమిటి ఈ sound అది గాలి కాదు అని కళ్ళు తెరిచాను. నా చుట్టుప్రక్కల వర్షం పడుతుంది గానీ నా మీద వర్షం పడటం లేదు. ఇదేంటి అని తలపైకి ఎత్తి చూస్తుండగా ఒక పెద్ద చినుకు వస్తూ కనిపించింది. ఎక్కడ పడుతుందా అని చూస్తున్నా. అది వచ్చి నా తలపైన, పాపిటి మీద పడ్డది. నా చుట్టుప్రక్కల పెద్ద వర్షమే మొదలయ్యింది. ఆ తరువాత నా మీద కొన్ని చుక్కలు పడ్డాయంతే. సరే అని లోపలకు వచ్చాను. కుండపోత వర్షం.... చాగంటిగారు కూడా గంగమ్మతల్లి గురించి చెబుతున్నారు. ఎంత పరవళ్ళు తొక్కుతూ వస్తున్నారో! మనసుకు ఎందుకో చాలా ఆనందంగా అనిపించింది.

ఈ రోజు ప్రొద్దుటే నా ఎడమచెవిలో ఏదో వేసి గుచ్చినట్లు ఒక సొరంగంలా ఏర్పడినట్లు, అది నా brain దాకా వెళ్ళినట్లు అనిపించింది. ముక్కుమీదా, బుగ్గల మీదా, నుదుటిమీదా, తలపైనా చక్రాలు పాకటం జరుగుతూనే ఉన్నాయి.

నల్లవీ, తెల్లవీ కంటికి కనిపిస్తూనే ఉన్నాయి కదులుతూ. అవి మిణుగురు పురుగులుగా మెరుస్తున్నాయి. నేను చూడగానే మాయం అవుతున్నాయి. అవి ఏమిటో ఇంకా తెలీటం లేదు. నా కంటిలోని రక్తనాళాలు ఇంటిలోపల కూడా బాగా క్లియరుగా కనిపిస్తున్నాయి. శక్తి కూడా తెరిచి ఉన్న కంటికి కనిపిస్తూనే ఉంది. ధ్యానంలో కూడా ప్రశాంతమైన శక్తి వస్తూనే ఉంది. సూర్యుని చూస్తున్నపుడల్లా, తన నుండి కనిపించినంతమేర అంతటా విస్తరించివున్న ప్రకాశవంతమైన, శక్తివంతమైన పువ్వు కనిపిస్తూనే ఉంది.

ఈ రోజు సాయంత్రం నా నుదుటిపైన తిరుగుతున్న మెరుపుతీగలు నా కంటికి కనిపించినట్లు అయ్యింది ఒక్క క్షణం. వెంటనే మరలా నుదుటిపైన తిరగటం మొదలయ్యింది.

 ఇలా ఉన్నాయి అవి తిరుగుతూ. కుడి ఎదలో ఏదో గునపంతో గుచ్చినట్లు నొప్పి. ఇలా గుచ్చినట్లు అనిపించింది. 

(ప్రొద్దుట ప్రక్కమీద meditation mode లో ఉన్నపుడు మంచి కాంతివంతమైన violet నుండి శక్తి కాంతులరూపంలో వస్తూ ఉంది. ఎంత అద్భుతంగా ఉందో! లేచి తలస్నానం చేసి, తండ్రికి అభిషేకం చేసి, దీపం పెట్టి (నిన్న వదినతో మాట్లాడుతుంటే, రోజూ దీపం కూడా పెట్టుకో అని చెప్పింది) ధ్యానంలో కూర్చున్నాను. ఎప్పటిలా అపారమైన శక్తి ప్రశాంతంగా వస్తూ నెమ్మదిగా అవి కాంతివంతమైన రంగులుగా మారాయి. ఈ మధ్య నెలరోజులనుండీ ఎక్కువగా వెలుగులతో కూడుకున్న violet మాత్రం రోజూ మొత్తం నింపుకుని కనిపిస్తుంది. అలాగే ఈ రోజు కూడా. దానిమీద green, yellow కాంతులతో కూడి తిరుగుతూ ఉంటాయి. Violet కదులుతున్నపుడు దాని వెనక blue, indigo, green, yellow కూడా కదులుతూ ఉంటాయి.

అయితే ఈ రోజు కొత్తదనం ఏమిటంటే ఈ రంగులన్నీ నీళ్ళమీద అలలరూపంలో, తరంగాల రూపంలో ఉన్నాయి. సూర్యకిరణాలు నీళ్ళమీద పడితే ఎలా నీళ్ళు మెరుస్తాయో ఆలా మెరుస్తూ వాటినుండి ప్రకాశించిన శక్తి నామీద పడుతూ ఉంది. నా రెండుకన్నులు చాలటంలేదు ఈ అందాలు చూడటానికి. తనివితీరని అందాలు. అద్భుతాలు జరుగుతున్నాయి. ఎంతసేపు చూస్తున్నా ఇంకా ఇంకా చూడాలీ అనిపిస్తుంది. ఆ నీరు కూడా ఎంత ప్రశాంతంగా, వయ్యారంగా కదులుతుందో వాటిమీద పడుతున్న సూర్యకిరణాల కాంతులుకూడా అంతే ప్రశాంతంగా అందాలతో నిండి ఉన్నాయి. ఇక ఆ నీటిలో కలిసితిరుగుతున్న రంగులు ఎంత ముద్దు వస్తున్నాయో! సూర్యకిరణాలతో కలిసి. ఇవి అన్నీ కలబోసి వాటినుండి వస్తున్న కాంతులతో కూడిన శక్తి నాపై ప్రసరిస్తూ..... అబ్బా... ఎంతటి శక్తి! ఏమిచ్చి తీర్చుకోగలను ఇంతటి ప్రేమను పంచుతున్న అందరికీ? ఏదీ నాది కాదు, నేనే వారి సొంతం. వారి ప్రేమను మనఃపూర్తిగా ఆస్వాదిస్తూ అనుభవించటమే!

ఇలా శక్తి వస్తూ ఉండగా నా కుడిప్రక్కన ఒక్కసారిగా నక్షత్రంలా ఒక వెలుగువచ్చి మాయం అయ్యింది. ఎంత అద్భుతమో కదా!

సూర్యనమస్కారం చేస్తూఉండగా ఆ కిరణాలనుండి కూడా బాగా శక్తి వస్తుంది. మొత్తం ఒక్కొక్క రంగూ క్లియర్ గా మారుతూ కనిపిస్తుంది. మొదటిగా red, orange, yellow, green, blue. ఎన్నెన్ని అందాలో. ఎప్పటిలా అందరికీ నమస్కరించాను. సూర్యకిరణాలు ఒక్కసారిగా కాంతివంతంగా నా మీద పడుతున్నాయి, నన్ను ఆశీర్వదిస్తున్నట్లు. ఆకాశంకూడా ఊపిరిపీల్చుకుంటున్నట్లు దూరంగా వెళ్ళి, దగ్గరగా వస్తుంది. ఎంత అందంగా ఉందో చూస్తుంటే. మన హృదయం ఊపిరితీసుకున్నపుడు ఎలా పైకీ క్రిందకూ కదులుతుందో... ఆకాశం కూడా అలాగే కదులుతుంది. చూస్తున్నకొద్దీ చూడాలని అనిపిస్తుంది. ఇప్పుడు నా కంటిలోని నాళాలు నేను కళ్ళు మూసుకుని ఉన్నా బాగానే కనిపిస్తున్నాయి. నా కళ్ళుకూడా తెరిచిలేను. మూసుకునే ఉన్నాను. అయినా బాగా కనిపిస్తున్నాయి. ఎంత వింతో కదా!

ఈ రోజు Bank లో పని ఉంది, కారులో శివమంత్రం చెప్పుకుంటూ వెళ్ళి agent చూపిన కుర్చీలో కూర్చుని, ఇపుడే వస్తాను అని వెళ్ళిన తనకోసం wait చేస్తూ... నా చేతి మీదిగుండా carpet వైపు చూస్తున్నాను. ఏదో తెల్లని fog నా ముందు నుండి వెళ్ళింది. దానితరువాత మంచుమీద తెల్లని fog ఎలా బయటకు వస్తుందో అలా కనిపించింది. ఏమిటో అర్థం కాలేదు. మరికొంచెం clear గా చూశాను. ఆ మంచులాంటి పొగ నా శరీరం మీదనుండే వస్తుంది. చాలా ఆశ్చర్యం వేసింది. మరొక చేతిమీద చూశాను. అక్కడకూడా అలాగే వస్తుంది. నా కళ్ళు sensitive అయ్యి ఇంత క్లియర్ గా కనిపిస్తుందా లేదా కొత్తగా నా శరీరం నుండి అలా పొగలా వస్తుందా అర్థం కాలేదు. నేను నడిచిందీ లేదూ, హడావుడిగా వున్నదీ లేదు. చాలా ప్రశాంతంగా కుర్చీలో కూర్చుని ఉన్నాను. ఒక గంట నుండీ కళ్ళు చాలా sensitive అవుతున్నాయి. కొత్త కొత్తవి అన్నీ కనిపిస్తున్నాయి అని అర్థం అయ్యింది.

ఈ మధ్య నేను ఎక్కడికి వెళుతున్నా అందరూ చాలా ప్రేమగా పలకరిస్తున్నారు. నాతో అందరూ చాలా ప్రేమగా ఉంటున్నారు. నోరుమంచిదయితే ఊరుమంచిదన్న సామెతలా, నేను మారాక అందరూ మారినట్లు అనిపిస్తున్నారు. నాకు అంతటా ప్రేమే ఎదురవుతుంది. ఎంత ఆనందంగా ఉంటుందో! కొత్త కొత్త అనుభూతులు. ఈ రోజంతా నుదుటిపైనా, తలపైనా చక్రాలు తిరుగుతూనే ఉన్నాయి.

   సద్రుశ్య

నిన్న ప్రొద్దుట స్నానం చేసి ఒంటినిండా cream రాసుకుంటూ అనుకున్న, తండ్రి ఒంటినిండా విభూది రాసుకున్నట్లు, నేను ఇలా ఒంటినిండా cream రాసుకుంటున్నా అని. అయితే నిన్న సాయంత్రం పడుకునేముందు చాగంటి గారి ప్రవచనం వింటుంటే, మహాభారత యుద్ధం జరిగేముందు అర్జునుడు పాశుపతాస్త్రం కోసం శివునికోసం తపస్సు చేశారంట. తండ్రి వచ్చి అర్జునునితో మల్లయుద్ధం చేసి తన శరీరానికి ఉన్న విభూది అంతా అర్జునునికి అంటేటట్లు చేశారంట. అది విని వార్నీ! అనుకున్నాను.

రాత్రి సరస్వతీ అమ్మవారు కనిపించి తన అంశతో నాకు మగబిడ్డగా జన్మిస్తున్నట్లు చెప్పారు. అమ్మ తెల్లని తామరపువ్వ మీద కూర్చుని చిన్న అంచువున్న తెల్లచీర కట్టుకుని మెరిసిపోతూఉన్నారు. నాకు భక్తి ఉన్న బిడ్డ కావాలనీ, ఆయుష్షు ఐశ్వర్యం, ఆరోగ్యం ఉన్న బిడ్డ కావాలనీ, అన్నిటికంటే ముఖ్యంగా మంచి బుద్ధి కలిగి ఉండాలనీ కోరాను. కోరిన తరువాత అయ్యో ఎంత తప్పుగా అమ్మతో మాట్లాడాను? స్వయంగా తనే పుడతాను అంటే నా ఈ గొంతెమ్మకోరికలు ఏమిటి? తనకు తెలీదా ఎలా పుట్టాలో, ఎలా ప్రవర్తించాలో అనిపించింది. అంతే అసలు నిద్ర రావటం లేదు. ఈ సంవత్సరం అక్టోబరులో పుడుతున్నట్లు తెలిసింది. ఇది నిజమేనా! అని ఒక ప్రక్క ఆశ్చర్యం, అమ్మను ఇలా అడిగాను ఏమిటి, అమ్మ ఏమనుకుంటారు అని ఒక ప్రక్క భయం. నాకు అంతటి అదృష్టమా అని ఒక ప్రక్క అనుమానం. ఇక నిద్ర ఎలా వస్తుంది?

సరే లేచి వెళ్ళి TV చూద్దాం. TV లో ఎవరికయినా కడుపువస్తే నాకూ వస్తున్నట్లే అని TV on చేశాను. ఆశ్చర్యం! TV లో నేను చూస్తున్న serial లో ఒక couple, ఆమె తన ఫ్యామిలీకు కొత్త member రాబోతున్నట్లు భర్తకు చెబుతుంది. ఇంకొక couple, ఒక అబ్బాయిని దత్తత తీసుకుంటున్నారు. ఇంకొక ఆమెకు తన కొడుకు బాగా చదివి మంచి యూనివర్సిటీలో సీటు సంపాదించుకుంటాడు.

అయినా 43 సంవత్సరముల నాకు పిల్లలు పుట్టడం నిజమా! ఇది నిజంగా జరుగుతుందా? అని ఆశ్చర్యం. అసలు నాకు కనిపించింది ఎవరు అని ఆశ్చర్యంగా అనుకుని మరలా సోఫాలో పడుకుని నిద్రపోయాను. మరలా అమ్మవారి ముఖం

చాలా స్పష్టంగా కనిపించింది. మంచి కాంతివంతమైన ముఖం, పెద్ద గుండ్రటి ఎర్ర బొట్టు పెట్టుకుని ఉన్నారు. ఎంత అందంగా ఉన్నారో... అటు రౌండూ కాదు, ఇటు కోలా కాని ముఖం. నేను చూసింది నిజమేనా అని మరలా పరికించి చూశాను. మరలా కనిపించారు. అలా 4 సార్లు నిజమేనా? నిజమేనా? అంటే నాలుగుసార్లూ కనిపించారు. నా అవివేకానికి సిగ్గేసింది. ఒక్కసారిగా మెలకువ వచ్చింది. ఇన్ని నమ్మిన నేను ఇది ఎందుకు నమ్మలేకపోతున్నానో అర్థం కాలేదు.

తల్లిని క్షమించమని అడిగాను. ఇన్నాళ్ళూ బిడ్డ పుట్టినట్లు.... , పుడితే అలా ఆడుకున్నట్లు, ఇలా చేసినట్లు ఊహించుకునేదాన్ని. మరి ఇక పుట్టరు అని ఆ కోరికను చెరిపేసుకున్నానాకు మరలా ఇలా అవ్వటం? అంతా ఈశ్వరేచ్ఛ. నాదేమీ లేదు. ఆ తండ్రికి నాకేది కావాలో తెలుసు అదిగాక సరస్వతీ అమ్మ అంశతో పుడుతున్నాడు కాబట్టి ఏదో మంచి చేయటానికే ఇలా జరిపిస్తున్నారు తండ్రి అని అర్థం అయ్యింది.

లేచి స్నానం చేసి అభిషేకం చేసుకుని ధ్యానంలో కూర్చున్నాను. తండ్రికి క్షమాపణలు చెప్పుకున్నాను. "సరస్వతీ అమ్మను గొంతెమ్మకోరికలు కోరాను. అమ్మకు నా మనఃపూర్తి క్షమాపణలు తెలిపి నన్ను మన్నించమని అడగండి అని కోరాను. ఇప్పటివరకూ జరిగినవన్నీ నమ్మాను. ఇది సాధ్యమా అని ఆశ్చర్యంగా ఉంది స్వామీ. సాధ్యం అనుకుంటే ఈ రోజు నాకు మొత్తం green చూపించండి మెడిటేషన్‌లో" అని అడిగి లేచి, పెద్దక్కకు call చేసి విషయం చెప్పి, చాగంటిగారి ప్రవచనం వింటూ మెడిటేషన్ mode లోకి వెళ్ళాను.

తండ్రి నాకు మొత్తం గ్రీన్ చాలాసేపు చూపించారు. అదేకాకుండా చాగంటిగారి ప్రవచనాలలో శ్రీనాధుడు కూడా శివునికోసం తపస్సుచేసి తనలాంటి కొడుకు కావాలంటే తనలాంటి కొడుకు మరొకడు లేదు కాబట్టి నేనే వస్తాను నీ కొడుకుగా అని తండ్రి శివుడు శ్రీనాధుడికి పరమశివుని అంశచేత బాలశివునిగా వచ్చాడంట, అతనికి నందీశ్వరుడు అని పేరు పెట్టారంట.

మరి నాది కూడా ఇలాటి గొంతెమ్మకోర్కె కదా! దేవుడిలాంటి భర్త కావాలీ అన్నాను కాబట్టి అమ్మ శైనయ్యను ఇచ్చి వివాహం చేసింది. దేవుడిలాంటి బిడ్డ కావాలీ అన్నాను కాబట్టి తండ్రి తన చెల్లెలు అయిన సరస్వతీ అమ్మవారి అంశతో నాకు

బిడ్డను ప్రసాదిస్తున్నారు. ఆ తల్లితండ్రులకు నా మీద ఎంత ప్రేమో కదా! వారి ప్రేమకు కన్నీరు తప్ప ఏమీ ఇవ్వలేను.

వారి ప్రేమను పొందుతున్న ఈ జన్మ ధన్యం. ఇంతకంటే ఏమికావాలి నాకు? నిన్నే అనుకున్నాను పురాణాలల్లో వీళ్ళు అందరూ తపస్సులు చేసి ఏవేవో కోరుతుంటారు. మరి తండ్రి నాకు ప్రత్యక్షం అయి ఏమి వరం కావాలి అంటే ఏమి కోరుకోవాలి నేను? కొంత ఆలోచించాను.... ఎంత ఆలోచించినా నాకు ఏమి అవసరమో తెలీలేదు. "నాకు ఏ కోరికా లేదు తండ్రి. ఈ ఆత్మ మీలో ఐక్యమయ్యేంతవరకూ మీ ప్రేమ, మీ తోడు ఉంటే చాలు. నా జీవితంలో ప్రేమ ఒక్కటే నాకు కరువయ్యింది" అని అడగాలి అనుకున్నాను.

తమ ప్రేమతో పాటు నన్ను అమ్మ అని పిలిపించుకునే అదృష్టంకు దగ్గర చేస్తున్నారని ఊహించలేదు నేను. అందుకే ఇంత ఆశ్చర్యం. ఇంత అనుమానం. నా మనసు తెలిసిన నా తండ్రికి తెలుసు నేను ఇన్ని రకాలుగా ఎందుకు proof లు అడిగానో. నన్ను క్షమిస్తారని భావిస్తున్నాను.

నిన్న సాయంత్రం ఎప్పుడూలేనంతగా నా నుదుటిమీదా, నా తలపైనా చక్రాలు చాలా హడావుడిగా తిరిగాయి. మామూలు మనిషి అయితే చర్మం ఊడివచ్చేంత వరకూ గీరుకోని ఉండవచ్చు. ఏ కారణం లేకుండా అలా అవ్వదు అని తెలిసిన నేను ఆనందంగా అనుభవించాను. సరస్వతీ అమ్మవారు కనిపించి ఎన్నాళ్ళనుండో ఉన్న నా కోరిక తీర్చటానికి తనే స్వయంగా వస్తారని అసలు ఊహించలేక పోయాను. అమ్మా! మిమ్మల్ని ఇబ్బంది పెట్టివుంటే నన్ను క్షమించండి.

24/1/13

ఈ రోజు ధ్యానం ప్రశాంతంగా జరిగింది. గురువుగారి పుస్తకంలో రుద్రం వచ్చింది. ఈ రోజు చాగంటిగారి లింగ ప్రాముఖ్యత విన్నాను. వింటూ ధ్యానంలో ఉన్నపుడు purple, indigo చాలా కాంతివంతంగా మంచి బ్రహ్మండమైన వెలుగులతో కూడిఉన్నాయి. ఎందుకో సూర్యకిరణాలు నామీద పడాలి అనిపించింది, blinds open చేసి ఆ కిరణాలు నా మీదపడేటట్లుగా కూర్చున్నాను. అన్ని రంగులూ కాంతులను నింపుకుంటూ కనిపించాయి. ప్రొద్దుట సూర్యనమస్కారంలో కూడా ఇలాగే జరిగింది.

అదే కాంతులతో అన్ని రంగులూ కనిపించాయి. ఈ రోజు రుద్రం, లింగాష్టకం, సుప్రభాతం విన్నాను. ఈ రోజు నా శరీరం ready అవుతున్నట్లు అనిపించింది. చెవుల్లో, ముక్కుల్లో, కళ్ళమీదా, నుదుటిమీదా, తలపైనా చక్రాలు తిరుగుతున్నాయి. ప్రశాంతంగా శివనామం చెప్పుకుంటూ పడుకున్నాను. ఈ మధ్య 10 రోజులనుండీ Kevin చేతకూడా రాత్రి పడుకునేముందు శివనామం చెప్పిస్తున్నాను. తనకూ శివుడు అంటే ఇష్టం అవ్వడంతో ఆనందంగా చెబుతున్నాడు. రోజూ పడుకునే ముందు తనూ నాతో కలిసి చెబుతుంటే నా మనసుకు ఎంత ఆనందంగా ఉందో! మనసుకు చాలా తృప్తిగా ఉంటుంది Kevin support కూడా ఉండటంతో.

25/1/13

రాత్రి 12.43 కి మెలకువ వచ్చింది. నా శరీరంలో process జరుగుతూఉంది. అర్థం అయ్యింది ఏమి జరుగుతుందో. శివనామం స్మరణచేసుకుంటూ ఉన్నాను. అరగంట తరువాత తెలుగు క్యాలెండరులో ఇప్పటి ముహూర్తం ఏమిటో చూడాలీ అనిపించింది. వెంటనే లేచాను. ఈ time లో ఉన్న India ముహూర్తం ఏమి ఉన్నదో తెలుసుకుంటే ఏ కాలమానపద్ధతి నేను పాటించాలి అన్న భ్రమకూడా వదులుతుంది అని అనిపించింది.

అహం, సోహం ... అనే పదాలు పదే పదే గుర్తుకు వచ్చి అనుకుంటూ ఉన్నాను.

మంచంమీద ఉండగా, process జరుగుతూ ఉండగా అంటే స్వాధిష్ఠాన నుండి వెచ్చగా ఏదో ప్రవేశించింది. అక్కడ చక్రాలు తిరుగుతున్నాయి. లోపలలోపలకు వేడి ప్రవేశిస్తుంది. బాగా తెలుస్తుంది. నుదుటిపైనా, తలపైనా చక్రాలు చాలా active గా తిరుగుతున్నాయి. ఉన్నట్లుండి కొత్త నాళాలు open అయినట్లు శ్వాస వదులు అయ్యింది. ఉచ్ఛ్వాస, నిశ్వాసలు చాలా తేలికగా జరుగుతున్నాయి. పరిపూర్ణమయిన గాలి లోపలకు వెళుతుంది. ముక్కు మామూలుగానే ఉంది, కానీ గాలి మాత్రం ఎక్కువగా clean గా, clear గా, pure గా లోపలకు వెళుతుంది. శివుడి గుడిలో ఉన్నట్లు ఒక్కసారిగా వాసన వచ్చింది. ఆశ్చర్యం వేసింది. మరలా గాలి పీల్చాను. మరలా అదే వాసన వచ్చింది. ఆశ్చర్యంగా

అనిపించింది. స్వాదిష్టాన దగ్గర కొంచెం తడిగా అనిపించింది. తల కొంచెం పట్టేసినట్లు నొప్పిగా అనిపించింది.

ఏమిటో ఈ తలనొప్పి! కొంచెం వింతగా అలా వచ్చి అలా పోతుంది. ఎప్పుడూ ఇలా రాలేదు. నిన్న శివలింగ విశిష్టత గురించి చాగంటిగారు చెబుతుండగా మొదలైంది. అపుడపుడు అలా వచ్చి అలా మాయం అవుతుంది. నుదుటినుండి వెనక భాగం వరకూ ఒక్కసారిగా పట్టి వదులు అవుతుంది. ఇది రాస్తుండగా కూడా ఒక్కసారిగా అలా అనిపించింది.

అయితే ఆచారిగారికి call చేసి అడిగాను, ఇప్పటికి 3 గంటల క్రితం ఏ ముహూర్తం నడుస్తుంది అండీ అని?

24/1/13 – 10:30am నుండి

25/1/13 – 12:30pm శుక్రవారం వరకూ ఆరుద్రా 4 వ పాదం నడుస్తుంది అన్నారు. నాకు కావలసిన సమాధానం దొరికినట్లు అనిపించింది.

అంటే ఇక్కడి time

24/1/13 – 12:00am (23 నుండి 24 కు మారే కాలం)

25/1/13 – 2:00am శుక్రవారం

ఇప్పుడు రెండు అరికాళ్ళల్లోనూ చక్రాలు తిరుగుతున్నాయి. మర్చిపోయాను ఇప్పుడే గుర్తుకువచ్చింది. Few years back పిల్లల కోసం శ్రీశైలం వెళ్ళి తండ్రికి రుద్రహోమం, అమ్మకు చండీహోమం చేయించి ఆ తరువాత బాసరలో సరస్వతీ అమ్మవారిని చూడటానికి వెళ్ళాను. బాబు పుట్టాక శ్రీశైలం వెళ్ళి తల్లిదండ్రులకు బాబుని చూపించి, అక్షరాభ్యాసానికి బాసరకు తీసుకువెళ్ళాలి. ఆ అమ్మ దగ్గరకే బాబు రూపంలో ఉన్న అమ్మును తీసుకువెళ్ళటం ఎంత వింతో కదా! నా తండ్రి ఆజ్ఞ, ఆయన ఎలా చెబితే అలా తప్పక జరుగుతుంది. బాబుకి ఏ పేరు పెట్టాలో కూడా ఆ తల్లితండ్రుల్నే అడుగుతాను. ఈ అదృష్టం వారు ఇస్తున్న ప్రసాదమే!

తలస్నానం చేసి అభిషేకం చేసుకుని ధ్యానంలో కూర్చున్నాను. అపారమైన శక్తి ప్రవాహంలా వస్తుంది. అన్నిదిక్కులనుండీ వస్తుంది. నిన్నటిదాకా కనిపించిన

కాంతివంతమైన రంగులు ఈ రోజు పల్చగా కనిపిస్తున్నాయి. ఇంకా clear గా చూడటానికి ప్రయత్నిస్తున్నాను. ముందు ఒక సొరంగంగా ఏర్పడి దాని మూలనుండి కాంతి కనిపిస్తూ దాని ద్వారా రంగులతో కూడిన శక్తి కుడి నుండి ఎడమకు సుడులు తిరుగుకుంటూ ప్రవహిస్తుంది. ఎంతో concentration తో చూస్తే తప్పించి దాని మొదలు తెలీటంలేదు. ఒక్కసారి తెలిసాక చాలా clear గా కనిపిస్తుంది.

ఆ శక్తి నాకు చల్లగా ఉంది. 4 రోజుల నుండీ నాకు చల్లగానే ఉంటుంది. చలి లేదు, చల్లగా ఉంది. ఒక 10 రోజులనుండీ ఓంకార నాదం అలా వినిపిస్తూనే ఉంది. ఈ నాదం constant గా ఉంటుంది.

ఈ సారి శక్తిని ఇంకొంచెం clear గా చూడటానికి ప్రయత్నించాను. ఆ స్వరంగం నుండి వచ్చే శక్తి నా కుడికంటికి కనిపిస్తుంది. కాసేపు ప్రయత్నించిన తరువాత నా ఎడమకంటినుండి చూడగలిగాను. ఈ శక్తి ప్రశాంతమైన వెన్నెలలా అపారంగా వస్తుంది.

మరలా ఒక్కొక్క కన్ను మార్చి మార్చి చూశాను. నాకు కనిపించేది నిజమే! అందుకే రెండు కళ్ళు ఒక్కసారిగా చూస్తే ఎక్కడి నుండి వస్తుందో అర్థం కాలేదు. తరువాత రంగులన్నీకలిసి పురివిప్పిన నెమలిలా నన్ను కప్పుతున్నాయి. ఆ పురిచివర్ల గుండ్రంగా ఇంద్రధనుస్సు ఏర్పడింది. ఎంత అందంగా ఉందో అది! పంచభూతాలు నన్ను ఆశీర్వదిస్తున్నట్లుగా అనిపించింది.

ఈసారి పంచభూతాలు, అన్ని దిక్కులనుండీ నా వైపు శక్తిని ప్రసరింపచేస్తున్నాయి.

ఇప్పుడు ఇంద్రధనుస్సు నిలువుగా ఏర్పడింది. అబ్బా.... రంగులు ఎంత అందంగా ఉన్నాయో! శక్తి ప్రవాహం అనంతవిశ్వంలో నుండి అపారంగా వస్తూనే ఉంది. అలా చాలాసేపు ఆస్వాదించి లేచాను.

ఈ రోజంతా శక్తి చాలా చాలా ఎక్కువగా ఉంది. ప్రవచనాలు వింటూ కళ్ళు మూసుకుంటే కాంతివంతమైన రంగులతో (violet & indigo) అపారమైన

   సదృశ్య

శక్తి వస్తూ ఉంది. అన్నిటికంటే ముఖ్యం మధ్యలో ఒక జ్యోతి అలాగే కనిపిస్తూ ఉంది. సాయంత్రానికి ఈ జ్యోతి ఇంకా పెద్దదిగా కనిపిస్తుంది. ప్రొద్దుట ఒక చిన్న చుక్కలా కనిపించి మధ్యలో ప్రొద్దు గడిచేకొద్దీ జ్యోతి పెరుగుతూ పెద్దది అయ్యింది. ఇప్పుడు సమయం 7pm. జ్యోతి చాలా పెద్దదిగా ప్రకాశిస్తూ ఉంది. రాత్రి అంతా నిద్రలేకపోవటంతో చాలా మత్తుగా ఉంది. శరీరం అలసటగా అనిపిస్తుంది.

26/1/13

నిన్న 7:30pm కే పడుకుండిపోయాను. రోజూ ప్రొద్దుట, సాయంత్రం దీపం పెడుతున్నాను ఒక 5 రోజుల నుండి. Kevin దీపం చూసి ఇలా fire పెట్టకు. దీపం ఉంచేసి నువ్వెళ్ళిపడుకుంటే ఎలా? Unattended గా ఉంచకూడదు open fire అని అన్నారు. పర్లేదులే నువ్వ వున్నావుగా నేను వెళ్ళి పడుకుంటా నిద్ర వస్తుంది అని వెళ్ళి పడుకున్నా.

పడుకుంటూ ceiling వైపు చూస్తే అంతా కదులుతున్నట్లు కనిపించింది, రంగులు, శక్తి కూడా. In-fact కళ్ళు తెరిచే బాగా కనిపిస్తుంది. ఏమిటి ఇలా అని కళ్ళు మూసుకుని చూశాను. కళ్ళు తెరిచి ఉన్నపుడు ఏ రంగులు కనిపిస్తున్నాయో, ఎలా కదులుతున్నాయో అలాగే కళ్ళు మూసుకున్నా కనిపిస్తున్నాయి. నాకు clear గా అర్థం అయ్యింది. కళ్ళు మూసుకున్నా, కళ్ళు తెరిచినా ఒకేలా కనిపిస్తుంది అని. సరే అని నిద్రపోయాను.

Kevin 11 గంటలకు అలా వచ్చి పడుకున్నాడు. తను పడుకున్న కొంతసేపటికి ఎవరో నడుస్తున్నట్లు, ఏవో sounds, మాటలు, నవ్వులు వినిపించాయి. ఇంట్లో దయ్యాలు తిరుగుతున్నాయా! అని clear గా గమనిస్తున్నాను. మాటలు చాలా clear గా తెలుస్తున్నాయి. Shoes వేసుకున్న కాళ్ళతో నడుస్తున్నారు ఎవరో, కాళ్ళు నేలకు రాసుకుంటూ. మరి దెయ్యాలు కాళ్ళకు shoes కూడా వేసుకుంటాయా అని doubt వచ్చి Kevin ను లేపి అడిగాను, "ఏవో sounds వినిపిస్తున్నాయి. అవి నాకేనా, నీకూ వినిపిస్తున్నాయా అని?" Garbage night లే పడుకో అని చెప్పాడు. అలా అయినా అర్ధరాత్రి sounds ఏమిటో అర్థం కాలేదు. "ఎవరో చాలా దగ్గరలో నడుస్తున్నట్లు sounds వస్తున్నాయ అన్నాను."

అంతలో ఇంటివెనక ఏదో sound అయి ఎవరో మాట్లాడుతుంటే Kevin లేచి కిటికీలో నుండి చూసి Fire... Fire... అని అరుస్తూ తలుపులు తీయటానికి hall లోకి పరిగెత్తాడు. తన వెనకే నేనూ పరిగెట్టా. ఇంటివెనక south-west corner లో ఎవరో ఇద్దరు నల్లవాళ్ళు నించుని పెద్ద fire వేసి నవ్వుకుంటూ ఏదో మాట్లాడుకుంటున్నారు. ఈ time లో వాళ్ళు అక్కడ ఏమిచేస్తున్నారో అర్థం కాలేదు.

గమనించాను కరివేపాకు మొక్కలు పెట్టిన కుండీలు రెండు miss అయ్యాయి అని. Garden furniture లోని కుషన్స్ miss అయ్యాయి. Kevin ఈ లోపే door తీసుకొని బయటకు వెళ్ళిపోయాడు. నేను వెంటనే 911 కు call చేసి విషయం చెప్పాను. 5 నిమిషాల్లో వాళ్ళు వచ్చారు. అందరం కలిసి వెళ్ళి చూస్తే బయట ఉన్న రెండు chairs లో ఉన్న cushions తీసి కాల్చారు వాళ్ళు. ఎందుకు అలా కాల్చారో అర్థం కాలేదు. ఏ కారణం లేదు. దొంగలూ కాదు, ఎందుకంటే ఏ వస్తువూ పోలేదు. ఆ మంటలను మరలా ఆర్పడానికి కరివేపాకు మొక్కలు ఉన్న కుండీలను తీసుకుని మొక్కలు, మట్టీ తీసిపారేసి, నీళ్ళు పట్టిమరీ ఆర్పడానికి ప్రయత్నించారు. ఎందుకిలా జరిగిందో అర్థం కాలేదు. అయితే నేను వారిని window లో నుండి చూసినపుడు మాత్రం పెద్ద fire... భగ్గన మండుతూ ఉంది. ఆ నిప్పు వెలుతురులో చూశాను. ఒక అతనిని చూడగానే చండాలుడులా ఉన్నాడు అని అనిపించింది మనసుకు. నిన్న ప్రొద్దుటి నుండీ ముందు ఒక చుక్కలా కనిపించింది, చిన్నగా అగ్నిలా కనిపించింది. అది పెద్దది పెద్దది అవుతుంది సాయంత్రం అయ్యేసరికి. మరి అర్ధరాత్రి దాటక ముందే ఈ పెద్ద అగ్నిని చూశాను. ఏమి జరుగుతుంది? ఇలా జరగబోతుందని తండ్రి ధ్యానంలో ముందుగా చూపించారా నాకు? అదే అయ్యుండవచ్చు. ఏ కారణం లేకుండా వాళ్ళు ఎందుకు అక్కడ నిప్పు పెట్టారో అర్థం కాలేదు. ఏదిఏమయినా ఏ నష్టమూ జరగలేదు ఆ తండ్రి దయ వలన, అది చాలు.

ఈ రోజు ధ్యానం చాలా ప్రశాంతంగానే జరిగింది. రంగులు కాంతివంతంగా కనిపిస్తున్నాయి. నా గర్భానికి తండ్రి సహాయం చేస్తున్నట్లు, నన్ను దీవిస్తున్నట్లు అర్థం అయ్యుంది. అంతా violet ఉండి కుడివైపు పైనుండి yellow వచ్చి మధ్యలో ఆగి నావైపు వస్తుంది. తండ్రిని దీవించమని అడిగితే కాంతివంతమైన

green వచ్చి ఆశీర్వదించింది. తల్లిదండ్రులకు ఇద్దరికీ నమస్కరించి ఎల్లప్పుడూ తోడు ఉండమని కోరాను.

తలపైన విచ్చుకుని తిరుగుతున్న పెద్దపువ్వ నుండి మజ్జిగ చిలకగా వచ్చిన వెన్నెలా చిక్కటి తేనెలాంటి ద్రవం తలపైనుండి చాలా ధారలు పారుతున్నాయి. అవి కొన్ని ముఖంమీదగుండా క్రిందకు పాకుతూ కారుతుంటే, మరికొన్ని తలమీదగుండా అన్ని దిక్కులకూ శరీరం మీదనుండి జలజలా కారుతూ ఉన్నాయి. అణువణువునా శరీరాన్ని తడిపేస్తున్నాయి చిక్కటి తేనెధారలు. చంకల్లో, అరికాళ్ళల్లో మరియా శరీరం మీద అక్కడక్కడ చక్రాలు బాగా తిరుగుతున్నాయి. రెండు కనుకొనకులలోనూ ఒక్కసారిగా అగ్ని పుట్టి కనుకొనకులలో కూడా చక్రాలు తిరుగుతున్నాయి.

27/1/13

ప్రొద్దుట స్నానం చేసేముందు తలలో పువ్వ (ముందు రోజు తండ్రికి అభిషేకం చేసి అలంకరించిన పువ్వ ఆ రోజు తలలో పెట్టుకుంటాను) కనిపించలేదు.

సూర్యనమస్కరం అపుడు ఇంకా సూర్యుని పువ్వ కనిపిస్తూనే ఉంది. Red, orange, yellow సూర్యునిలో కనిపిస్తే, green, blue, indigo, violet meditation లో కనిపిస్తున్నాయి. తరువాత సుప్రభాతం విని, రుద్రం కూడా చదువుతూ విన్నాను. ఈ రోజు స్వామి జ్యోతిర్మయానందను చూడటానికి వెళు తున్నాను.

28/1/13

నిన్న స్వామిజీ దగ్గరకు వెళ్ళాను. ముందుగా వెళ్ళి lake దగ్గర ధ్యానం చేశాను. ఎంత అద్భుతంగా ఉందో! కొత్తలోకాలకు వెళ్ళినట్లు అనిపించింది. Peach, yellow రంగులతో పాటు indigo, purple నన్ను కొత్త లోకాలకు తీసుకువెళ్ళాయి. అక్కడ అంతా శక్తిమయంగా ఉంది. నేను ఇప్పటిదాకా చేసింది చాలా తక్కువ అనీ, ఇంకా తెలుసుకోవలసింది చాలా ఉందనీ అర్థం అయ్యింది. ఇంకా తెలుసుకోవాలీ, ఇంకా సాధించాలి. కొత్త లోకాలకు వెళ్ళి అందరినీ

దర్శించాలి. నా ఆత్మను బైటకుతీసి చూడాలి. బ్రతికి ఉండగనే ఆత్మతో ప్రయాణం చేసి అందరినీ దర్శించాలి.

స్వామీజీతో మాట్లాడాను. వంటిమీద పాకుతున్నట్లు ఉన్నాయినీ, body అంతా చక్రాలు తిరుగుతున్నాయినీ, Nervous system శరీరం అంతా sensitive చేస్తుంది అని చెప్పాను. ఒక్కొక్కరికి ఒకలా జరుగుతుందనీ, నాకు జరిగిందే ఇంకొకరికి జరగాలని లేదనీ, అయినా వీటిని మనసులో పెట్టుకుని ఏకాగ్రతను పాడుచేయవద్దనీ, ఈ శరీర మార్పులను అసలు పట్టించుకోవద్దనీ చెప్పారు. పాత జన్మల జ్ఞాపకాలను కూడా పట్టించుకోవద్దని చెప్పారు.

అదిగో అక్కడ చూడు అని చెయ్యి చాపి వేలుపెట్టి చూపిస్తే తను చూపించదలచిన దాన్ని చూడకుండా చేతివైపు చూసినట్లు పూర్వజన్మ జ్ఞాపకాలు అన్నారు. ఎంత నిజమో! కదా అనిపించింది. అన్నీ వదిలి (ఆలోచనలు) higher శక్తితో connect అవ్వటమే లక్ష్యం అని చెప్పారు. నేను ధ్యానంలో తీసుకున్న నిర్ణయమూ స్వామిజీ సలహా ఒకటే కావడంతో ఆనందంగా అనిపించింది.

అయితే ఆడవాళ్ళు ఆ 3 రోజులు (ఈ month periods వచ్చినపుడు) అభిషేకం చేయాలా వద్దా అని అనుమానం వచ్చింది. అమ్మ, నాన్న నా దగ్గరకు periods వచ్చినా వస్తున్నారు. అలాంటప్పుడు నేను అభిషేకం ఎందుకు మానాలో అర్ధం కాలేదు. అక్క చెప్పిందని ఒకరోజు మానేశాను. మనసుకు ఎంతో బాధేసింది. తండ్రికి అభిషేకం చేయకుండా ఉండలేకపోతున్నాను. గుడికి వెళ్ళటం, అభిషేకం చేయటం చేయకూడదా! అని అడిగాను. అలాటిది ఏమీలేదని, తప్పకుండా అన్నీ చేసుకోవచ్చనీ, మనసుకు ఏది నచ్చితే అది చేయమని చెప్పారు.

29/1/13

ఈ రోజు అభిషేకం చేసిన తరువాత మొదటిసారి కర్పూరం వెలిగించాను. కాసేపయిన తరువాత నామస్మరణ చేసుకుంటూ కళ్ళు మూసుకుంటే జ్యోతి అలా slow గా పైకి వెళ్ళింది. WoW! ఎంత అద్భుతంగా ఉందో! రోజూ ఇకనుండి కర్పూరం కూడా వెలిగించాలి అనిపించింది.

 సదృశ్య

ధ్యానంలో ఉండగా స్వామీజి చెప్పినట్లు ఎప్పటిలా రంగులు కనిపిస్తూ ఉన్నా ఏమీ పట్టించుకోకుండా వాటివైపు చూడకుండా ఏకాగ్రతగా కూర్చున్నాను. నాలోని ఆత్మ నెమ్మదిగా కదలటం నాకు clear గా తెలుస్తుంది.

సాయంత్రం Kevin తో కలిసి TV చూస్తూ sofa లో recline అయ్యి పడుకున్నా. ఉన్నట్లుండి నా క్రింద అంతా ఒక్కసారిగా కదిలింది ఉయ్యాల ఊగినట్లుగా. అది Earthquake వచ్చినట్లుగా అనిపించి sofa ని కూడా గట్టిగా పట్టుకుని, Kevin వైపు తిరిగి Did you feel that? అని అడిగా. Feel what? అన్నాడు Kevin. Like Earthquake అన్నా. No earthquakes in Florida అన్నాడు. గత 10 రోజులనుండి ఇలాగే జరుగుతుంది. నాకు అలా అనిపిస్తుందా? లేక sofa నే కదిలిందా? లేక room కదులుతుందా అని అనుకుంటున్నాను. కానీ ఈరోజు చాలా clear గా తెలిసింది. రాత్రి పడుకున్నప్పుడు కూడా ఇంకా బాగా తెలుస్తుంది, ఇలా నా శరీరం బాగా కదిలినట్లు. మంచం కదులుతుందో నాకు అలా అనిపిస్తుందో అర్థం కాకపోవటంతో అది నా భ్రమ అనుకుని పెద్దగా పట్టించుకోలేదు ఇప్పటివరకూ.

కానీ ఈ రోజు చాలా clear గా అర్థం అయ్యింది. అది నేను కదలటం కాదు, sofa కదలటం కాదు, మంచం కదలటం కాదు. నాలోని ఆత్మ కదులుతుంది. ఈ experience చాలా గమ్మత్తుగా ఉంటుంది. ఈ గత 10 రోజుల పైనుండి కూడా శరీరం అంతా జిమ్.... అని పైనుండి క్రింది దాకా ఒకసారి ఆ feeling ప్రవహిస్తుంది. ఇది కూడా చాలా కొత్తగా అనిపిస్తుంది. మొదటిలో చలి మూలాన అలా అనిపిస్తుందేమో! అనుకున్నా... కానీ ఇలా ఎప్పుడూ జరగలేదే... చాలా variety గా కొత్తగా ఉంది అనుకున్నాను. ఇలా రోజూ గమనిస్తున్నాను కానీ పెద్దగా పట్టించుకోవటంలేదు. రోజూ చాగంటిగారి ప్రవచనాలు వింటూ కళ్ళు మూసుకుని సోఫాలో కూర్చుని ఉండగా ఈ feeling ఇంకా ఎక్కువసార్లు జరుగుతుంది.

ఇంకా clarity గా ఆ feeling ఎలా ఉందో చెప్పాలంటే రెండు చేతులతో rubber band ని పట్టుకుని సాగదీసి వదిలేస్తే ఎలా ఉంటుందో అలానే నా నుండి ఏదో సాగి బయటకు రావడానికి ప్రయత్నించి మరలా నాలోకి వచ్చి గట్టిగా కొట్టుకుంటుంది. అపుడు వస్తుంది ఈ Earthquake feeling నాకు.

ఎప్పటిలా తలపైనా, నుదుటిపైన, చెవులల్లో, అరచేతుల్లో, అరికాళ్ళల్లో చక్రాలు తిరుగుతూనే ఉన్నాయి. అయితే శుక్రవారం నుండీ అగ్నిని చూస్తూనే ఉన్నాను. ఆ రోజునుండీ చూసే సినిమాలల్లో అయినా, TV సీరియల్స్ లో అయినా రోజుకు ఒక్కరు అగ్నికి ఆహుతి అవుతూ కనిపిస్తున్నారు. ఏకంగా ఈరోజు దక్షయజ్ఞంలో అమ్మ ఆహుతి అవటం చాగంటి గారి ద్వారా విన్నాను. TV సీరియల్‌లో చూశాను. ఏమిటి ఈ ఘోరం? ఎందుకు ఇలా జరుగుతుంది? నేను ఏమన్నా తప్పు చేశానా? గమనించాలి, ఏమి తప్పు చేశానో తెలుసుకోవాలి. రోజూ దేవునికి కర్పూరహారతి ఇవ్వాలి. నా వల్ల తెలీక ఏమన్నా తప్పు జరిగి ఉంటే తల్లిదండ్రులు క్షమిస్తారని ఆశిస్తున్నాను.

30/1/13

ధ్యానం ప్రశాంతంగానే జరుగుతున్నా అప్పుడప్పుడు ఆలోచనలలోకి వెళుతున్నాను. నా తండ్రినే సహాయం అడిగాను. తండ్రీ నా ప్రయత్నం నేను చేస్తాను. ధ్యానంలో ఏకాగ్రత కలగటానికి మిమ్మల్నే ధ్యానించడానికి నాకు కొంత సాయం చేయండి అని వేడుకున్నాను.

తండ్రీ! పిల్లలులేని నాకు సరస్వతీ అమ్మవారిని, స్వయానా తమ చెల్లెలను నాకు మగబిడ్డగా ఇవ్వటానికి కారణమేమిటి? నేను అంత అదృష్టం చేసుకుని ఉన్నానా అని అడిగాను.

నా శరీరాన్ని కన్నతల్లి పోయి; నా కడుపున పడ్డాక కాశీ వెళ్ళి తనకు, నాకు ఎంతో ఇష్టమైన నా కడుపులో ఉన్న బిడ్డను దానం చేసినందుకు ప్రతిఫలంగా తన చెల్లెలినే నాకు బిడ్డగా ప్రసాదిస్తున్నట్లు చెప్పారు. తెలిసి చేసినా, తెలియక చేసినా నేను చేసింది నా తండ్రికి ఎంతో నచ్చింది. నా అదృష్టానికి కారణం నాకు అర్థమయ్యింది.

రెండవసారి నా తండ్రి నన్ను కాశీ తీసుకువెళ్ళినపుడు మాంసాన్ని వదిలేశాను. అదే తండ్రికి నచ్చింది. నా తండ్రికి నచ్చిన పనులు చేసినందుకు నాకు ఎంతో ఆనందంగా ఉంది. నా తండ్రిబిడ్డగా మంచి పేరు సంపాదించుకోవాలన్నదే నా కోరిక.

ధ్యానం నుండి బైటకు వచ్చి తండ్రికి నమస్కరించాను. శివుని పుస్తకం తెరిస్తే రుద్రగాయత్రి మంత్రం కనిపించింది. ధ్యానంలో ఏకాగ్రత కలగడానికి ఇంతకంటే ఏమి కావాలి? నా అనుమానం తీర్చినందుకూ, నా కోరిక మన్నించి రుద్రగాయత్రి మంత్రం ప్రసాదించినందుకు నా తండ్రికి పాదాభివందనములు.

Tat Purushaaya Vidmahe	తత్ పురుషాయ విద్మహే
Mahaadevaaya Dheemahi	మహాదేవాయ ధీమహి
Tanno Rudrah Prachodayat	తన్నో రుద్రః ప్రచోదయాత్

31/1/13

ఈ రోజు ప్రొద్దున కళ్ళు కొంచెం బూజరగా అనిపించింది. ధ్యానం ప్రశాంతంగానే జరిగింది. Weather కూడా ఈ రోజంతా foggy గానే ఉంది. సాయంత్రం మరలా TV serial లో ఒక మనిషి కాలిపోవటం చూశాను. ధ్యానంలో అంతా purple ఉండి green anticlockwise తిరుగుతుంది.

సూర్యుని నుండి ఆకాశం అంతా విచ్చుకుని ఉన్న పువ్వు కనిపిస్తూనే ఉంది. కళ్ళల్లో నరాలూ కనిపిస్తూనే ఉన్నాయి. చెవుల్లో, అరికాళ్ళల్లో, నుదుటిపైనా, తలపైనా చక్రాలు తిరుగుతూనే ఉన్నాయి. కళ్ళు మూస్తే చాలు ఈ మధ్య రంగులు బాగా కనిపిస్తున్నాయి. అవి నాకోసమే ఎదురుచూస్తున్నట్లుగా అనిపిస్తుంది. ఈమధ్య నేను ధ్యానం చేస్తున్నపుడు, నా గదికి పక్కన ఉన్న bathroom లో శబ్దం అవుతుంది. ఎందుకో అర్థం కాదు. ధ్యానం అయ్యాక వెళ్ళి చూస్తే ఏ శబ్దమూ రాదు. ఎవ్వరూ లేరు ఇంటిలో నేను తప్ప. కానీ ఎవరో నన్ను గమనిస్తున్నట్లు అనిపిస్తుంది.

1/2/13

తెల్లవారుజామున ఒక కల వచ్చింది. అపార్టుమెంటు కొందాం అని ఒక చోటకు వెళ్ళాను. అక్కడ చిన్నన్నయ్య కనిపించాడు. "నువ్వు చూడాలని వచ్చింది అపార్టుమెంటు కాదు. అది ఒక sweet shop, దానిని ఇపుడు కాల్చేయబోతున్నారు" అని చెప్పాడు. "అయ్యో! అవునా! పదా వెళ్ళి చూద్దాం అని ఇద్దరమూ లోపలకు వెళ్ళాము. అక్కడ ఒక ఆవిడ" ఇంకొద్దిసేపట్లో దీన్ని

కాల్చేయబోతున్నారు, అక్కడ కొన్ని డబ్బులు ఉన్నాయి వాటిల్ని పంచెయ్యండి" అని చెప్పింది. అక్కడ ఉండే పనివాడు వచ్చి వేరుగా పెట్టిఉన్న డబ్బులు తీసుకుని దీనిని నా lunch డబ్బులక్రింద ఉంచుకుంటాను అని తీసేసుకున్నాడు.

అతను అక్కడ పనివాడు అవ్వటంతో ఇక అతనికి జీతం రాదుకదా! పోనీలే అని ఏమీ అనలేదు. ఇంకా అక్కడ 60/- ఉన్నాయి. నేను అవి తీసుకువెళ్ళి owner కి ఇచ్చాను. ఆమె 20/- ఇంకొక పనివాడికి, 20/- ఇంకొకరికి lunch డబ్బులక్రింద ఇచ్చేసింది. మిగిలిన 20/- రూపాయలు నేను ఉంచుకుందామా అని ఆలోచిస్తుంది. నేను అవి నాకు ఇవ్వవచ్చుకదా! అని ఒక్క క్షణం ఆలోచించాను. నాకూ, ఆమెకూ ఏ సంబంధం లేదు, నాకు ఎందుకు ఇస్తుంది? నాకు వాటిమీద ఏ హక్కూ లేదు. అలా ఆశపడటం తప్పు. సరే అక్కడ ఉన్న స్వీట్స్ ఎలాగూ కాల్చేస్తారు మరి వాటినయినా అడుగుదామా? అనుకున్నాను. అయ్యో! ఈమె ఇలాటి పరిస్థితుల్లో ఉంటే ఆ స్వీట్స్ నేను అడగటం ఏమిటి అనిపించింది.

అక్కడ డబ్బు పెట్టుకోవటానికి చిన్న plastic ముక్క ఉంది. ఇది నాకు అని తీసుకున్నాను, Kevin కు ఇవ్వటం కోసం. తరువాత అనిపించింది, అది చిన్న plastic ముక్కే కావచ్చు, కానీ ఆమెను అడగకుండా నాకు అని తీసేసుకున్నాను. ఎంత తప్పు చేశానో కదా! ఆమె షాపు కాల్చేస్తున్నారు అన్న బాధలో ఉంటే నేను ఎందుకు ఇంత స్వార్థంగా ఆలోచించాను అనిపించింది.

ఆ తరువాత ఇంకొక కల వచ్చింది. అమ్మ మా నలుగురు కూతుళ్ళకూ అన్నం, మాంసం వడ్డించింది. అందరం కూర్చుని తినబోతున్నాం. నాకు ఏదో తేడాగా అనిపించింది. గుర్తుకువచ్చింది, నేను meat మానేశాను తినకూడదు అన్నాను. పర్లేదులే ఈ ఒక్క రోజుకూ తిను అన్నారు అందరూ! కొంచెం ఆలోచించాను. ఆ వాసనకు తినాలని అనిపించలేదు. అక్కడి నుండి లేచి వెళ్ళిపోయాను.

తెల్లవారి లేచాక ఆలోచిస్తే ఇది నా తండ్రి పెట్టిన పరీక్షలుగా అనిపించింది (తండ్రి ఇలాటి పరీక్షలే కొన్ని పెట్టారు ఇంతకుముందు). నేను స్వీట్ షాపు ఆమె దగ్గర plastic ముక్క తీసేసుకున్నాను, తప్పు చేశాను. తండ్రి ఏమిశిక్ష విధిస్తారో అనిపించింది.

                                                    సద్రుశ్య

ధ్యానంలో కూర్చున్నా. Purple అందంగా కనిపించి green anti clockwise తిరుగుతుంది. ఇది anti ఎందుకు తిరుగుతుంది? clockwise తిరగవచ్చు కదా! అనుకున్నాను. Clockwise తిరగటం మొదలెట్టింది. ఆశ్చర్యంవేసింది.

నా తండ్రికి చెప్పాను. నాకు శక్తులు వద్దు వాటిని దుర్వినియోగం చేస్తానేమో! మీకు నచ్చేవిధంగా, మీ బిడ్డగా మంచిపేరుతెచ్చుకుని, మంచి నడవడికగలిగి మంచి మార్గంలో నడిపించండి చాలు. ఇక ఏమీ వద్దు నాకు అని కోరాను.

ఈ రోజు నాకు periods వచ్చాయి. తండ్రి పరీక్షలో నేను ఓడిపోయాను. అందుకే ఇలా జరిగింది అని అర్థం అయ్యింది. నాలో ఇంకా మార్పు రావాలి అని అర్థం అయ్యింది. ప్రయత్నించాలి. నిద్దర్లో కూడా తప్పు చేయనంతగా నేను మారాలి. నా ప్రయత్నం నేను చేస్తాను. ఎట్లా అయినా నా తండ్రి దగ్గర నేను మంచి బిడ్డని అనిపించుకోవాలి. నాది ఎవ్వరికీ ఇవ్వకపోయినా పర్లేదు, నేను ఎవ్వరిదీ తీసుకోకుండా ఉండాలి.

నాది అనేది ఏదీ లేదని తెలుసు, అయినా ఈ శరీరం ఉన్నంత కాలం బ్రతకాలిగా! ఎవ్వరినీ యాచించకుండా, ఎవ్వరిదగ్గరా ఏదీ తీసుకోకుండా బ్రతకాలి. నాకున్నంతదానిలో కొంత అయినా సహాయం చేస్తూ బ్రతకాలి.

2/2/13

ఈ రోజు నా గురువుగారైన స్వామి జ్యోతిర్మయానందగారి 82nd Birthday. ఆశ్రమంకు వెళ్ళాను ప్రొద్దుటే లేచి. Meditation అక్కడే చేశాను. ఎంతటి అందమయిన రంగులో. స్వామి speech నాకోసమే చెప్పినట్లు అనిపించింది. రోజంతా అక్కడే గడిపాను.

3/2/13

ఈ రోజు ధ్యానంలో కూర్చుంటూ, నాకు ఏ విధమయిన sounds వినిపించకూడదు అని కూర్చున్నాను. ఆశ్చర్యం! ఎప్పుడూ వినిపించే sounds మాయం అయ్యాయి. అదీ కాక నేను కళ్ళు మూసికొని ఉండగానే నా ఎదురుగా ఉన్న table పైన పెట్టిన శివుని పుస్తకం చూడగలుగుతున్నాను, రంగులతో

సహో. వింతగా ఉంది. సూర్యనమస్కారం అప్పుడు కూడా సూర్యుని పువ్వని చాలా పెద్దదిగా, మెరిసే కాంతులతో చూస్తున్నాను. అబ్బ! ఎంత పెద్ద పువ్వో. మెరిసిపోతుంది వెలుగులతో. నుదుటిపైనా, తలపైనా, అరికాళ్ళల్లో ఇంకా చక్రాలు తిరుగుతూనే ఉన్నాయి. నేను నిన్న ఆశ్రమంకు వెళ్ళాక పార్వతిని కలవాలి అనుకున్నాను. ఆశ్చర్యం! అక్కడ 200 మంది పైన ఉంటే పార్వతి నా ప్రక్కనే కూర్చునివున్నది (అక్కడ హోమం జరుగుతున్నంతసేపు ఆ హోమాన్ని, హోమం నుండి వచ్చే రంగులను కళ్ళార్పకుండా చూస్తున్నా. ఊగిపోతూ వున్నా సన్నగా. అంతా అయ్యాక పక్కకి తిరిగి చూస్తే పార్వతి.)

4/2/13

ధ్యానం ప్రశాంతంగా సాగుతుంది. ఏ sounds వినిపించటం లేదు. నుదుటిపైనా, తలపైనా, చెవుల్లో, అరికాళ్ళల్లో, అరచేతుల్లో చక్రాలు తిరుగుతూనే ఉన్నాయి. నాకు periods వచ్చి నా బిడ్డ పుట్టబోతున్నాడు అని స్పష్టంగా తెలిసిపోతుంది.

5/2/13

అన్నీ నిన్నటి అనుభవాలే ఈ రోజు కూడా. అయితే వారం, 10 రోజుల నుండీ ఒక వింత అయిన తలనొప్పి వస్తుంది. ఎక్కువ తల కుడిభాగంలోనే.

6/2/13

నిన్న, మొన్నటి అనుభవాలే ఈ రోజు కూడా. అయితే తండ్రిని నాలోనేను రమించే స్థితి ఎప్పుడూ కావాలని కోరుతున్నాను (తండ్రి నా ఎదురుగా కూర్చున్నపుడు అనుభవించిన ప్రశాంతత). అయితే జనవరి 14న తండ్రి నా దగ్గరకు వచ్చినపుడు, ఆ స్థితి ఎలా ఉంటుందో ఆ ఒక్క క్షణంలో అనుభవించాను. నేనే ప్రకృతి, ప్రకృతే నేను అని కలిసిపోయిన ఆ క్షణం వర్ణనాతీతం. వర్ణించలేని, ఊహకందని అనుభూతి అది. ఆ క్షణాలు ప్రతీ క్షణం అనుభవించేటట్లు అనుగ్రహించమని తండ్రిని కోరుకున్నాను.

తండ్రీ, ఆత్మ కాలాతీతంగా ప్రయాణించగలదు అని తెలుసుకున్నాను. ఈ ప్రయాణంలో నా ఆత్మ ధరించిన కొన్ని శరీరాలను చూడగలిగాను. అయితే తపస్సు చేసిన శరీర ఆత్మను చూడగలిగాను కానీ ఇంకా తృప్తి లేదు. అదీ నేను

అని తెలుసు. కానీ ప్రస్తుత శరీరం నుండి బైటకు వచ్చి ఆత్మతో ప్రయాణం చేసి రాలేమా? ప్రయాణం చేసివచ్చి మరలా ఈ శరీరాన్నే ధరించవచ్చు కదా! ఇది సాధ్యమేనా?

7/2/13

తండ్రీ! నిన్న సాయంత్రం మొదటిసారిగా ఆత్మకు ఉన్న కళ్ళతో రంగులు చూడగలిగాను. ఇది చాలా వింత + కొత్త అనుభూతి. ఈ రోజు ధ్యానంలో కూడా ఇలాగే జరిగింది. ఒక Skull లో నుండి చూస్తున్నట్లు అనిపించింది.

చక్రాలు ఎప్పటిలా తిరుగుతూనే ఉన్నాయి. అయితే ఈ మధ్య గమనించింది ఏమిటంటే శివసహస్రనామ పుస్తకమూ, సూర్యుడు, ఇద్దరూ కళ్ళు మూసుకున్నా కనిపిస్తున్నారు. అయితే కొద్ది రోజులనుండీ సూర్యుడు blue గా ఎందుకు కనిపిస్తున్నాడో నిన్ననే అర్థం అయ్యింది.

ఎరుపు blue గా, నలుపు తెలుపుగా అదేవిధంగా blue, red గా కనిపిస్తున్నాయి. ఇది కేవలం ఆత్మతోటి చూస్తున్నప్పుడే ఇలా జరుగుతుంది. ఇంతకాలం నాకు సూర్యుడు blue గా ఎందుకు కనిపిస్తున్నాడో అర్థం అయ్యింది.

8/2/13

శరీరం మీద అగ్ని పుడుతూనే ఉంది. ఇంకా చక్రాలు తిరుగుతూనే ఉన్నాయి.

9/2/13

ఈ రోజూ ధ్యానం రోజుటిలాగానే జరిగింది. ఈ మధ్య vision కొంచెం చిన్నది అయ్యింది. ఈ రోజు ధ్యానం ముగించేముందు మంచి ఎర్ర రంగుతో కూడిన చాలా చాలా శక్తి కలిగిన పెద్ద Star కనిపించింది. దీని మధ్యలో నుండి అన్ని కోణాలకూ శక్తి ప్రవహిస్తూ ఉంది. ఇంత ఎరుపు రంగు ధ్యానంలో ఇంతవరకూ చూసిన గుర్తు లేదు. సూర్యుని చూసినప్పుడే చూస్తుంటాను. నక్షత్రం ప్రకాశవంతంగా చాలా చాలా అందంగా ఉంది.

సూర్యనమస్కారానికి వెళ్ళి వచ్చేటప్పుడు ఒక పావురాల జంటను చూశాను. అవి ఇంటికి వచ్చి నన్ను పిలుస్తున్నట్లు అనిపించింది. ఏమిటా అని చూస్తే ఆనందంగా ప్రేమగా కుటుంబాన్ని ప్రారంభించడానికి ప్రయత్నిస్తున్నాయి. మంచి బిడ్డలను పొంది ఆనందంగా జీవించమని కోరుకున్నాను. ప్రకృతి కూడా నా ఆశీర్వాదాన్ని అనుమతిస్తున్నట్లుగా అనిపించింది.

10/2/13

ఈ రోజు ఇంటి వెనక, ఇంటి ముందు వున్న paved driveway & paved patio pressure clean చేయటంతో ఇటుకల మధ్యలో ఉన్న మట్టి ఆ pressure కు పైకి చిమ్మి పూర్తిగా మట్టితో తడిసిపోయాను. యాదృచ్ఛికంగా జరిగిందో, జరగవలసి జరిగిందో తెలీదు. నేను ఎప్పుడూ ఇంటిలోపలి పనులే చేసుకుంటాను. బయటిపనులన్నీ Kevin చూసుకుంటాడు. కానీ తాను కొత్త ఇంటితో బిజీగా ఉండడంతో నేనే pressure cleaning చేశా. Kevin నన్ను చూసి మురిసిపోయి వీడియో కూడా తీసి పెట్టుకున్నాడు.

11/2/13

చెప్పటం మర్చిపోయాను. 2 రోజుల క్రితం అలా నేను హరహర మహాదేవ శంభో శంకర TV సీరియల్ చూస్తున్నా. తండ్రి బాధపడుతుంటే సతీదేవి దూరం అయ్యి బాగా బాధ అనిపించి కళ్ళవెంట ధారాపాతంగా నీళ్ళు వచ్చాయి. అయితే వింత ఏమిటంటే ఈ కన్నీళ్ళు నా కంటినుండి వచ్చినట్లు అనిపించలేదు. అంటే physical గా నా కళ్ళనుండే వచ్చినా నా ముందు ఒక అద్దం ఉండి దానిమీద నీళ్ళు పోస్తే ఎలా నీరు కారుతుందో అలా నీళ్ళు కారినట్లుగా అనిపించింది.

అంటే మనం Car లో కూర్చుంటే బయట వర్షం వస్తుంటే కారు windscreen నుండి బైట glass మీద పడుతున్న వర్షం ఎలా కనిపిస్తుందో నాకూ అలాగే కనిపించింది. నేను నా ఈ శరీరంలో నుండి చూస్తున్నాను. ఈ శరీరం నాదిగా అనిపించటం లేదు. ఈ మధ్య ఈ విధమైన మార్పు చాలా స్పష్టంగా తెలుస్తుంది.

 సద్రుశ్య

12/2/13

ఈ మధ్య కొత్త రంగులు కనిపిస్తున్నాయి. ఈ శరీరం నుండి నేను బైటకు రావటానికి కొద్ది రోజులనుండీ ప్రయత్నిస్తున్నాను.

13/2/13

ఈ రోజు ధ్యానంలో కొత్త పద్ధతులు అవలంభించాను ఈ శరీరం నుండి ఆత్మను బయటకు తీసుకురావటానికి. శరీరం నిటారుగా అయ్యి సన్నగా ఊగుతూ, కళ్ళు బాగా టపటపలాడుతున్నాయి. మొదట్లో పూర్వజన్మలు గుర్తుకు వచ్చినపుడు కూడా ఇదే experience (కళ్ళు టపటపా speed గా కొట్టుకోవటం) జరిగింది. కళ్ళు చాలా బలంగా కొట్టుకుంటున్నాయి. అదీ కాకుండా నాలోని ఆత్మ ఈ మధ్య కదలటం, దాని చూపులు గమనిస్తూనే ఉన్నాను. ఈ రోజు కాకపోయినా మరికొన్ని రోజుల్లో తప్పక బయటకు వస్తుంది. అందుకని force ఏమీ చేయలేదు.

నుదుటిపైన చక్రా బాగా స్పీడ్‌గా తిరుగుతుంది.

14/2/13

రాత్రి ఆత్మ బయటకు రావటానికి ప్రయత్నిస్తుంటే నేనే బలవంతంగా ఆపాను. ఈ రోజు ధ్యానంలో ప్రయత్నించాను. ముందు నిన్నటిలాగే కొంచెం కష్టపడింది. కళ్ళు టపటపలాడుతూ.... ఆగి మరలా ప్రయత్నించాను. శరీరం అంతా దూదిలా చాలా తేలికగా అనిపించింది. శరీరం అంతా జిమ్....జిమ్.... అంటూ చాలా తేలికగా అయ్యింది. కాళ్ళ నుండి కొంచెం తిమ్మిర్లు ఎక్కుతున్నట్లు బరువుగా అనిపించింది. కానీ శరీరం మాత్రం తేలిపోతున్నట్లే ఉంది. ఉన్నట్లుండి అర్థం అయ్యింది, ఊపిరి స్థంభించిపోయిందని. ఒక్క క్షణం ఊపిరి పీల్చి మరలా ప్రయత్నించాను. మరలా ఊపిరి స్థంభించిపోతుంది. కానీ శరీరానికి ఏ విధమయిన బాధ లేదు. ఆశ్చర్యంగా అనిపించింది. నేను చేసేది correct పద్ధతేనా? ఊపిరి ఇలా ఆగిపోతుందా? అని ఒక్క క్షణం అర్థం కాలేదు. ఈ విషయం ఒక్కసారి ఎవరినన్నా కనుక్కుని మరలా ప్రయత్నిద్దాం అని ఈ ప్రయత్నం నుండి విరమించుకున్నాను.

అయితే నిన్న సాయంత్రం అంతా నా కంటికి ఏవేవో కనిపిస్తున్నాయి. ఏదీ స్పష్టంగా తెలీటంలేదు. కానీ ఏవో కదులుతూ ఉన్నాయి, గాలిలో. ఈ రోజు గృహప్రవేశం చేస్తున్నాము Kevin కొన్న ఇంటిలోకి. కొన్ని రాత్రులు అక్కడే నిద్ర చేయాలని, పూజకు, నిద్రకు కావలసిన సామానులు తీసుకువెళ్ళాము.

15/2/13

నిన్న గృహప్రవేశం శుభశకునాలతో, శుభసూచకాలతో బాగా జరిగింది. మనసుకు ఎంతో ఆనందంగా, ప్రశాంతంగా ఉంది. సత్యన్నారాయణ పూజ కూడా నిన్ననే చేసుకున్నందుకు ఆనందంగా ఉంది. ప్రొద్దుట లేచినపుడు నన్ను దీవిస్తున్నట్లు అనిపించింది. ఎందుకు ఈ దీవెన పొందాను అని కాసేపు ఆలోచిస్తే రాత్రి కల ద్వారా పెట్టిన పరీక్ష గుర్తుకువచ్చింది. కలలో కూడా తెలివిగా (మెలకువగా) ఉండి తప్పు చేయకుండా ఉన్నందుకు పొందిన దీవెన అది అని అర్థం అయ్యింది. నన్ను మంచిదారిలోకి మళ్ళించిన తండ్రికి నమస్కరించాను.

16/2/13

ఈ మధ్య కొద్ది రోజులనుండీ రాత్రి మెలకువ వస్తుంది. కారణం రూము అంతా వెలుగుతో నిండిఉంటుంది. ఈ time లో light ఎవరు వేశారు అని లేస్తున్నాను. Kevin మాత్రం ఇవేవీ పట్టనట్లు నిద్రపోతున్నాడు. లైట్ ఆఫ్‌లోనే ఉంటుంది, కానీ రూము తెల్లటి వెలుగులతో ఉంటుంది. Kevin కు ఎందుకు మెలకువ రావటంలేదో తెలీటంలేదు. తను చిన్న లైట్ ఉన్నా పడుకోలేదు. ఈ మధ్య చెవుల్లో వినిపించే sound చాలా ఎక్కువయ్యింది. చక్రాలు ఇంకా తిరుగుతున్నాయి. అగ్ని కూడా ఇంకా పుడుతూనే ఉంది.

17/2/13

రాత్రి శరీరంలో చాలాసార్లు మార్పు వచ్చింది. నా ఆత్మ నుండి వెలువడుతున్న కాంతి చాలా కాంతివంతంగా ఉంది. కాకపోతే ఈ మధ్య ధ్యానం ఎక్కువసేపు చేయకపోవటంతో ఆత్మ తిరగటానికి కావలసిన శక్తి లేకపోయింది. చాలా నమ్మకం వచ్చింది. ధ్యానం ఎక్కువసేపు చేసి శక్తిని పొందితే చేయలేనిది ఏమీ లేదని.

అయితే వింత ఏమిటంటే మధ్యరాత్రిలో ఎప్పటిలా వెలుతురుకు మెలకువ వచ్చింది. కళ్ళు తెరిచి చూస్తూఉంటే నెమ్మదిగా వెలుగు తగ్గింది. అలా కళ్ళు తెరిచి చూస్తున్నాను. నా ప్రక్కన పడుకుని ఉన్న Kevin నుండి, ఒక తెల్లటి వెలుగు, మనిషి ఆకారంలో ఒకటి లేచి కూర్చుని... నిల్చున్నది. ఈ లోపు Kevin కూడా లేచాడు. ఆ వెలుగు ఆకారం ఒక అడుగు ముందుకు వేసింది. Kevin కూడా లేచి నిల్చుని అడుగులేశాడు. ఇపుడు ఆ ఆకారం, Kevin ఒకటిలా అయ్యి (ఆ తెల్లని ఆకారం Kevin లో కలిసిపోయింది) నడుచుకుంటూ bathroom కు వెళ్ళాడు. ఎపుడయితే ఆ తెల్లని ఆకారం, Kevin లో కలిసి పోయిందో ఆ white light మాయం అయ్యింది. అప్పుడు రూము చీకటి అయ్యింది.

అయితే నేను చూసింది Kevin ఆత్మని అని అర్ధం అయ్యింది. తన నుండి కూడా వెలుగును చూశాను. ఎవరి ఆత్మ అయినా కాంతివంతంగా ఉంటుందని అర్ధం అయ్యింది. అద్భుతంగా ఉంది ఈ experience. ఇపుడు నేను చూసిన Kevin ఆత్మ శరీర ఆకారంలో ఉన్నా, దానికి Kevin రూపం లేదు (like ముక్కు, చెవులు, కళ్ళు లాటివి). ఒక తెల్లని కాంతి మాత్రమే.

18/2/13

చాలా రోజుల తరువాత ఈ రోజు ధ్యానంలో 1 గంట కూర్చున్నాను. వచ్చే శక్తిని ఆస్వాదిస్తూ చాలా ప్రశాంతంగా గడిపాను. ఈ రోజు నాలో ఉన్న ఆత్మను చాలా స్పష్టంగా feel అవుతున్నాను. ఆత్మ తలలో కదులుతుంటే, తల అంతా దిమ్ముగా, బరువు ఎక్కినట్లుగా, తల నొప్పిగా అనిపించింది.

చెప్పలేని అనుభూతి. Explain చేయటం చాలా కష్టం. ఈ శరీరంలో ఉన్న ఆత్మ చాలా చాలా కాంతివంతమని తెలుసుకోగలిగాను. ఈ కాంతి మాయ అనే శరీరంతో కప్పిఉండడంతో మన కంటికి కనిపించదు. ఈ కాంతి కేవలం ధ్యాన కళ్ళకే కనిపిస్తుందని అర్ధం అయ్యింది.

ఇంత చిన్న అణువు రూపంలో ఉన్న ఆత్మకే ఇంత కాంతి ఉంటే మరి ఆ దేవదేవుని, మహాదేవుని, ఆత్మ కంటితో అయినా చూడగలమా? అంతటి వెలుగును తట్టుకునే శక్తి ఈ ఆత్మకు ఉన్నదా?

ఇంతటి అద్భుతాన్ని తెలుసుకోగలగటానికి కావలసిన శక్తిని ఇచ్చిన నా తల్లిదండ్రులకు సదా పాదాభివందనములు. ఈ రోజు శక్తి బాగా వస్తూ ఉంది. ఇంకా అక్కడక్కడ, అరికాళ్ళల్లో, అరచేతుల్లో చక్రాలు తిరుగుతూనే ఉన్నాయి.

19/2/13

రాత్రి కొన్ని కలలు వచ్చాయి. వింత ఏమిటంటే ఆ కలలు చాలా క్లియర్‌గా గుర్తున్నాయి. అవి నిజంగా కలలో, ఆత్మ ప్రయాణంలో జరిగిన experience లో అర్థం కాలేదు. ఆత్మ ప్రయాణమే అని మనసు చెబుతుంది. మరొక విషయం ఏమిటంటే ఈ రోజు Kevin పుట్టినరోజు. ఈ విషయం మధ్యాహ్నానికి గాని గుర్తుకు రాలేదు. మరి రాత్రి experiences అంత క్లియర్‌గా ఎలా గుర్తున్నాయి? ఈ మధ్య చాలా విషయాలు నేను మర్చిపోతున్నా. ధ్యానంలోని అనుభవాలు కూడా చాలా మర్చిపోతున్నా. అవి ఎపుడు గుర్తొస్తే అపుడు రాస్తున్నా. ధ్యానంలో శక్తి వస్తూనే ఉంది. ఈ శరీరంలో ఉన్న ఆత్మ కదలటం చాలా స్పష్టంగా తెలుస్తుంది.

రాత్రి Astral Travel లో జరిగిన సంఘటనలు. చెరుకుతోటల దగ్గర కొద్దిగా damp గా ఉంది. అక్కడ మరికొన్ని Souls తో కొంత experience జరిగింది. అందరం కలిసి ఆ చెఱుకుగడలతో బండికట్టి ఆడుకుంటున్నాము, ఊరేగింపుగా. వింత ఏమిటంటే మాకు దగ్గరలోనే, ఒక గంట దూరంలో చెరుకుతోటలు ఉన్నాయి. ఇప్పటివరకూ నేను అటుగా ఎప్పుడూ వెళ్ళలేదు.

మరొక సంఘటన: ఒక అతను fence fix చేస్తూ ఉంటే చూశాను. అది తను కొన్నది కాదు. ఎవరో వద్దు అంటే అది తీసుకొచ్చి fix చేస్తున్నాడు.

మరొక సంఘటన: ఒక hospital లోకి వెళ్ళాను. అక్కడ కొందరు పుట్టిన బాబుని చూడటానికి వెళుతున్నారు. ముందుగా ఉన్న రూములలో పుట్టిన మరొక baby చాలా పొడవుగా కాళ్ళమీద కూడా కొంచెం వెంట్రుకలతో ఉంది.

మొదటి సంఘటన అప్పుడు జరిగినదిగా, రెండవ, మూడవ సంఘటనలు future లో జరగబోతున్నట్లుగా అర్థం అయ్యింది. అంటే నేను future కి వెళ్ళి వచ్చాను.

20/2/13

రాత్రి కూడా future లో జరగబోతున్న కొన్ని సంఘటనలను చూసి వచ్చాను.

ధ్యానంలో ఈ రోజు కూడా ఒక గంట కూర్చున్నాను. అపారంగా శక్తి వస్తూ ఉంది. ఈ శక్తి మూలానే ఆత్మతో ప్రయాణం చేయగలుగుతున్నాను. అయితే ఈరోజు deep meditation లోకి వెళ్ళగలిగాను. నా నుదిటిమీద నుండి ఏర్పడ్డ tunnel ని చాలా స్పష్టంగా చూశాను. అది ఎలా ఉంది అంటే బిడ్డ పుట్టినపుడు తల్లి ప్రేగుకు attach అయ్యి ఎలా పుడతాడో అలాగే మనకూ ఆ దేవదేవునికీ attach అయిన tube లా అనిపించింది. చాలా వింత అనుభూతి ఇది.

ఆత్మ కదలికలు చాలా స్పష్టంగా తెలుస్తున్నాయి. ఈ మధ్య శరీరంలో ఉండి చూస్తున్న ఆత్మకు కనిపిస్తున్న వస్తువుల స్పష్టత కొంచెం ఎక్కువ అయ్యింది. ఈ మార్పు నాకు ఆనందం అనిపించింది. తల్లిదండ్రులకూ నాకూ ఉన్న link ను చూడగలిగినందుకు కూడా ఆనందంగా ఉంది.

21/2/13

రాత్రి సరిగా నిద్రపట్టలేదు. నీటిమీద oil చుక్క పడితే అది సూర్యకిరణాలకు ఎలా మెరుస్తుందో.. దానినుండి రంగులు ఎలా కనిస్తాయో అలా కనిపిస్తున్నాయి, రంగులు ధ్యానంలో.

చాలా కాంతిని నింపుకుని ఉన్నాయి. రాత్రికూడా అద్దం నిలువుగా పెట్టినట్లు శక్తి, రంగులు ప్రవాహంలా వచ్చి మధ్యలో కలుస్తున్నట్లు కనిపించింది. అలా. చక్రాలన్నీ చాలా active గా తిరుగుతున్నాయి. చెవుల్లో sound వినిపిస్తూనే ఉంది. ఎక్కువగా చక్రాలు తిరుగుతున్నాయి. 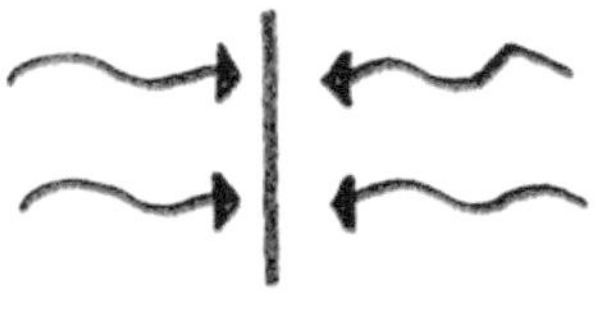

సాయంత్రం అయ్యేసరికి చాలా ఎక్కువగా చక్రాలు శరీరం అంతా active గా తిరుగుతున్నాయి. ఏమిటి ఈ రోజు special అని calendar చూశాను. ఈ రోజు ఆరుద్ర నక్షత్రం.

22/2/13

ధ్యానంలో Tunnel / Tube నుండి శక్తి వస్తూ ఉంది. అయితే ఈ రోజు వాంతి వచ్చిన feeling వచ్చింది.

23/2/13

ఈ రోజు Los Angles (California) వచ్చాను. Flight లో full గా meditation mode లో ఉన్నాను. చక్రాలు చాలా active గా తిరుగుతున్నాయి. భారతి 25th Wedding Anniversary surprise party కోసం.

24/2/13

ప్రొద్దుట శివుని అభిషేకం చూశాను గుడికి వెళ్ళి. అక్కడే ఉన్న సాయిబాబా గుడిలో కూర్చుని ధ్యానం చేస్తూ ఉన్నాను. కాసేపటికి హారతి పాట start అయ్యి గంట ప్రోగిస్తున్నారు. నాలో విపరీతమయిన శక్తి వచ్చి గుండె ఆవేశంతో కొట్టుకోవటం మొదలయ్యింది. గుండె చాలా fast గా కొట్టుకోవటంతో ఊపిరి బలవంతంగా ఎక్కువగా పీల్చి వదలవలసి వచ్చింది. సన్నగా ఊగుతూ ఉన్నాను. అలా మొత్తం బాబా పాటలు అయ్యేంతవరకూ అలాగే ఉంది. అందరూ లేచి నిల్చుంటున్నా, నాకు ఏ మాత్రం కళ్ళు తెరవాలనిగాని, నిల్చోవాలనిగాని అనిపించలేదు. పై పెచ్చు వాళ్ళు నాకే పాడుతున్నట్లుగా మైమరచిపోయాను.

25/2/13

ఈ రోజు సోమవారం, పౌర్ణిమ. ప్రొద్దుటి నుండీ బాబా అభిషేకం, రెండుసార్లు శివుని అభిషేకం చూశాను. అయితే మంత్రోచ్చారణ జరుగుతుంటే నాకే వాళ్ళు మంత్రం చదువుతున్నట్లు అనిపించింది. నా ఆత్మ ఆనందంతో ఊగిపోతోంది. ఈ అనుభూతి చాలా కొత్తగా అనిపించింది. ఈ రోజు చాలా శక్తి వస్తూ ఉంది.

26/2/13

ప్రొద్దుట భారతి ఇంట్లో కాసేపు, స్వామి నారాయణ మందిర్ లో కాసేపు ధ్యానం చేశాను. నా ఆత్మ ఆనందంతో ఊగిపోతోంది. నుదుటి మీదా, తల మీదా చక్రాలు తిరుగుతున్నాయి.

 సదృశ్య

సాయంత్రం Vietnamese Zen Monastery (only women)కి వెళ్ళి వాళ్ళ traditional meditation చేశాము నేను, భారతి. అయితే వాళ్ళు బుద్ధుని followers. బుద్ధుని లాగే 3 వంతులు కళ్ళు మూసి, 1 వంతు కళ్ళు తెరిచి ధ్యానం చేస్తారు, గోడకు దగ్గరగా, గోడవైపు తిరిగి కూర్చుని. వాళ్ళు ఎలా కూర్చోవాలో, ఎలా కళ్ళు మూయాలో ముందే చెప్పడంతో నేనూ అలాగే కూర్చుని కళ్ళు ఒక వంతు తెరిచి ఉంచుకుని ధ్యానం చేశాను. 5 లేక 10 నిమిషాలు అయ్యాక నా వెనక ఎవరో నడుస్తున్నట్లు అనిపించి వాళ్ళ నీడ కూడా నా ముందు కదులుతూ వెళ్ళింది. 2 నిమిషాల తరువాత మరలా ఇంకొకరు నడుచుకుంటూ వెళ్ళారు నా వెనక. వాళ్ళ నీడ కూడా చాలా స్పష్టంగా కదులుతూ కనిపిస్తుంది. వాళ్ళ చేతిలో పొడవాటి కర్ర కూడా ఉంది.

వీళ్ళు ఎవరో disturb చేస్తున్నారు. వీళ్ళను పట్టించుకోకుండా ధ్యానం చేయాలని మరలా concentration చేశాను ధ్యానంలో. చాలా వింతగా అనిపించింది. నేను కళ్ళు మూసుకుని ధ్యానం చేస్తే ఏ రంగులు కనిపిస్తాయో, ఎలా కదులుతాయో, నా మీదకు ఎలా వస్తాయో అదే విధంగా నేను కళ్ళు తెరిచినా అలాగే రంగులు కనిపిస్తూ నా ముందు తిరుగుతూ నా మీదకు వస్తున్నాయి.

ముందు కూర్చున్నపుడు నాకు కొంచెం దూరంలో కూర్చున్న భారతి ఒక వైపు, Vietnam Monk ఆవిడ నాకు ఇంకొక వైపు కూర్చున్నారు. నా కళ్ళు కొద్దిగా తెరిచి ఉండడంతో వాళ్ళూ కొద్దిగా కనిపించారు. Deep meditation లోకి వెళ్ళేకొద్దీ నా vision చిన్నది అయి కేవలం నాముందే ◯ గుండ్రంగా కనిపించింది. దానిలో రంగులు కనిపిస్తూ గుండ్రంగా తిరుగుతూ ఉన్నాయి. దాని నుండి వచ్చే శక్తి నాలో ప్రవేశించటం మొదలెట్టింది. కాసేపటికి carpet మీద ఉన్న పీచులు, దుమ్ము ఈ శక్తితో కూడి నాలోకి ప్రవేశిస్తుంది. నా గొంతు అంతా carpet పీచులతో నిండి బాగా గొంతుపట్టినట్లు అయ్యి కొంత గొంతుసరిచేసుకుని, దాహం వేయగా మంచినీళ్ళకు లేద్దామా అని బాగా కళ్ళు తెరిచి చూశాను. అందరూ ధ్యానంలో ఉండగా వాళ్ళను disturb చేయటం ఇష్టంలేక ఒకసారి దగ్గి గొంతు సవరించుకుని రెండు గుటకలు వేసి (లాలాజలం తోటే) మరలా ధ్యానంలో మునిగిపోయాను. మరలా నా vision చిన్నది అయ్యి

గుండ్రంగా tunnel లా అయ్యి దాని నుండి రంగులు కనిపించి తిరుగుతున్నాయి. అవి చాలా వెలుగులతో కూడి నిండిఉన్నాయి. Room లో dull గా ఉన్న lights ఉన్నాయి. 1 గంట అయ్యాక వాళ్ళు bell కొడితే లేచాము.

ఆ Monks లో Vyn (విన్) అనే ఆవిడ మమ్మల్ని ఆ పెద్ద hall మధ్యలో కూర్చోబెట్టి, ఏమన్నా experiences అయ్యాయా అని అడిగితే చెప్పాను. నాకు రంగులు కనిపించాయి అని. ఆమె వీటిని complete గా ignore చెయ్యమని చెప్పారు. అయితే మన వెనక ఎందుకు, ఎవరో పెద్ద కర్ర పట్టుకు నడిచారని అడిగా. ఆమెకు కొంచెం ఆశ్చర్యం అనిపించినా ఎవ్వరూ లేరే అన్నది. ఆమె ఎందుకు అలా అన్నదో అర్థం కాలేదు. లేదు వాళ్ళు నడుస్తున్నపుడు నేను వాళ్ళ నీడతో పాటే, గాలిని కూడా feel అయ్యాను అన్నా. ఆమెకు నా మాటలు నచ్చినట్లుగా అనిపించక నేను ఆ topic వదిలేసి మరి కొన్ని questions అడిగాను.

1. అంతసేపు కళ్ళు తెరుచుకుని ఉన్నా ఎందుకు నా కళ్ళు రెప్ప వేయలేదు? రెప్ప వేయకపోయినా అలసటగా ఎందుకులేదు నా కళ్ళకు అని.

విన్ జవాబు: నేను meditation చేయటం ఇది మొదటిసారి కాదని, ఇంతకుముందు life లో ఇలా ధ్యానం చేసి ఉన్నానని, అందుకే అలా జరిగిందని చెప్పారు.

2. ఎవరన్నా తప్పు చేసినపుడు వాళ్ళను correct చెయ్యాలని అనిపిస్తుందనీ, కానీ నాకు సంబంధంలేని విషయాలల్లో నేను కల్పించుకోవటం మంచిదేనా? నేను ఎలా ప్రవర్తించాలి?

విన్ జవాబు: దీనికి 5 points ఉన్నాయి. అవి అన్నీ ఉంటే చేయవచ్చు. లేకపోతే వద్దు అన్నారు.

1. వాళ్ళు నేను చెప్పే మాట వినగలగాలి.

2. వాళ్ళు మారటానికి ఇష్టపడాలి.

3. వాళ్ళు మారటం మూలాన నాకు లాభం ఉండాలి.

4. వాళ్ళు మారటం మూలాన వాళ్ళకు లాభం ఉండాలి.

5. వాళ్ళు నా తోటి argue చేయకుండా ఉండగలగాలి.

3. ఎవరన్నా నాతో తప్పుగా మాట్లాడితే నాకు కోపం వస్తుంది. నేను దీనికి ఎలా ప్రవర్తించాలి?

విన్ జవాబు: నీకు ఎవరన్నా gift ఇచ్చినపుడు దానిని నువ్వు accept చెయ్యకపోతే అది వాళ్ళ దగ్గరే కదా ఉంటుంది! అలాగే వారు చెప్పింది నువ్వు accept చెయ్యకు. ఇక నీకు కోపం వచ్చే అవసరం ఏముంటుంది అని అన్నారు.

భారతి ఇంటిలో ఈ సంవత్సరం friends అందరం కలిసి కాశీ & Mount Kailaash వెళదాం అని నిర్ణయించుకున్నాం. నేను ఇంటిలో లేనపుడు Kevin ఏమిచేస్తున్నాడో స్పష్టంగా చూశాను, ధ్యానంలో.

27/2/13

తిరిగి Florida వచ్చాను ఈ రోజు. మరలా flight లో నుదుటిమీదా శరీరం మీద అక్కడక్కడ చక్రాలు తిరుగుతూనే ఉన్నాయి.

28/2/13

Zen meditation practice చేశాను ఈ రోజు. మొన్నటిలాగానే రంగులు తిరుగుతూ కనిపించాయి. So, కళ్ళు మూసుకున్నా, కళ్ళు తెరుచుకున్నా meditation లో ఏ తేడా తెలీటంలేదు. ఈ రోజంతా నుదుటిమీదా, తల పైనా చక్రాలు తిరుగుతూనే ఉన్నాయి.

1/3/13

రాత్రి తలలో కూడా అగ్ని పుట్టింది. ఈ మధ్య పళ్ళమీద కూడా చక్రాలు తిరుగుతున్నాయి. శరీరం పైన అక్కడక్కడ కూడా చక్రాలు పుడుతూనే ఉన్నాయి.

ఇల్లువదిలి అందరికీ దూరంగా వెళ్ళిపోవాలని ఉంది. వంటిమీది బట్టలు, తలమీది జుట్టుకూడా బాగా బరువనిపిస్తున్నాయి. అన్నిటినీ త్యజించాలి అనిపిస్తుంది.

Kevin కొన్నింటికి ఒప్పుకున్నా, కొన్నింటికి ఒప్పుకోవడం లేదు. నా జుట్టుతీయడానికి ఏ మాత్రం ఒప్పుకోవడం లేదు. కనీసం రంగు అయినా వేయను అంటే అదీ ఒప్పుకోవడం లేదు.

2/3/13

నిన్న సాయంత్రం నుండి కొన్ని కారణాల వలన uneasy గా, restless గా ఉన్నాను. నా దారి వేరని స్పష్టంగా అర్ధం అవుతుంది. కొన్ని కొన్ని విషయాలు కష్టం అయినా ఇష్టంగానే భరించాలి. నా కర్మలద్వారా అయినా కానీ, నా తల్లిదండ్రుల ద్వారా అయినా కానీ, ఈ నా రాత నా నుదుటిన రాయటం జరిగిపోయింది.

నా తల్లితండ్రులు కాకుండా నన్ను ఆడించి ఎవరో ఆనందిస్తున్నారు. దీని మూలం కనుక్కోవాలి. శివశక్తులను చేరుకునే మార్గంలో ఏ అడ్డూ లేకుండా చూసుకోవాలి. నా గమ్యం ఒక్కటే, నా ఆత్మ జన్మస్థలానికి చేరుకోవటమే!

చక్రాలు చాలా చోట్ల తిరుగుతున్నాయి. శరీరం మీద అగ్ని కూడా చాలా చోట్ల పుడుతూనే ఉంది. నాకు ఉన్న శాపం గుర్తుకువచ్చింది. నాకు బిడ్డ పుడితే ఏమి జరుగుతుందో తెలిసిపోతుంది. అదీకాక నాకు ఈ వయసులో బిడ్డలను పెంచాలని లేదు. ఒక నిర్ణయానికి వచ్చాను.

3/3/13

కంటికి గాలి బాగా కనిపిస్తుంది. ఈ రోజు బైట కూడా చాలా windy గా ఉంది. ఇంట్లో కూడా గాలి చాలా ఎక్కువగా తిరుగుతుంది. గాలి నుండి (through) వస్తువులను చూస్తుంటే అవి కూడా కదులుతున్నట్లు అనిపిస్తున్నాయి. చక్రాలు కూడా శరీరం అంతా ఉధృతంగా తిరుగుతున్నాయి. తలమీద చాలా చక్రాలు తిరుగుతున్నాయి. శరీరంపై వెంట్రుకమొన కూడా వదలడం లేదు ఈ బుల్లి బుల్లి చక్రాలు.

మధ్యాహ్నం చిన్న nap తీసుకున్నాను. గుంటూరు ఇంటిలో living room లో నేను కూర్చుని ఉన్నాను. చాలా స్పష్టంగా నాకు నేను కనిపిస్తున్నాను. అది నేను degree 1st year లో ఉన్నప్పటి జ్ఞాపకాలు.

సదృశ్య

శరీరం అంతా జిల్ అన్న feeling రోజు రోజుకీ ఎక్కువసార్లు కలుగుతుంది. శరీరంలో ఏదో కొత్త కొత్త మార్పులు తెలుస్తున్నాయి. అవి ఏమిటో త్వరలో స్పష్టంగా తెలుస్తుంది అని అనిపిస్తుంది. కాలి అరికాళ్ళమీద, అరిచేతులమీదా కూడా చక్రాలు ఉధృతంగా తిరుగుతున్నాయి. నా చూపులో చాలా మార్పులు వస్తున్నాయి.

4/3/13

బుల్లి బుల్లి చక్రాలు రోజు రోజుకీ ఎక్కువగా తిరుగుతున్నాయి. పొట్టమీద, chest మీదా, మెడ మీదా, నోటిలో ఇంకా చాలా చోట్ల. బుల్లి బుల్లి చక్రాలు తిరుగుతుంటే చాలా గమ్మత్తుగా, interesting గా ఉంది.

ఈ రోజు ప్రొద్దుట ధ్యానంలో రెండు పెద్ద వలయాలు ఏర్పడి దాని నుండి yellow రంగు గింగురులు కొట్టుకుంటూ వచ్చి నా రెండు కళ్ళల్లో లీనమవుతున్నాయి. కాసేపు అలా జరిగి మాయమయ్యాయి. రెండు రోజుల నుండీ ఏ రంగులూ కనిపించటం లేదు. ఈ రోజే ఇలా yellow కనిపించింది. అపారమైన శక్తి మాత్రం ప్రవాహంలా వస్తూ ఉంది. నుదుటిపైన, తలపైన శరీరంలో చాలా చోట్ల చక్రాలు చాలా active గా తిరుగుతున్నాయి రోజంతా. LA నుండి వచ్చిన దగ్గర నుండీ సాయంత్రం Zen meditation చేస్తున్నాను. ప్రవాహం లాంటి శక్తి నాలోకి ప్రవహిస్తుందేసరికి ఆ force కు కళ్ళు కూడా మండి మూసుకోవలసివస్తుంది. గాలి, ప్రవాహం చాలా స్పష్టంగా తెలుస్తుంది.

శరీరం అంతా ఇంకా జిల్ జిల్ మంటూనే ఉంది. త్వరలో ఏదో జరగబోతుందని స్పష్టంగా తెలుస్తుంది.

5/3/13

గత 10 రోజులనుండీ ధ్యానంలో శరీరం సన్నగా ఊగుతుంది. శక్తి బాగా వస్తూ ఉంది. శరీరం అంతా చక్రాలు చాలా active గా తిరుగుతున్నాయి.

మొన్నొక రోజు కల వచ్చింది. Beach లో శివలింగం పెట్టుకుని అభిషేకం చేస్తూనే ఉన్నాను. అక్కడ నేను, శివలింగం తప్ప ఎవ్వరూ లేరు.

నిన్న ధ్యానంలో పెద్ద నామం కనిపించింది. అది నాలో బలంగా గొంతుద్వారా నాలోకి పాతుకుపోయింది. అనుభూతి వింతగా అనిపించింది. నా శరీరం నుండి వచ్చే ఆవిర్లు, తెల్లని పొగలాంటి fog రోజూ నాకు స్పష్టంగా కనిపిస్తూనే ఉంది.

ఈ మధ్య మళ్ళీ 111 లు, 1111 లు, 919 లు, 515 లు లాంటి నంబర్లు కనిపిస్తున్నాయి.

6/3/13

మెరుపుతీగలు!! ఎన్నాళ్ళు అయిందో మెరుపుతీగల experience అయ్యి. నుదుటిమీద ప్రొద్దుటినుండీ మెరుపుతీగలు చాలా active గా తిరుగుతున్నాయి.

ప్రొద్దుట ధ్యానం చేయటం కుదరలేదు. సాయంత్రం 1 గంట పైన కూర్చున్నాను. రంగులు అన్నీ కాంతివంతమైన వలయాలుగా వచ్చాయి. ప్రొద్దుటి నుండీ ప్రవాహంలాంటి శక్తి వస్తూనే ఉంది. ఎక్కడ ఉన్నా, ఏ పని చేస్తున్నా, నా కంటికి కనిపిస్తూనే ఉంది. ధ్యానంలో కూడా ప్రవాహం లాంటి శక్తి చాలా వేగంగా వస్తూ ఉంది. ఇంతటి శక్తి కూడా వచ్చి చాలా కాలం అయ్యింది.

ఒక గంట తరువాత శక్తి, తరంగాల రూపంలో రావటం మొదలయ్యింది. అది నా నుదుటికి తగిలి నుదురు కూడా ప్రకంపనలు చెంది vibrate అవుతుంది. ఎంత వింతో! ఈ విధమైన experience ఇంతకుముందు ఎప్పుడూ జరగలేదు. బహుశా ఇంకో 2 రోజుల్లో శివరాత్రి వస్తుంది. అందుకే కాబోలు ఇంతటి శక్తి ఉంది nature లో.

గర్భగుడిలో ఉన్నదీ, నాలో ఉన్నదీ ఒక్కటే అని బాగా తెలుస్తుంది. నా శరీరం నుండి వచ్చే వెలుగు కూడా కనిపిస్తుంది. ధ్యానం అయిన తరువాత శివుని నామాల book చూస్తే నాకు ధ్యానంలో అనిపించిన అనుభూతులే ఉన్నాయి ఈ రోజు వచ్చిన పేజీలో.

ఈ అపారమైన శక్తి naked eye కు కూడా చాలా clear గా కనిపిస్తుంది. ధ్యానం లో శరీరం సన్నగా ఊగుతూనే ఉంది. మనసు, శరీరం, మెదడు అన్నీ చాలా ప్రశాంతంగా ఉన్నాయి.

7/3/13

స్వచ్ఛమైన శక్తితోపాటు తరంగాలు కూడా కలిసి వస్తున్నాయి. ఆ తరంగాలు నుదుటికి తగిలి నుదురు, బుగ్గలు కూడా vibrate అవుతున్నాయి. ఉన్నట్లుండి ఏదో కొత్త లోకంలోకి ప్రవేశించినట్లు అనిపించింది.

పెద్ద పెద్ద తలుపుల లాంటి curtains తెరుచుకున్నాయి. అక్కడ చాలా ప్రశాంతంగా ఉంది. నేను ఏదో ప్రశాంతమైన సమాధిలో కూర్చున్నట్లుగా ఉంది. ఏదో ఆలోచిస్తున్నాను. ఏమిటో, ఎందుకో కూడా తెలీదు. ఒక్కసారిగా అర్థమయినట్లుగా అనిపించింది. అవును నిజమే! రోజూ నాకు సూర్యునిలో కనిపించే పువ్వ ఏదోకాదు అది శ్రీచక్రం!! ఎంత కాంతివంతంగా, పెద్దగా, ప్రకాశవంతంగా అందంగా కనిపిస్తుందో! నాకీ అదృష్టం ఇచ్చినందుకు నా తల్లికి నమస్కరించాను.

ఎప్పుడూ లేంది తుమ్ము వచ్చింది. నా కళ్ళకు camera ఉంటే ఎంత బాగుండు అనిపించింది. నేను చూసే ఈ అందాలు అన్నీ అందరితో పంచుకోవచ్చు కదా! ఎన్నెన్ని అందాలు, అద్భుతాలు చూస్తున్నాను ఈ కళ్ళతో. నా శరీరానికి ఉన్న కళ్ళతో కాదు, నా ఆత్మ కళ్ళతో. నా తల్లిదండ్రుల అనుగ్రహం పొందిన ఈ ఆత్మ జన్మ ఎంతటి ధన్యం! ఈ ఆత్మ జీవితకాల తుది క్షణాల వరకూ తల్లిదండ్రుల తోడు ఉండాలని కోరుకున్నాను.

8/3/13

శక్తి తరంగాలు చాలా ఉధృతంగా ఉన్నాయి. నుదురు బాగా vibrate అవుతుంది. ఎక్కువగా vibrations రావటంతో తలకూడా కొంచెం నొప్పిగా ఉంది. శక్తి తరంగాలు ఆత్మకంటికి కనిపిస్తూనే ఉన్నాయి. శక్తి చాలా ఉధృతంగా వస్తుంది. ప్రవాహం continuous గా వస్తుంది. నుదుటిపైన మెరుపుతీగలు కూడా చాలా active గా తిరుగుతున్నాయి. ఇంకా బుల్లి చక్రాలు అక్కడక్కడ తిరుగుతూనే ఉన్నాయి. శరీరం సన్నగా ఊగుతూనే ఉంది.

ఏదో కొత్త లోకాల్లోకి ప్రవేశిస్తున్నట్లు అనిపిస్తుంది. ఈ అనుభూతి కొత్తది. ఈ రోజు మొత్తం ప్రొద్దుట 2 గంటలు, సాయంత్రం 1 గంట meditation చేశాను. శక్తి తరంగాలకు నుదురు, ముక్కు, బుగ్గలూ, కళ్ళు కూడా vibrate అవుతున్నాయి.

నేను బైట ప్రపంచంలో కాకుండా లోపల, తండ్రి లోపలే ఉన్నట్లు అనిపిస్తుంది. అంతా ఉన్నది తనలోనే అనిపిస్తుంది. రెండు రోజుల నుండీ ఇదే feeling. ఎన్ని లోకాలకు వెళ్ళినా, అన్నీ నా తండ్రిలోనే ఉన్నాయి. నేను నా తండ్రి కోసం ఎక్కడెక్కడో వెతకనవసరం లేదు. నాలో ఉన్నది తనే......తనలో ఉన్నది నేనే! ఎక్కడికన్నా వెళ్ళానూ అంటే అది ఈ శరీర తృప్తి కోసమే! ఆత్మ కోసం కాదు. ఆత్మ పరిశుద్ధమైనది. శరీర మలినాన్ని కడిగేసుకోవాలి!

9/3/13

రేపు శివరాత్రి అయినా అమెరికా కాలమాన ప్రకారం ఈ రోజే శివరాత్రి జరుపుకున్నాను. ప్రొద్దుటే 5:15am కు లేచాను. స్నానం చేసి, తండ్రికి పంచామృత అభిషేకం చేసి ధ్యానం చేసుకున్నాను. రుద్రం చదవటం 2 సార్లు practice చేశాను.

3 గంటలకు అలా శివ విష్ణు temple కు బయలుదేరివెళ్ళాను. తెల్లవారు 4:30am దాకా అక్కడే గడిపాను. 4 అభిషేకాలు, చాలాసార్లు రుద్రం చదివాను (అందరితోపాటే). ఈ రోజంతా ధ్యానంలో మహత్తరమైన శక్తి వస్తుంది. ఇంకా అక్కడక్కడ బుల్లి బుల్లి చక్రాలు తిరుగుతున్నాయి. ముఖంమీద అక్కడక్కడ బుల్లి బుల్లి చక్రాలు, ఎడమ చెవిలో, నుదుటి మీద, ఎడమ కనుబొమ్మ దగ్గర చక్రాలు చాలా విజృంభించి తిరుగుతున్నాయి. గుడిలో కూడా ధ్యానంలో సన్నగా ఊగుతున్నాను. అక్కడ భజనలు చేస్తుంటే ధ్యానంలో కూర్చున్న నా మనసు ఉప్పొంగిపోయింది. అందరూ నాకే పాడుతున్నట్లు నా మనసు ఉరకలతో dance చేసింది. కడుపులోనూ, హృదయంలోనూ ఏదో తెలియని అనుభూతులు. LA లో సాయిబాబా గుడికి వెళ్ళినపుడు కూడా + శివుడి గుడి దగ్గర ఇదే feeling వచ్చింది. ఈ అనుభూతి ఏమిటో కొత్తగా ఉంది. వర్ణించటం కష్టం.

4 వ సారి అభిషేకం చేస్తూ తండ్రిని ఆవాహన చేస్తుంటే నాలో ఏదో కొత్త feeling. ముందు గౌరీమంత్రాలు చదువుతుంటే నా హృదయం ఉప్పొంగి పోయింది. ఎగసి ఎగసి పైపైకి లేచాను. ఆవేశంగా ఊపిరి తీసుకున్నాను. తండ్రిని ఆవాహన చేస్తుంటే నా ఎడమవైపుకు గుండ్రంగా తిరగటం ప్రారంభించాను. ఎంత speed గా తిరుగుతున్నానో! బాగా కళ్ళు కూడా

తిరుగుతున్నాయి, అంత speed గా తిరుగుతుండడంతో దాని force కు శరీరం కూడా గాలిలో లేవడానికి సిద్ధమవుతుంది. అక్కడ పడిపోతానేమో అనిపించింది. టక్కున కళ్ళు తెరిచాను. అప్పుడు ధ్యానంలో కూర్చునే ఉన్నాను. కానీ శరీరం పైకి లేచినా, అక్కడ పడిపోయినా బాగోదు అని ధ్యానం ఆపేశాను. ఇది తండ్రికి సంబంధించిన రోజు. అందరి attention తండ్రిపైన ఉండాలి. నాపైకాదు అనిపించి ధ్యానం ఆపేశాను. వాళ్ళు చదివే మంత్రోచ్చారణ నా మనసుకు అర్థం కాకపోయినా, నా ఆత్మ కేరింతలు కొడుతూ ఆనందిస్తుంది. ఈ అనుభూతి నాకు అద్భుతంగా ఉంది.

రోజూ గుడికి వెళ్ళి కూర్చుంటే బాగుండు అనిపించింది. ప్రొద్దుటినుండీ పచ్చి మంచినీళ్ళు కూడా ముట్టలేదు. ఆకలి లేదు, దాహం లేదు, నిద్ర రావటం లేదు. ఇంత నిష్ఠగా నేను ఎప్పుడూ ఈ జీవితంలో, శరీరంతో శివరాత్రి చేయలేదు. ఇదే మొదటిసారి. మనసు ఎందుకో చాలా ఆనందంగా ఉంది. ఎక్కువగా వాళ్ళు చేసే మంత్రాల ధ్వని, భజనల ధ్వని నాలో పులకింతలు రేపింది.

ప్రొద్దుట ఇంటిలో మెడిటేషన్ చేశాక, కళ్ళు, మొఖం నొక్కుకుని చూశాను. అంతా ఎముకల గూడు. ఎందుకు ఈ శరీరం అనిపించింది. అన్నిటిమీదా వ్యామోహం పోతుంది. ఆత్మ నాలోనుండి చూస్తుంటే దానికి నా ఎముకల గూడు కనిపిస్తుంది. ఆత్మ ఎముకలగూడు నుండి బైటకు చూస్తూ ఉంటుంది. నా శరీరానికి తెలుస్తున్న ఈ కొత్త చూపు చాలా వింతగా, అద్భుతంగా కూడా ఉంది. ఇప్పుడు ఈ జీవితం చాలా interesting గా ఉంది. గుడి నుండి ఇంటికి వచ్చేసరికి 5:30am అయ్యింది.

10/3/13

ప్రొద్దుట 5:30am కు గుడినుండి ఇంటికి వచ్చాను. తలస్నానం చేసి తండ్రికి పంచామృత స్నానం చేయించి గుడినుండి తెచ్చుకున్న బిల్వపత్రంతో అలంకరించాను. మరలా రుద్రం ఒకసారి చదివాను. సూర్యోదయం కోసం ఎదురుచూశాను.

7:15am కు గానీ సూర్యోదయం అవ్వలేదు. అయితే అప్పటిదోకా సూర్యునికోసం చూస్తున్నాను. మబ్బులు తొలగి సూర్యుడు గుండ్రంగా కొత్తగా కనిపించాడు

ఈరోజు. ఒక నీటిబుడగలా ఉన్నాడు. అతని వెనకనుండి ప్రకాశవంతమైన వెలుగు. చాలా వింతగా ఉన్నాడు ఈ రోజు.

మనసారా నమస్కరించాను. ప్రొద్దున తండ్రికి వండి పెట్టిన మహానైవేద్యం తిని 3 గంటలు అలా పడుకున్నాను. 12:15pm కి లేచి హర హర మహాదేవ TV serial చూశాను. ఎప్పుడూలేంది రెండు పావురాళ్ళు వచ్చాయి window దగ్గరకు. చాలా తమాషాగా అనిపించింది.

శక్తి అపారంగా ఉంది, వస్తుంది. కంటికి చాలా clear గా బాగా తెలుస్తుంది. ధ్యానంలో లేకపోయినా బాగా తెలుస్తుంది. నాలోనుండి కూడా తెల్లని పొగలాంటిది వస్తూనే ఉంది. శక్తి ఎలా ఉందంటే ఎడారిలో ఎండమావులు కనిపించినప్పుడు ఎండసెగలకు గాలి ఊగుతున్నట్లు, మెరిసిపోతున్నట్లు కనిపిస్తుందికదా! అలా ఉంది. చాలా చాలా ఉధృతమైన శక్తి. శక్తి ప్రవాహం ఎక్కువ అయ్యేసరికి ఆవిర్లు కూడా వస్తున్నాయి. నా నుదుటి మీద చక్రా గత 10 రోజుల నుండీ చాలా చాలా active గా ఉంది. Constant గా తిరుగుతూనే ఉంది. శక్తి ప్రకంపనలు బాగా తెలుస్తున్నాయి.

ధ్యానంలో సాయంత్రం కూర్చున్నాను. శక్తి ఉరుకులు, పరుగుల మీద వస్తూ ఉంది. ఆజ్ఞ చక్ర చాలా... active గా ఉంది.

11/3/13

ఈ రోజు పని ఉండటంతో ప్రొద్దుటే అభిషేకం చేశాను కానీ ధ్యానం సాయంత్రానికి గానీ చేయలేకపోయాను. సూర్యనమస్కారం చేసుకోవటానికి బైటకు వెళ్ళి సూర్యనమస్కారం చేస్తే అద్భుతం..... మహాద్భుతం! సూర్యుని ప్రువ్వ (శ్రీ చక్రం) అంతటా నిండుకుని ఉంది. నా కంటికి కనిపించేంతవరకూ శ్రీచక్రమే! అబ్బా... ఎంత అందంగా ఉందో! నాకు అంతటి అదృష్టమా అనిపించేంత పెద్ద ప్రువ్వ, కొత్త కాంతులతో మెరిసిపోతోంది అది. చాలా ఆనందంగా అనిపించింది.

మధ్యాహ్నం Kevin friend mother దగ్గరకు వెళ్ళినపుడు, ఆమె దగ్గర కొన్ని బొమ్మలు ఉండటం చూశాను. వాటిలోనుండి ఎవరో నన్ను తీక్షణంగా గమనించడం sense చేశాను. అవి ఎక్కడివి అని Tess ని అడిగితే, ఎవరో ఊరికినే ఇస్తే

బాగున్నాయని తెచ్చుకున్నదంట, తన మనవరాళ్ళకు ఇవ్వడం కోసం.నాకు వాటిని చూడగానే ఎందుకో మంచి feeling రాలేదు. ఆ గదిలో కూర్చోలేకపోయాను. వేరొక గదిలోకి వెళ్ళి కూర్చుందాం అని అడిగాను. వాటిని ఇంటిలో పెట్టుకోవద్దు, వదిలించుకో అని చెప్పాను. ఎందుకో కొంచెం గాబరాగా అనిపించింది. అక్కడ ఎక్కువసేపు ఉండలేకపోయాను. బొమ్మలని పిల్లలకు ఇవ్వవద్దని, వీలయితే ఈరోజే పారేయమని బయటకు తీసుకువెళ్ళి చెప్పి, వచ్చేశాను.

సాయంత్రం ఇంటికి వచ్చి ధ్యానం చేశాను. అపారమైన శక్తి, ప్రవాహంలా ఉధృతంగా వస్తూ ఉంది. నుదుటిపైన చక్రా చాలా చాలా active గా తిరుగుతూ ఉంది. కుడి కన్ను క్రింద రెప్ప సోగులలో చక్రా, మెడ వెనుకభాగంలో చాలా

బుల్లి చక్రాలు ఒక గొలుసులా   ఇలా తిరుగుతూ ఉన్నాయి.

ముఖం మీద, ముక్కు చుట్టూతా బాగా తిరుగుతున్నాయి బుల్లి చక్రాలు. బాగా గీరుకోవాలీ అనిపించినా వాటికి అంతరాయం కలిగించకూడదు అని వాటిని ఎంజాయ్ చేశాను.

12/3/13

రాత్రి 11:11 కు మెలకువ వచ్చింది. కారణం, ముందు కుడి ప్రక్కకు తిరిగి పడుకున్న నాకు, ఎడమ తుంటిని (hip) ఎవరో గుచ్చుతున్నట్లు బాగా నొప్పిగా అనిపించింది. ఎప్పుడూలేంది ఏమిటి ఈ నొప్పి అని ignore చేసి నేరుగా పడుకుని మరలా నిద్రపోయాను.   మంచి నిద్దర్లో ఉండగా నా మీద కుడి ప్రక్కకు తిరిగి (south కు face చేసి కూర్చుని) ఎవరో చాలా బరువుగా నా పొట్టమీద కూర్చుని ఉన్నారు.

చాలా బరువుగా ఉన్నారు ఎవరో.....? నాకు ఊపిరి అందటంలేదు. కళ్ళు కూడా తెరిచాను. నా కంటికి ఏమీ కనిపించటం లేదు. నా కళ్ళ నుండి వచ్చే వెలుగు మాత్రం ceiling మీద టపటప కొట్టుకుంటూ కనిపించింది. నా ఆత్మ కంటికి మాత్రం ఎవరో లావుగా, నల్లగా, దృఢంగా ఉండి, తన సీటుని నా పొట్టపైన పెట్టి, bed మీద కాళ్ళు పెట్టి గొంతుక్కూర్చున్నట్లు కూర్చున్నారు. తన

బరువుకు నాకు ఊపిరి అసలు అందటంలేదు. నేను కదలటానికి కూడా శరీరం సహకరించటంలేదు. కేవలం తేలేసిన కళ్ళతో టపటపలాడుకుంటా చూడగలుగుతున్నాను కొంచెం అంతే. ఒక్క క్షణం గుండె ఝుల్లుమన్నా, ప్రతీ ఆత్మలోనూ నా తండ్రి ఉంటాడు అని గుర్తొచ్చి కొంత ధైర్యం వచ్చింది.

ఆ ఆకారం ఏమి చేయబోతోందో, తన మనసు నాకు స్పష్టంగా తెలుస్తుండడంతో, నా మీద కూర్చున్నవారికి కూడా నా మనసులో మాట అర్థం అవుతుందని చెప్పాను. ఈ శరీరం నా తండ్రి నాకు ఈ జన్మకు ఇచ్చింది. దీనిలో నీకు స్థానం లేదు. ఇది నా ఆత్మతో నిండిపోయింది. నా తండ్రికి కోపం రాకముందే నువ్వు ఇక్కడినుండి వెళ్ళిపో అని. నేను కదలడానికి, తనను తోసెయ్యడానికి ఎంత ప్రయత్నిస్తున్నా, ఏ చలనం లేకపోయింది నాలో. ఒక్క inch కూడా కదలలేకపోతున్నా. ఆ వ్యక్తీ... నామాటలకు చలించడం లేదు. నా తండ్రిని కోరాను. తండ్రీ నన్ను కాపాడు, నా వల్ల కావడం లేదు అని.

ఒక్కసారిగా తండ్రి వచ్చి, నా మీద కూర్చున్నదానిని తన కాలితో ఒక్క తన్ను తన్నారు. ఒక్కసారిగా బరువు తగ్గిపోయింది. బలవంతంగా ఎడమ ప్రక్కకు తిరిగి పడుకున్నాను. ముక్కులు బిగుసుకుపోయాయి. ఊపిరి సరిగా అందటం లేదు. జలుబు చేస్తే ముక్కులు ఎలా block అవుతాయో అలా ఉంది నా పరిస్థితి. కళ్ళు తెరిచి room అంతా చూశాను. ఎవ్వరూ కనిపించలేదు. టైం చూశాను 12:08. అంటే ఇది 12 గంటలకు జరిగి ఉండొచ్చు అనుకున్నాను.

నా తండ్రికి మనసులోనే ధన్యవాదాలు చెప్పుకుని పాపం ఆ ఆత్మ నాతో ఏమీ మాట్లాడలేదనీ, కేవలం నా శరీరంకోసమే వచ్చిందనీ, నాకు హాని తలపెట్టడానికి కాదనీ, దానికి మంచి మనసును ప్రసాదించి దాని పాపాలనుండి విముక్తుణ్ణి చేయమనీ, దాని ఆత్మకు శాంతిని ప్రసాదించమనీ తండ్రిని కోరాను. దానిని శిక్షించవద్దనీ, అది తెలిక ఈ పని చేసి ఉంటుందనీ చెప్పాను.

అయితే నా ఆలోచన ఒక్కటే, నాకు ఇంత తెలుసు కాబట్టి భయపడలేదు. మరి సామాన్య మానవులకు ఈ experience అయితే వాళ్ళ పరిస్థితి ఏమిటి? నేను Tess దగ్గర చూసిన బొమ్మలలో ఉన్న ఆత్మలలో ఇది ఒకటి అని తెలుసుకున్నాను. కాసేపటికిగానీ ముక్కులకు ఊపిరి అందలేదు. నా ధైర్యానికి నాకే ఆశ్చర్యం

సద్రుశ్య

వేసింది. ఇంత మొండిగా ఎలా ఉండగలిగానో కూడా అర్థం కాలేదు. అంతా తండ్రి ఇచ్చిన జ్ఞానం, ధైర్యం.

నా తండ్రి నాతోనే ఉన్నారు అన్న ధైర్యం ఒకటి అయితే, అందరిలోనూ ఉన్నది నా తండ్రి స్వరూపమే! అన్న ధీమా మరొకటి. నా తండ్రి నాకు (తనకు తానే) హాని తలపెట్టరు, అంత అవసరం ఏమి వచ్చింది? తను వచ్చి పిలిస్తే ఆనందంగా కేరింతలు కొడుతూ వెంటవెళ్ళడానికి నేను ప్రతీ క్షణం ready నే! మరల పడుకుని నిద్రపోయాను.

ప్రొద్దున ధ్యానంలో ప్రశాంతంగా ఏదో లోకంలోకి వెళ్ళినట్లు అనిపించింది. సూర్యనమస్కారం తరువాత అన్ని రంగులూ అంతటా నింపుకుని ఒక్కొక్కటి కనిపించాయి. ఒకదాని తరువాత ఒకటిగా అంతటా నింపుకొని అలా కనిపించి చాలా రోజులు అయ్యింది.

13/3/13

రాత్రి 1:11 కు మెలకువ వచ్చి లేచాను. నిద్ర రావటం లేదు. May be నిన్న జరిగిన సంఘటనకు కావచ్చు. పైగా చక్రాలు కూడా చాలా active గా తిరుగుతున్నాయి. తల అంతా బుల్లి బుల్లి చక్రాలు....

రాత్రి అంతా సరిగా నిద్రలేకపోవడంతో ధ్యానంలో కూడా ఎక్కువ సేపు కూర్చోలేదు. కూర్చున్న కాసేపు అపారమైన శక్తి వస్తూ ఉంది. పాపిడి మీదా , తలమీద  ఎడమ చెవి పైభాగం నుండి కుడి చెవిదాకా ఒక circle లో  చక్రాలు తిరుగుతున్నాయి. గత 3 గంటల నుండీ పాపిడి చుట్టూతా  ఇలా circle లో చక్రాలు తిరుగుతున్నాయి చాలా active గా.

ధ్యానంలో కూర్చోకపోయినా శక్తి బాగా వస్తూ ఉంది. నా కంటికి Zen meditation చేసిన దగ్గర నుండీ ఇంకా clear గా శక్తి కనిపిస్తుంది. Constant గా శక్తి రావటంతో నుదుటిపైన, తల పైన బాగా చక్రాలు తిరుగుతున్నాయి. శరీరం పైన అక్కడక్కడ కూడా బుల్లి బుల్లి చక్రాలు తిరుగుతూనే ఉన్నాయి.

పెద్దక్కతో phone లో మాట్లాడుతూ ఉండగా మొన్న అమావాస్య అని చెప్పింది. గుండె ఒక్కసారిగా ఝుల్లుమని ఆశ్చర్యపోయాను. భారతితో నా experience చెబితే నాకు సహస్ర చక్రా open అయ్యింది కాబట్టి జాగ్రత్తగా ఉండాలనీ, ముఖ్యంగా అమావాస్య రోజున అని చెప్పింది. ఎందుకో మొండి ధైర్యం ఇంకా ఎక్కువ అయ్యింది, తండ్రి తోడుఉన్నాడు అని తెలిసిన దగ్గర నుండీ.

సాయంత్రం 2 సార్లు రుద్రం చదివాను. చదువుతున్నంతసేపు విపరీతమైన శక్తి ప్రవాహం నాపై కురుస్తూనే ఉంది. తలపైన అంతా, మొఖం అంతా, పాదాలు, చంకలూ, మెడ అంతా బుల్లి బుల్లి చక్రాలతో నిండిపోయాయి. రెండు రోజులనుండీ కుడి కంటి కొనకుల్లో (సోగులలో) చక్రాలు తిరుగుతున్నాయి. ఈ రోజు ఏకంగా కంటిలోనే చక్రాలు. మరొకరికి అయితే ఖచ్చితంగా పిచ్చి ఎక్కి ఉండేది. నాకు అవి ఏమిటో అర్ధం అవుతుంది కాబట్టి, దేవుని ప్రసాదంగా భావించి ఆనందిస్తున్నాను. అయితే నా కుడి కంటిలో ఏదో సన్నటి పొర ఏర్పడుతుంది. నా ఎడమకన్ను మామూలుగానే ఉంది. ఇది ఒక కొత్త మార్పు. అద్దంలో చూసుకుంటే మామూలుగానే ఉంది కానీ కన్ను మూస్తున్నా, తెరుస్తున్నా రెప్ప వేసేటపుడు రెప్ప తరువాత సన్నటి పొర నెమ్మదిగా మూసి తెరుచుకుంటుంది.

సాయంత్రం ధ్యానంలో కూర్చున్నపుడు అపారంగా వచ్చే శక్తి vibrations కు నా నుదురు, తలలో కూడా ప్రకంపనలు వస్తున్నాయి. మనం Guitar తీగను మీటితే తీగ ప్రకంపనలు చెంది ఎలా sound వస్తూ ఉంటుందో దాని vibrations కు అలా గాలి తరంగాలతో కూడి వస్తున్న శక్తి ప్రవాహం ఉధృతంకు నా నుదురు, తల లోపల కూడా sound వస్తూ vibration అవుతుంది. ఒక అద్భుతమైన అనుభూతి ఇది.

దేనికో శరీరం prepare అవుతుంది అని తెలుసు. గత 2, 3 నెలల నుండీ ఇలా బుల్లి, బుల్లి చక్రాలు తిరుగుతూనే ఉన్నాయి. ఇప్పుడు వాటి ఉధృతం

ఎక్కువ అయ్యింది. రోజురోజుకీ బుల్లి చక్రాల count ఎక్కువ అవుతుంది. నేను లెక్కవేయటంలేదు కానీ తిరిగే వాటిని బట్టి చెబుతున్నాను. ఆవేశంతో, ఉప్పొంగిపోతూ, కేరింతలు కొడుతూ, ఆనందంగా, స్వేచ్ఛగా తిరుగుతున్నాయి.

పొరపాటున బాగా ఇబ్బందిగా ఉండి, ఇక ఆగలేక మర్చిపోయి ఎక్కడన్నా గోక్కుంటే... 2 క్షణాలు ఆగి మరలా తిరగటం ప్రారంభిస్తుంది. అలా ప్రతీ బుల్లి చక్రా దాని పని అది పూర్తిచేసుకుపోతూనే ఉంటుంది, మధ్యలో అంతరాయం కలిగినా! So, గీరి దాని time waste చేసేకంటే దాని పని అది చేయటమే better అని బలవంతంగా ఆపుకుంటా ఒక్కొక్కసారి. మధ్యలో తెలీక చక్కిలిగింత పెట్టినట్లు ఉంటే, ఏదో ధ్యాసలో ఉంటే చేయి అటుగా వెళుతుంది. But it's very interesting experience...at the same time not easy to bear with.

14/3/13

శక్తి అపారంగా వస్తూనే ఉంది. Violet, indigo కనిపిస్తున్నా వాటి నుండి కూడా వస్తున్న శక్తి కనిపిస్తూనే ఉంది. శరీరంలో అక్కడక్కడ బుల్లి చక్రాలు తిరుగుతున్నా ఎక్కువగా మొఖంపైన, తలపైన, నుదుటిపైన తిరుగుతున్నాయి.

ఇవి ఎలా తిరుగుతాయి అంటే ఒక బుల్లి చీమ ఒకే చోట నిల్చుని అల్లిబిల్లి తిరుగుతుంటే ఎలా ఉంటుందో అలా ఉంటుంది feeling.

15/3/13

ఇప్పుడు రంగులు శక్తిగా మారి నాపై ప్రవహిస్తున్నాయి. చక్రాలు చాలా active గా తిరుగుతున్నాయి. ఈ శక్తి గాలితో కూడిన mist లా వర్షంగా ధారాపాతంగా పడుతుంది.

16/3/13

ఈ మధ్య ధ్యానంలో కొత్త లోకానికి వెళ్ళినట్లు ఒక మెట్టు ఎక్కినట్లు స్పష్టంగా తెలుస్తుంది. రంగులు కూడా దాటి ముందుకు వెళ్ళాను. అయితే ఈ మధ్య నెల రోజుల నుండీ ధ్యానంలో ఉండగా నా తల కుడివైపుకు తిరుగుతుంది. ఎప్పటికో....

మధ్యలో గమనించుకుని మరలా నిలువుగా తిప్పుకుంటున్నాను. మరలా నాకు తెలీకుండా కుడివైపుకు తిరుగుతుంది.

ఇంతకుముందు (మొదట్లో) తల పైకి, అంటే ఆకాశం వైపు చూసేది. ఇప్పుడు ఇలా. ఎందుకు ఇలా జరుగుతుందో తెలీదు.

నాకే తెలీనంత సన్నగా ఇంకా ఊగుతూనే ఉన్నాను. చెవుల్లో ఎప్పటిలా కాకుండా మరలా ఓంకారం ఎక్కువ అవుతుంది మెల్లిగా. కళ్ళల్లోని నరాలు ఇంకా రోజూ కనిపిస్తూనే ఉన్నాయి. బుల్లి బుల్లి చక్రాలు తిరుగుతూనే ఉన్నాయి.

రాత్రి ఒక కల వచ్చింది. ఆ కలలో గుంటూరు, అమ్మ ఇంటిలో గోడ బయట violet పూలు ఉన్న చెట్లు వేయించాను. Garden అంతా కొత్తగా మార్పిస్తున్నాను. అయితే నందివర్ధనం చెట్టు స్వయంగా నేనే నాటాను, తులసి కోట దగ్గర రోటి వైపు.

తండ్రి మొన్న నాకు చేసిన సహాయానికి తనకు నా మీద ఉన్న ప్రేమకు ఆనందించాను. కృతజ్ఞతలు చెప్పుకున్నాను. అయితే తండ్రికి నా మీద ఉన్న ప్రేమకు నా మనసు ద్రవించింది.

17/3/13

ఈ రోజు bed మీద ఉండగానే రంగులు కాంతివంతంగా కనిపిస్తూ శక్తి వస్తుంది. రంగులు ఇంత కాంతిగా కనిపించి కొద్దిరోజులు అయ్యింది. పనులు ముగించుకుని ధ్యానంలో కూర్చున్నాను. కాంతివంతమయిన రంగులు నన్ను ఎక్కడికెక్కడికో తీసుకువెళ్ళాయి. Trans లో ఉన్నట్లు కాసేపల్లా ఉండిపోయాను. అపారమైన శక్తి మాత్రం వస్తూనే ఉంది.

ఉన్నట్లుండి indigo కనిపించింది. ఆలోచనలు ఎక్కడికో వెళ్ళాయి. కుటుంబంలో నా ఇష్టం లేకుండా, నాకు కొంత అన్యాయం జరిగింది. శక్తిఅమ్మ చెప్పిన కర్మ సిద్ధాంతం గుర్తొచ్చింది. వారి గురించి, వారి పాపాల గురించి నేను ఎందుకు ఆలోచిస్తున్నాను అని అనిపించింది. ఎవరి కర్మలు వారివి. నా ప్రమేయం లేకుండా కర్మలను బలవంతంగా తీసుకున్నారు వాళ్ళు. నేనేమీ ఇవ్వలేదు. అలాంటప్పుడు నేను ఎందుకు అసలు ఆలోచించటం?

   సదృశ్య

నాదంటూ ఏమీలేదు. ఈ శరీరం నాదికాదు, ఈ ఆత్మ నాదికాదు, అంతా నా తండ్రి బిక్షే. ఈ జీవితమూ నాదికాదు. ఈ ఆలోచనా నాదికాదు. నేను ఇప్పుడు ఎక్కడున్నానో కూడా నాకు తెలీదు. ఈ అనుభవాలను ఎందుకు రుచి చూస్తున్నానో కూడా తెలీదు.

ఏది ఏమయినా నా కర్మలు నేను అనుభవించాను కాబట్టి ఇప్పుడు నా తండ్రి మార్గం నాకు కనిపిస్తుంది. ఇన్నాళ్ళకు నా తల్లిదండ్రులను తెలుసుకోగలిగాను. కాదు కాదు,వారే నా దగ్గరకు వచ్చి వారి మార్గాన్ని నాకు చూపించారు.ఆ ధైర్యం చాలు. తండ్రీ! ఈ ఆత్మను మీకు నచ్చినట్లు నడిపించుకోండి. మీ బిడ్డగా మంచి పేరు తెచ్చుకునే ప్రవర్తనను నాకు ప్రసాదించండి. మంచి వాక్కును నాకు అనుగ్రహించండి. ఆమె శివుని బిడ్డ అని అందరూ అనుకునేంతగా నన్ను తీర్చిదిద్దండి.

18/3/13

ధ్యానంలో కూర్చున్నాను. ధ్యానంలో కూడా ముందుకు పోయేకొద్దీ ఇంకా ఏమీ కనిపించకూడదు అని మామయ్య చెప్పేసరికి అలా try చేయాలి అని కూర్చున్నాను. నా కళ్ళు మూసుకున్న కదా! అలాగే ఆత్మ కళ్ళు కూడా మూయడానికి ప్రయత్నించాను.ఎంత ప్రయత్నించినా అన్నీ నాకు కనిపిస్తూనే ఉన్నాయి. రంగులు, కాంతులు, వచ్చేశక్తి ఏ మాత్రం తగ్గటం లేదు. అలా చేస్తుంటే, ఏదో తప్పు చేస్తున్నాను అని మనసు పెట్టే బాధ. ధారాపాతంగా కన్నీరు వస్తుంది. ఏమి జరుగుతుందో అర్థం కావటం లేదు. ఒక్కసారిగా అర్థం అయినట్లు అనిపించి ఇంకా కన్నీటి ధార పెరిగింది.నాకు ఆ తండ్రి కనిపించాలి అని ఆ తండ్రి కళ్ళనే మూయడానికి ప్రత్నిస్తున్నాను. ఎంత తెలివితక్కువతనమో కదా! ఎంత అవివేకమో కదా! ఇంత మూర్ఖంగా ప్రవర్తించాను ఏమిటి? ఆత్మ ఈ శరీరం చేసే పనులకు సాక్షి.దాని కళ్ళు కప్పలేము. ఇంత తెలిసిన నాకు ఈ విషయం ఎందుకు గుర్తుకు రాలేదో అర్థం కాలేదు. నేను చేసిన తప్పు అర్థం అయ్యింది. తండ్రీ! నేనింకా మీ పసిబిడ్డనే. నాకు తెలివితేటలను, మంచిని బోధించండి. నా అవివేకానికి నన్ను క్షమించండి అని, నా తొందరపాటుకు నన్ను మన్నించండి అని వేడుకొన్నాను.

ఎందుకో ఈ మధ్య అపారమైన శక్తి ప్రవాహం వస్తుంది. ఈ రోజు సూర్యనమస్కారం అపుడు కూడా శ్రీచక్రపువ్వు ఆకాశం అంతటా నింపుకుని కనిపించింది.

అందులోనూ సూర్యనమస్కారం చేసే సమయానికి time 12:30pm అయ్యింది. అలా నడినెత్తినుండి మొత్తం కాంతివంతమైన వెలుగులతో పువ్వు పరుచుకుంటే ఎంత అద్భుతంగా ఉందో!

ఇన్ని వింతలను చూడటానికి నా తండ్రి ఇచ్చిన ఈ కళ్ళను మూయడానికి ప్రయత్నించాను. ఎంత తప్పు చేశాను! సాయంత్రం ధ్యానంలో కూడా అపారమైన ప్రవాహం లాంటి శక్తి ఉరుకులు, పరుగులతో వస్తూ ఉంది. నా ఎడమచెవిలోనూ, ఎడమ ముక్కులోనూ, కుడి కంటిలోపలా, తల పైనా, నుదుటి పైనా చక్రాలు శక్తివంతంగా తిరుగుతూ ఉన్నాయి. ప్రొద్దుట చేసిన తప్పుకు నా తండ్రిని మరలా క్షమించమని అడిగాను. ఈ పసితనాన్ని మన్నించి నా చేయిపట్టి తన మార్గంలో ముందుకు నడిపించమన్నాను.

19/3/13

రోజూ కనిపించే రంగులు, కాంతులు, visions నాకు ధ్యానంలో కనిపిస్తున్నాయి అనుకున్నాను. కానీ ఈ రోజు నాకు నిజం తెలిసింది.

ధ్యానములో ఉన్నపుడు ఆత్మ రూపంలో ఉన్న నా తల్లిదండ్రులకు కవచంగా వేయబడ్డ ఈ శరీరం జ్ఞానేంద్రియాల సాయంతో స్పృశించగలుగుతుంది. ఈ కాంతులు, ఈ వెలుగులు, ప్రకృతిలోనుండి వస్తున్న ఇంద్రధనుస్సుల రంగులు అన్నీ దీనిలోనివే.

ఒక్కసారిగా ఈ విషయాలను అవగాహన చేసుకోవటం కష్టం కాబట్టి, ఆత్మ కాంతిని చూడటానికి మన శరీరం తగినట్టుగా ఉండదు కాబట్టి, నెమ్మది నెమ్మదిగా ఈ శరీరాన్ని prepare చేస్తుంది ధ్యానం.

అందుకే మనం దేవుణ్ణి చూడాలంటే (అదే మనలో ఉన్న ఆత్మను చూడాలంటే) మనకు ధ్యానం అంత ముఖ్యం. మన శరీరానికి (శరీరం అనే వస్త్రంకు) తట్టుకానే శక్తి వస్తుంది. నెమ్మది నెమ్మదిగా అవగాహన అయ్యి ధైర్యం, శక్తి చేకూరుతుంది.

ఈ ఆత్మను పొందిన శరీరం ఎంత అదృష్టమో కదా! బాధాకరమయిన విషయం ఏమిటంటే ఇప్పటిదాకా ఈ శరీరం చేసిన తప్పులనన్నిటికీ ఈ ఆత్మ సాక్షిగా ఉండటమే!

అదృష్టవశాత్తూ నేను చేసిన మంచిపని ఏమిటంటే వస్త్రంలాంటి ఈ శరీరంతో తప్పులు చేశాను కానీ నా మనస్సుతో ఎటువంటి పాపాలూ చేయలేదు. ఇది చాలు నేను తృప్తి చెందటానికి. ఇది చాలు నాకు మొక్షం లభించటానికి.

నిజాన్ని గట్టిగా నమ్మడమూ, దానికి కట్టుబడిఉండటం మూలాన ఎన్ని కష్టాలను అనుభవించినా, ఎన్ని శరీర బాధలు, మనసు బాధలు పడ్డా, ఆ నిజమే ఆఖరికి నన్ను రక్షించే ఆయుధంగా మారడం నా అదృష్టం. అది చాలు ఈ జన్మకు.

ఇక మిగిలిఉంది నాలో (శరీరం లో) ఉన్న తల్లిదండ్రులను నేను చూడగలగటమే! తల్లిదండ్రులారా! మిమ్మల్ని చూడటానికి కావలసిన శక్తిని, చూసి ఆ కాంతులను తట్టుకోగలిగిన శక్తిని ఈ శరీరానికి అనుగ్రహించండి. నాకిపుడు కొంత అర్థం అయ్యింది.

మొట్టమొదట ధ్యానంలో కూర్చున్నపుడు మీరు చెప్పిన మాట బాగా గుర్తు. "అద్దం లేకుండా నిన్ను నువ్వు చూసుకోగలిగినపుడే నీలో నిజమయిన మార్పు వచ్చినట్లు". అంటే ఏమిటో ఇప్పుడు నాకు క్షుణ్ణంగా అర్థం అయ్యింది. ఎంతటి అద్భుతమైన నిజం ఇది! ఆ అదృష్టం పొందే అర్హతను దయచేసి ఈ శరీరానికి ప్రసాదించండి.

సాయంత్రం ధ్యానంలో కూర్చున్నాను. ఎంతటి శక్తో! మొట్టమొదట చక్రాస్ open అయ్యేటపుడు వచ్చినంత శక్తి కాదు కానీ, ఇడ, పింగళ, సుషుమ్న జరిగే టప్పుడు వస్తున్నంత అపారమైన ప్రవాహం లాంటి శక్తి. ఇంకా చెప్పాలంటే ఈ శక్తి ఇంకా అద్భుతంగా ఉంది. వర్ణించటం కష్టం. కాంతులతో కూడి ఉంది. ఈ శక్తి తరంగాలతో కూడి ఉంది. ఈ తరంగాల శక్తికి శరీరం కూడా ప్రకంపనలు చెందుతూ ఉంది.

కుడికాలి బొటన వేలి క్రింద అయితే ఉన్నట్లుండి spark లాంటిది కూడా వస్తుంది. తెలీకుండా కాలిని వెనక్కు లాక్కుంటున్నాను schock కొట్టినట్లు ఉండడంతో. ఈ రోజు చాలా కొత్త కొత్తగా ఉంది. ఈ రోజు తప్పకుండా ఏదో ముఖ్యమయిన రోజు అవ్వవచ్చు. ఏమిటో తెలుసుకోవాలని తెలుగు క్యాలెండరు చూశాను. ఈ రోజు ఆర్ద. ఆరుద్ర నక్షత్రం. నాదే!

అన్ని చక్రాలు చాలా చాలా active గా తిరుగుతున్నాయి. 2009 లో అనుకుంటా ఈ రోజునే నేను నాగప్రతిష్ఠ చేయించాను.

శరీరం అంతా కరెంటు పాకుతున్నట్లుగా ఉంటే, సినిమా అయ్యాక ఒక 10 నిమిషాలు అలా ధ్యానంలో కూర్చున్నాను. నా ముందు ఒక Tunnel open అయ్యింది. నేను దానిలోకి వెళ్ళాలా వద్దా అని ఒకసారి ఆలోచించాను. వద్దు తండ్రినే పిలుద్దాం అనుకున్నాను. నాకు ఏమి జరుగుతుందో తెలీదు. కానీ జరిగే పనికి కావలసిన శక్తిని మీరే ప్రసాదించండి అని అడిగాను. అంతే Tunnel నుండి శక్తి, ప్రవాహంలా రావటం మొదలయింది. ఆ force కు నా శరీరం వెనక్కు తన్నింది కూడా.

20/3/13

రాత్రి ఎప్పటికో నిద్రపట్టింది. బహుశా 2 or 3 గంటలు నిదురపోయి ఉండవచ్చు. విపరీతంగా వస్తుంది శక్తి. శరీరం అంతా జిమ్ జిమ్ అని పాకుతుంది. కళ్ళు అలా తెరుచుకుని ceiling వైపు చూస్తూ ఉన్నా. కళ్ళు మూస్తే ఎలా రంగులూ, శక్తి వస్తూ కనిపిస్తుందో, అచ్చు అలాగే మూసినా, తెరిచినా ఒకేలాగ కనిపిస్తుంది. శక్తి తరంగాలు కూడా కంటికి స్పష్టంగా కనిపిస్తున్నాయి, slow గా వినిపిస్తున్నాయి. చెవులకు ఓంకారం చాలా ఎక్కువగా వినిపిస్తుంది. చక్రాలు చాలా బిజీగా తిరుగుతున్నాయి.

ఎంతసేపు అలా కళ్ళు తెరిచి సీలింగ్ వైపు చూస్తున్నానో అర్థం కాలేదు. Kevin కొంచెం కదిలేసరికి నేనూ కదిలాను. మెడిటేషన్‌లోనే అలా చాలా సేపు మంచం మీద ఉండిపోయాను. అపారమైన శక్తి.....తరంగాలతో కూడిన శక్తి ప్రవాహం.

ఇలా వస్తూనే ఉంది. అది నన్ను ఆహ్వానిస్తున్నట్లుగా అనిపిస్తుంది. అంత చీకటిలోనూ నా కంటికి స్పష్టంగా కనిపిస్తుంది.

ఈ రోజు ప్రొద్దుట ధ్యానంలో కూడా అలాగే జరిగింది. శక్తి ప్రవాహం, తరంగాలు చాలా స్పష్టంగా కనిపిస్తున్నాయి. ఆ తరంగాలు నా శరీరానికి తగిలి నా body vibrate అవ్వడం చాలా చాలా స్పష్టంగా తెలుస్తుంది. ఏదో Trans లో కూర్చున్నట్లుగా ఉంది. ఈ రోజు కదలకుండా అలాగే ఉన్నా ఒక గంటసేపు. ఈ రోజు కలిగిన అనుభూతులను explain చేయటం కూడా చాలా కష్టం. కానీ కొత్త ద్వారాలు అయితే తెరుచుకున్నాయి అని చాలా స్పష్టంగా చెప్పగలను.

సాయంత్రం ధ్యానంలో కూడా అలాగే ఉంది. శక్తి బాగా వస్తున్నా ఉన్నట్లుండి Trance లోకి వెళుతున్నా. అది ఒక నిద్రలాగా ఉంది. టక్కున చిన్న Jerk తో లేస్తున్నా. ప్రవాహంలాంటి తెల్లని స్వచ్ఛమైన శక్తి వస్తూ ఉంటుంది. అలా చాలాసార్లు జరుగుతుంది. నా శరీరం కూడా అసలు చలనం లేకుండా ఉంటుంది. ఏ మాత్రం అలసట లేదు. కానీ ఊపిరి కొంచెం గట్టిగానే పీలుస్తున్నాను. నా ఊపిరి కూడా నాకు వినిపిస్తూ ఉంది. ఇది ఖచ్చితంగా ఒక వింత అనుభవమే! I mean కొత్త అనుభవం!!

21/3/13

రాత్రి పడుకున్నానే కానీ, నాలుక మీదా (చివర), పళ్ళ మీదా చక్రాలు తిరుగుతూ ఉన్నాయి. శరీరం మీద ఇంకా చాలా చోట్ల కూడా తిరుగుతూ ఉన్నాయి. అయితే వెలుగులతో కూడిన రంగులు కూడా బాగా కనిపిస్తున్నాయి. నేను Kevin వైపుకి (కుడి) తిరిగి పడుకుని ఉన్నాను.

కళ్ళు తెరిచి చూస్తే ఆ రంగులు నా కళ్ళముందే శక్తితో కూడి కాంతులతో కదులుతూ ఉన్నాయి. చాలా వింతగా అనిపించింది. అవి అంత దగ్గరగా తిరుగుతుంటే. అలా ఎంతసేపు చూసినా దగ్గరగానే తిరుగుతూనే, కదులుతూనే ఉన్నాయి. సరే అని కళ్ళు మూసుకుంటే అవి ఏ position లో ఉన్నపుడు కళ్ళు మూసుకున్నానో అలాగే continue అయి కనిపిస్తున్నాయి. కాసేపాగి మరల కళ్ళు తెరిచి కాసేపు చూసి మరలా కళ్ళు మూసుకున్నా. రీల్ continuous గా తిరుగుతున్నట్లే ఉంది.

చక్రాలు వాటి పని అవి చేసుకుపోతున్నాయి. కాలిమీద మరలా spark వచ్చి ఒక్కసారిగా ఎగిరి పడ్డా. శరీరంలో అంతా జిమ్ జిమ్... శక్తి ప్రవహిస్తూ ఉంది. 2,3 రోజుల నుండీ వచ్చే ఎలక్ట్రిక్ తరంగాల ధాటికి తల అంతా

vibrate అయ్యి దిమ్ముగా ఉంది. శక్తి బాగా వస్తూ ఉండగా ఆనందంగా ఆస్వాదిస్తూ నిదరపోయాను.

తెల్లవారి లేచేసరికి కొంచెం నీరసం అనిపించింది. కానీ ఏదో గుర్తుకు వస్తుంది, కానీ ఏమిటో clear గా గుర్తుకు రావటం లేదు. రాత్రి నేను ఎవరినో కొందరు వ్యక్తులను కలిశాను. వారితో చాలాసేపు సంభాషణ కూడా జరిగింది. కానీ వారిని ఎక్కడ కలిశానో, ఏమి మాట్లాడానో గుర్తుకు రావటం లేదు. ఇది 1st time నాకు సంభాషణ గుర్తుకులేకపోవటం.

నేను కలిసిన వ్యక్తులు మాత్రం కొత్తవారు. ఇంతకుముందు ఈ జీవితంలో ఎప్పుడూ కలిసిన గుర్తులేదు. చాలా విషయాలు మాట్లాడుకున్నాం. సంభాషణ చాలాసేపే జరిగింది. వారితో మాట్లాడేటప్పుడు కూడా అలాగే అనుకున్నాను. ఇప్పుడేకదా వీరిని కలిసింది, ఇంత మాట్లాడేస్తున్నానేంటి అనుకున్నాను. కానీ ఏ మాత్రం బిడియంలేకుండా మాట్లాడుతున్నాను. ఇది చాలా కొత్త అనుభవము.

నిన్న సాయంత్రం కూడా ఈ రోజు సాయంత్రంలాగే ధ్యానంలో ఉండగా ceiling పైన ఏవేవో శబ్దాలు అవుతున్నాయి. ఎప్పుడూ లేంది ఇలాటి శబ్దాలు ఎందుకు వినిపిస్తున్నాయో అర్థం కావటం లేదు.

ఈ రోజంతా నడుము కొంచెం నొప్పిగా ఉంది. శరీరం కొంచెం నీరసించింది. అంటే శక్తినంతా ఉపయోగించి రాత్రి Astral travel చేశానన్నమాట! ఏదో conversation తెలిసినట్టుగా ఉంది, కానీ గుర్తుకు రావటం లేదు. తండ్రిని నాకు కొంత తెలివితేటలను, జ్ఞాపకశక్తిని ప్రసాదించమని కోరాను.

22/3/13

ధ్యానంలో బాగా శక్తి వస్తూ ఉంది. మధ్యాహ్నం iPad చూస్తూ ఉంటే నా శరీరం ఊగిపోతోంది, నాకు తెలీకుండా (అప్పుడు నేను చదివేది తల్లిదండ్రుల గురించి).

సాయంత్రం ధ్యానంలో కూడా అపారమైన శక్తి వస్తూ ఉంది. సన్నగా ఊగుతూనే ఉన్నాను. శరీరం అంతా శక్తి పాకుతూ ఉంది. నుదుటిపై చక్రా చాలా చాలా

active గా తిరుగుతుంది. చెవులల్లో ఓంకారనాదం రోజు రోజుకీ ఎక్కువ అవుతున్నట్లు తెలుస్తుంది.

శరీరం అంతా తిమ్మిరి అయినట్లు... ఎలాగో ఉంది. జిమ్ జిమ్ అంటుంది. నిద్రావస్థలోకి వెళ్తున్నట్లుగా అనిపించింది. ఒక్కసారిగా ఆత్మ కంటికి కూడా rest దొరికినట్లు అనిపిస్తుంది. నా కుడి చెవిలో ఏదో sound వచ్చింది చిన్న music లాగా, కొన్ని seconds తరువాత మరలా అదే sound కుడి చెవిలో... మరలా వినిపించలేదు.

ఇప్పుడు శరీరం ఊగటంలేదు. చాలా నిటారుగా ఉన్నాను. ఉన్నట్లుండి window మీద చప్పుడు, disturb అయినట్లు ఉలిక్కిపడ్డా. ఇక few minutes కూర్చుని లేచాను.

అయితే ఈ ధ్యానంలో అర్థం అయినది ఏమిటంటే తండ్రి వెలుగులు (కాంతులు), అమ్మ శక్తి కలిసి వచ్చేదే, రోజూ నాకు కనిపించేది. ఆ తల్లిదండ్రులు ప్రేమతో నాకు అందించే శివశక్తుల కలయికతో వస్తున్న శక్తి. మొదటిగా అరిషడ్వర్గాలను జయించడం ద్వారా శరీరం లోపలి చక్రాలు open అయ్యాక ఇడ, పింగళ అనే నాగ బంధాలనుండి విముక్తులమై, సుషుమ్న ద్వారా ప్రయాణం చేసి ప్రకృతితో మమేకమవుతాము. అమ్మ ప్రేమను చవిచూస్తాము. ఈ పంచభూతాల ద్వారా మన శరీరం అంతా purify అవుతుంది. ఇలా పరిపూర్ణమయిన శరీరం పంచభూతాలతో సంపూర్తిగా మమేకం అయ్యి ప్రాణశక్తి వికసిస్తుంది. అలా ప్రాణశక్తి ద్వారా వికసించిన పువ్వు మజ్జిగ చిలికినట్లుగా ప్రకృతిలో ఉన్న ప్రాణంతో కలిసిపోతుంది. అలా ప్రకృతిలో కలిసిపోయిన ప్రాణానికి, ఇతర ప్రాణులు తానూ వేరే కాదనీ, వారి శరీరం తన శరీరం వేరు కాదని, వారి భాష తన భాష వేరు కాదని తెలుస్తుంది. ఏ జీవితో అయినా, ఏ ప్రాణితో అయినా, ఎంత దూరంలో ఉన్నా ఒక్క ఆలోచన ద్వారా స్పృశింపచేసి, మాట్లాడే శక్తి వస్తుంది.

ఇలా ప్రకృతిలో లీనమై పరిపూర్ణత సంపాదించాక, పూచిన పువ్వు మకరందాన్ని విడుదల చేస్తుంది. ఈ మకరందం అంతఃశరీరంతో పాటు, బాహ్య శరీరాన్ని కూడా పునీతం చేస్తుంది. మరలా పంచభూతాలతో శరీర బాహ్య శుద్ధి కూడా జరిగి శరీరం మీద బుల్లి బుల్లి చక్రాలు ఏర్పడి ఈ శరీరాన్ని అంటి పెట్టుకున్న

ఆత్మకు విడుదల ఏర్పడుతుంది. అలా బాహ్య, అంతఃకరణల శుద్ధి జరిగిన శరీరం నుండి ప్రాణం ఉండగానే, బయటకు రాగలిగే శక్తిని మన ఆత్మ సంపాదించుకుంటుంది.

ఇప్పుడు నాలో జరిగే process ఇదే! ఈ process పూర్తి అయ్యే సమయం ఆసన్నమయ్యుంది. శరీరం అంతా లోపల, బైటా పరిపక్వత చెంది, ఆత్మ సుకు వుగా బైటకు వచ్చి విహరించడానికి సన్నాహాలు చేసుకుంటుంది. ఒక్క మాటలో చెప్పాలంటే గొంగళిపురుగు నుండి సీతాకోకచిలుకలా మారే దశ ఇది. ఈ process లో శరీరం ఉన్న ప్రాణుల ఆత్మలతోనే కాకుండా, శరీరం లేని ఆత్మలను కూడా కలిసి మాట్లాడగలుగుతున్నాను. నేను వాటిని సులువుగా చూడగలుగుతున్నట్లే, అవీ నన్ను అంతే సులువుగా చూడగలుగుతున్నాయి.

ఈ మధ్య నాకు జరుగుతున్న అనుభవాలు కూడా ఇవే. ఆత్మ అలా విహరించడానికి శక్తి కావాలి. ఈ శక్తి ధ్యానం ద్వారానే వస్తుంది. మొన్న ఆత్మ బయటకు వచ్చి విహరించటంతో నాలోని శక్తి అంతా అయిపోయింది. ఈ శక్తి రూపం ఇంకా ఎక్కువ కాంతులతో నిండి, ఇంకా ఎక్కువ శక్తితో కూడి ఉంది. ఈ అధిక శక్తి మూలాన శరీరం vibrate కూడా అవుతుంది. ఇప్పుడు వచ్చే శక్తి బుల్లి చక్రాలు తిరగడానికి పోను కొంచెం కొంచెమే store అవుతుంది శరీరంలో. రాత్రి అంతా ఆత్మ బైటకువచ్చి విహరిస్తోంది. రాత్రే కాకుండా పగలు కూడా బయటకు వచ్చేవిధంగా శక్తిని సంపాదించాలి. అంటే నేను ఎక్కువ సమయం ధ్యానంలో గడపాలి.

23/3/13

రాత్రి శక్తి gain అవుతూ ఉండడంతో నిద్రపట్టడం లేదు. రెండు రోజుల నుండీ ఇలాగే జరుగుతుంది. శరీరానికి నిద్ర అవసరం లేదు అనిపిస్తుంది. శరీరానికి alertness ఎక్కువ అవుతుంది. నాకు కావలసింది కూడా అదే! నా ఆత్మ ప్రయాణంను తెలుసుకుని, experience ను గుర్తించుకోవాలీ అనుకుంటున్నాను.

రాత్రి future visions కొన్ని కనిపించాయి. అవి అంత ప్రాముఖ్యమయినవి ఏమీ కావు. అలాగే ధ్యానంలో కూడా చాలా experience లు అవుతున్నాయి.

కానీ ముఖ్యం అనుకున్నవే ఈ పుస్తకంలో రాస్తున్నాను. ఎక్కువగా శరీర మార్పులగురించే రాస్తున్నాను. కారణం నాకు చిన్నతనం నుండీ వచ్చే అనుమానాలకు మా అమ్మ ఆలా చేయవద్దు, ఇలా చేయవద్దు అని చెప్పినపుడు, ఎందుకు చేయకూడదు అని కారణం అడిగేదానిని. నా చాలా ప్రశ్నలకు అమ్మ దగ్గర సమాధానాలు ఉండేవి కావు. మా పెద్దలు చెప్పారు, అవి నీతో చెబుతున్నాను, నేను మా పెద్దలను ఇలా ప్రశ్నించలేదు అనేది. నాకు ఆ సమాధానం తృప్తినిచ్చేది కాదు. నాలా మీకు శరీర మార్పులు జరిగినపుడు ఏమి జరుగుతుందో, ఎందుకు జరుగుతుందో తెలియడంకోసం ముఖ్యమైన విషయాలు అనుకున్నవి మాత్రమే రాస్తున్నాను.

అయితే నా ఎడమ చెవిలో ఒక వింత అనుభవం, అనుభూతి లాంటిది జరిగింది. ఒక గుహలో…. సొరంగమార్గం ఏర్పడినట్లుగా అనిపించింది. ముక్కు, నుదురు, తల పైభాగం, శరీరంలో అక్కడక్కడ అంతా బుల్లి బుల్లి చక్రాలు తిరుగుతూనే ఉన్నాయి.

ఆత్మ ఎంత ప్రయత్నిస్తున్నా బైటకు వచ్చి విహరించే శక్తి లేదు. కానీ అది ప్రయత్నపూర్వకంగా 2, 3 సార్లు బైటకు రావడంతో శరీరంలో నొప్పులు వస్తున్నాయి, సరిపడా శక్తి లేక.

దీనికి solution ధ్యానం ఎక్కువగా చేయటం, energy ని ఎక్కువగా వాడకుండా store చేసుకోవటం. ఈ ప్రయత్నం ఆత్మ ప్రయాణానికి సులువు అవుతుందేమో!

4 రోజుల నుండీ ధ్యానంలో నా ముఖమే నాకు కనిపిస్తుంది. ముఖ్యంగా నేను నుదుటిమీద concentration చేస్తే, ఆ భాగం కళ్ళు కనిపిస్తున్నాయి. ఇది ఒక వింత అనుభూతి. ఈ రోజు రుద్రం చదివాక కళ్ళు మూసుకుంటే అపారమైన శక్తి వస్తూ ఉంది.

ప్రొద్దుట nap తీసుకుంటూ ఉండగా ఒక కలలో మరి ఏమిజరిగిందో తెలీదు. ఒక వ్యక్తిఆత్మ నాతో శృంగారం చేయడానికిగాను నాకు french kiss ఇవ్వడానికి ప్రయత్నిస్తున్నాడు. ఆ ప్రయత్నంలో ఒక్కసారిగా గుర్తుకువచ్చింది, నేను ఇవి

అన్నీ త్యజించానన్న విషయం. ఒక్కసారిగా అయిష్టంగా అతనిని తోసిపుచ్చి దిగ్గున లేచాను. తప్పు జరగకముందే తెలివిలోకి వచ్చి నిజం స్ఫురణకు వచ్చినందుకు చాలా ఆనందంగా అనిపించింది. ఈ విషయం నేను మీకు చెప్పానో లేదో గుర్తు లేదు. ఉన్నది ఒకే అమ్మ, ఒకే నాన్న అని తెలిసింది. మనమంతా తమ బిడ్డలమే. పిల్లలు అనే బంధాలు నాకు వద్దనుకుని, Kevin తోటి చెప్పాను. నేను అందరికంటే ఎక్కువగా తల్లిదండ్రులను ప్రేమిస్తున్నానని, అసలు Bliss / Happiness / Ecstasy అంటే ఏమిటో అనుభవిస్తున్నానని, నాకు ఇంతకంటే ఆనందమైనది ఏమీ లేదనీ, ప్రకృతిపరంగా మనం ఇద్దరం ఒకే తల్లిదండ్రుల బిడ్డలమనీ, నేను సన్యాసం స్వీకరిస్తున్నానని. అంటే ఏమిటి అని అడిగాడు. ఇకనుండి నేను ఒక Monk నని, మనమిద్దరం భార్యభర్తలమైనా బ్రదర్ అండ్ సిస్టర్‌గా ఉండాలని చెప్పాను. తను నన్ను విడిచి ఎప్పుడయినా ఈ marriage నుండి బయటపడవచ్చని, ఇది నేను తనకు ఇస్తున్న open offer అని చెప్పాను. కానీ Kevin నాతోటే ఉండడానికి ఇష్టపడ్డాడు.

ఇలాగే నిన్న ప్రొద్దుట ధ్యానంలో కూడా ఇన్నాళ్ళకు నేను నా తల్లిదండ్రులను కలుసుకోగలిగినందుకు, అమ్మ కూడా నన్ను వెతుక్కుంటూ నా దగ్గరకు వచ్చి నాకు గురుబోధ చేస్తున్నందుకు ఎంతో ఆనందం కలిగింది.

ధ్యానంలో ఉన్నంతసేపూ.... ఇన్నాళ్ళూ నేను వెతుకుతున్న ప్రేమ నాకు ఇప్పుడు లభ్యం అయినందుకు ఎంతో పొంగిపోతూ తల్లిదండ్రులకు ధన్యవాదాలు చెప్పుకుంటూ ఎంతో ఆనందంతో గడిపాను. ఎంతో ఆనందంతో కూడిన మిసిమిసి నవ్వులతో ధ్యానం అంతా గడిపాను.

24/3/13

ధ్యానంలో ఉన్నపుడు చాలా ఆనందంగా ఉంటుంది మనసుకు. అంటే లేనపుడు లేదని కాదు. మరికాస్త ఎక్కువ మోతాదులో అనమాట! అపుడపుడు శక్తి mist & ప్రవాహాల రూపాలలోనే కాకుండా శక్తివంతమైన life ఉన్న శక్తి live గా వస్తుంది. అందుకే నా కళ్ళకు camera లూ, video camera లు ఉంటే బాగుండు అనుకునేది. దీనిని explain చేయటం చాలా కష్టం.

 సద్రుశ్య

మీకు అర్థంకావాలంటే ఒక చిన్న ex: మామూలుగా వాతావరణంలో గాలి ఎప్పుడూ ఉంటుంది. అది నా కంటికి కనిపిస్తుంది. అంటే ఈదురుగాలులు వస్తూ చెట్లు ఊగుతూ, దుమ్ము లేస్తూ ఉంటే అందరి కళ్ళకీ కనిపిస్తుంది గాలి చాలా ఉధృతంగా ఉందని. ఆ తేడా అనమాట!

మర్చిపోయాను ఈ రోజు (పొద్దుటి నుండీ మా ఊరిలో వాతావరణం ఇలాగే ఉంది. బహుశా నాకు కనిపించిన శక్తి రూపం కూడా అందుకేనేమో. అంత ఉధృతంగా powerful గా శక్తివంతంగా live గా ఉంది. ఊ...interesting!!

మా ఊరి మేఘాలు అన్ని north-east కు పరుగులు తీస్తున్నాయి (పొద్దుటి నుండీ. అలాగే గాలి కూడా north-east కే కదులుతుంది. చెట్లు అన్నీ అటే ఊగుతున్నాయి.

తల్లిదండ్రులను ఈ రోజు ఒక కోరిక కోరాను. నా కుటుంబ సభ్యుల సాయంతో నేను కర్మలనుండీ, అన్ని బంధాలనుండీ విముక్తినిపొందాను. వారు అందరూ నాకు సహాయం చేసినందుకు గాను, నాకూ వారికి సహాయం చేయాలని ఉంది. వారి సాయంతోనే నాకీ మొక్షమార్గం సులభంగా లభించింది. నాకు బంధవిముక్తిని ఎలా (ప్రసాదించారో, అలాగే నేనూ వారికి సాయం చేయడానికి కావలసిన శక్తిని, తెలివితేటలనూ నాకూ (ప్రసాదించమని కోరాను.

సాయంత్రం ధ్యానంలో 15 నిమిషాలు కూడా కూర్చొని ఉండను. కూర్చున్న 2 నిమిషాలకే ఆత్మ కళ్ళు కూడా మూసుకుని నిద్రావస్థలోకి వెళ్ళినట్లు వెళ్ళాను.

కాసేపాగిన తరువాత ఎక్కడికో వెళ్ళాను. అక్కడ ఎవరో ఇద్దరు ఉన్నారు. ఒకరు పెద్దవారు. వారిమీద దృష్టి ఎక్కువగా వెళ్ళలేదు. ఇంకొకరు ఒక చిన్నఅమ్మాయి. బిక్కు బిక్కు మనుకుంటూ భయపడుతూ ఒక గది మూల గోడలకు ఆనుకుని నిల్చుని ఉంది. ఆ చిన్న అమ్మాయి నాకు నడుముదాకా వస్తుంది అంతే. పొడవు లంగా, జాకెట్టు వేసుకుని ఉంది. ఆ అమ్మాయిని చూస్తే పాపం భయపడుతుంది, ధైర్యం చెబుదాం అనిపించింది.

అయితే నా మనసులో ఒక ఆలోచన ఈ అమ్మాయి ఇక్కడ ఉందేమిటి? నాలోనే ఉందా ఈ అమ్మాయి? ఒక శరీరంలో ఇద్దరు ఉండటం ఎలా సాధ్యం? ఇంత

clear గా ఈ అమ్మాయిని చూడగలుగుతున్నాను..... ఇది ఎలా జరుగుతుంది? వెనక్కు వెళ్ళిపోదామా అని అనిపించగానే ఈ శరీరంలోకి వచ్చి ధ్యానంలో కూర్చుని ఉన్నాను. కొన్ని నిమిషాలు అలాగే కూర్చున్నాను, జరిగింది గుర్తుచేసుకుంటూ..... అద్భుతంగా అనిపించింది. కళ్ళు తెరిచాను. ఈ ప్రయాణం చాలా కొత్తగా ఉంది.

ఒక్క క్షణం అనిపించింది, పాపం ఆ అమ్మాయి ఎందుకు భయపడుతుందో? తెలుసుకోకుండా, ధైర్యం చెప్పుకుండా, ఏ సహాయం చేయకుండా అలా వచ్చేశానేంటి అని. తప్పు చేశాననిపించింది. మరలా కళ్ళు మూసుకున్నాను. ఆ అమ్మాయే గుర్తుకు వస్తుంది. మరలా Astral travel చేస్తే ఈ విషయం మర్చిపోతానేమో అని, ఇది రాసుకోవాలి అని లేచాను. అదీ కాక ఆ అమ్మాయి ఎక్కడ ఉందో, నేను తన దగ్గరకు ఎలా వెళ్ళాలో కూడా అర్థం కాలేదు.

తండ్రిని కోరాను. నేను ఎవరికయినా సహాయం చేసే స్థితిలో ఉంటే, తప్పక నా చేత సహాయం అందించమనీ, వారికి సహాయం చేసే శక్తిని నాకు ప్రసాదించమనీ. పాపం ఆ అమ్మాయి నాతో ఏ అవసరం ఉండి నాకు కనిపించిందో! ఇకనుండి అయినా కొంచెం తెలివిగా, ధైర్యంగా ప్రవర్తించాలి.

25/3/13

నిన్న సాయంత్రం ఒక స్నేహితురాలి కుటుంబం రావటంతో వాళ్ళతో సరిపోయింది. ఈ రోజు వాళ్ళను Miami cruise terminal దగ్గర drop చేసి, మధ్యాహ్నం స్వామిజీ దగ్గరకు వెళ్ళి అక్కడి lake దగ్గర ధ్యానం చేశాను. రెండు గంటల ముందునుండీ శరీరంలో ఏదో ప్రవహిస్తున్నట్లుగా ఉంది. మనసు అస్సలు స్థిమితంగా లేదు. ఏదో జరగబోతుంది!! ఏదో జరుగుతుంది, అని తెలుస్తుంది. కానీ ఏమీ అర్థం కావటం లేదు. నిజానికి మనసు స్థిమితంగా ఉన్నా, శరీరం restless గా ఉంది.

Lake దగ్గర ధ్యానం బాగానే చేసుకోగలిగాను. శక్తి బాగానే వస్తుంది. నిన్న రాత్రి నిద్ర సరిగా లేకపోవడంతో + అంత దూరం drive చేసి రావటం మూలాన శరీరం కొంచెం అలసటగా ఉంది. అయితే స్వామీజీకి చక్రాల తరువాత నాకు పువ్వు 3 రోజులు continues గా open అయినట్లు, దాని తరువాత ఒక

నెలకు అలా తలమీద నుండి అన్నివైపులా ధారలుగా తేనె కారినట్లు.... దాని తరువాతనే శరీరం అంతా బుల్లి బుల్లి చక్రాలు రావటం ప్రారంభం అయ్యిందనీ... నాకు జరిగిన process చెప్పాను. స్వామిజీ చాలా ఆనందించారు. దేవునితో link ఏర్పడింది అని, చాలా మంచిది జరిగిందనీ చెప్పారు.

అమావాస్య రోజున అయిన experience చెప్పాను. కళ్ళు కొంచెం పెద్దవి చేసి ఆయనలో ఆయన మాట్లాడుకుంటున్నట్లుగా హు... bad experience అయ్యింది అన్నమాట అని, వాటి గురించి పట్టించుకోవద్దనీ, మన మనసే ఇలాటివి play చేస్తుందనీ, భయం అనిపిస్తే త్రయంబకం యజామహే... మృత్యుంజయ మంత్రం చదువుకోమని చెప్పారు.

నాకు చక్రాస్ open అయ్యాక ఇక ధ్యానం ఎక్కువ చేయనవసరం లేదన్నారు. ఎందుకు అలా చెబుతున్నారు అని అడిగాను. నువ్వు ఎక్కువగా మంత్రం చదువుకుంటావనీ, దేవుని పాటలు పాడుకుంటావనీ, చదువుకుంటావనీ, సత్ సంఘాలకు వెళతావనీ అలా చెప్పాననన్నారు.

ఈ మధ్య Astral Travel చేస్తున్నాను నాకు తెలీకుండా. ఇది సాధ్యమేనా!? అందరూ ఇలా చేస్తారా అని అడిగాను. అసలు అలాటివి నమ్మవద్దని, అలాటి మాటల మీద కూడా తనకు నమ్మకంలేదనీ... సముద్రంలాగా ఉండాలనీ, అలలలా ఆలోచించకూడదనీ చెప్పారు. నేను చిన్నపిల్లలా అలల గురించి ఆలోచిస్తున్నాను అన్నారు. సముద్రం కదలదు, అది శాశ్వతం. అలలు అలా వచ్చి పోతూ ఉంటాయి. అవి శాశ్వతం కాదు అన్నారు. అది నిజమే అని అంగీకరించాను.

ఇంటికి వచ్చాక ఇంటర్నెట్, YouTube లో కూడా వెతికి మృత్యుంజయ మంత్రం రాసిపెట్టుకుని ఎలా చదవాలో practice చేశాను.

ఓం జ్యూమ్ సహహః
ఓం త్రయంబకం యజామహే సుఘంధిం పుష్టివర్ధనమ్
ఉర్వారు కమివ బంధనాత్ మృత్యోమ్యెక్షీయమామ్యుతాత్
సహహః జ్యూమ్ ఓం...
ఓం జ్యూమ్ సహహః

రాత్రి Astral travel యో తెలీదు, కలో తెలీదు. నేను స్వామిజీ దగ్గర నుండి బైటకు వచ్చి కారు ఎక్కాను. ఒక నల్లవాడు పరిగెట్టుకుంటూ నా వైపుకి వస్తున్నాడు. నా మనసు ఏదో కీడు శంకించింది. హారన్ కొట్టాలని ప్రయత్నించాలనుకున్నాను. అప్పటికే వాడు నాదగ్గరకు వచ్చేశాడు ...

ఎవరో నా మెడమీద రెండు చేతులూ పెట్టి గట్టిగా నొక్కుతున్నారు. నా శరీరంలోకి నేను వచ్చేశాను. చాలా గట్టిగా నొక్కుతున్నారు. ఊపిరి అందటం లేదు. శరీరాన్ని కదల్చలేకపోతున్నాను. మెడమీద చాలా స్పష్టంగా చేతులు నొక్కుతూ తెలుస్తున్నాయి. నొప్పిభరించలేక మూలుగు మాత్రం కొంచెం వస్తుంది గొంతునుండి. తండ్రిని రక్షించమని కోరుతున్నాను. తండ్రీ! ఎవరో నన్ను చంపడానికి ప్రయత్నిస్తున్నారు. నా వల్ల కావటంలేదు. దయచేసి నన్ను కాపాడండి. అందరూ తమ బిడ్డలేనని తెలుసు కానీ నా చావు వీరి చేతిలో లేదనికూడా తెలుసు. కానీ వీరు ఎవరో ప్రయత్నం మానటంలేదు. నాకు బాధ కలిగిస్తున్నారు. నన్ను రక్షించండి అని వేడుకున్నాను. ఒక్కసారిగా ధైర్యం వచ్చి కళ్ళు తెరవగలిగాను.

ఎవరయితే నా మెడ నొక్కుతున్నారో వారు మాయం అయిపోయారు. నేను నేరుగా ఎల్లకిల పడుకుని ఉన్నాను. Time చూస్తే 12:41am. రేపు పౌర్ణిమ. ఇలాటి experience లు అమావాస్యకే జరుగుతాయి జాగ్రత్తగా ఉండాలి అనుకున్నాను. పౌర్ణమికి కూడా జరుగుతున్నాయన్నమాట! పనిమాల ప్రక్కకు, కెవిన్ వైపుకు తిరిగి పడుకున్నాను. నిద్దర్లో నేరుగా ఎప్పుడు తిరిగానో తెలీదు. నిదరపట్టక అలా కాసేపు కళ్ళు తెరుచుకుని ఉన్నాను. Kevin లేచి నా వైపు చూడటం మొదలెట్టాడు. "ఏంటి లేచావు ఏమయ్యింది" అని అడిగాను. "అక్కడ... అక్కడ... ఏదో నల్లగా ఉంది నీ వైపు" అన్నాడు. "నీకు ఏమన్నా అయ్యిందా... ఎవరన్నా లేపారా" అని అడిగాను. లేదు అన్నాడు. అయితే నా వైపు తిరిగి పడుకో ప్రక్కకు అన్నాను. Ok అని అలాగే పడుకున్నాడు. కాకపోతే Kevin కు తెల్లారాక ఇవి ఏమీ గుర్తుకువుండదని నాకు తెలుసు. తనకు నిద్దర్లో కలవరించే అలవాటు ఉన్నమాట నిజమే కానీ, ఈ మధ్య జరుగుతున్న విషయాలే చెబుతున్నాడు, నిద్దర్లో. అవి నాకు స్పష్టంగా తెలుసు. కానీ Kevin తోటి ఇవి ఏవీ నేను తెల్లారాక ప్రస్తావించలేదు. తాను ఇలా మాట్లాడుతున్నట్లు కూడా తనకు గుర్తు ఉండదు.

ఇంతకుముందు ఒక నెలపైన అలా నా నుండి బాగా వెలుగువచ్చి room అంతా వెలుగుతో నిండిఉంది. నాకు తెలుస్తుంది. Kevin ఒక్కసారిగా లేచి నావైపు చూస్తున్నాడు. ఏంటి అని అడిగాను. అక్కడ (నా ప్రక్కన) light వెలుగుతుందనీ ఆపుదామనీ అన్నాడు. నాకు నవ్వ వచ్చింది, కానీ.... తను చెప్పింది నిజమే! కానీ తన శరీరానికి దానిని తెలుసుకునే శక్తి లేదు. అందుకని తనకు అది light లా అనిపించింది. "నేను ఆపుతాలే పడుకో ఇక ఇబ్బంది ఉండదు అన్నా." సరే అని పడుకుని నిద్రపోయాడు. ఇలాటి సంఘటనలు కొన్ని జరిగాయి. తెల్లవారాక నన్ను ఏమన్నా అడుగుతాడేమో అనుకున్నా. కానీ ఏమీ గుర్తుకు ఉండదు తనకు.

అయితే రాత్రి నిదరపట్టక లేచాను. స్వామీజీకి mail పెడదామా అనుకున్నాను. కానీ ఆయన నాకు అర్ధమయ్యేరితిలో ఏమీ చెప్పటం లేదు. లాభం లేదు అని అర్ధం అయ్యింది. లేచి వచ్చి కాసేపు TV చూశాను. రుద్రం విన్నాను. మృత్యుంజయ మంత్రం చదివాను. Kevin office కు వెళ్ళిపోయాక, 7:15am కు సూర్యుడు వచ్చాక ఒక 2 గంటలు పడుకుని నిద్రపోయాను.

నేను చెప్పేవిషయం నమ్మి నాకు సరిఅయిన సలహా ఇచ్చేవాళ్ళు ఎవరా అని ఆలోచించాను. పెద్దమ్మవాళ్ళు కట్టించిన గుడి పూజారి, ఆచారి గారిని (నా చేత నాగ ప్రతిష్ట చేయించింది ఈ లక్ష్మీ నరసింహాచార్యులు గారే) అడుగుదాం సలహాఇవ్వడం కానీ లేక ఇంక ఎవరిగురించి (recommend) అయినా చెబుతారేమో అని కాల్ చేశాను. నన్ను అర్ధం చేసుకున్నారు. నా మనసులో ఉన్న మాటను చాలా clear గా చెప్పారు. మనకూ, దైవశక్తికీ link కుదిరినప్పుడు మనుషుల్లో చెడ్డవాళ్ళు ఉన్నట్లే (మంచి పని చేస్తున్నపుడు అడ్డు పడ్డట్లు) చెడ్డ శక్తులు (ఆత్మలు) ఉంటాయని, అవి అమావాస్యకు, పౌర్ణమికి 2,3 రోజుల ముందు శక్తి కలిగి ఉంటాయనీ, అవి మనలను అలా attack చేస్తాయినీ, నాకు ఒకే time కు అలా experience అవ్వటం కూడా నిజమే అనీ ఈ సారి అలా జరిగినపుడు చాలీసా అయినా, మృత్యుంజయ మంత్రం అయినా, శ్రీరామ రక్షా మంత్రం అయినా చదువుకుని, మంచినీళ్ళు తాగి కాళ్ళు చేతులు కడుక్కుని, అటూ ఇటూ కొంచెం నడవమని చెప్పారు.

ఇలాటివి ఎక్కువగా 12 గంటల నుండి 1:30 మధ్యలో జరుగుతాయని, అయితే అదే సమయాల్లో, like మధ్యాహ్నలు, రాత్రుల్లు రెండుపూటలా అవి శక్తికలిగి ఉంటాయినీ, నేను ధైర్యంగా ఉండాలనీ, ధైర్యాన్ని కోల్పోవద్దనీ, వీటి నుండి

బైటపడగలిగితే ఆ తరువాత ఇలాటివి ఏవీ నన్ను ఏమీ చేయలేవనీ అపుడు 100% దేవుని ఆశీర్వాదం నాపైన ఉంటుందనీ చెప్పారు.

నన్ను వెల్లకిలా పడుకోవద్దు అని చెప్పారు. నా నోటిలో మాట చెప్పారనీ.... నేనూ అదే అనుకుంటున్నాననీ, నాకు తెలీకుండానే తిరుగుతున్నానీ... లేక నాకు తెలీకుండా అవే నన్ను తిప్పుకుంటున్నాయనీ చెప్పాను. వాటికి లొంగవద్దు అని చెప్పారు. అయితే నేను నిదరపోకపోతే అవి నన్ను ఏమీ చేయటంలేదనీ, నాకు నిదరపట్టినపుడే అవి నా దగ్గరకు వస్తున్నాయనీ చెప్పాను. అది నిజమే అందుకే వీలయితే 12 నుండీ 1:30 మధ్యలో మేల్కొని మృత్యుంజయ మంత్రమో మారేదన్నానో వింటూనో... చదువుతూనో ఉండమన్నారు. అమావాస్యకూ, పౌర్ణమికీ 2,3 రోజులు అలా ఉంటుంది. ఆ తరువాత అలా చెయ్యనక్కరలేదు అన్నారు. రాను రాను వీటి ప్రభావం ఇంకా ఎక్కువగా ఉంటుందనీ ధైర్యంగా ఉండమనీ చెప్పారు. ఇదే పెద్ద పరీక్ష, దీనిని జయించగలిగితే అన్నింటినీ సాధించినట్లే అన్నారు.

నేను రాసిపెట్టుకొన్న మృత్యుంజయ మంత్రం చెప్పి, ఇంకా ఏ మంత్రం చదువుకోవాలో ఒక సారి చెబుతారా అని అడిగి రాసిపెట్టుకున్నాను. దానిని కూడా correct గా ఎలా చదవాలో రెండుసార్లు అడిగి తెలుసుకొని, చదివాను.

ఓం ఆపాదామపహర్ద్దరం ధాతారం సర్వసంపదాం
లోకాభిరామం శ్రీరామం భూయో... భూయో... నమామ్యహం
దాని అర్థం కూడా అడిగి తెలుసుకుని, తృప్తి పడ్డాను.

27/3/13

ముందుగా 2am దాకా నిదరపోకుండా ఉండాలనుకున్నాను. కానీ అది solution కాదు. జయించాలి! పోరాడాలి! నిజం తెలుసుకునేంతవరకూ ధైర్యంగా పోరాటం సాగించాలి. గెలవాలి! అనుకున్నది సాధించేంతవరకూ పోరాడి గెలవాలి. న్యాయం నా వైపు ఉన్నంతవరకూ అన్యాయం ఎప్పుడూ గెలవదు. నన్ను మించిన శక్తి దానికి లేదు. ఆ విషయం నాకు తెలుసని దానికి కూడా తెలియాలి. అంటే నేను నిద్రపోవాలి. దేనినయినా ధైర్యంగా ఎదురుకోవాలి. నా తండ్రి తోడుగా ఉండి దారి చూపుతారు. నాకు కావలసిన ధైర్యాన్ని, తెలివితేటలనూ అవసరం వచ్చినపుడు తానే అందిస్తారు.

   సద్రుశ్య

మృత్యుంజయ మంత్రం, శ్రీరామ రక్షామంత్రం 4 సార్లు చదువు కున్నాను. ప్రక్కన మంచినీళ్ళు పెట్టుకుని మంత్రం చదువుకుని పడుకున్నాను. 11:14 కు మెలకువ వచ్చింది. Ceiling మీద, గోడల్లో sounds వినిపిస్తున్నాయి. మంత్రం గుర్తుచేసుకుంటూ, తండ్రిని గుర్తుచేసుకుంటూ పడుకున్నాను. Sounds ఎక్కువగా వినిపిస్తున్నాయి. Time చూస్తే 12:15 అయ్యింది. మరలా కళ్ళు మూసుకుని తండ్రిని తలుచుకుంటూ, నామం చెప్పుకుంటూ, మంత్రం చెప్పుకుంటూ ఉన్నాను. Kevin నేరుగా పడుకుని ఉన్నాడు. తననూ లేపి నావైపుకు తిరిగి పడుకోమని చెప్పాను.

బైట పక్షులు అరుస్తున్నాయి. ఇంత అర్ధరాత్రి వేళ పక్షులు అరవటం ఏమిటో అర్ధం కావటం లేదు. 2, 3 రోజుల నుండీ ఇలాగే జరుగుతుంది. నిన్న బైటకు వెళ్ళినపుడు ఒక బుల్లిపిట్ట వచ్చి నా car windscreen మీద వాలి నావైపు చూస్తూ ఏదో చెబుతుంది. పాపం దాని భాష నాకు అర్ధం కావటం లేదు. కానీ అది నాకు చాలా కష్టపడి ఏదో చెప్పడానికి ప్రయత్నిస్తుంది. నేను ఇంట్లో ఉన్నపుడు కూడా నేను ఎక్కడ కూర్చుంటే అక్కడకు ఒక పక్షుల జంట వచ్చి window glass ని ముక్కులతో కొట్టిమరీ ఏదో చెబుతున్నాయి. వాటికి నేను ఏ రూములో కూర్చున్నాను అన్నది ఎలా తెలుస్తుందో తెలీదు. ఏ రూములో ఉంటే ఆ రూము window దగ్గర వాలి ముక్కుతో టక్ టక్ టక్, టక్ టక్ టక్ ... అని rhythmic గా కొడతాయి. నేను వాటిని చూసేంతవరకూ అలా కొడుతూనే ఉంటాయి. అవి ఒక Cardinal Birds జంట. రోజూ క్రమం తప్పకుండా వస్తున్నాయి. ఎర్ర పిట్ట ఏమో విండో పక్కనే ఉన్న కుర్చీ మీద నిల్చొని చూస్తూ ఉంటుంది. ఎర్రముక్కుతో ఉన్న brown పిట్ట మాత్రం విండో బయటవున్న అంచుమీద వాలి అలా ముక్కుతో కొడుతూ, పిలుస్తూ.. కొడుతూ, పిలుస్తూ ఉంటుంది నేను వాటిని చూసేంతవరకూ. నేను చూశాక విండో మీద కొట్టడం ఆపేసి నా వైపు కాసేపు చూసి ఏదో చెప్పేసి వెళ్ళిపోతాయి. ఎప్పుడూ లేంది ఒక నెల నుండీ ఇలా రోజూ జరుగుతూ ఉంది. సరదాగా ఉన్నాయి పిట్టలు అందంగా అని చూసి enjoy చేస్తున్నాను కానీ, ఎప్పుడూ వాటి గురించి మనసుపెట్టి నేను ఆలోచించలేదు. కానీ రోజూ ఒకే పక్షి జంట వస్తుంది. నాకు వచ్చిన మతిమరుపువలనకూడా ఇది రాయడం మర్చిపోయాను.

సరే అలా 1:40am అయ్యేదాకా పడుకునే మంత్రం చెప్పుకున్నాను. 2:30am అయినపుడు లేచి మంచినీళ్ళు తాగి ప్రశాంతంగా పడుకుని నిద్రపోయాను.

ప్రొద్దున లేచి స్నానం చేసి తండ్రికి అభిషేకం చేద్దాం అనుకుంటూ ఉండగా family room లో (3 విండోలు ఉన్నాయి) నేను ఉన్న window వైపు ఏదో టప్‌న కొట్టుకుంది. ఏమిటా అని అటు చూస్తే బైట fence మీద బుల్లి ఎర్ర పిట్ట, yellow ముక్కుతో చాలా అందంగా నావైపే చూస్తూ ఉంది. అది fence మీద ఉంటే, మరి window కి తగిలింది ఏమిటి అనుకున్నాను. నేను అటు చూస్తూ ఉండగానే మరొక పిట్ట వచ్చి window కి టప్ న తగిలి క్రిందపడింది. ఎందుకు పాపం అది అలా కొట్టుకుందో అర్థం కాలేదు. పాపం చనిపోయిందా కొట్టుకుని అనిపించింది. వద్దు ముందు అభిషేకం చేయటం పూర్తిచేద్దాం అనిపించింది. కానీ పాపం ఆ పక్షికి ఏమయిందో అని ఒక్క క్షణం ఆలోచించాను. దానికి సహాయం చేయాలని అనిపించింది. Window దగ్గరకు వెళ్ళి బైటకు చూశాను. క్రింద ఏమీ పడిలేదు. అమ్మయ్య అనుకుని మరలా అభిషేకానికి రెడీ చేస్తున్నాను. మరలా ఆడ పక్షి brown, cream, red రంగులతో, yellow ముక్కుతో వచ్చింది. దాని వెనకే ఎర్ర పిట్ట కూడా వచ్చి window మీద వాలి, రెండూ ముక్కులతోటి ముద్దులు పెట్టుకుంటున్నట్లుగా చేసి నావైపు చూస్తున్నాయి.

అవి ఏమి చేస్తాయా అని నేనుకూడా ఆటే చూస్తున్నాను. ఎర్రపిట్ట ఎగిరిపోయింది. ఆడపిట్ట తన ముక్కుతో అద్దాన్ని టక్ టక్ టక్‌న కొడుతూ ఏదో చెబుతుంది. 2 నిమిషాలదాకా అక్కడే ఉంది నన్ను చూస్తూ అటూ ఇటూ తిరుగుతూ ముక్కుతో అద్దాన్ని టపాటపా కొడుతూ, కిచకిచ అరుస్తూ ఏదో చెబుతుంది. సరే అది ఏమి చెబుతుందో record చేద్దాం ఇప్పుడు అర్థం కాకపోయినా పోను పోను అర్థం అవుతుంది కదా! అని camera తెచ్చి record చేయబోతే ఎగిరిపోయింది. మరలా అది రాలేదు. ఇంక నా అభిషేకం పూర్తి చేసుకుని కొంతసేపు ధ్యానం చేసుకున్నాను.

ఇంట్లో Total Recall అని ఒక సినిమా ఉంది. నాకు ఎప్పుడూ తల్లిదండ్రులు నా మనసులో ఏమయినా ప్రశ్నలు ఉంటే సినిమాల ద్వారానో, TV ద్వారానో, internet ద్వారానో answers చెబుతూ ఉంటారు. లేకపోతే ధ్యానంలో అయినా clarity ఇస్తారు. ఇప్పుడు నాకు కావలసిన answers ఈ సినిమా ద్వారా తెలుస్తుందిలే అని సినిమా పెట్టాను.

11:30 అవుతూ ఉండగా ఇంటిలో sounds వినిపిస్తున్నాయి. తోమి పక్కన పెట్టిన plate ఎగిరి sink లో పడింది. లేచి దానిని తీసి సరిగా పెట్టి మరలా

మృత్యుంజయ మంత్రం play చేస్తూ కళ్ళు మూసుకున్నాను. నాకు నేనే కనిపిస్తున్నాను. నా ముక్కుపుడక కూడా మెరుస్తూ కనిపిస్తుంది.

నాకు ఒక విషయం అర్థం అయ్యింది. నేను ధ్యానంలో ఉంటే నా ఆత్మ బైటకు వచ్చి ప్రయాణం చేయటం వలన నాలో ఉన్న energy waste అవుతుంది. అలా కాకుండా ఈ energy ని చక్రాలు అన్నీ open అవ్వటానికి ఉపయోగపెడితే త్వరగా next step కు చేరుకోవచ్చు. శరీరం శాశ్వతం కాదు. ఆత్మ శాశ్వతం. శరీర భాధలకూ, భయాలకూ నేను స్పందించకూడదు. ఆత్మకు కావలసినది నేను అందించి దాని మార్గం అది వెతుక్కోగలిగేదాకా నా చేతనయినంత సహాయం చేయాలి.

అరికాళ్ళో చక్రాలు తిరుగుతున్నాయి. నుదుటి పైనా, పాపిటి దగ్గరా చక్రాలు తిరుగుతున్నాయి. నిన్నటినుండీ శరీరం ఊగిపోతుంది. లోపల ఆత్మ కదలికలు బాగా స్పష్టంగా తెలుస్తున్నాయి. శరీరం నుండి తెల్లని ఆవిర్లలాంటి పొగ, fog లాగా వస్తూనే ఉంది.

ఎంత కష్టమయినా, ఎన్ని కష్టాలు వచ్చినా తండ్రి నాకు అప్పగించిన పని తప్పక పూర్తిచేసుకునే వెళ్ళాలి. ఈ దుష్టశక్తులకు ఎట్టి పరిస్థితుల్లోనూ లొంగకూడదు.

సాయంత్రం ధ్యానంలో ఉండగా నాలో ఉన్న ఆత్మకదిలి నాకు అలా కనిపిస్తుందో, మరి నిజంగా vision కదులుతుందో అర్థంకాలేదు కానీ, ఒక పెద్ద చక్రం (విష్ణుమూర్తి చక్రంలా ఉంది) తిరుగుతూ అటూ ఇటూ వంగుతూ ఉంది. ఈ వంగటం ఎలాఉంది అంటే ఒక పెద్ద పడవ సముద్రంపై ఉండి అలలతాకిడి కయినా, గాలికి అయినా అటూ ఇటూ ఊగితే ఎలా ఉంటుందో అలా చాలా ప్రశాంతంగా ఈ పెద్ద తిరిగే చక్రం ఊగుతుంది. It's very interesting.

28/3/13

ధ్యానంలో చాలా ప్రశాంతమైన, కానీ ప్రాణం ఉన్న వాతావరణం. దానిని explain చేయటం కష్టం. చాలా చాలా clear గా చూస్తే శక్తి వస్తూ కనిపిస్తుంది. పెద్దగా గమనించకపోతే అదికూడా కనిపించదు. కాకపోతే ఒక light మాత్రం కనిపిస్తుంది. నా కుడి భాగంలో అప్పుడప్పుడు ఒక సన్నని light వెలుగుతుంది. అది ఏమిటో అర్థం కావటం లేదు.

కానీ మధ్యలో మాత్రం వెలుగు flash light వెలుతురులా కనిపిస్తుంది. నాలో శక్తి అంతా బయటకు వెళుతున్నట్లు అనిపించింది. నాకు కళ్ళు తిరుగుతున్నట్లు అనిపించి లేచాను. ఈ రోజు, నిన్న కూడా చక్రాలు తిరుగుతుంటే గీరుకుంటు న్నాను, నాకు తెలీకుండా. ఎందుకిలా చేస్తున్నానో అర్థం కావటం లేదు.

ధ్యానంలో ఉన్నప్పుడూ మరియూ ఇంట్లో మామూలుగా కూడా శబ్దాలు వినిపిస్తూనే ఉన్నాయి. కానీ వీటి తీవ్రత గత రెండు రోజులనుండీ కొంచెం తగ్గింది. నాకు కూడా రాను రాను మొండి ధైర్యం బాగా పెరుగుతుంది.

ఈ రోజంతా నుదుటి దగ్గర చక్రా చాలా active గా ఉంది. మధ్యాహ్నం ఈ చక్రా రౌండ్‌గా తిరుగుతూ నుదురు అంతా తిరిగి తల పైభాగంలోకి కూడా వెళ్ళి తిరిగివస్తున్నట్లుగా అనిపించింది. ఈ experience చాలా వింతగా ఉంది. సాయంత్రం నుండీ ఆరికాళ్ళల్లో, చంకల్లో, చెవుల్లో, నుదుటిపైనా చక్రాలు చాలా active గా తిరుగుతున్నాయి.

29/3/13

రాత్రి పడుకున్నాక 11:11 కు మెలకువ వచ్చింది. Sounds వినిపిస్తున్నాయి. మృత్యుంజయ మంత్రం చెప్పుకుంటున్నాను. 12 దాటింది. అయినా sounds వినిపిస్తూనే ఉన్నాయి. ఏదో చాలా పెద్ద గాలిలా వచ్చి నాతల అంతా చుట్టేసి నన్ను pull చేయటానికి ప్రయత్నిస్తుంది. చాలా బలంగా ఉంది. నేను మృత్యుంజయ మంత్రం చదువుతుంటే నా లోపల ఎవరో చిన్న రూపంలో వికారమైన రూపంతో వికృతంగా మొఖం పెట్టి నేను ఏది చెబితే అది ఎగతాళిగా repeat చేస్తున్నారు. నా లోపల ఎవరో ఉన్నట్లు అర్థం అయ్యింది. ఆలోచించాను.

దుర్గమ్మ గుర్తుకు వచ్చారు. శక్తివంతమైన ఆ అమ్మ ఒక్కరే నన్ను కాపాడగలరు అనిపించింది. అమ్మను కోరాను, నేను తండ్రి దారిలో ప్రయాణించాలి అనుకుంటున్నాను. ఈ దుష్టశక్తులు నన్ను లాగుతూ నాలో చేరుతున్నాయి. వాటిని నా నుండి దూరంగా ప్రాలదోలండి అని. కాసేపటికి నా శరీరం తేలికయింది. అమ్మకు ధన్యవాదాలు చెప్పుకుని ఈ దుష్టశక్తులను నా దరిదాపులకు రాకుండా చూడమని కోరాను.

మరలా time చూస్తే 2:22am. ఇంకా గోడలపై, ceiling పై పాకుతూ sounds వినిపిస్తున్నాయి. కాసేపటికి అవి వెళ్ళిపోతూ కనిపించాయి. బైట పక్కల అరుపులు

సదృశ్య

ఇంకా వినిపిస్తూనేఉన్నాయి. ఆత్మ బైటకు రావటానికి బాగా ప్రయత్నిస్తుంది. బలవంతంగా ఆపుతున్నాను.

నెమ్మదిగా నిదరలోకి జారుకున్నాను. నాకు light కనిపిస్తుంటే Kevin ను పిలిచి light కనిపిస్తుంది చూడు మంచం క్రిందనుండి అన్నాను. Kevin కూడా చూశాడు. ఈ లోపు shower లో ఏదో నీళ్ళ శబ్దం అయ్యింది. Kevin, ఆ శబ్దం విన్నావా అని అడిగాను. Kevin ఏమీ మాట్లాడకుండా bathroom వైపు నడవడం మొదలెట్టాడు. తన వెనకే వెళ్ళాను. అయితే రూంలో lights వేస్తుంటే వెలగటంలేదు. Bathroom లో కూడా light వేస్తుంటే వెలగటం లేదు. Kevin అప్పటికే shower లోకి వెళ్ళి నిల్చుని చూస్తూ ఉన్నాడు. నేనూ bathroom లోకి వెళ్ళి, నాకు ఏదో అయ్యింది. నేను switch లు on చేయలేకపోతున్నాను అని ఏడుస్తున్నాను. Kevin shower నుండి బయటకు వచ్చాడు. తను అక్కడ స్నానం కూడా ఏమీ చేయలేదు. వెళ్ళి అక్కడ నిల్చున్నాడు, ఎందుకో తెలీదు. అవును ఎందుకు ఏడుస్తున్నాను అని ఒక్కసారిగా లేచాను. మంచం మీదనే ఉన్నాను. Kevin మంచి నిద్రలో ఉన్నాడు. పిలిచాను పలకలేదు. ఏమి జరిగిందో అర్థం అయ్యింది. తెల్లారి అడిగితే Kevin కు ఏమీ గుర్తుకు ఉండదని తెలుసు. లేపి, ఇపుడు నీకేమయినా కల వచ్చిందా అని అడిగాను. అవును అన్నాడు. ఏమి చేశావు కలలో అని అడిగితే, ఒక lift లోకి వెళ్ళి వచ్చాను అన్నాడు. Shower లోకి వెళ్ళి రావటం, తనకు lift లోకి వెళ్ళినట్లుగా గుర్తుకు ఉంది అని అర్థం అయ్యి, సరే పడుకో అని నేనూ పడుకుని నిద్ర పోయాను.

నిన్న సాయంత్రం కూర్చుని ఉంటే నా కళ్ళముందు ఉన్నట్లుండి ఒక light వచ్చి మాయం అయ్యింది. అదే ఇప్పుడు కూడా జరిగింది.

హనుమాన్ చాలీసా వింటూ ఇది రాస్తున్నాను. ఇంట్లో అక్కడక్కడా sounds అవుతున్నాయి. లక్ష్మీ అష్టోత్తరం, రుద్రం విన్నాను.

సాయంత్రం 4:30pm. అలా ధ్యానంలో కూర్చున్నాను. 2 నిమిషాలు అయ్యిందోలేదో రకరకాల వింత శబ్దాలు వినిపించటం ప్రారంభించాయి. కాసేపయ్యాక నా తండ్రికే మొరపెట్టుకున్నాను. నీ మార్గం కోసం వెతుకుతున్నాను. త్వరగా చూపించండి. నన్ను చెడ్డ మనుషులనుండి, చెడ్డ ఆత్మల నుండి, చెడ్డ పనులనుండి దూరంగా ఉంచండి. నన్ను వీటినుండి కాపాడండి అని. నెమ్మదిగా రంగులు కనిపించటం మొదలయ్యింది. Green రంగు నన్ను ఆశీర్వదిస్తున్నట్లుగా

వచ్చింది. వెంటనే sounds అన్నీ ఒక్కసారిగా మాయం అయ్యాయి. కీచురాళ్ళ sound హెూరున వినిపించటం మొదలయ్యింది. ఈ శరీరానికీ, ఆత్మకూ ఒక్కసారిగా ప్రశాంతంగా అనిపించి చాలా మత్తుగా అనిపించింది. నిద్రావస్థలోకి వెళుతున్నట్లుగా తూలాను. శక్తి అపారంగా వస్తూ ఉంది. చాలా రోజులయ్యింది ఇంతసేపు ధ్యానం చేసి. ఆనందంగా తండ్రికి నమస్కరించాను. చంకలలోనూ, నుదుటిపైనా చక్రాలు తిరుగుతున్నాయి. తల భారంగా ఉంది. కానీ మనసు చాలా తేలికగా ఉంది. శివసహస్రనామ పుస్తకం తీసిచూశా, demons ను destroy చేస్తారని ఉంది. అద్భుతం! ఇది చదివేవాళ్ళకు ఆశ్చర్యం కలగవచ్చు. కానీ నిజం ఏమిటి అన్నది నాకూ, నా తండ్రికి మాత్రమే తెలుసు. తండ్రీ మీమీద ప్రేమ రోజు రోజుకీ పెరుగుతూనే ఉంది.

30/3/13

రాత్రి 12:15am కి మెలకువ వచ్చింది. ఏ sounds లేవు. చాలా ప్రశాంతంగా ఉంది. తండ్రి నామం చెప్పుకుంటూ నిద్రలోకి జారుకున్నాను. మరలా 2:30కి మెలకువ వచ్చింది. బైట కాకిలాంటి పక్షి ఒకటి అరుస్తూ ఉంది. ఎందుకు అర్ధరాత్రి అరుస్తుందో అర్థం కాలేదు. కానీ ఇంటిలో అంతా ప్రశాంతంగా ఉండడంతో తండ్రి నామం చెప్పుకుంటూ మరలా నిద్రలోకి జారుకున్నాను.

నిన్న సాయంత్రం నుండీ ఏ sounds వినపడకపోవడంతో ధైర్యం చేసి ప్రొద్దుట మెలకువరాగానే నేరుగా పడుకుని ధ్యానంలోకి వెళ్ళాను.

గత నాలుగురోజుల నుండీ చాలా చాలా జరుగుతున్నాయి. చాలా చాలా ఆలోచనలు వస్తున్నాయి. కాకపోతే మనసు ప్రశాంతంగా ఉండడంతో ఏది ముఖ్యమో ఏదికాదో కూడా ఆలోచించి ఈ పుస్తకంలో రాయటం లేదు. అంటే ఆలోచించటం లేదు, విషయాలు గుర్తుంచుకోవటం లేదు అని చెప్పటం నా ఉద్దేశం.

ఈ రోజు ప్రొద్దుటేలేచి ఇంకా తెల్లారలేదు కదా! అని computer లో హర హర మహాదేవ చూస్తున్నా. అది చూసి నెల పైన అవుతుంది. 8am అయ్యింది. ఎప్పుడూ వచ్చే పిట్టల జంట వచ్చి నేను కూర్చున్న breakfast table ప్రక్కనున్న window (బైట) గట్టిన వాలి టక్ టక్ .... టక్ టకన అద్దాన్ని ముక్కుతో కొట్టడం మొదలెట్టింది. నేను లేచి camera తెస్తుంటే మరలా ఎగిరిపోయింది.

సద్రుశ్య

ఇంత ప్రొద్దుటే ఇలా వచ్చి ఏం చెప్పడానికి ప్రయత్నించింది అనుకుని, మరలా episode చూడబోతే net పనిచేయటం లేదు. వింతగా అనిపించింది. సరే అది నన్ను లేచి ready అవ్వమని చెబుతుంది ఏమో అని అలాగే చేశాను.

లలితసహస్రనామం, రుద్రం, హనుమాన్ చాలీసా, వెంకటేశ్వర సుప్రభాతం విని ధ్యానంలో కూర్చున్నాను. చాలా ప్రశాంతంగా ఉంది. ఏ sounds వినిపించటం లేదు. గత 5,6 రోజులనుండీ కొంచెం ఎర్రటి ఏదో లోకంలో ఉన్నట్లు కనిపిస్తుంది. ఇప్పుడు మొదట దాని నుండే start అయినా వెలుగులతో కూడిన purple, indigo, blue, yellow, green కనిపిస్తున్నాయి. ప్రాణం ఉన్న శక్తి ఎలా ఉంటుందో చెప్పడం కష్టం. కానీ దానిని నేను నా ధ్యానంలో చూస్తున్నాను. దాని నుండి కావలసినంత శక్తి ప్రాణంతో కూడి నాలోకి ప్రవేశిస్తుంది. చెప్పాగా! దీనిని వర్ణించటం కష్టం. అనుభవపూర్వకంగా తెలుసుకోవలసిందే.

అక్కడక్కడ, అప్పుడప్పుడు కాంతివంతమైన flash light లాంటి వెలుతురు కనిపిస్తుంది. అలా ఎన్ని వస్తున్నా నేను చలించకుండా ప్రాణం ఉన్న శక్తినే enjoy చేస్తూ ఉన్నా ఒక విధమైన మత్తులో.

నాకు అర్థం అయినది ఏమిటంటే నేను తండ్రిని చేరుకోవటానికి మధ్యలో చాలా లోకాలు ఉన్నాయి. వాటిని ఒక్కొక్కటిగా దాటి, అంచెలంచెలుగా మెట్లు ఎక్కి తండ్రికి దగ్గర అవుతున్నాను అని. అలా మధ్యలో వచ్చిన భూత, ప్రేతాత్మల లోకం ఇప్పుడే దాటాను.

నేను నిర్ణయించుకున్నది ఏమిటంటే, ఎన్ని కష్టాలు వచ్చినా, ఎన్ని బాధలు అనుభవించినా నా తండ్రికి నచ్చిన పనిని, నేను పూర్తి చేయాలీ అని. వచ్చిన పనిని పూర్తి చేసుకునే వెళతాను. ఎన్ని అడ్డంకులు వచ్చినా పరిపూర్ణ మార్గమయిన, తండ్రి మార్గాన్నే నేను ఎంచుకున్నాను. చిన్నప్పుడంతా ఒకే ఒక్క కల ఎందుకు అలా repeat అయ్యేదో, దానికి కారణమేమిటో నాకు ఇప్పుడు అర్థం అవుతుంది. నా గమ్యం ఒక్కటే!

కళ్ళు తెరుచుకుని ఉన్నా రోజంతా బాగా శక్తి వస్తూ, కనిపిస్తూఉంది. TV చూస్తున్నా, ఏమి చేస్తున్నా, కళ్ళు కూడా ఆర్పకుండా అలా చూస్తూ ఉండి పోతున్నాను. ప్రాణశక్తి ఏ పని చేయటానికో బాగా accumulate అవుతుంది

నాలో అని బాగా తెలుస్తుంది. సాయంత్రం ధ్యానంలో కూడా చాలా శక్తి వస్తూ ఉంది. ఆత్మను బలవంతంగా ఆపుతున్నాను. గుయ్... sounds వస్తూ ఉన్నాయి. తల అంతా చాలా భారంగా ఉంది. నొప్పిగా ఉంది. శరీరం అంతా జిమ్ జిమ్ అని శక్తి ప్రవహిస్తూ ఉంది.

సాయంత్రం TV చూస్తున్నాను. నాకు వచ్చే శక్తి కనిపిస్తూ ఉంది. తలపైన, నుదుటిపైన కొత్త experience లు జరుగుతున్నాయి. ఇవి చక్రాలు కాదు, మెరుపుతీగలు కాదు. ఇవి variety గా ఉన్నాయి. సాధ్యమయినంతవరకూ వర్ణించడానికి ప్రయత్నిస్తాను. సముద్రం ఒడ్డున ఒక అల అలా బయటకువచ్చి మరలా దాని నుండి వచ్చిన నురుగు, బుడగలను పగులగొడుతూ మరలా ఇసుకలో కలుస్తూ వెనక్కి వెళుతూ మళ్ళి సముద్రంలో ఎలా ఐక్యం అవుతుందో అలాగే ఉన్నాయి ఈ ప్రాణశక్తి అలలు. అవి తలపై నుండి నుదుటి మీదకు వచ్చి చిమచిమలాడుతూ కొంచెం వెనక్కి వచ్చి నా లోపలకు ఐక్యము అవుతున్నాయి. ఇది ఒక కొత్త experience.

శక్తి బాగా వస్తూ ఉండడంతో మరలా ధ్యానంలో కూర్చున్నాను. ఇది ఈ రోజు 3వసారి. అపారమైన శక్తి వస్తూ ఉంది. శక్తి అలలు తలపై నుండి మొఖంమీదకూ, ముక్కుమీదకూ, బుగ్గలమీదకూ వస్తూ ఉన్నాయి. శరీరం అపారంగా వచ్చే శక్తిని స్టోర్ చేసుకుంటూ ఉంది. బాగా వాంతి వస్తున్నట్లుగా ఉంది. వాంతి చేసుకుంటానేమో అనేంతగా ఉంది. ఒక లోకం నుండి ఒక లోకంలోకి వెళ్ళినప్పుడు ఈ feeling బాగా వస్తూ ఉంటుంది నాకు.

రాత్రి 12:12am కి మెలకువ వచ్చింది. శరీరం అంతా శక్తి అలలు తిరుగుతూ ఉన్నాయి. కడుపులో గురగుర sounds అయ్యాయి. రుద్ర గాయత్రి చెప్పుకుంటూ పడుకుని ఉన్నాను. పక్షుల అరుపులు వినిపించాయి. ఎందుకో time చూశాను 12:41. ఈ time లో ఎందుకు మరలా పక్షులు అరుస్తున్నాయి అనుకుని, మరలా మంత్రం చెప్పుకుంటూ శరీరం అంతటా ప్రవహిస్తున్న శక్తి అలలను enjoy చేస్తున్నాను. ఇది చాలా కొత్త experience. తలమీద, నోటిలో, ముక్కుమీదా, పొట్టమీదా, అరికాళ్ళలో, అరిచేతుల్లో, కాళ్ళమీద, butts మీద ఇలా శక్తి అలలు వస్తున్నాయి. బైట ఇంకా ఎక్కువ పక్షులు అరుస్తున్నాయి. మరలా time చూశాను, 1:23am. అర్ధరాత్రి పక్షులు అరవటం వినలేదు. ఎందుకు అరుస్తున్నాయో తెలుసుకోవాలి అనిపించింది.

మర్చిపోయాను. ఈ మధ్య ఒక 5 రోజుల క్రితం అలా ఒక వింత అయిన పక్షిని చూశాను. అది ఎలా ఉంది అంటే, పావురం రంగులో ఉన్నా, ఎక్కువగా పావురంలాగానే ఉన్నా గుడ్లగూబ పోలికలు ఉన్నాయి. చాలా వింతగా ఉంది అది. కళ్ళు కొంచెం ఎర్రగా ఉన్నాయి గుండ్రంగా. ముక్కు Owl ముక్కు, Owl లాగానే పక్షికూడా బొద్దుగా ఉంది. చాలాసేపు దానిని వింతగా చూస్తుండిపోయా. అవును ఫొటో తీయవచ్చుకదా! అని camera ready చేస్తూ ఉండగా ఒక ఉడత దాని దగ్గరకు వచ్చింది. ఈ పక్షి దానిని భయపెడుతున్నట్లు రెక్కలు విప్పి బెదిరించింది. ఉడత పక్షికంటే గడుసు అనుకుంటా, అయినా దానిమీదకే రావటానికి ప్రయత్నించింది. ఏమనుకుందో ఏమో పక్షి ఎగిరిపోయింది. నేను ఏదీ record చేయలేదు. కళ్ళప్పగించి చూడడం తప్ప.

Anyway రాత్రుళ్ళు ప్రశాంతంగానే ఉంటుంది. ఏ sounds వినిపించటం లేదు ఇంటిలో. తల్లిదండ్రులకు నమస్కరించుకున్నాను. ప్రతీసారీ పక్షి అరుపు వినిపించినపుడు ఒక చిన్న sound అలా అవుతుంది అంతే. నా ఎడమ ముఖం అంతా ఇలా శక్తి అలలతో నిండిఉంది. కుడి అరచేతిలో, కుడి అరికాల్లో శక్తి అలలు. రాత్రి అంతా శక్తి అలలు కదులుతూ ఉండడంతో సరిగా నిద్రపోలేదు. కానీ పక్కమీద పడుకునే వాటిని ఆస్వాదిస్తున్నాను.

ప్రొద్దుటే లేచి హరహర మహాదేవ చూస్తున్నా. ఆ పిట్ట వచ్చి టక్ టక్.. టక్ టక్‌న కొట్టింది. Time చూశా 8:03am అయ్యింది. Camera ready చేసి దానిని record చేద్దాం అనుకుంటే టకటకా ఇంకో 2 సార్లు కొట్టి వెళ్ళిపోయింది. ఎంత అద్భుతం! సరే అది నన్ను రెడీ అవ్వమంటుంది అనిపించింది. రుద్రం audio పెట్టి స్నానం చేసి అభిషేకం చేసి వచ్చి ధ్యానంలో కూర్చున్నాను. ఆమోఘమైన కాంతులు నన్ను చుట్టముట్టాయి. ఎంత అద్భుతంగా ఉందో! బైట చిన్నగా పక్షులు అరవటం start చేశాయి. కాంతులతో కూడిన రంగులు నాలో ఐక్యం అవుతున్నాయి. నేను మత్తులో ఉన్నట్లు, ఏదో trans లో ఉన్నట్లు అవుతుంది నాకు. ఈ రంగులు రోజూ కనిపించేవే అయినా అవి ఉద్భవించటం, నా వైపు కదిలి రావటం ఎప్పుడో TV లో చూసినట్లు గుర్తు. ఉత్తర ధ్రువం, దక్షిణ ధ్రువం వద్ద అలా రంగులు కనిపిస్తాయి అనో ఏదో విన్నట్లు, చూసినట్లు గుర్తు. ఇవి అంతకంటే అద్భుతంగా ఉన్నాయి. ఇవి కాంతితో కూడిన రంగులు. నాలుగురోజుల నుండీ ధ్యానం చేసే room మార్చాను. Family room లో కూర్చుని ధ్యానం చేస్తున్నాను. నేను ధ్యానం చేసే position చూస్తే అవి NW corner నుండి వచ్చి నాలో ఐక్యం (కలుస్తూ) అవుతున్నాయి. నేను ఏ position లో కూర్చున్నా అవి నా ముందునుండే వస్తాయి. కాబట్టి ఈ దిక్కుకు అంత ప్రాముఖ్యత ఇవ్వనవసరం లేదు. Just చెబుతున్నాను అంతే. ఈ మధ్య నాకు మతిమరుపు బాగా వచ్చింది. అందుకే ఏది ఎపుడు గుర్తుకు వస్తే అది రాస్తున్నా. గుర్తుకురానివి ఎన్నెన్నో....

సరే అసల విషయానికి వద్దాం. నేను మత్తుగా నన్ను నేను మర్చిపోతున్నట్లు, తెలిపోతున్నట్లు అవుతూ ఉంది. రంగులు నాలో ప్రవేశిస్తుంటే, బైట పక్షులు చాలా పెద్దగా అరుస్తున్నాయి. రంగుల ప్రవాహం వేగం పెరిగేకొద్దీ అవి పెద్దగా అరుస్తున్నాయి. అవి నన్ను నిద్రలోకి జారకుండా చూస్తున్నాయో లేక వాటికి ఏమన్నా కనిపించి అలా అరుస్తున్నాయో అర్థం కాలేదు. కానీ, వాటి అరుపులకూ, నాకు జరిగే మార్పులకూ తప్పక సంబంధం మాత్రం ఉంది. ఎందుకంటే ఈ ప్రవాహ వేగం ఉధృతంగా ఉన్నపుడు పక్షులు చాలా పెద్ద పెద్ద గొంతులతో అన్నీ rhythmic గా ఒకేసారి గొంతులు ఎత్తి అరుస్తున్నాయి. ఇది 100% నిజం. ఇంకా నేను చాలా కొంచెమే రాస్తున్నాను. కానీ అద్భుతం! మహో అద్భుతం!! ఒక్కసారిగా peak కు అందిన తరువాత ప్రవాహం, పక్షుల అరుపులు ఒకేసారి ఆగాయి. ఆ తరువాత ఒక్క పక్షి కూడా అరవలేదు. అపారమైన శక్తి వస్తూ ఉంది.

ఒక కాంతివంతమైన ధ్వజస్తంభం లాంటిది దూరంగా కనిపించింది. దానికి ఆది కానీ, అంతం కానీ కనిపించటం లేదు. కానీ నిలువుగా అది కదిలి వస్తుంది. చాలా కాంతిని నింపుకుని ఉంది. నెమ్మదిగా నా దగ్గరకు వచ్చి నాలో అది చొచ్చుకుని నాలో దిగబడిపోతూఉంది. అలా చెప్పేకంటే అది, నేనూ ఐక్యం అయిపోయాము అని చెప్పటం correct ఏమో! ఈ రోజు చాలా అద్భుతాలు జరుగుతున్నాయి. చాలా వాటిని ఎలా explain చేయాలో కూడా తెలీటం లేదు. చాలా గుర్తుకు కూడా ఉండటం లేదు. శరీరంలో ఎన్ని మార్పులు జరిగినా మనసులో నేను కోరుకునే మార్పు మాత్రం ఒక్కటే!

నా తల్లిదండ్రుల మార్గమైన సత్పురుషుల మార్గంలో నడవడం. వారు నాకు ఒప్పచెప్పిన పనిని ఏ అడ్డంకులూ లేకుండా పూర్తిచేసుకుని వెళ్ళటం. మంచి వాక్కు కలిగి, మంచి మార్గంలో, మంచి పనులు చేస్తూ, అందరికీ సాయమయినంత సహాయం చేస్తూ, న్యాయంగా వ్యవహరించి, న్యాయంగా ప్రవర్తించటమే! నా దారిలో కనిపించినవారిని మంచివారిగా మార్చగలగటం దానికి కావలసిన శక్తిని,

సదృశ్య

వాక్కును, ధైర్యాన్ని, అవకాశాన్ని నాకు ప్రసాదించమని తల్లిదండ్రులను కోరుతున్నాను.

ఇన్ని అద్భుతాలను చూడటానికి అవకాశం, అదృష్టం కల్పించిన తల్లిదండ్రులకు శిరసా నమస్కరిస్తున్నాను. నేను ఈ స్థితికి రావటానికి సహాయం చేసిన ప్రతి ఒక్కరికి ఎంతో ఋణపడి ఉన్నాను. ముఖ్యంగా తల్లి నా దగ్గరకు వచ్చి తన ప్రేమ, శక్తి నాకు అందించకపోతే ఇవి ఏమీ సాధ్యం కాలేవు. అంతా అమ్మ దయ. ఈ ప్రేమ, ఆత్మ, జన్మ, ఊపిరి, దీక్ష, ప్రాణం, ధ్యానం అంతా అమ్మ దయే!

31/3/13

ఈ రోజంతా శక్తి వస్తూనే ఉంది. ఈ శక్తి నా కంటికి బాగా స్పష్టంగా కనిపిస్తూవుంది. సాయంత్రం ధ్యానంలో కూర్చున్నపుడు కూడా ఈ Northern Lights (Aurora) colors చాలా ప్రకాశవంతంగా కనిపిస్తున్నాయి. ఎప్పుడూ ఇవి కనిపిస్తూనే ఉంటాయి. కానీ ఇప్పుడు కనిపించేవాటికి జీవం ఉట్టిపడుతుంది. అవి కదిలే కదలికలు అద్భుతం. వీటిని చూసి తరించటమే! వర్ణించటం కష్టం.

ఇంతకుముందు బుల్లి చక్రాలు తిరిగేటప్పుడు అవి కంటి క్రిందినుండి కంట్లోకి enter అయ్యేవి. ఈ సారి experience అవుతున్న శక్తి అలలు కంటి పైనుండి enter అవుతున్నాయి. అక్కడక్కడ అగ్ని పుడుతుంది. శక్తి తరంగాలు ఉధృతంగా రావటంతో తలపైన, నుదుటిన vibrations కూడా వస్తున్నాయి. ధ్యానంలోనే కాకుండా మామూలుగా కంటికి కనిపించే శక్తిలో కూడా జీవం ఉంటుంది. సహస్రంలో చక్రా చాలా active గా తిరుగుతుంది. కళ్ళు అలా మూస్తే చాలు ఆజ్ఞలో చక్రా కూడా తిరుగుతుంది. శక్తి ప్రవాహం కనిపిస్తూ ఉంటుంది.

ఇంతలా శక్తి నాకు ఆరుద్ర నక్షత్రం ఉన్న రోజు వస్తుంది. Calendar లో చూస్తే ఈ రోజు చవితి, రేపు షష్టి. నక్షత్రం కారణం అవ్వవచ్చు, కాకపోవచ్చు. కానీ గమనించుకోవాలి. ధ్యానంలో కూర్చోగానే మన శరీరం మీద ఉన్న మందపాటి శరీరాన్ని చీల్చుకుని రావటానికి కొంత సమయం పట్టినా ఆ తరువాత అందమైన, అద్భుతమైన రంగుల లోకం. ఏ రంగులు కనిపిస్తున్నాయంటే purple, blue, green, yellow. అన్నీ ఎంతెంత bright రంగులో. అప్పుడప్పుడు నా ఎడమ ప్రక్కనంతా purple, నా కుడి ముఖమంతా blue పరుచుకుని

ఉంటుంది. ఇలాగే మొదటినుండీ చాలాసార్లు జరిగింది. మరలా అలా కనిపిస్తుంది ఇప్పుడు. ఈ కనిపించటం ఎలా అంటే అర్ధనారీశ్వరునిలా.

నిన్న రాత్రి నేను పడుకున్నప్పుడు నా శరీరం అంతా ఊగిపోతుంది. శరీరం అంతా ఒక బంతిలా ప్రాణం ఉన్న గుండెలా కొట్టుకుంటుంది. గుండె లోపల ఉండి కొట్టుకుంటుంది, అది నాకు తెలుసు. కానీ ఈ experience అది కాదు. శరీరం అంతా ఒక గుండెలా కొట్టుకుంటుంది. ప్రాణం వచ్చినదానిలా కదిలిపోతుంది.

1/4/13

రాత్రి పడుకున్న వెంటనే శరీరం కదిలిపోతుంది. Earthquake వస్తే భూమి ఎలా కదులుతుందో అలా ఉంది. Kevin కు తెలుస్తుందేమో నా ఈ కదలడం. పాపం తన నిదుర disturb అవుతుందేమో నా మూలాన అనిపించేంతగా శరీరం ఊగిపోతోంది. కానీ Kevin ఇవేమీపట్టనట్లు పడుకుని ఉన్నాడు ప్రశాంతంగా.

నిజానికి నా శరీరం కూడా నిశ్చలంగానే ఒక్క inch కూడా కదలకుండా ఉంది. ఈ కదలికలు అన్నీ నా ఆత్మవి. పాపం చాలా సంవత్సరాల తరువాత స్వేచ్ఛను సంపాదించుకుంటుంది కదా! త్వరగా పొందాలనేది దాని కుతూహలం. ఇది ఎక్కడెక్కడికో వెళ్ళి ఎవరినెవరినో వెంట పెట్టుకుని వచ్చేస్తుంది. పాపం అది దాని తప్పు కాదు. దాని వెనకే ఎవరో పడుతున్నారు. ఆత్మ పరిగెత్తుకు వచ్చి శరీరంలో దూరేసరికి అవి నా శరీరాన్ని ఇబ్బందిపెడుతున్నాయి. అందుకే ఆత్మను బుజ్జగిస్తున్నాను. ఎక్కడికీ వెళ్ళకుండా బుద్ధిగా ఉండు. బయటకు వెళ్ళి తిరిగివచ్చే సమయం ముందు ముందు ఉంది అంటూ! కానీ రాత్రి అవుతుంటే ... దానికి చాలా తొందర ఉన్నట్లు తెలిసిపోతుంది. ఇది నా చేతిలో లేని పని. దానిని ఎంతకాలం ఆపగలను? ఈ జీవితమే దానిది. ఈ శరీరమే దానిది. దాని దారికి నేను అడ్డురాకూడదు. దానిని స్వేచ్ఛగా తిరగనివ్వాలి.

చేయగలిగింది ఏమీ లేక పడుకుని నిద్రపోయాను. రాత్రి 12:40 కి మెలకువ వచ్చింది. చాలా దూరంలో ఎక్కడో పక్షులు అరుస్తున్నాయి. అవి దగ్గరలో లేవు. Highway మీద వెళుతున్న vehicles sound చాలా clear గా వినిపిస్తున్నాయి. మరలా నిదరలోకి జారుకున్నాను.

సద్రుశ్య

ప్రొద్దుటే లేచి శ్రీసూక్తం, పురుషసూక్తం, రుద్రం విన్నాను. స్నానం చేస్తుండగా కళ్ళు మూసుకుంటే ప్రకాశవంతమైన సూర్యుని కాంతులు వాటి నుండి తేజోవంతమైన శక్తి వస్తూ కనిపించింది. ఇది సరి అయిన స్థలం కాదు, త్వరగా ధ్యానంలో కూర్చేవాలి అని త్వరగా ready అయ్యి తండ్రికి అభిషేకం చేసుకుని ధ్యానంలో కూర్చున్నాను.

ధ్యానంలో కూర్చున్నపుడు అంతా ప్రశాంతంగా ఉంది. గత 2,3 రోజుల నుండి విషయాలు తెలుస్తున్నా ఎక్కువ స్పష్టత లేకపోవడంతో ఈ విషయాలు రాశానో లేదో గుర్తులేదు. సరే ఈ రోజు experience విషయాలు చెప్తాను.

ధ్యానంలో bypass దారి అంటూ లేదు. ఒక్కొక్క లోకాన్ని తప్పక దాటవలసిందే ముందుకు వెళ్ళాలీ అంటే! ఒక్కొక్క లోకంలో కనిపించిన, ఎదురయిన అనుభవాలను చవిచూడవలసిందే, అనుభవించవలసిందే. దీనికి వేరే మార్గం అంటూ లేదు. తప్పించుకునే పరిస్థితే లేదు. అయితే రాత్రి నా ఆత్మ ప్రయాణం చేసి వచ్చింది అని స్పష్టంగా తెలుస్తుంది. ఎందుకంటే నాలో enough శక్తి ఉంటే ఈ లోకాన్ని త్వరగా దాటడానికి సరిపడా శక్తి ఉండి ఉండేది. కానీ ఈ రోజు నా ప్రయాణం చాలా slow గా ఉంది. నాకు చాలా స్పష్టంగా తెలుస్తుంది. కానీ తండ్రి నామం పట్టుకుని ముందుకే ప్రయాణించదలిచాను. రోజు రోజుకి నాలో మొండి ధైర్యం పేరుకుపోతుంది.

ఇప్పుడు ఏ లోకంలో ఉన్నానో అర్థం అయ్యింది. అక్కడక్కడ శబ్దాలు అవుతున్నాయి. వాటి తీవ్రత ఎక్కువ అవుతుంది. ఎన్ని ఉన్నా అవి నన్ను ఏమీ చేయలేవని నాకు తెలుసు. అవి దూరంగా ఉండి నన్ను భయపెట్టడమే! నా దగ్గరకు వచ్చే సాహసం చేయవు. అవి నా శరీరాన్ని బాధించగలిగితే బాధించే శక్తి ఉండవచ్చు. కానీ వాటికి నా ఆత్మను తాకే శక్తి లేదు. అందుకే అవి దూరంగా ఉండి తోడేళ్ళలా అవకాశం కోసం ఎదురుచూస్తూ వుంటాయి. ఈ లోకాన్ని త్వరగా దాటడానికి నా దగ్గర సరిపడా శక్తిలేదు. అప్పటికప్పుడు వచ్చేశక్తితో, తండ్రి నామంతో దాటగలుగుతున్నాను.

ఇంటిలో అంతా రకరకాల శబ్దాలు, చాలా వినిపిస్తున్నాయి. కానీ నేను వాటికి ఏమీ చలించటం లేదు. ఈ బ్రతుకు బ్రతికినా తండ్రికే అంకితం, పోయినా తండ్రి దగ్గరకే. అదే నా ధైర్యానికి కారణం. ఒక్కసారి నిర్ణయించుకున్నాక ఇక ఆలోచించకూడదు. కష్టమైనా, నష్టమైనా ముందుకు వెళ్ళడమే! ఎక్కడో light

కనిపిస్తుంది. అటుగా ప్రయాణం సాగించాను. ఇంతకుముందు Kevin చెప్పాడు (మేము ఎక్కువగా Cruise లకు వెళుతూ ఉంటాము. ఎప్పుడయినా accident అయ్యి ఒకవేళ నీటిలో పడిపోతే) నీటిలో ఉన్నపుడు నీటి బుడగలు ఎటు ప్రయాణం చేస్తే అటే ఈదాలి. అవి ఎప్పుడూ పైకే వెళతాయి అని. అలాగే నేనూ నా భగవంతుడైన సూర్యుని నమ్మి కాంతి వైపే ప్రయాణం సాగించాను. నిర్ణయం correct యే! slow గా రంగులు, కాంతులు కనిపించాయి. హమ్మయ్య ఒక లోకం దాటాను అని ధైర్యం వచ్చింది.

అక్కడి (వజ్రాలు, వైఢూర్యాలు, అలాంటివి ఎన్నెన్నో) కాంతులు, రంగులు, వెలుగులు, మెరుపులు చాలా చాలా అందంగా ఉన్నాయి. మన Diamonds వెలుగులు దిగదుడుపే! ఇలాంటి అందాలను ఎవ్వరూ చూసిఉండరు. అక్కడినుండి శక్తి బాగా వస్తుంది. మేఘాల్లా వస్తూ కనిపించాయి. ఆత్రుతగా వాటివైపు చూస్తున్నా. ఒక మేఘం నుండి అందమైన అమ్మాయి ముఖం కనిపించింది. నున్నటి బుగ్గలతో, పొడవాటి జుట్టుతో ఎంతో ముద్దుగా, అందంగా ప్రశాంతంగా చిరునవ్వు face తో ఉంది. ఆమె నుండి దివ్యమైన శక్తి వస్తూ ఉంది. అది నాకే అందిస్తుంది. ఆమెను అలా చూస్తూ ఉండిపోయాను. ఆమె మళ్ళా మేఘాల్లో కలిసిపోయింది. చలనం వచ్చినదానిలా మళ్ళీ ప్రయాణం సాగించాను.

రంగులు అన్నీ కలిసి ఎక్కడికో వెళుతున్నాయి. వాటితో కలిసి నేనూ ప్రయాణం సాగించాను. అవి చాలా speed గా ప్రయాణిస్తున్నాయి. నేనూ ఏమీ తీసిపోలేదు. వాటినుండి వచ్చే శక్తిని అందుకుంటూ వాటితో సమానంగా ప్రయాణిస్తున్నాను. మధ్యలో దివి నుండి భువికి దిగివచ్చిందా అన్నంతగా పెద్ద ప్రవాహం కనిపించింది. అవి అమృతధారలలా కనిపించాయి. అక్కడ చాలా అందంగా mesmerize చేస్తున్నట్లుగా అనిపించింది. ఎంతో ఎత్తులనుండి పడుతుంది ఆ ప్రవాహం. ఆ ప్రవాహం నుండి వచ్చే శక్తి అద్భుతంగా ఉంది. దానిని ప్రవాహం అనరేమో! Waterfall English లో. దానిని ఆస్వాదిస్తూ, దాని నుండి వచ్చే శక్తిని అనుభవిస్తూ అక్కడే అలాగే కాసేపు ఉండిపోయాను.

తెలివి వచ్చి అటూ ఇటూ చూస్తే రంగులు కనిపించలేదు. మరలా ఒంటరిగా ప్రయాణం సాగించాను. కొత్తలోకం గోడల దగ్గరకు వెళ్ళాను. అవి నేను దగ్గరకు వెళ్ళిన వెంటనే దూరంగా వెళ్ళిపోతున్నాయి (అవి దూరంగా వెళుతున్నాయో, నన్ను దూరంగా నెడుతున్నాయో clear గా తెలీడంలేదు). కానీ అవి దూరంగా జరగటం స్పష్టంగా తెలుస్తుంది. గత 3 రోజుల నుండీ ఇదే జరుగుతుంది. మరి

సద్రుశ్య

ఇంతవరకూ ఇది రాశానో లేదో గుర్తులేదు. చెప్పాగా చాలా విషయాలు మర్చిపోతున్నాను అని.

Anyhow మూడు రోజులనుండీ ఇక్కడిదాకా వచ్చి అవి వెనక్కు వెళ్ళిపోవడంతో చేసేదిలేక తిరిగి వచ్చేస్తున్నాను. కానీ ఈ రోజు నా ప్రయత్నం నేను చేయదలిచాను. అక్కడే నిల్చుని చెప్పడం మొదలెట్టాను, నేను శివశక్తుల బిడ్డనని, వారిని చేరుకోవాలనుకుంటున్నానని... నాకు దారి వదలమనీ. చెప్పిందే చెబుతున్నాను.... చెప్పిందే చెబుతున్నాను. మొండిగా అక్కడే నిల్చునిచెబుతున్నాను. నాకు అయితే విసుగురాలేదు గానీ అక్కడ వినేవాళ్ళకు విసుగువచ్చి ఉంటుంది, నా దగ్గరకు వచ్చాయి.

కొత్తలోకంలోకి అడుగు పెట్టాను. మరలా రంగులు, కాంతులు, వెలుగులు చాలా అందంగా అద్భుతంగా ఉంది. ఈ కాంతులు, వెలుగులు అన్నీ anti clock-wise తిరుగుతున్నాయి.

అద్భుతంగా ఉంది చూస్తుంటే. ఇలా 5 రెక్కలు అనుకుంటా దానికి ఉంది, సరిగా గుర్తుకు లేదు. కానీ గుండ్రంగా తిరుగుతూ ఉంది. దాని అందాలను కళ్ళప్పగించి చూస్తూ ఉండిపోయాను. అది నన్ను దాటుకుని వెళ్ళిందో, లేక నేను దానిని దాటుకుని వచ్చానో తెలీదు. దాని రెక్కల మధ్యనుండి దాని వెనుకభాగం వైపుకు వచ్చాను దాటుకుని. మరలా ప్రశాంతత. అప్పుడు గుర్తుకు వచ్చింది, నేను దాటినది ఏమిటో. దానినే Milky-way అంటారు అనుకుంటా! సినిమాలలోనో, TV లోనో చూసినట్లు గుర్తు. WoW!!! ఇంతటి అదృష్టాన్ని ఇచ్చిన తల్లిదండ్రులకు నమస్కరించుకుని కళ్ళు తెరిచాను.

ఎదురుగా ఉన్న తండ్రిని చూసి ప్రశాంతంగా నవ్వాను. మాటల్లో చెప్పలేని ఆనందం (నవ్వటం అంటే చిరుమందహాసం). నా కంటికి ఇంతటి అమోఘమయిన అందాలను చూపిస్తున్నందుకు మనఃపూర్తిగా ధన్యవాదాలు చెప్పుకున్నాను. మనిషిగా పుట్టి ఇన్ని విషయాలు తెలుసుకుంటున్నందుకూ, ఇన్ని అనుభూతులు పొందుతున్నందుకూ, ఇన్ని లోకాలకు ప్రయాణం చేయగలిగే శక్తిని, అవకాశాన్ని ప్రసాదించినందుకు నా తల్లిదండ్రులకు మనఃపూర్తిగా నమస్కరించాను.

మర్చిపోయాను, ధ్యానంలో కూర్చునేముందు సూర్యనమస్కారం చేసుకుంటాను కదా! దేవదేవుడు, నా భగవంతుడు ఎంత అందంగా, ప్రశాంతంగా ఉంటారో చెప్పలేము. ఈ రోజు తననుండి చిక్కని అందమైన పువ్వ విచ్చుకుని కనిపించింది. బైటకు వెళ్ళి చూడగానే కళ్ళు పెలిపోయేంత వెలుగు. నమస్కరించి, నామం చెప్పుకుని చూస్తే ఎంత ప్రశాంతంగా, ప్రసన్నంగా కనిపిస్తారో! ఈ రోజు ప్రొద్దున India లో ఒక friend Leela కు call చేశాను. తనతో కూడా సూర్యుని గురించే చెప్పాను. సూర్యుని చూసి నేర్చుకోవలసింది ఎంతో ఉందని, రోజూ మనకు కనిపిస్తున్నా తనను గుర్తించలేకపోతున్నాము అని. ఈ conversation ఎలా start అయ్యుంది అంటే, బ్రహ్మ సృష్టికర్త కదా! మరి సరస్వతి మాతని బ్రహ్మ సృష్టిస్తే తను బ్రహ్మకు కూతురు అవుతుంది కదా! మరి కూతురిని పెళ్ళిచేసుకోవటం ఏమిటి అని. నేను వారి relation తెలుసుకునే స్థితికి ఇంకా రాలేదనీ, నాకు తెలిసినది ఏమిటంటే బ్రహ్మ, లక్ష్మి అన్నా చెల్లెలనీ; విష్ణు, పార్వతి అన్నా చెల్లెలు అనీ; అలాగే శివ, సరస్వతి దేవి అన్నా చెల్లెలనీ అంటారనీ, నేను విన్నానీ చెప్పాను.

అయితే ఇప్పటిదాకా నేను తెలుసుకున్నదేమిటంటే సృష్టి అంతా శూన్యం నుండే వచ్చిందనీ, దాని నుండి ఓం కారం పుట్టిందనీ, దానినే శక్తి అమ్మగా మనం భావిస్తామనీ, తరువాత శివయ్య తండ్రి పుట్టారనీ చెప్పాను. అందుకే అంతటికి వారే తల్లిదండ్రులనీ చెప్పాను. అన్ని పనులూ మనమే చేసుకోలేనట్లుగా సృష్టికర్తగా బ్రహ్మను, దీనిని చూసుకోవటానికి విష్ణువునూ పుట్టించారని చెప్పాను.

అయితే బ్రహ్మకు సరస్వతీదేవి చెల్లెలు కాదా? ఆయన ఆమెను సృష్టించలేదా అని అడిగింది. దేవుళ్ళ గురించి చర్చించేముందు నీ గురించి నువ్వు చెప్పు. నువ్వా కన్నావు కదా ఒక బిడ్డను. నీలో నుండి ఎలా వచ్చాడు? ఎలా ముక్కూ, కళ్ళు ఏర్పడ్డాయి? రక్తం, మాంసం ఎలా పంచావు? ముందు అవి తెలుసుకోవటానికి ప్రయత్నించు. ఇది మన మనుషులకు ఉండే సహజ గుణం. మనగురించి వదిలేసి ఎదుటివాళ్ళ గురించి ఆలోచిస్తాము. వాడు ఏమి చేస్తున్నాడు, ఎలా బ్రతుకుతున్నాడు, ఇలా ఎన్నో.

అలా కాకుండా ప్రతీ మనిషి ముందు తను ఎవరో తెలుసుకుంటే ఇంక ప్రపంచం అంతా తనకే తెలుస్తుంది. ఎవ్వరినీ ఏమీ అడగవలసిన అవసరం ఉండదు. అంత ఎందుకు ఒకటి గమనించు. ఒక గిన్నెలో నీరుపోసి అలా పెడితే, కొన్ని రోజులకు దానికి పాచిపట్టి దానిలో పురుగులు పుడతాయి. అది నీ కళ్ళముందే

సద్రుశ్య

జరుగుతున్నా ఎలా జరుగుతుందో నీకు అర్థం కాదు. ఎందుకంటే అది నీకు కనిపిస్తున్న విషయం కాబట్టి. కానీ అది కనిపించడానికి కారణం మనకళ్ళు, దానిని గ్రహించడానికి కారణం మన మెదడు.

ఈ కళ్ళు నీకు ఎలా వచ్చాయి, ఎలా చూడగలుగుతున్నావు ఈ కళ్ళతో అని ఎవరూ ఆలోచించరు. అలా మనం చూసినదానిగురించి తప్ప ఎలా చూడగలుగుతున్నాం అన్నది ఎవ్వరూ పట్టించుకోరు. మనలో ఈ ఒక్క మార్పు రాగలిగితే చాలు మనం చాలా మారినట్లు. ఇకనుండీ ఈ కోణం నుండి ఆలోచించమని చెప్పాను.

అలా కాదు కనిపించిన దానిగురించే ఆలోచించాలి అంటే రోజూ అలసట లేకుండా సూర్యుడు ఉదయిస్తూ మనకు వెలుగు నింపుతున్నాడు. నువ్వు బీద, గొప్ప, కుంటి, గుడ్డి, తారతమ్యం లేకుండా మనకు అందరికీ వెలుగును సమానంగా పంచుతున్నాడు. రోజూ మనకు అంతటి వెలుగులను అందిస్తున్న సూర్యుని గురించి కూడా మనం ఎవ్వరమూ ఆలోచించము. ఎందుకూ పనికిరాని, ఎందుకూ కారకాని విషయాలు అందరికీ కావాలి. సూర్యునిని చూసి నేర్చుకోవలసింది ఎంతోఉంది మనకు. తను మండుతూ ఇంతమందికి వెలుగులను ఇస్తున్నాడు. అంతటి గొప్ప మనసు ఉన్నవారిగురించి ఏ మనిషి అయినా ఒక్క క్షణం ఆలోచిస్తాడా! అది చేయడు.

నిజమే కదా! అన్నది. మరి నీకు ఇప్పుడు తెలిసింది కదా! ఈ కోణం నుండి ఆలోచించు, అలాగే నీ గురించి నువ్వు తెలుసుకోవటానికి ప్రయత్నించు. అన్నీ నీకే అర్థం అవుతాయి వాటంతట అవే అని చెప్పాను.

ఈ రోజు ప్రొద్దుట, రోజూ వచ్చే పిట్టల జంట రాలేదని కొంచెం బాధ వేసింది. కానీ 2:45pm కు నేను living room లో ఉండగా అది living room main entrance పైన ఉన్న window దగ్గరకు వచ్చి టప టప కొడుతుంది దాని ముక్కుతో గాజు window ని. దానిని expect చేయకపోవడంతో నేను పట్టించుకోకుండా భారతికి mail పంపుతున్నా. పాపం ఆ పిట్ట నా attention కోసం అలా టక్ టక్ టక్, టక్ టక్ టక్ అని కొడుతూనే ఉంది. నేను వాటిని చూస్తే చాలు తుర్రుమంటాయి. అందుకని వాటివైపు చూడకుండా, నేను వెళ్ళి camera తెచ్చేసరికి ఇంకా అక్కడే ఉన్నాయి. కానీ నా attention వచ్చాక ఇంక window కొట్టడు. కానీ ఈ రోజు వాటిని capture అయితే చేయగలిగాను.

ఇప్పుడే భారతితో చెబుతున్నా, దాని భాష నాకు అర్థం అయితే మాకు ఎన్ని కబుర్లు ఉంటాయో! అని. చూద్దాం అది నన్ను ఎన్ని రోజులు ఇలా ఆటపట్టిస్తుందో!

నుదుటిపైన చక్రాలు తిరుగుతూనే ఉన్నాయి. శక్తి అలలు అక్కడక్కడ వస్తూనే ఉన్నాయి. ఎడమ చెవిలో, పొట్టపైన, కాళ్ళపైన, ఎడమ బుగ్గపైన అలా ఎక్కువగా ఎడమ శరీరభాగాలలో చక్రాలు తిరుగుతూ ఉన్నాయి.

2/4/13

నిన్న సాయంత్రం కూడా ధ్యానంలో కూర్చున్నాను ఎప్పటిలా, 2 నిమిషాలకే tunnel open అయ్యింది నన్ను ఆహ్వానిస్తూ. మరలా దానిలో ప్రయాణం చేయటం మొదలెట్టాను. Tunnel చాలా వంకలు తిరుగుతూ వెళుతుంది. అయినా కనిపిస్తున్న కొంత కాంతినే ఆధారంగా తీసుకుని వెళుతున్నాను. నాకు అర్థం అయ్యింది, తండ్రిని చేరాలీ అంటే ఈ ఒక్క మార్గమే! ధైర్యంగా ఉండాలి అని. మధ్యలో ఎవరు అడ్డుకుంటారో తెలుసునాకు. మరలా sounds వినిపిస్తున్నాయి. అర్థం అయ్యింది ఎక్కడ ఉన్నానో. చేసేది లేక వాటిని బ్రతిమలాడుకుంటున్నాను. నేను దారిన వెళ్ళే బాటసారిని. నా దగ్గర ఏమీ లేదు. నా తల్లిదండ్రులను వెతుక్కుంటూ ఇటుగా వెళుతున్నాను. నాకు దయచేసి దారి వదలండి అని. వాటికి ఏ మాత్రం జాలి లేదని తెలుస్తుంది. శక్తి వస్తూనే ఉంది. ఆ శక్తిని ఆధారంగా తీసుకునే పైకి వెళ్ళగలుగుతున్నాను. ఎప్పటిలా మరలా పైకి వెళ్ళాక అది నన్ను నెట్టేసింది. చేసేది లేక వచ్చేశాను.

రాత్రి పడుకోగానే మరలా ఆత్మ కదిలిపోతుంది. నా శరీరానికి విశ్రాంతి దొరికితే చాలు విజృంభించాలి అని చూస్తుంది. Sounds వినిపిస్తున్నాయి. కళ్ళముందు ఎంత వద్దు అనుకున్నా రంగులు కనిపిస్తున్నాయి. నా చేతిలో ఏమీ లేదని అర్థం అయ్యింది. నా ఆలోచన ఏమిటంటే ఈ ఆత్మ ఎక్కడికి వెళ్ళినా ఈ పరిస్థితుల్లో మంచిదికాదని. వస్తున్న sounds కు నిద్రరావటం లేదు. ఇప్పుడు అవి అర్ధరాత్రి వరకూ కూడా ఆగటంలేదు. అవి కూడా ఏ శక్తికీ భయపడుతున్నట్లు లేవు. కానీ నా తుది (చివరి ఘడియ) ఘడియ వరకూ న్యాయంకోసమే పోరాడాలి కానీ అధైర్యపడకూడదు. ఇలా నేనూ మొండిగానే ఉన్నాను.

2:30am కి Kevin లేచాడు, తల నొప్పిగా ఉంది అంటూ. ఆ తరువాత నాకు నిద్ర పట్టలేదు. ఇంకా sounds వినిపిస్తున్నాయి. Kevin ను అడిగాను ఏమన్నా

sounds వినిపిస్తున్నాయా అని, అవును అన్నాడు. ఇక తనను ఏమీ అడగలేదు. ఇంక పడుకోవాలనిపించలేదు. Family Room లోకి వచ్చి TV on చేశాను. నా వెనక అక్కడక్కడ sounds వినిపిస్తున్నాయి. మొండి ధైర్యంతో అలాగే కూర్చుని లలితాసహస్రనామాలు, గాయత్రీమంత్రం పెట్టుకుని కూర్చున్నాను. Kevin 5:15am కి లేచాక, తాను ఆఫీసుకు వెళ్ళేముందు నన్ను లేపమని చెప్పి మరలా వెళ్ళి పడుకున్నాను. Sounds వినిపిస్తానే ఉన్నాయి. ఎవరో నా ఎడమచెవి దగ్గరకు వచ్చి మాట్లాడినట్లు అనిపించింది. అయినా పట్టించుకోకుండా మొండిగా పడుకుని నిద్రపోయాను. Kevin office కు వెళ్ళేముందు లేపి వెళ్ళాడు. నేను బహుశా అరగంట నిద్రపోయి ఉంటానేమో! మరలా పడుకున్నా. కాసేపటికి మరలా నా ఎడమచెవి దగ్గర ఎవరో ఏదో చెబుతున్నారు. కళ్ళు తెరిచి చూస్తే ఎవ్వరూ లేరు. మరలా కళ్ళుమూసుకున్నా. ఎవరో ఏడుస్తున్నారు. మరలా కళ్ళు తెరిచా. ఎవ్వరూ లేరు. నాకు ఎందుకు ఇలా వినిపిస్తున్నాయో అర్ధంకాక మరలా కళ్ళుమూసుకున్నా. ఉన్నట్లుండి నా కుడిచేయి మొద్దుబారిపోతుంది. దానిని అటూ ఇటూ తిప్పి మరలా కొంచెం మామూలుగా రావడంతో ఇక పడుకోలేక లేచి వచ్చి TV పెట్టుకున్నాను.

TV పెట్టాననే గానీ, ఇంతకుముందు జరిగినదే గుర్తుకువస్తుంది. అదీ కాకుండా ఈ మధ్య కొద్ది రోజులనుండీ TV on లో ఉన్నపుడు నేను అక్కడ చూడటానికి కూర్చున్నా, దాని ముందుగా నడిచినా TV లో disturbance వస్తుంది. శరీరంలో అక్కడక్కడ శక్తి అలలు. ముఖ్యంగా నా ఎడమ శరీర భాగం. ఎడమ బుగ్గ, ముక్కు, ఎడమ కన్ను, ఎడమ పెదాలు ఇలా... ఎడమ పొట్టపైనా, కాళ్ళపైనా. నుదుటిపైన మాత్రం నిన్న ప్రొద్దుటినుండీ continuous గా శక్తి అలలు వస్తానే, కదులుతూనే ఉన్నాయి. నాకు తెలికుండా కళ్ళ వెంట నీళ్ళు కారిపోతున్నాయి. నాకు భయంగా లేదు, బాధగా లేదు. కానీ ఎక్కడో గుండెలోతుల్లో ఈ feelings ఉన్నట్లు ఉన్నాయి. ఈ రూపంలో బైటకు వస్తున్నాయి. వచ్చే శక్తి కనిపిస్తానే ఉంది. అక్కడక్కడ ఏవో కదులుతూ కనిపిస్తున్నాయి. నేను దేనినో control చేయని, చేయలేని పరిస్థితి. ఆనందమైనా, దుఃఖమైనా అనుభవించటం తప్ప ఏమీ చేయలేని నిస్సహాయ పరిస్థితి.

వాటిని ప్రతిమలాడుకుంటున్నట్లుగా చెబుతున్నాను. నేను దారిన పోయే బాటసారిని, దయచేసి నన్ను ఇబ్బందిపెట్టకండి. నాకు ఈ మార్గం తప్ప వేరేమార్గం లేదు. నా తండ్రిని కలవటానికి నాకు ఈ ఒక్క మార్గమే కనిపిస్తుంది. నన్ను

క్షమించండి. మీకు ఇవ్వటానికి నా దగ్గర ఏమీలేదు. నాది అనుకునేది ఏదీ లేదు నేను మీకు ఇవ్వటానికి. అలా అని బలవంతంగా మీరు ఈ శరీరాన్ని తీసుకున్నా, ఆత్మ మీకు దక్కదు. నా శరీరం కూడా కాలిపోతుంది. అలా ఏదీ మీకు దక్కదు. మరి దేనికోసం మీరు నన్ను ఇబ్బంది పెడుతున్నారు? దయచేసి మీరుకూడా మన తండ్రి అయిన శివుని నమ్మండి. వారి నామం చెప్పుకోండి. తప్పక మీకు మంచి జరుగుతుంది. నా మాట నమ్మండి. పైగా నాకు వెళ్ళడానికి దారి ఇస్తే మీకు కావలసినపుడు మంచి పని అవసరం వచ్చినపుడు నేను చేసిపెడతాను, నా శక్తికి మించనిది అయితే. నన్ను నమ్మండి. దయచేసి నా తండ్రిని కలుసుకోవటానికి నాకు దారి వదలండి అని ప్రాధేయపడుతున్నాను.

నాకు వచ్చే శక్తికి నా నుదుటిమీద శక్తి అలలు చాలా active గా తిరుగుతున్నాయి. తలపైన కూడా activity చాలా ఎక్కువ అయ్యింది. ఈ శక్తి తరంగాల రూపంలో శక్తివంతంగా వస్తూ ఉండడంతో నా నుదురు, కనుబొమ్మలూ, కళ్ళు కూడా అదురుతున్నాయి. అంటే vibrate అవుతున్నాయి, శక్తి తరంగాలకు.

అయితే ఒక ఆలోచన వచ్చింది. చెప్పాను వాటికి. అసలు మీరు నన్ను చూడగలుగుతున్నారూ, నన్ను follow అయ్యి ఇంతదూరం రాగలిగారూ అంటే మీరూ పుణ్యాత్ములే అయి ఉంటారు. మీ మార్గం కూడా మంచిదే అయి ఉండాలి. లేకపోతే ఇంత శక్తి మీకు ఎలా వస్తుంది? కాకపోతే నన్ను దోచుకోవటానికి ఎందుకు ప్రయత్నిస్తున్నారు? చెప్పాగా ఈ శరీరాన్ని మీరు కొన్నాళ్ళు తీసుకున్నా నా మనసు ఎప్పుడో నా తండ్రికి ఇచ్చేశాను. ఆత్మ ఈ శరీరంలో ఉండదు. ఇక ఈ శరీరం కూడా మీకు దక్కదు. ఇక దేనికోసం నన్ను బాధిస్తున్నారు? నేను తెలుసుకున్న నిజాలు, తండ్రి మంచితనం, మంచి కబుర్లు చెప్పగలను. ఇంతకు మించి నా నుండి మీకు ఉపయోగం లేదు. దయచేసి నాకు దారి వదలండి. నన్ను బాధించకండి అని చెప్పుకొన్నాను.

ప్రొద్దుటినుండీ బాగా energy వస్తూ ఉంది. నుదుటి దగ్గర vibrations (electric power lines దగ్గర నిల్చుంటే Izzzzzz..... అని వినిపిస్తూ ఉంటుంది కదా! అచ్చు అలాగే sound తో పాటు వస్తుంది ఈ శక్తి) బాగా వస్తున్నాయి. ఆ శక్తి నా శరీరాన్ని తాకినప్పుడు అది నాలోకి drill చేస్తూ enter అయినట్లు నా శరీరం vibrate అవుతుంది. నా కంటికి ఆ శక్తి తరంగాలు కూడా ∿∿∿∿∿ ఇలా కనిపిస్తున్నాయి.

సాయంత్రం ధ్యానంలో కూడా అపారమైన vibrations తో వస్తుంది శక్తి ప్రవాహం. ఈ force కు కళ్ళు కూడా నొప్పులు పుడుతున్నాయి. కళ్ళల్లోని నరాలు, వాటిల్లో ప్రవహించే రక్తం రోజూ స్పష్టంగా కనిపిస్తూనేడున్నాయి. కంటికి, వస్తున్న శక్తి బాగా కనిపిస్తుంది. చాలా sensitive అయ్యాయి కళ్ళు. నుదురు అంతా ఈ vibrations తో కదిలిపోతుంది. Body store చేసుకుంటుంది ఈ శక్తిని. చెవులు కూడా చాలా sensitive అయ్యాయి. బైట గాలి ఎటు వీస్తందో, ఎక్కడ, ఏ కొమ్మకు ఉన్న ఆకు రాలి ఎటు పడుతుంది, ఎటువైపుకు పడుతుందో కూడా స్పష్టంగా వినిపిస్తుంది.

ఈ రోజు ఆ పిట్టల జంటలో ఎర్రపిట్ట (మగ) ఒక్కటే వచ్చింది. ఎంత అందంగా ఉందో! ఎరుపురంగుకి yellow ముక్కు, 4:30pm కు అలా వచ్చింది. దానిని video తీశాను. ఈ మధ్య camera పక్కనే పెట్టుకు తిరుగుతున్నాను, వాటిని ఎట్లా అయినా capture చేయాలని.

ఈ కొత్తలోకానికి enter అయ్యాక ఈ రోజే 1st time కుడి చెవిలో, కుడి ముక్కులో శక్తి అలలు రావటం. సాయంత్రం లలితాసహస్రనామాలు పెట్టుకుని

వింటుంటే శక్తి తరంగాలు  ఇలా వస్తూ కనిపిస్తున్నాయి. తలపైన, నుదుటిపైన vibrations చాలా ఎక్కువగా ఉన్నాయి. Vibrations కు కళ్ళు కూడా నొప్పులుగా ఉన్నాయి.

3/4/13

రాత్రి పడుకోవడానికి ఉపక్రమిస్తుంటే శక్తి తరంగాలు నా పెదాలను తాకాయి. పెదాలు బాగా vibrate అవుతున్నాయి. పెదాలు కుడివైపున ఉన్న భాగం, కుడిగడ్డం, కాసేపటికి కుడి (అరికాలి) పాదం క్రింది భాగంపైనా అలా శరీరం అంతా పాకుతున్నట్లు బాగా స్పష్టంగా తెలుస్తుంది. ఈ శక్తి తరంగాలకు నిద్రరావటంలేదు నాకు. శరీరంలో అంతా జిమ్ జిమ్ పాకుతున్నాయి. తల అంతా విపరీతమయిన నొప్పి. ఈ నొప్పితో పోలిస్తే ఇంతకుముందు ప్రతిలోకం దాటేముందు (దాటేటప్పుడు) వస్తున్న నొప్పి దిగదుడుపే. మొఖం అంతా, భుజాలదాకా vibrations తో కదిలిపోతుంది. Sounds వినిపిస్తూనే ఉన్నాయి.

ఆలోచిస్తున్నాను. బాగా ఆలోచిస్తున్నాను. Clear గా ఆలోచించినా వీటికి అర్థం అయిపోతుంది. కాబట్టి నా మనసులోకి ఆలోచన రాకుండా ఆలోచించాలి. ఇలాటి ప్రక్రియకూడా ఒకటి ఉంటుందని నాకు ఇప్పటిదాకా తెలీదు. ఇది నా తెలివి కానేకాదు. ఆ తల్లిదండ్రులు నాకు చేసిన సాయం. సరే నేను తండ్రిని ఏమి కోరాను? నా దారికి ఎదురువచ్చినవారిని, నా దారిలో కనిపించినవారిని మంచివారిగా మార్చడానికి కావలసిన శక్తిని ఇవ్వమని రోజూ సూర్యునినీ, తల్లిదండ్రులనూ అడుగుతున్నాను కదా! మరి వీళ్ళు కూడా నా దారికి ఎదురువచ్చారు. నేను ముందుకు పోవాలీ అంటే వీరిని దాటుకునే వెళ్ళాలి. మరి వీళ్ళను దాటాలి అంటే!........?

నేను ఇంత ధ్యానం చేసి ఇంత శక్తిని సంపాదిస్తే తప్ప వీళ్ళు ఉన్న చోటుకు వెళ్ళలేకపోయాను. వీళ్ళు మాత్రం నన్ను వెతుక్కుంటూ సునాయాసంగా నా దగ్గరకు రాగలుగుతున్నారు. నా కంటే వీళ్ళకే ఎక్కువ శక్తి ఉంది. వీరితో పోట్లాడో, భయపెట్టో గెలవలేము. నేను బ్రతిమలాడుకుంటున్నా వీరు ఒప్పుకోవటం లేదు. తల్లిదండ్రులసాయం కోరితే అప్పటికప్పుడు రక్షిస్తున్నారే తప్ప వీళ్ళను శాశ్వతంగా వదిలించుకోలేకపోతున్నా. మరేది మార్గం!?? తెలివిగా ఆలోచించాలి.

గోడల మీదా, ceiling మీదా పాకుతూ ఉన్నాయి. ఎన్నెన్నో శబ్దాలు. పక్షుల అరుపులు, కేకలు.

సరే ఒకసారి వీరికి మాట ఇచ్చాను. నాకు తెలిసిన నిజాలు, తండ్రి మంచితనం చెబుతానని. అది విని అయినా వీరిలో మార్పువస్తుందేమో! చూద్దాం. వీరిని మార్చి మంచి చేసుకోగలిగితే అంతకంటే ఏమి కావాలి నాకు? వారి గురించిన వివరాలు కూడా తెలుసుకోవచ్చు. వీరికి అంతశక్తి ఎలా వచ్చిందో తెలిసిపోతుంది. అప్పుడు సులువుగా నా తండ్రిని చేరుకోవచ్చు. అని ఇలా చెప్పటం మొదలుపెట్టాను.

మీకు నాకు తెలిసిన నిజాలు చెబుతా అన్నాను కదా! చెబుతా వినండి. నేను చెప్పేది నాకు తెలిసినంతవరకూ అక్షరాలా నిజం. అంతా విన్నాక మీరే నిర్ణయించుకోండి నాకు దారి వదలాలా వద్దా అనేది అన్నా.

ఇలా చెప్పడం మొదలుపెట్టా....

అసలు సృష్టి ఎలా మొదలు అయ్యింది అంటే, అంతా శూన్యం, ఏమీ లేదు. దానిలో నుండి ఓంకారం పుట్టింది. ఆ ఓంకారాన్నే... శక్తి తరంగాన్నే మనం

సద్రూశ్య

అమ్మ అంటాము. తనకు చాలా పేర్లుపెట్టి పిలుచుకుంటాము. అవి పార్వతి అనీ, శక్తి అమ్మ అనీ, దుర్గ అనీ, జగజ్జననీ అనీ, లలితాదేవి అనీ అలా అనమాట. వారి నుండి శివుడు. అతనే మన తండ్రి. వారిరువురిలో ఎవరు ముందు ఎవరు తరువాత అని చెప్పడం కష్టం. అదేకాకుండా ఇద్దరూ వేరు వేరు అనేకంటె ఇద్దరూ ఒక్కరే అనటం మంచిది. వాళ్ళు చాలా ఆనందంగా ఉండేవారు. అయితే మనిద్దరమే ఎందుకు? ఇంకా సృష్టిని తయారుచేద్దాం అని బ్రహ్మనూ, చేసిన సృష్టిని చూసుకోవడం కోసం అని విష్ణుమూర్తిని సృష్టించారు. ఎందుకంటే మనమే అన్ని పనులూ చేయలేము కదా! అయితే సృష్టి చేయాలంటే చాలా తెలివితేటలు కావాలి. అందుకని బ్రహ్మకు నాలుగు తలకాయలను పెట్టాడు తండ్రి. ఆ నాలుగు తలకాయలు సరిపోకపోతే సరస్వతీ అమ్మను తోడుగా పుట్టించి ఇచ్చారు. సరస్వతి అమ్మ అంటే జ్ఞానం, తెలివితేటలకు ప్రతీక అనమాట!

అయితే బ్రహ్మ చేసిన సృష్టి చూసుకోవటానికి విష్ణుమూర్తిని కూడా సృష్టించారు కదా! మరి నేను లీడరును అని చెప్పుకుని తిరిగితే ఎవరు పట్టించుకుంటారు? దానికి కావలసిన పలుకుబడి, ప్రతిష్ఠ, గొప్పతనం, మంచితనం, అవసరం అయినపుడు శిక్షించటం, అవసరం అయినపుడు రక్షించటం, ఇలా అన్ని గుణాలు ఉన్న వ్యక్తిగా విష్ణుమూర్తిని సృష్టించారు మన తండ్రి. అయితే అవి అన్ని సాధ్యపడాలి అంటే అష్టైశ్వర్యాలూ ఉండాలి అని లక్ష్మీదేవిని సృష్టించి తోడుగా ఇచ్చారు.

అలా ఏర్పడ్డవారే బ్రహ్మ సరస్వతులూ, విష్ణూ లక్ష్ములు. అయితే బ్రహ్మగారు సృష్టిని చేయగలిగారుగానీ, దానిలో ప్రాణం లేదు. అందుకని తండ్రిదగ్గరకు వెళ్ళి, మరి ఎలా? వీటికి ప్రాణం పోస్తే కదా సృష్టి నడిచేది అన్నారు. తండ్రి చాలా మంచివారు. స్వార్థంలేని మనిషి. స్వార్థం ఉంటే అసలు ఈ సృష్టికార్యం చేపట్టి బ్రహ్మ, విష్ణువులను పుట్టించేవారే కాదు. అందుకని సరే అయితే అని తనలోని సగం అయిన శక్తి అమ్మను ఇస్తాను, తన సాయంతో సృష్టి చేయి అన్నారు.

బ్రహ్మగారు రకరకాల జంతువులూ, మనుషులూ, చెట్లు, పురుగులు, పాములు, పక్షులు, జలచరాలు, కొండలూ సృష్టించి వాటిల్లో అమ్మవారి శక్తిని ఉపయోగించి ప్రకృతి వరమయిన ప్రాణం పోసి ఈ భూమిమీద పెట్టారు. భిన్నత్వంలో ఏకత్వమయిన తండ్రి తన శక్తిని ప్రతి శరీరంలోనూ ప్రవేశపెట్టారు. దీనినే మనం ఆత్మ అంటాము. ఇది తండ్రిది కాబట్టి ఈ ఆత్మకు చాలా శక్తి

ఉంటుంది. కానీ ఇది మన లోపల ఉంటుంది కాబట్టి దీనిని ఎవ్వరూ చూడలేరు. చాలా కొద్దిమంది మాత్రమే సాధన చేస్తే చూడగలరు. శరీరం ఏమిటంటే ఆత్మకు కప్పిన వస్త్రంలాంటిది అనమాట. మనం ఈ శరీరం వదిలినా ఆత్మ ఉండిపోతుంది. శాశ్వతంగా తిరిగివెళ్ళి మన తండ్రిలో ఐక్యం అయితే తప్ప. దానినే వాడుకభాషలో మొక్షం అంటాము. అంతే శక్తిఅమ్మ వెళ్ళి తండ్రిని కలవటం అనమాట లేక తండ్రిని చేరుకోవటం.

అయితే బ్రహ్మగారు సృష్టిని చేస్తూ రకరకాల జీవాలను తయారుచేస్తూ తనలా ఉండే మనిషిని కూడా తయారుచేశారు. వింత ఏమిటంటే సృష్టిలో ఉన్న అన్ని ప్రాణులూ పుట్టిన దగ్గరనుండీ పోయేదాకా తమ పనులు అవి చేసుకుంటాయి. ఎవ్వరిమీదా ఆధారపడరు. ఇంత జ్ఞానం, కాళ్ళు, చేతులు ఉన్న మనిషి మాత్రం అడ్డంగా పుట్టి, నిలువుగా పెరిగి ఎప్పుడూ ఇంకొకరిమీద ఆధారపడి బ్రతుకుతుంటాడు. పుట్టినపుడు ప్రక్కమీద ఉండి పనులను చేయించుకుంటాడు. పోయేముందూ ప్రక్కమీద ఉండి పనులు చేయించుకుంటాడు.

అందుకే పోయేముందు పనులు చేయించుకోకుండా పోతే వారిని పుణ్యాత్ములు అంటాము మేము. అలా మనందరికీ శరీరాలు ఏర్పడ్డాయి. శక్తి అమ్మ పుణ్యమా అని ప్రాణం ఏర్పడింది. ఇంతకుముందే చెప్పాకద! ఈ ప్రాణాన్ని(ఆత్మను) అందరూ చూడలేరని. సరే అందరికీ సమానంగా, ఎవరి శరీరానికి కావలసినంత వారు సరిపడా వాడుకోవటానికి, ప్రకృతిని సహజసిద్ధం చేయటానికి పంచభూతాలు అనే గాలి, నీరు, నిప్పు, ఆకాశం, భూమిలను ఏర్పరిచారు. వీరిని కూడా సమతుల్యం చేయటానికి సూర్యునిగా తండ్రి, చంద్రునిగా తల్లి, మరికొన్ని గ్రహాలనూ ఏర్పరిచారు.

ఈ ప్రాణులన్నీ పంచభూతాలను ఆధారంగా చేసుకుని జీవించి వాటినుండి వచ్చేశక్తిని ఇంధనంగా మార్చుకుని పనిచేస్తూ వారివారికి కావలసిన కార్యక్రమాలను నెరవేర్చుకుంటూ ఉంటారు రోజూ. వీటిల్లో ఏ ఒక్కదానికి సమతుల్యం తగ్గినా మనం బ్రతకడం కష్టం. అంతే శరీరం బ్రతకడం కష్టం. ఆత్మకు చావు అనేది ఉండదు. చెప్పాగా అది ఆదిశక్తి, పరాశక్తి. ఈ శక్తికి మించినది ఏదీ లేదు. ఈ ప్రపంచంలో అలా సూర్యచంద్రులనుండీ, పంచభూతాల నుండీ వస్తున్న శక్తిని మన శరీరం store చేసుకుంటూ ఉంటుంది. పగలంతా పనులు చేసుకుని అందుకే రాత్రి నిదురిస్తాయి ఈ ప్రాణులన్నీ. నిద్దర్లో కూడా మనం ఈ శక్తిని మనకు తెలీకుండా సేకరిస్తూనే ఉంటాము.

అయితే ఇతర ప్రాణకోటిలా కాకుండా మానవునికి చేతులు, కాళ్ళు, మాటలు ఇలా దేవుడు తన రూపాన్ని మనకు ప్రసాదించటంతో మనకు ఉన్న బుల్లి బుర్రని ఉపయోగించి మనం ఎలా బ్రతకగలుగుతున్నామో తెలుసుకుని అదే విధంగా సూర్యకాంతిని, చంద్రకాంతిని, పంచభూతాలనూ ఆధారంగా చేసుకుని రకరకాల పనిముట్లు, వాటిని ఉపయోగిస్తున్నకొద్దీ కోరికలు పెరిగి యంత్రాలు, వాహనాలు, విమానాలు నిర్మించగలుగుతున్నాడు. అయితే వీటిని భూగర్భాలలోనూ, భూమిపైనా, జలగర్భాలలోనూ, జలం పైనా, ఆకాశంలోనూ, అంతరిక్షంలోనూ ఉపయోగించి ప్రకృతి సమతుల్యాలను పాడుచేస్తున్నాడు. అందుకే రాను రాను విపత్తులు ఎక్కువ అవుతున్నాయి.

అయితే గ్రహాలను అన్నింటినీ శూన్యంలో తిరగటానికి అనువుగా ఉండటానికి గుండ్రంగా నిర్మించారు. మరి ఈ నీరు, గాలి, వాయువు, భూమిని అంటిపెట్టుకుని ఉండాలి కాబట్టి భూమ్యాకర్షణ శక్తిని పెట్టారు. కొన్ని కొన్ని ప్రాణులను కొన్ని కొన్ని చోట్ల పెట్టడం మూలాన ఆ ప్రాంతపు వాతావరణములను బట్టి అక్కడ నివసించే ప్రాణులు వారి ఆహారపు అలవాట్లా, శరీర అవయవాలూ రూపుదిద్దుకున్నాయి వేరు వేరుగా. అలా మనుషుల్లో, జంతువుల్లో, పక్షుల్లో రకరకాల జాతులు ఏర్పడ్డాయి.

అయితే మన తండ్రి మనకోసం సూర్యునిగా వచ్చాడు. మన అందరినీ ఆయన సమానంగా చూస్తారు. ఆయన దృష్టిలో ఏ ఒక్కరూ చిన్న, పెద్ద తారతమ్యం గానీ, బీద, గొప్ప తేడా గానీ లేకుండా మనమందరమూ ఆయనకు సమానమే! ఆయనలో ఉన్న శక్తిని మనకు ఆత్మలుగా పోసి వాటి జీవనాధారానికి తానే సూర్యుడై ప్రతీ రోజూ మన జీవితాలను వెలుగుతో నింపి మనకు రోజూ వచ్చి కనిపించి పలకరిస్తూ ఉంటారు. నిజానికి మనకు అన్నీ ఉండి ఒక్క సూర్యుడు లేకపోతే అసలు ఈ బ్రతుకేలేదు. మనం ఈ రోజున వాడే ప్రతీవస్తువూ, బ్రతికే ప్రతి జీవి ముఖ్యంగా ఈ సూర్యుని వల్లే బ్రతుకుతుంది. ఈ పంచభూతాలు కూడా ఒక రకంగా చెప్పాలంటే ఈ సూర్యుని కాంతినే ఆధారంగా చేసుకుని జీవిస్తుంటాయి. వీరందరి సమ్మేళనమే ప్రకృతి, అంటే మనం అందరమూను. ప్రకృతి ఎక్కడో లేదు, మనలోనే ఉంది.

అయితే భూమ్యాకర్షణ శక్తికి లోబడి మనం ఎలా భూమిపై ఉంటామో అదేవిధంగా సూర్యాకర్షణ శక్తికి లోబడి అంతరిక్షంలో గ్రహాలూ అలా పరిభ్రమిస్తూ ఉంటాయి.

వాటికి అన్ని వైపులా ఈ సూర్యకాంతి తగలందే జీవం లేదు కాబట్టి ఇవి అన్ని తనలో తను తిరుగుతూ సూర్యునిచుట్టూ తిరుగుతూ ఉంటాయి. అలా మనకు రోజు, ఋతువు, క్రమాలు ఏర్పడ్డాయి. సూర్యరేఖకు దగ్గరగా ఉన్న భూప్రాంతాలలో వేడి ఎక్కువగా ఉంటుంది కాబట్టి అక్కడ నివసించే జీవరాశి ఆ ఉష్ణాన్ని తట్టుకోవడానికి సరిపడా శరీర ఆకృతిని కలిగి ఉంటారు. అదే విధంగా వివిధ ప్రాంతాలవారికి వివిధ శరీరపరిణామం కలిగి, వేషభాషలు, ఆహారపు అలవాట్లు, గృహనిర్మాణం, ఇలా వారి వారి ప్రాంతాలను బట్టి మార్పులు వచ్చి నాగరికత మారింది.

అందుకే ఈ భూమిపై ఉన్న ప్రతీ జీవరాశి వారి వారి ప్రాంతాలను బట్టి ఆకారం, రంగు, పరిమాణం, వేషభాషలు, జీవనాధార విధానంలో అన్నిn్ని మార్పులు వచ్చాయి. కాలక్రమేణా మనిషిగానీ, జంతువులు గానీ, పక్షులు గానీ, పాములుగానీ.... అలా ప్రతీ జీవరాశి ప్రయాణం సాగించి అన్ని రకాలవాళ్ళు అన్ని ప్రాంతాలలో నివసించగలుగుతున్నారు.

మిగిలిన జీవరాసులమాట అటువుంచి మనిషి గురించి చూస్తే చేతివేళ్ళు, కాలివేళ్ళు విడివడి పరిమాణం చెందడంతో ప్రాముఖ్యత వహించాడు. వస్తువులు కనిపెట్టాడు, వాహనాలు కనిపెట్టాడు, ప్రాణి జీవనవిధానాన్ని మార్చగలిగాడు, అభివృద్ధి చేయగలిగాడు. ఆ గర్వంతో దేవుడేలేడని, తనకు తానే గొప్ప అని, సహజసిద్ధమైన గర్వంతో ప్రవర్తిస్తూ, అంతా తనగొప్పతనమే అని విర్రవీగుతూ, లేని అధికారాన్ని పురస్కరించుకుని, ప్రక్కవారిని ద్వేషిస్తూ, దూషిస్తూ, దోచుకుంటూ క్రూరంగా బ్రతుకుతున్నాడు. అలా పాపాలను పెంచుకుంటూ, పాప కర్మలను ఎక్కువగా చేస్తూ, ఆ కర్మలను అనుభవించటానికి మరలా మరలా జన్మలు ఎత్తి భూమికి భారం అవుతున్నాడు.

తన కర్మ ఫలాలను తగ్గించుకోకపోగా పెంచుకోవటానికి ప్రయత్నిస్తున్నాడు. మంచిమాట లేదు, మంచి సాయంలేదు, మంచి ప్రవర్తనలేదు. మానవజన్మ ఉత్తమమైనది అంటారుకానీ అది ఒకప్పటి మాట. ఇప్పుడు స్వార్ధం పేరుకుపోయింది. అంతటా అన్యాయం తప్ప న్యాయం లేదు. అంతటా మోసం తప్ప సహాయం లేదు. అంతటా అబద్ధం తప్ప నిజం లేదు. మిగిలిన ప్రాణులు మనిషిలా కాదు, వాటికి అవసరం అయితేనే, ఆకలి అయితేనే వాటి బాధ్యత అవి నిర్వర్తిస్తాయి.

సద్రుశ్య

నిజం చెప్పాలంటే ఈ 40 సంవత్సరములు ఒంటరిగా బ్రతికాను. ఎక్కడా దొరకని ప్రేమకోసం పరితపిస్తూ బ్రతికాను. అసలయిన తల్లిదండ్రుల కోసం వెతుకుతూ బ్రతికాను. వారిని ఇన్నాళ్ళకు తెలుసుకోగలిగాను. నాలో ఉన్న ఆత్మను తెలుసుకోగలిగాను. అది ఎవరో తెలుసుకోగలిగాను. ఆ తల్లిదండ్రులనుండి వచ్చిన అణువులోని పరమాణువు అయిన ఈ బుల్లి ఆత్మకు జీవం పోసిన నా తల్లిదండ్రులకు నమస్కరిద్దాం అని వారికి సేవచేయటం కోసం ఇటుగా వెళుతున్నానని చెప్పాను.

మీ కష్టాలుగానీ, మీ బాధలు గానీ నాకు తెలీదు. అవి పోవాలీ అంటే నాకు తెలిసిన ఒకే ఒక్క మార్గం, నా తండ్రి శివనామస్మరణ చేస్తూ వారిని వెతుక్కుంటూ పయనించటమే! అదే నా ఈ ప్రయాణానికి కారణం అని చెప్పాను. కావాలీ అంటే మీరూ నా తోటి నా తండ్రి దగ్గరకు రండి అని కోరాను. మీకు శరీరం కావాలీ అంటే వారు తప్పక ఇస్తారు అని చెప్పాను. దయచేసి నేను నా తండ్రిదగ్గరకు వెళ్ళడానికి నాకు దారి వదలండి. మీరు ఎలాగూ నా దగ్గరకు రాగలుగుతున్నారు కదా! నేను తిరిగి వచ్చేటప్పుడు నా దగ్గర ఉన్న శక్తిని మీకు ఇస్తాను. నేను మరలా ధ్యానం చేసి శక్తిని పొందుతాను అని చెప్పాను.

నా భుజాలనుండీ, గుండె, పొట్ట అంతా Zzzzzz....... అంటూ vibrations తో జిమ్ జిమ్ అంటూ కదిలిపోతుంది. ఏమి జరుగుతుందో నాకు అర్థం కానట్లుగా ఉంది నా శరీరం. ఈ శక్తి అలలు పై నుండి క్రిందికి ప్రవహిస్తున్నాయి అని మాత్రం తెలుస్తుంది. Room లో ఒక్కసారిగా చప్పుళ్ళు ఆగి ప్రశాంత వాతావరణం ఏర్పడింది. బైట ఏదో పిట్ట టక టక window ని కొడుతుంది. చెట్టుపైన పక్షులు ఏదో గలగలా మాట్లాడుకుంటున్నాయి. అది ఏమిటో నాకు అర్థం కావటం లేదు. ఇంతలో నా చెవి దగ్గర చాలా బాధగా ఏడుస్తూ ఆ డాక్టరు... ఆ రూములో నన్ను అని పాపం ఎవరిదో ఆడగొంతు. ఇక చెప్పలేక పాపం ఏడుస్తుంది. చాలా బాధగా అనిపించింది నాకు.

చెప్పాను, నేనూ నీలాగే చాలా కష్టాలు పడ్డానీ అయితే నాకు శక్తి అమ్మ చెప్పిందనీ మనకి కష్టాలు పెట్టినా మనం ధైర్యంగా ఉండాలనీ, మనకు కష్టాలు పెట్టినవారిపై కోపం, పగ, ప్రతీకారం పెంచుకోకుండా వారిని క్షమించి వదిలివేయాలనీ అప్పుడే మన ఆత్మకూ, మనసుకూ ప్రశాంతత ఏర్పడుతుందని చెప్పాను. మంచి పనులు చేస్తూ, మంచి కార్యాలు చేస్తూ బ్రతకాలనీ అప్పుడే

మనం మన తండ్రిలో ఐక్యం కాగలమనీ. మరొక ముఖ్య కార్యం ఉంటే తప్ప మనకు మరుజన్మ ఉండదనీ అందుకని శివనామస్మరణ చేస్తూ జీవించమనీ చెప్పాను.

నీవు క్షమించినంత మాత్రాన వారు చేసిన పాపం సమసిపోదనీ, నీవు ఎప్పుడయితే వారిని క్షమించగలుగుతావో ఆ క్షణం నుండీ పాపం చేసినవారు ఆ కర్మ ఫలం అనుభవిస్తారనీ, నా మాట నమ్మమనీ, కావాలంటే తనను బాధించిన వారిదగ్గరకు వెళ్ళి వారి తప్పులన్నింటినీ మంచిమనసుతో క్షమించి వారిని గమనించమనీ, ప్రత్యక్షంగా నువ్వే తెలుసుకుంటావనీ చెప్పాను.

బైట పక్షులు మంచి రాగాలతో పాటలు పాడుతున్నాయి. ఒక్క క్షణం అర్థం కాలేదు. అర్థమయ్యాక నా ముఖం మీద చిరునవ్వ వచ్చింది. ఇప్పటి దాకా నా దగ్గర ఉన్న ఆత్మ రూపాలు ఎవరో అర్థం అయ్యింది.

నిన్న ధ్యానంలో ఏమి తెలుసుకోగలిగానో అర్థం అయ్యింది. ఈ ఆత్మలను దాటి పైకి వెళ్ళాక చక్రం చూశా కదా! 5 రెక్కల చక్రం. దాని వెనుకకు వెళ్ళా కదా! అక్కడ ఏమీ లేదు. అంతా ప్రశాంతత, నిశ్శబ్దం, నిర్మలం. So, నేను ఇన్నాళ్ళు చేసిన ఆత్మ ప్రయాణం ఇది తెలుసుకోవటానికే చేశాను. నా ఆత్మకు ఉన్న ఆదిని, అంతాన్ని తెలుసుకోగలిగాను. ఇదే నేను చూసిన కాలచక్రం!! చేసిన జీవన ప్రయాణం, ఆత్మ ప్రయాణం. ఈ కాలచక్రం ఆవల ఏమీలేదు, ప్రశాంతత తప్ప. మనకు కావలసింది శాంతి. మనకు కావలసింది ప్రశాంతత. మన మనసును ప్రశాంతంగా ఆధీనంలో ఉంచుకుని శాంతంగా బ్రతకటం నేర్చుకుంటే జీవితం ఎంత ఆనందభరితంగా ఉంటుందో తెలుసుకోవటానికి చేసిన ఈ ప్రయాణమే నా ఈ ఆత్మ ప్రయాణం. ఎంతోమంది కవులు, మహానుభావులు ఈ విషయాన్ని గ్రహించి పుస్తకరూపంలో, పాట రూపంలో, గ్రంథాల రూపంలో పొందుపరిచినా అర్థం చేసుకోలేక పోయాను. పోనీలే ప్రత్యక్ష జ్ఞానానికి మించిన జ్ఞానం మరొకటిలేదు.

తండ్రి వచ్చి నవ్వుతూ చూస్తున్నారు నా వైపు. అంతులేని ఆనందంతో నా తండ్రికి నమస్కరించాను. తండ్రీ! ఇంతటి జ్ఞానాన్ని సంపాదించటానికి కావలసిన శక్తిని ఇచ్చినందుకూ, తెలియజేసినందుకూ సదా కృతజ్ఞతలు నా తండ్రీ. అని తండ్రికి నమస్కరించాను. ఇక తనలో ఐక్యం అవ్వవచ్చని తండ్రి చెబుతున్నారు. ఒక్క క్షణం ఆలోచించాను. నిజానికి ఈ ఆత్మ తనదే! తనలో ఐక్యం అయితేనే

నిండుదనం. అమ్మ తండ్రి దగ్గర ఉంటేనే కదా! అదం, ఆనందం.

తండ్రీ! నేను ఇప్పుడు మీతో వచ్చేస్తే నేను గత 3 రోజులనుండీ భయపడుతూ ఉన్నా, అందువల్లే ప్రాణం వదిలాను అని అందరూ అనుకుంటారు. అది నాకు ఇష్టం లేదు. అలా అని స్వార్థంతో బ్రతకటం నాకూ ఇష్టం లేదు. నేను నా ఒక్కదాని స్వార్థం చూసుకుంటే మీలో ఐక్యం అవ్వటం సులువయిన పద్ధతి. కానీ నేను పోయేముందు కనీసం ఒక 10 మందిని అయినా మార్చదల్చుకున్నాను. ఆ 10 మందీ మరొక 100 మందిని మార్చటానికి అవకాశం ఉంటుంది. వారిలో ప్రతీ ఒక్కరూ ఇంకొక 10 మందిని, అలా కొంచెం అయినా మంచిని పంచటానికి ప్రయత్నిస్తానని,   దానికి కావలసిన ధైర్యాన్ని, అవకాశాన్ని కల్పించమనీ కోరాను.

నేను ఒక్కదాన్ని కష్టపడ్డా కనీసం ఒక 10 మందిని మార్చగలిగిన తృప్తితో ఆనందంగా తనవద్దకు వస్తానీ అప్పుడు వచ్చి తీసుకుపొమ్మనీ చెప్పాను. అయితే ఆత్మరూపంలో తల్లిని న్యాయంగా తనవద్దకు చేర్చాలనీ, కానీ నేను ఆ పని చేయకపోవటం వలన నాపై ఆగ్రహపడవద్దనీ కోరాను. మంచిని పంచటానికి నా ప్రయత్నం నేను చేసి వస్తానని చెప్పాను. నేను 10 మందిని మార్చిన వెంటనే తను వచ్చి నన్ను తీసుకువెళ్ళమని కోరాను.

ఇప్పటిదాకా నేను ప్రయాణించిన లోకాలు ఎక్కడో లేవు. అన్నీ మన కళ్ళ ముందే ఉన్నాయి. భూమి లోపల, భూమి మీద, భూమి పైన. ఇప్పటిదాకా నన్ను బాధించింది ఈ పక్షుల ఆత్మలే. వాటికి చెప్పాను ఏ కష్టం వచ్చినా నా దగ్గరకు స్వేచ్ఛగా రమ్మనమని.

నా తండ్రికి చెప్పాను. ఒక్కరు (నేను) కష్టపడ్డా, 10 మందిని మార్చగలను అనే నమ్మకంతో ఈ పని చేస్తున్నానని, అన్యథా భావించవద్దనీ, నేను తప్పుగా ఆలోచిస్తే, మాట్లాడితే నన్ను క్షమించమనీ కోరాను. అన్నింటిలోకీ నన్ను ఎక్కువ బాధపెట్టే విషయం ఏమిటంటే ఇంత తెలిసినా ఆత్మరూపంలో ఉన్న తల్లిని తండ్రితో ఐక్యం చేయలేకపోవటం. ఈ మనుషులకోసం ఇంకా ఈ భూమిమీదనే ఉండిపోవటం.

ఎందుకో తెలీదు. బహుశా స్వార్థంకోసం చూసుకోకుండా ఒక్క మంచి పని చేశాను అన్న మనఃతృప్తి కోసం అయి ఉండవచ్చు. చూద్దాం ఈ పని పూర్తి చేయటానికి ఎంతకాలం పడుతుందో!!

(ప్రొద్దుటే లేచాను. రాత్రి జరిగింది అంతా గుర్తుకు వచ్చింది. తొందరపడ్డానా అనిపించింది. ఏది ఏమయినా ఒక నిర్ణయం తీసుకున్న తరువాత దానికి కట్టుబడి ఉండాలి అని అనిపించింది. ఎంత చెప్పినా మారని ఈ మనుషులు అంత త్వరగా మారతారా అని భయంగా అనిపించింది. నేనూ ఇన్నాళ్ళు మారలేదు. ఇప్పుడు మారాగా! నాలాంటివాళ్ళు ఒక్క 10 మంది దొరక్కపోరు. ఆ తృప్తి చాలు అని sofa లో కూర్చున్నాను. నడుము క్రింది భాగం నుండి కాళ్ళ భాగం వరకూ జిమ్ జిమ్ శక్తి ప్రవహిస్తూ ఉంది. తలపైనా, నుదుటిపైనా చక్రాలు తిరుగుతూ ఉన్నాయి. Kevin ఆఫీసుకు వెళుతుంటే bye చెప్పడానికి లేచాను. కళ్ళు తిరిగినట్లు అనిపించింది. సరిగా నిలబడలేకపోయాను. ఏమి జరుగుతుందో అర్థం అయ్యింది. సరే చూద్దాం, నేను రాసుకున్న జీవితమేగా! ధైర్యంగా ఉండాలి. మంచిని పంచటంకోసం కొంతకాలం పోరాడాలి తప్పదు.

స్నానం చేసి, అభిషేకం చేసుకుని, ధ్యానం చేసుకుని పుస్తకం రాయటానికి కూర్చున్నాను. ఈ రోజు పక్షులు ఏమీ రాలేదు. ఇక అవి రావని తెలుసు. కాని బయట ఏదో చప్పుడులా అనిపించి అటుగా చూశాను. ఏమీ కనిపించలేదు. నా వెనక ఉన్న కిటికీ నుండి బయటకు చూశాను. ఒక నల్లని పెద్ద పాము వెళుతూ కనిపించింది.

ప్రొద్దుట దేవునికి దణ్ణం పెట్టుకునేటప్పుడు సుబ్రహ్మణ్యస్వామికి అదే చెప్పాను. తను అంటే నాకు చాలా ఇష్టం అని. నన్ను చిన్నప్పటినుండీ కాపాడుతూ వచ్చింది తనే అని. దానికి కృతజ్ఞతలు అని. ఆంజనేయస్వామికి కూడా చెప్పాను. తను అన్నా నాకు చాలా ఇష్టం అని.

అయితే ఆ పాముని వీడియో తీద్దాం అని camera పట్టుకుని బయటకు పరిగెట్టాను. ఆ పాము 5,6 అడుగుల పొడవు ఉంటుంది. పొట్టదగ్గర లావుగా ఉన్నా, తలా, తోకా సన్నగానే ఉన్నాయి. నల్లగా ఉంది. గొంతుభాగం కొంచెం క్రీమ్ రంగులో ఉంది. అది వెళుతూ ఉంటే దాని దగ్గరకు వెళ్ళి Hi అన్నా. దానికి నా మాట వినిపించిందో నేను వస్తున్న అలికిడి అయ్యి ఆగిందో తెలీదు కానీ ఆగి నా వైపు చూసింది తల తిప్పి. భలే ముచ్చటేసింది. Camera (1.5 feet) చాలా దగ్గరకు తీసుకువెళ్ళి వీడియో తీస్తున్నాను. ఇంకొంచెం వెనక్కు తిరిగి నా వైపు కాసేపు చూసింది. కాసేపయ్యాక ఒక్క సెకండులో పరిగెట్టి (Dining room window) గోడ దగ్గరకు వెళ్ళింది. అప్పుడు అనిపించింది. అది అంత fast గా కదులుతుంది అని నేను ఊహించలేదు. ఎందుకంటే

పాములు వయ్యారంగా వెళ్ళడమో, రావడమో చూశాను ఇప్పటిదాకా. కానీ అంత fast గా అది react అవ్వటం మొదటిసారిగా చూస్తున్నాను. అది అటుకాకుండా (నాకు దూరంగా కాకుండా) నా వైపుకు వచ్చిఉంటే నా పరిస్థితి ఏమిటి అని ఒక్క క్షణం ఆలోచించాను. నా తండ్రి నాకు ఇంకొంచెం time ఇచ్చారు కాబట్టే నాకు ఏమీ కాలేదు అని అర్థం అయ్యింది.

4/4/13

రాత్రి బాగానే నిద్రపోయాను. ప్రొద్దుట నిద్రలేచేసరికి కళ్ళు తేడాగా అనిపించి అద్దంలో చూసుకున్నాను. రాత్రి ఏమి జరిగిందో తెలీలేదు కానీ ఆత్మ చాలా బాధపడినట్లు ఏడ్చినట్లు తెలిసిపోతుంది. కళ్ళు బాగా వాచి ఉబ్బి ఉన్నాయి.

స్నానం చేసి పూజకు పువ్వుల కోసం బయటకు వెళ్ళాను. అదేమిటో ఒక్క పువ్వ కూడా లేదు. రోజూ వీటిలో ఏ పువ్వుకోసుకుందాం, అందంగా ఏమి ఉంది అని చూసేదాన్ని. అమ్మకు కోపం వచ్చినట్లు ఉన్నది అని అర్థం అయ్యింది. ఆకులక్రింద అంతా వెతికితే ఒకే ఒక్క పువ్వు కనిపించింది. అభిషేకం చేసి ధ్యానంలో కూర్చుందాం అని, దానికిముందు సూర్యనమస్కారం చేసుకుందాం అని బైటకు వెళ్ళాను. సూర్యుడు కనిపించటం లేదు, మబ్బులచాటున దాగి అంతా మబ్బుపట్టి ఉంది. సూర్యునికి కూడా కోపం వచ్చింది అని ఆర్థం అయ్యింది.

ధ్యానంలో కూర్చుందాం అని కూర్చుంటే శివుని పుస్తకం క్రిందపడిపోయింది. శివునికి కూడా కోపం వచ్చింది అని తెలిసిపోయింది. హా........ చిన్నప్పటి నుండీ ఏ సంతోషమూ లేని కష్టతరమైన జీవితం గడిపాను. సరి అయిన ప్రేమను రుచి చూడకుండా బ్రతికేశాను. ఇన్నాళ్ళికి ప్రేమ అంటే ఏమిటో తెలుసుకోగలిగాను. మనిషి ఎలా బ్రతకాలో నేర్చుకున్నాను. ఈ కొద్దిపాటి తెలివితో కొన్ని అయినా మంచికార్యాలు చేసివద్దాం అని ఆగాను. ఈ పనిలో నేను ఒక్కదానినే ఇంకొంచెం రోజులు మీకు దూరంగా ఉండి బాధపడతాను. పర్లేదులే ఇది నాకు అలవాటేగా! అదీకాకుండా నేను మీ బిడ్డను. మా సుఖం కోసం మీరు అమ్మను త్యాగం చేశారు. సూర్యుడు మా సుఖంకోసం తను కాలుతూ మనకు వెలుగుని ప్రసాదిస్తున్నారు. మరి నేను కూడా మీ దారిలోనే కదా నడవాలనుకుంటున్నాను! నేను ఇంకొద్ది రోజులు కష్టపడ్డా కనీసం 10 మందిని అయినా మంచివారిగా మార్చగలిగాను, ఒక్క మంచి పని చేశాను అనే తృప్తితో మీ వద్దకు వద్దాం అనుకున్నాను. దీనికి మీ ఆశీర్వాదం దొరుకుతుంది అనుకున్నాను. కానీ మీ

అందరినీ బాధపెట్టి నేను సుఖంగా ఎలా ఉండగలను? నాకు ఈ శరీరం మీద ఏ మాత్రం ప్రీతిలేదు. నిజం చెప్పాలంటే ఇంతకాలం చావు ఎప్పుడు వస్తుందా.... త్వరగా వస్తే బాగుండు. ఈ బాధలనుండి, ఈ మనుషుల నుండీ దూరంగా వెళ్ళిపోవచ్చు అనుకునేదాన్ని. దానికోసం ధైర్యంగా ఏ చెడ్డ పనులకూ లొంగకుండా నిజాన్ని ధైర్యంగా ఎదుర్కుంటూ అందరికీ శత్రువుని అయ్యాను. నా అనేవాళ్ళు లేని ఒంటరిదాన్ని అయ్యాను.

ఇన్నాళ్ళకి నిజమైన మీ ప్రేమను చవిచూశాను. మీ దగ్గరకు రావాలీ అనే ఆతృత నాకు ఎంత ఉందో!......... కానీ వచ్చేముందు కొన్ని మంచిపనులు చేద్దాం అనుకున్నాను. అంతే తప్ప స్వార్ధంతో ఏమీ ఆలోచించలేదు. అవి ఏమీ అవసరం లేదు అంటే ఇప్పుడే ఈ క్షణమే నన్ను తీసుకువెళ్ళిపోండి. నేను రావటానికి సిద్ధంగా ఉన్నాను. నాకు ఈ భూమిమీద ఏ మాత్రం సుఖం లేదు. అన్నీ వదిలేసుకున్నుదాన్ని, దేనిమీదా ఆశ కూడా లేదు. నన్ను ఇక్కడినుండి త్వరగా తీసుకువెళ్ళండి. మిమ్మల్ని బాధపెట్టి నేను ఒక్క క్షణం కూడా బ్రతకలేను.

ఈ శరీరాన్ని ఇచ్చిన తల్లిదండ్రులను కూడా సుఖపెట్టలేకపోయాను. ఈ ఆత్మను ఇచ్చిన మిమ్మల్ని కూడా ఆనందపెట్టలేకపోతున్నా! ఇక నేను ఎందుకు ఇక్కడ? వెంటనే తీసుకువెళ్ళిపోండి. నాకు ఈ జీవితం ఏమాత్రం అవసరం లేదు. మిమ్మల్ని బాధపెట్టాను అన్న క్షోభ నేను భరించలేకపోతున్నాను.

అప్పటిదాకా ఏమీ కనిపించనిది ధ్యానంలో నీళ్ళు కనిపిస్తున్నాయి. ఈ నీళ్ళు ఏంటి? ఒక నదిలా ఉండే అనిపించింది. Purple రంగు, మంచి green కాంతితో కూడి కనిపిస్తున్నాయి. శక్తి గింగిర్లు కొడుతూ వస్తుంది.

తండ్రికి చెప్పాను. మీ ఆశీర్వాదం లేకుండా ఇక్కడ ఒక్క క్షణం కూడా ఉండలేను. అది మీరు ఇవ్వలేని పక్షంలో తప్పకుండా నన్ను తీసుకువెళ్ళిపోండి. సరే కార్యమే నెరవేర్చుకురా అంటారా నాకు దయచేసి ముగ్గురు అమ్మల ఆశీర్వాదం, తోడు ఎల్లవేళలా అందించండి, అని కోరాను. మంచి కార్యాలు చేయటానికి అవకాశాలు తనే కల్పించాలని కోరాను. ఏమి చేయాలో తనే ఆజ్ఞాపించమన్నాను.

కళ్ళు తెరిస్తే కన్నీళ్ళు టప టపా కారుతున్నాయి. ఆశ్చర్యం వేసింది. నా కంట్లో కన్నీరు ఉందనికూడా నాకు తెలీదు. మరి నాకు కనిపించిన నీరు ఇదే అనమాట

అనుకున్నాను! ఈ అనుభూతి చాలా వింతగా అనిపించింది. ఇంతకు ముందు చాలా సార్లు ధ్యానంలో కన్నీళ్లు వస్తే ధ్యానంలో ఉండగానే కారిపోయేవి. ఈ రోజు జరిగింది చాలా కొత్త అనుభూతి.

శివుని పుస్తకం తెరిచి చూస్తే శివ పంచాక్షరి మంత్రం, శివ గాయత్రి మంత్రం కనిపించింది. ఆనందంగా చదువుకుని లేచాను.

నుదుటిమీద శక్తి అలలు ఇంకా వస్తూనే ఉన్నాయి. శరీరంలో అక్కడక్కడ కూడా శక్తి అలలు. సాయంత్రం ధ్యానంలో శక్తి వస్తూనే ఉంది. తండ్రీ! అంతా మీకే అర్పించాను, మరి నిర్ణయం నాకెందుకు వదిలేశారు? నాకు ఏమి చేయాలో తెలీకే కదా మీమీద ఆధారపడ్డాను. నేను మీలో ఐక్యం అవ్వటమే మంచిది అనుకుంటే ఇప్పుడే నన్ను తీసుకువెళ్ళిపోండి అంటున్నాను. బయట ఉరుములు, మెరుపులతో వర్షం start అయ్యింది. Time 4:30pm అయ్యింది. బాగా చీకట్లు కమ్ముకున్నాయి. కళ్ళు మూసుకుని ఉన్నా చీకట్లు బాగా తెలుస్తున్నాయి. ఇంక లేచేశాను.

భారతి అన్నది. అసలు అంత మంచి chance వస్తే ఎలా వదులుకున్నావు అని. దేవుడు పిలిస్తే వచ్చేదే మోక్షం. కాలచక్రం దాటటం అంటే మరుజన్మ లేకపోవటం అన్నది. ఈ విషయం నాకు అసలు తెలీదు. మరి పిచ్చివారికి బంగారం చేతిలో పెట్టినా రాయి అనుకుని పారేస్తాడు. దాని విలువ తెలీదు. అలాగే జరిగింది నా విషయంలో కూడా. మరి నాకు ఈ విషయం ఎవ్వరూ చెప్పలేదు అలా చెయ్యాలి అని.

నేను ఆలోచించింది రెండే విషయాలు. ఆ రోజుకు కొన్ని రోజుల ముందునుండీ దెయ్యాల బెదదతో భయపడుతున్నాను. మరి అర్ధాంతరంగా పోతే భయపడి చనిపోయాను అనుకుంటారు అంతా. మరి ధ్యానంలో చివరకు జరిగేది ఇది అని ఎవరికి తెలుస్తుంది? అది (ఈ నిజం) అందరికీ తెలియజేయాలి.

రెండవది నాలాంటివారిని కొంతమందినయినా మార్చగలగాలి. ఒక్క ఆత్మనే వెళ్ళుకుండా 10 (కనీసం) మంచి ఆత్మలను తండ్రిలో ఐక్యం చేయించాలి.

ఎందుకంటే ఒక మనిషి ధ్యానం చేసుకుంటూ ఉంటే sounds చేస్తే పట్టించుకోడు, గోలచేస్తే పట్టించుకోడు, గిల్లితే పట్టించుకోడు, కాడితే పట్టించుకోడు, కోస్తే

పట్టించుకోడు, అలా అతని సహనం పూర్తిగా నశించేంతవరకూ చేస్తే పూర్తిగా నశించిన తరువాత అయినా కళ్ళు తెరవాలిగా!

అలాగే తండ్రి తల్లి రాక కోసం ఎదురుచూస్తూ ఉన్నారు, పూర్ణత్వం కోసం. కానీ మన మనుషులు మంచి కర్మలు చేయకుండా చెడ్డ కర్మలు చేసి పాపాలు పెంచుకుని జన్మల తరువాత జన్మలు ఎత్తుతూ పాపకూపములలో మునిగిపోతూ, మురిగిపోతున్నారు. మరి తండ్రికి పూర్ణత్వం వచ్చేది ఎప్పుడు? మంచి జరిగేది ఎప్పుడు? నా ప్రయత్నం ఏదీ చేయకుండా నేను నాదారి చూసుకుంటే ఎలా? దీనికి (నా జీవితానికి) అర్థం ఏముంటుంది? అలా కాదు, ఒకరిద్దరిని బాధపెట్టినా మంచిపని చేయటంలో తృప్తి ఉంటుంది. నా ఒక్కదానికి మోక్షం వచ్చేకంటే ఇంకొంతమందికి కూడా మోక్షం సంపాదించుకోవటానికి సహాయం చేయగలిగితే, దానిలో ఉండే ఆనందం, ఈ ఆత్మ భూమిమీదకు రావటానికి, ఇంతకాలం బాధలుపడి ఇప్పుడు నేర్చుకున్నదానికి కూడా ఒక అర్థం, పరమార్థం ఉండాలిగా! అందుకే అలా నిర్ణయించుకున్నాను.

నేను ప్రేమిస్తున్న నా తండ్రికి, తల్లికి, సూర్యునికీ ముగ్గురికీ నా మీద కోపం వచ్చింది. పోనీలే ఇన్నాళ్ళూ అందరికీ ఇష్టం లేకుండానే ఇన్నేళ్ళూ బ్రతికాను. అది నాకు అలవాటు అయిపోయింది. అలాగే మరి కొన్నాళ్ళు బ్రతుకుతాను. అంతే కదా! నాకు మోక్షం రాకపోయినా కనీసం ఒక్క మంచిపని చేయటానికి ప్రయత్నించాను అన్న తృప్తితో పోతాను. నా ప్రయత్నం నేను చేయాలిగా! అందరూ నాలా మొండిగా ఉండరుగా!

నిజానికి తల్లిదండ్రులు ఇద్దరూ మనలోనే ఉన్నారు. ఎడమవైపు శక్తి అమ్మ, కుడివైపు శివ తండ్రి. ఇది ఎలా అంటే నేను ఊరు వెళ్ళాననుకో, Kevin తోటి అంటా కదా! నేను ఇక్కడ ఉన్నా నా మనసు అంతా నీ దగ్గరే ఉంది అని! అలా అనమాట.

అంటే అమ్మను మనకోసం త్యాగం చేశారు. కానీ తన మనసంతా కూడా మనతోటే ఉంటుంది. అలా తల్లిదండ్రులు మన దగ్గరే మనలోనే ఉన్నారు. కానీ వారికి పూర్ణత్వం పొందాలీ అంటే లోక కళ్యాణం జరగాలి. మంచితనం ప్రబలాలి. అందరూ మంచి ప్రవర్తన కలిగి ఉండాలి. అలా మనకు అందరికీ మోక్షం కలిగితే లోకకళ్యాణం సంభవం అవుతుంది. మరలా రామరాజ్యం ఏర్పడుతుంది. అందరమూ సస్యశ్యామలంగా బ్రతకవచ్చు.

ఇది సాధ్యమా అంటే ప్రయత్నిస్తే సాధ్యపడనిది ఏదీ లేదు. కానీ ప్రయత్నించేది ఎంతమంది? నా ప్రయత్నం నేను చేయాలికదా! ఇంతటి నిజం తెలిసి కూడా నా స్వార్థం నేను ఎలా చూసుకుంటాను? బాధ్యత నెత్తిన వేసుకున్నాక చివరిదాకా పోరాడి గెలవటానికే ప్రయత్నించాలి.

మరి తండ్రికి ఆగ్రహం వచ్చి మూడవకన్ను తెరిస్తే ఈ ప్రపంచమే ఉండదు. ఆ గతి మనకు పట్టకూడదు అంటే మనం మంచి మనుషులుగా మారటమే!

ఇప్పుడే మామయ్యతో మాట్లాడాను. తను నాకు ఒక్క మామయ్యే కాదు. గురువు, దైవం, అన్నీ అనిపిస్తుంది. తనతో మాట్లాడితే, ఆ తండ్రే మామయ్య రూపంలో వచ్చి నాకు ఈ విషయాలు చెబుతున్నారా అనిపిస్తుంది. అంత మనసుకు హత్తుకునేంతగా ఉదాహరణలతో నాలాంటి బుర్రతక్కువవాళ్ళకు కూడా చక్కగా అర్థం చేసుకునేటట్లు చెబుతారు. మామయ్యతో మాట్లాడిన దానికి తాత్పర్యం ఏమిటంటే నాకు వచ్చే ఈ visions అన్నీ ఆపేయాలనీ, ఎంత అందమైనవి కనిపించినా, వినిపించినా దేనికీ చలించకుండా ముందుకు వెళ్ళగలగాలనీ, అప్పుడు సిద్ధించేదే మోక్షం అనీ, దీనినే తనలో తను రమించటం అని, అదే Ultimate Bliss అనీ చెప్పారు.

ఈ విషయంమీదనే నేను visions లేకుండా చూడడం కోసం try చేశాను. అప్పుడు ఎంత కళ్ళు మూద్దాం అన్నా మూయలేకపోయాను. ఆత్మ కళ్ళు మూయటం ఏమిటి అని బాధపడ్డాను అన్నాను. మామయ్య అది ఆత్మ కాదనీ అది మనసు play చేసే tricks అనీ అన్నారు. కానీ practice మూలాన ఈ మధ్య నేను అప్పుడప్పుడు ఆ పని చేయగలుగుతున్నాను. So, ఏ ఆలోచనా లేకుండా, visions లేకుండా, దేనికీ స్పందించకుండా ధ్యానం చేయటం మొదలుపెట్టాలి.

ఇలా మొదలుపెట్టినా ఇది నాకు ఒక కొత్త జీవితమే! నేను చేయాలనుకుంటున్న పనికి, చేయాలని అనుకుంటున్న సాధన ఉపయోగపడుతుంది అంటే తప్పకుండా మారే ప్రయత్నం నాతోనే మొదలుపెడతాను. ముందు నేను మారితే కదా ఇతరులకు ఎలా మారవచ్చో చెప్పగలిగేది!

రాత్రి పడుకుని ఆలోచిస్తున్నాను. ఇప్పటివరకూ నాకు ధ్యానంలో ఏమి జరిగింది. ఇకనుండీ ఏమిజరగబోతుంది..... ఆలోచిస్తున్నాను. అన్నీ చాలా clear గా తెలిసిపోతున్నాయి. కళ్ళకు ఉన్న పొరలు అన్నీ తొలగిపోయాయి. మనసుకు పట్టిన మలినాలు అన్నీ వదిలిపోయాయి. స్వచ్ఛమయి, పరిపూర్ణంగా, శరీరం, మనసు శుద్ధిచేయబడి నిల్చున్నట్లుగా అనిపించింది.

ఇప్పటిదాకా నేను చేసింది బాహ్యప్రయాణం. ఇది అంత ముఖ్యం కాకపోయినా నాకు ఉన్న కోరిక, అన్నీ తిరిగిచూడాలి అన్న కోరిక, అన్నీ తెలుసుకోవాలి అన్న కోరిక. ఆ కోరిక ఇప్పటికి తీరింది. నిజానికి నా తండ్రి పిలిచినపుడు వెళ్ళిపోయి ఉంటే నా స్వార్ధం తప్పక చూసుకాని వెళ్ళినదాన్ని అయి ఉండేదాన్ని. కోరికతీరక మరొక జన్మ నేనే వెతుక్కుంటూ రావలసివచ్చేది. నేను వెళ్ళకుండా ఆగిపోవటమే మంచిది అయ్యింది అని నాకు రాత్రే తెలిసింది.

అందరూ తమ స్వార్ధం చూసుకుంటే మరి లోకకల్యాణం గురించి ఆలోచించేది ఎవరు? ఎందరుంటారు? అందులో ఒక్కరు నేనెందుకు కాకూడదు అన్నదే నా ఆలోచన. దానికి తండ్రి ఆశీసులు, ముగ్గురమ్మల తోడు కావాలని తండ్రిని కోరాను. అదేవిధంగా నా తల్లిదండ్రులయిన శివశక్తుల తోడు, విష్ణుమూర్తి లక్ష్మీదేవిల తోడు, బ్రహ్మ సరస్వతులతోడు, తులసిమాత దీవెనతో మంచి ఆరోగ్యం, వినాయకుని దీవెనలతో తలపెట్టిన పనులు విజయవంతంగా నెరవేరటం, సుబ్రహ్మణ్యుని దీవెనలతో విజయాన్ని పొందటం, సీతమ్మ దీవెనతో ఓర్పునూ, రామయ్య దీవెనతో న్యాయంగా వ్యవహరించటం, లక్ష్మణుని దీవెనతో తన అన్న వదినకు ఎలా సేవచేసే భాగ్యం పొందారో అలా నా తల్లిదండ్రులకు సేవచేసే భాగ్యం నాకు దొరకటం, ఆంజనేయుని దీవెనతో నా కార్యానికి కావలసిన ధైర్యం, శక్తి, బలం చేకూరి తల్లిదండ్రుల నమ్మకాన్ని వమ్ము చేయకుండా, సదా వారిసేవలో నిమగ్నమవటం, బాబా దీవెనతో శాంతస్వభావం కలిగి సేవలుచేయగలగటం, కృష్ణుని దీవెనతో లీలలు ప్రదర్శించి (అవసరం అయినపుడు మాత్రమే) జీవులను ఆకట్టుకాని తండ్రివైపుకి మనసులను మళ్ళించటం, గోమాత దీవెనతో ఈ ప్రాణం దేవునిలో ఐక్యం అయ్యేంతవరకూ గుక్కెడు పాలు దొరికి రోజూ ఆవకాశం ఉన్నంత మేర పాడిపంటలను వృద్ధిచేయటం.

నేను తలపెట్టిన కార్యం నెరవేరటానికి వీరందరి దీవెనలా కోరాను (వీరందరూ, నేను కోసకుండా, నాకే తెలికుండా నా పూజ గదికి వచ్చినవాళ్ళు). బాహ్యప్రపంచ

ప్రయాణం నిన్నటితో పూర్తి చేశాను. కాబట్టి ఇంకనుండీ అంతర్ముఖంగా ప్రయాణం మొదలుపెడతాను. ఈ అంతర్ముఖ ప్రయాణంలో ఏమి జరగబోతోందో ముందే తెలుస్తుంది. కాబట్టి నాకు ఒకరకంగా చిట్టి(friend) చెప్పిందే correct అని అర్థం అయ్యింది. చెప్పాగా మనకు ఒక్క గురువే అక్కరలేదు. మనకు ఎదురయిన ప్రతీ మనిషిలోనూ మనకు ఒక గురువు దొరుకుతాడు.

నా అంతర్ముఖ ప్రయాణానికి సంబంధించి ఏ విషయాలు ఇక వ్రాత రూపంలో పెట్టను. అది సృష్టి రహస్యం అని అర్థం అయ్యింది. ఈ విషయం అర్థం (నాకు నేనుగా తెలుసుకోగలగటం) చేసుకోవటం కోసమే తల్లిదండ్రులు ముందు బాహ్యప్రపంచంవైపు పంపారు. ఉన్న ఒక్క కోరికా తీరింది. ఇక ఏ కోరికా లేదు నిస్వార్థంగా సేవ చేయటం తప్ప. ఇప్పుడే తండ్రి తన మార్గం మీద నిలబెట్టారు నన్ను. నా దారి నాకు దొరికింది. ఇక ఈ క్రొత్త ప్రయాణం సాగించాలి. ప్రశాంతంగా పడుకుని నిద్రపోయాను.

రాత్రి అద్భుతమైన experience అయ్యింది. శరీరం అంతా izzzzz.... న vibrate అవుతుంది. Kevin నా vibration కు ఎక్కడ లేస్తాడో అని ప్రక్కకు తిరిగి చూశాను. మంచం అటు చివరన అటు తిరిగి పడుకుని ఉన్నాడు. Vibrations ఎక్కువై శరీరం అంతా కదిలిపోతోంది vibrate అవుతూ (physical గా). తలపై నుండి చిట్లుతూ... పగులుతూ... ఆ ముక్కలు క్రింద పడుతున్నాయి. అది ఎలా ఉన్నదంటే ఒక శిల్పానికి మట్టిని మందంగా అద్ది, అది ఎండిపోయి, పగుళ్లు వచ్చి ఆ మట్టి... పెచ్చులు పెచ్చులుగా రాలిపోతే ఆ శిల్పం ఎలా బహిర్గతమవుతుందో అలా అనమాట. పైన కప్పబడిన మట్టి అంతా పై నుండి క్రిందిదాకా రాలిపోయి ఒక బంగారు శిల్పం బయటపడింది. నిలువునా బంగారంతో చేసిన నేను మెరిసిపోతూ ఉన్నాను. ఆ క్షణం కోసమే ఎదురు చూస్తున్నట్లుగా అందరూ వచ్చి నన్ను ఆశీర్వదించి నాపై బంగారు పూల వర్షం కురిపించారు. నేనెవరో నాకు స్పష్టంగా తెలిసింది. కానీ చెప్పాగా వ్రాత రూపంలో పెట్టనని. కానీ ఒక్క విషయం చెబుతాను. తండ్రి చూపిన మార్గంపైన మొదటి అడుగు పెట్టాను. కళ్ళు తెరిచి time చూశాను. "111".

మనసు ఎంతో తృప్తిగా ఉంది. అమ్మయ్య! తండ్రికీ, తల్లికి నా మీద ఎటువంటి కోపం లేదు. నా ప్రయాణానికి వారి పూర్తి సహకారం అందుతుంది. అందరికీ మంచి చేయాలనుకునే తండ్రి నేనూ చేస్తానంటే ఎందుకు వద్దు అంటారు?

నాకు ఈ జన్మ రావటానికి కారణం, తండ్రి నన్ను ఇక్కడకు పంపడానికి కారణం ఇప్పుడు నాకు స్పష్టంగా అర్థం అయ్యింది. తప్పక నెరవేర్చుకునే వెళతాను. అమ్మా! ప్రొద్దున పూజకు నాకు పువ్వులు దొరకటం లేదు. రేపు అయినా కొన్ని పువ్వులు దొరికేట్టు చూడు అని కోరి పడుకున్నాను. అప్పటిదాకా వస్తున్న ఉరుములు, మెరుపులూ నాలోని ఈ మార్పుకోసమే ఎదురుచూస్తున్నట్లు, నన్ను దీవించటానికే వచ్చినట్లు మరొకసారి నన్ను పలకరించి ప్రశాంతంగా వెళ్ళిపోయాయి. రేపటి నుండి నేను చేయబోయే ధ్యానసాధనలోని మార్పును తల్చుకుంటూ పడుకున్నాను.

ప్రొద్దుటే లేచి, స్నానం చేసి పూజకోసం, పువ్వులకోసం బైటకు వెళితే ఎన్ని పువ్వులో! అద్భుతం! మరి నిన్న మొగ్గలు కూడా నాకు కనిపించలేదేంటి? ఎంత వెతికాను నిన్ను! ఈ అద్భుతాన్ని చూసిన నేనే ఆశ్చర్యపోయాను. పూజలో మళ్ళా తెల్లని fog పైకి వెళుతూ కనిపించింది.

నా తల్లిదండ్రులకు సర్వదా నేను ఋణపడి ఉన్నాను. సదా వారి సేవలో నేను...

ఇప్పటివరకూ నాకు ఎదురుపడిన ప్రతీ వ్యక్తిదగ్గర నుండీ ఏదో ఒక విషయం నేర్చుకున్నాను. మంచివారిని చూసి మంచిగా ఎలా ఉండాలో తెలుసుకున్నాను. చెడ్డవారిని చూసి చెడ్డగా ఎలా ఉండకూడదో అలవాటు చేసుకున్నాను. ఇలా అందరిలో ఏదో ఒక గురువుని వెతుక్కుని పట్టుకునేదాన్ని. కానీ మొట్టమొదటిసారిగా నా నుండి నేను ఏమి తెలుసుకోగలనో తెలుసుకోవాలని అనుకుంటున్నాను. ఈ కోణంలో నేను ఎప్పుడూ ఆలోచించలేదు. ఆలోచించడానికి కూడా ప్రయత్నించలేదు. నా మీద నాకే మొట్టమొదటిసారిగా interest కలిగింది. Dwell with in అనేది ఇప్పుడే మొదలుపెట్టాను.

ధ్యానంలో కూర్చున్నాను!! తండ్రీ! నా ఈ ప్రయత్నంలో దయచేసి నాకు తోడుగా ఉండండి. నన్ను వదిలివెళ్ళకండి అని కోరాను. అభయమిస్తున్నట్లుగా ఆకాశం అంతా నిండిన తన "కుడికన్ను" తో నన్ను ప్రేమగా చూస్తున్నారు.

 సదృశ్య

ఈ రెండు దశల ప్రయాణానికి సంబంధించిన ఏ విధమయిన అనుమానాలున్నా నేను ఈ శరీరంలో ఉన్నంతకాలం తప్పక సహాయం చేయడానికే ప్రయత్నిస్తాను.

మీరు మూడవదశకి కూడా చేరుకుని, పరిపూర్ణత్వాన్ని పొందితే వాటి గురించి ఏవిధమయిన సంభాషణ కొనసాగించాలన్నా నేను ఎప్పుడూ సిద్ధమే. కాకపోతే ఆ దశకి చేరుకున్నవారికి తెలుసుకోవడానికి, చర్చించడానికి ఇక ఏమీ మిగలవు. అది తెలుసుకొన్న తరువాత తెలుసుకోవడానికి ఏమీ ఉండదు మీకు. నేను ఏమీ రాయలేదుకదా మరి మర్చిపోయానేమో అనుకుంటారేమో! నాకు, నేను వేసిన ప్రతీ ఒక్క అడుగూ గుర్తుంది. అది నా ప్రయాణం.

నేను ఇప్పటివరకూ చేసిన ప్రయాణాన్ని సూక్ష్మంగా అర్థంచేసుకొంటే, దీనిలో ఉన్న ఎన్నో రహస్యాలు మీకు అర్థం అవుతాయి. మీకు వచ్చే ప్రతీ ప్రశ్నకూ ఏదో ఒకచోట మీకే సమాధానం దొరుకుతుంది.

ఇన్ని సంవస్సరాలు ఏమిచేశాను? ఏమి జరిగింది? మూడవది, చివరిది అయిన అతి రహస్యమయిన ప్రయాణం ఎలా జరిగింది? ఏ దిశగా ప్రయాణించాను? అన్న నిగూఢ రహస్యాలతో త్వరలో మీ ముందుకు వస్తాను.

1. మోక్షం అంటే ఏమిటి?

2. మోక్షమార్గ ప్రయాణం ఏ దిశగా సాగుతుంది?

3. చనిపోయిన లేక ధ్యానం ద్వారా శరీరం నుండి బయటకు వచ్చిన ఆత్మ ప్రయాణం ఎలా సాగుతుంది?

4. నా భర్త శ్రీనివాసుని నేను ఎలా కలుసుకున్నాను?

5. నాకు మగబిడ్డ పుట్టాడా?

6. నా తల్లితండ్రులను ఎలా చేరుకోగలిగాను?

7. నా ఆదిని నేను (నన్ను నేను) ఎలా చేరుకోగలిగాను?

8. నా నుండి నేను ఏమి తెలుసుకున్నాను?

9. ఆదిని చేరుకున్న నేను ఏమి తెలుసుకున్నాను?

10. ధ్యానం ప్రారంభించే సమయానికి ఏ ఆలోచనా లేని స్థితికి ఎలా చేరుకోగలిగాను?

11. అంత సులువుగా నేను ధ్యానంలోకి ఎలా వెళ్ళగలిగాను?

12. ఎన్ని రకాల tunnels ఉన్నాయి? వాటి వ్యత్యాసాన్ని ఎలా గుర్తించడం?

13. Science కి కూడా అందని, Science కూడా కనిపెట్టలేని రహస్యాలు ఏంటి?

14. ధ్యానంలో పూర్వజన్మలనూ, భవిష్య జన్మలనూ గుర్తించడం ఎలా?

15. ఇతర లోకాలు ఉన్నాయా? వాటిలో జీవరాశి ఉందా?

16. వేరే dimenstions ఉన్నాయా? వాటిలోకి వెళ్ళగలమా?

17. స్వర్గం, నరకం ఉన్నాయా?

18. ఆత్మగా బయటకు వచ్చిన నేను నా ప్రయాణంలో ఎవరెవరిని కలిశాను?

19. సంపూర్ణత్వాన్ని ఎలా పొందాను?

20. మూడవకన్ను తెరుచుకోవడం అంటే ఏమిటి?

ఇలాటి ప్రశ్నలకన్నింటికీ, సమాధానాలతో త్వరలో మీ ముందుకు వస్తాను.

 సద్రుశ్య

www.ingramcontent.com/pod-product-compliance
Lightning Source LLC
Chambersburg PA
CBHW021343150726
47989CB00005B/2074